ഗ്രീൻ ബുക്സ്

മലയാളത്തിന്റെ സുവർണ്ണകഥകൾ

സി.വി. ശ്രീരാമൻ (1931–2007)

കഥാകൃത്ത്, അഭിഭാഷകൻ.
ബാല്യകാലം സിലോണിൽ ആയിരുന്നു.
ഇന്ത്യയിലെ 22 ഭാഷകളിലേക്കും വിദേശ ഭാഷകളിലേക്കും
കഥകൾ വിവർത്തനം ചെയ്തിട്ടുണ്ട്.
അഞ്ച് കഥകളെ അടിസ്ഥാനമാക്കി ശ്രദ്ധേയമായ
ചലച്ചിത്രാവിഷ്കാരങ്ങൾ പുറത്തുവന്നു.
കേന്ദ്ര സാഹിത്യ അക്കാദമി അവാർഡ്,
കേരള സാഹിത്യ അക്കാദമി അവാർഡ്,
സമസ്ത കേരള സാഹിത്യ പരിഷത്ത് അവാർഡ്,
വി.പി. ശിവകുമാർ സ്മാരക കേളി അവാർഡ്,
അബുദാബി ശക്തി അവാർഡ് എന്നിവ ലഭിച്ചു.

മലയാളത്തിന്റെ സുവർണ്ണകഥകൾ

സി.വി. ശ്രീരാമൻ

ഗ്രീൻ ബുക്സ്

green books private limited
gb building, civil lane road, ayyanthole,
thrissur- 680 003, kerala, ph: +91 487-2381066, 2381039
website: www.greenbooksindia.com
e-mail: info@greenbooksindia.com

malayalam
malayalathinte suvarnakathakal
story
by
c.v. sreeraman

first published december 2011
reprinted february 2020

cover design : rajesh chalode

printed in india
repro india ltd

branches:
thrissur 0487-2422515
thiruvananthapuram 0471-2335301
calicut 0495 4854662

isbn : 978-93-80884-61-5

₹ 250.00
GBPL/411/2011/X003

മുഖക്കുറി

സി.വി. ശ്രീരാമന്റെ സുവർണ്ണകഥകൾ

ചരിത്രത്തിന്റെയും ഓർമ്മകളുടെയും നൈരന്തര്യമാണ് ശ്രീരാമൻ കഥകളിൽ ഒരു കാറ്റായി അലയടിക്കുന്നത്. ചിലപ്പോൾ തഴുകിയും മറ്റു ചിലപ്പോൾ മഹാപ്രവാഹമായും മാറുകയാണ് ആ കാറ്റ്. സ്നേഹത്തിന്റെയും മൂല്യബോധ ത്തിന്റെയും പൂമരം അവിടെ പൂത്തുലഞ്ഞുനിൽക്കുന്നുണ്ട്. നിരാസത്തിന്റെ വേദനയും കഥകളിൽ നിറയുന്നു. ജീവിതത്തിന്റെ സ്ഥായിയായ വിഷാദവും ഈ കഥകൾ പേറുന്നു. ഇരുപതാം നൂറ്റാണ്ടിന്റെ ആദ്യപകുതികളിൽനിന്നാണ് സി.വി. ശ്രീരാമന്റെ കഥകളുടെ പശ്ചാത്തലം വിരിയുന്നത്. രണ്ടാം ലോകമഹായുദ്ധം, ഇന്ത്യാവിഭജനം, കൽക്കത്ത, സിലോൺ, ബർമ്മ, സിങ്കപ്പൂർ, ആൻഡമാൻ ദ്വീപുകൾ എന്നിങ്ങനെയുള്ള ജീവിത പശ്ചാത്തലങ്ങളാണ് കഥകളിൽ നിറയുന്നത്. അവ പ്രവാസത്തിന്റെ ദുരിതങ്ങൾ പേറിയ *ആസ്സാംപണിക്കാരു*ടെ ആദ്യകാല രേഖകളിൽ ഉൾപ്പെടുന്നു.

സ്നേഹം തേടുന്ന മനുഷ്യർ

പഴയകാലങ്ങൾ ഒരു മിത്തായി കടന്നുവരുന്നു. കയറും ഓടും കൈത്തറിതുണികളും കയറ്റി കൊളമ്പിലേക്കു പോകുമ്പോൾ തൂത്തുകുടിക്കപ്പുറം വച്ച് മുങ്ങിപ്പോയ ഒരു പത്തേമാരിയെ കടലിന്റെ ആഴങ്ങളിൽനിന്ന് കഥാകാരൻ ഉയർത്തിയെടുക്കുന്നുണ്ട്. പത്തേമാരിയെ *കൊട്ടുക* എന്നാണ് പറയുന്നത്. ആ *കൊട്ടുക*യിലാണ് ലൈലയെ കൊണ്ടുവന്നത്. അപ്പോൾ കൗസല്യ മൂത്തമ്മ മദ്രാസിൽ മെഡിസിനു പഠിക്കുകയായിരുന്നു. ആ കഥയിലെ കൗസല്യമൂത്തമ്മയ്ക്ക് മലയാളം വളരെ കുറച്ചു മാത്രമേ അറിയുമായിരുന്നുള്ളൂ. അവരുടെ വിരലുകൾ ഒരു പഴയ പിയാനോവിലാണ്.

ഒരേ ഒരു മലയാളം പാട്ടേ കൗസല്യ മൂത്തമ്മ പിയാനൊവിൽ വിരലോടിച്ച് പാടിയിട്ടുള്ളൂ. അതും തികഞ്ഞ ഇംഗ്ലീഷ് ഈണത്തിൽ. "ദീപങ്ങൾ മങ്ങി കൂരിരുൾ തിങ്ങി മന്ദിര മൊന്നതാ കാൺമു മുമ്പിൽ...." ഇംഗ്ലീഷ് ഉച്ചാരണത്തിൽ തന്നെ. നല്ലവണ്ണം ശ്രദ്ധിച്ചാലേ വാക്കുകൾ മലയാളമാണെന്ന് തോന്നൂ. സ്നേഹബന്ധങ്ങൾ നഷ്ടമായൊരു കാലമാണ് അവർ നിവർത്തുന്നത്. മനുഷ്യസ്നേഹം വേണ്ട, വെറുമൊരു സ്നേഹമെങ്കിലും. ഒരു വളർത്തുമൃഗമായ സയാമീസ് പൂച്ച തലമുറകളിലൂടെ വളർന്നു വന്നത് ഈ സ്നേഹരാഹിത്യ ത്തിന്റെ പ്രതീകമാണെന്ന് കഥാകാരൻ പറയുന്നു.

രണ്ടാം ലോകമഹായുദ്ധക്കാലത്ത് സിലോണിൽ ബോംബു വന്നു വീണപ്പോൾ ജീവനും കൊണ്ട് ഓടിപ്പോന്നവനാണ് നാരായണിയുടെ ഭർത്താവ്. തെങ്ങോലകൾക്കിടയിലൂടെ കൈതോലകൾ സുഗന്ധം പരത്തുന്ന കാറ്റിലൂടെയാണ് അവർ നടക്കുന്നത്. ഭർത്താവിന്റെ വീട്ടിലേക്കാണു യാത്ര. അമ്മ വെളിച്ചെണ്ണപ്പം ഉണ്ടാക്കിയിരുന്നു. അതു മുളങ്കുട്ടയി ലാക്കി തലയിൽവെച്ച് പണിക്കാരൻചെക്കൻ മുൻപിലും ഭർത്താവും അവളും പിറകിലുമായി നടന്നു. രണ്ടു പാടവും രണ്ടു കരയും നടക്കണം. വഴിയിൽ ചായക്കട കണ്ടപ്പോൾ ഭർത്താവു പറഞ്ഞു. "വരൂ, നമുക്ക് ചായ കുടിച്ചിട്ടു പോകാം." അവൾ പറഞ്ഞു, "അയ്യോ പെണ്ണുങ്ങളുണ്ടോ ചായക്ലബ്ബിൽ പോകുന്നു." അവൾ പെരുവഴിയിൽ നിന്നു. ചായ കുടിച്ചിട്ടു വരുമ്പോൾ അവൾക്കു പപ്പടവട കൊണ്ടുവന്നിരുന്നു. ആൽമരം കണ്ടപ്പോൾ ഭർത്താവു പറഞ്ഞു. "നമുക്ക് കുറച്ച് ഇവിടെ ഇരുന്നിട്ടു പോകാം. വീട്ടിൽ ചെന്നാലുണ്ടോ സ്വൈര്യമായി വർത്തമാനം പറയാൻ കഴിയുന്നു." എന്തെല്ലാം വർത്തമാനം പറഞ്ഞു. ഭർത്താവിന്റെ വീട്ടിലെത്തി ഒരു നാൾ കഴിഞ്ഞു. അപ്പോൾ ഭർതൃവീട്ടിൽ നിന്ന് ഒരുപാട് ചോദ്യങ്ങൾ. ഒപ്പം കുറെ കുത്തുവാക്കുകളും. നാലാംനാൾ ഭർത്താവു പറഞ്ഞു. "ഞാൻ നാളെ മടങ്ങിപ്പോവാണ്." "അയ്യോ, യുദ്ധമല്ലേ? യുദ്ധം കഴിഞ്ഞിട്ടു പോയാൽ പോരേ?" "ഇവിടെ അതിലും വലിയ യുദ്ധമല്ലേ?" എന്നാണ് ഭർത്താവിന്റെ ചോദ്യം. തനിക്ക് സംഘർഷങ്ങളിൽനിന്ന് മോചനമില്ല എന്നയാൾ അറിയുന്നു. അങ്ങിനെ ഒരിക്കലും തിരിച്ചു വരാതിരിക്കാനായി അയാൾ പടനിലങ്ങളിലേക്കും യുദ്ധഭൂമികളിലേക്കും വിടപറഞ്ഞുപോയി.

ആനകൾക്കു കടന്നുപോകാനാകുന്ന ഒരു വലിയ തറവാടിന്റെ ആനവാതിൽക്കൽ ഗജരൂപിയായി ഒരു ശീമത്തമ്പുരാൻ ഉയർന്നു നിൽക്കുന്നു. അവിടെ വിഷാദം നിറഞ്ഞ പാട്ടിന്റെ ഈണങ്ങൾ ഉയരുന്നുണ്ട്. മെഴുകുതിരികൾ എരിയുന്നുണ്ട്. ചുരുട്ടിന്റെ ഗന്ധങ്ങൾ ഉയരുന്നുണ്ട്. ഇവിടെയും സ്നേഹത്തിന്റെ കഥകളാണ് ഉയർന്നു നിൽക്കുന്നത്.

അങ്ങിനെ വാസ്തുക്കൾ ഹരിക്കപ്പെട്ടവരുടെ ഭൂമിയിലാണ് നാം അലയുന്നത് എന്നൊരു ജീവിതസത്യം അദ്ദേഹം അനാവരണം ചെയ്യുന്നു. ഈ വാസ്തു സ്നേഹംകൂടിയാണ്. The Deprived/Dispossesed എന്ന അർത്ഥമാണ് ഇംഗ്ലീഷിൽ വാസ്തുഹാരയ്ക്ക് അർത്ഥമായി നൽകിയിട്ടുള്ളത്.

ആഴമുള്ള കിണറുകൾ

ജീവിതം എന്ന മഹാനദിയുടെ തീരത്ത് മോക്ഷം തേടിയിറങ്ങിയ മനുഷ്യരുടെ കഥകളും സി.വി. ശ്രീരാമൻ എഴുതി. ചവിട്ടിക്കുഴച്ച ഈർപ്പമുള്ള മണ്ണുകൊണ്ട് അദ്ദേഹം തന്റെ കഥകളുടെ ശില്പങ്ങൾ തീർത്തു. അദ്ദേഹത്തിന്റെ കഥകളുടെ ഒരു വലിയ പശ്ചാത്തലമായി നിറഞ്ഞു നിൽക്കുന്നത് ക്ഷേത്രഗോപുരങ്ങളും സ്നാനഘട്ടങ്ങളും കല്പടവുകളും പത്മതീർത്ഥങ്ങളുമാണ്. മോക്ഷം തേടിയലഞ്ഞ സിദ്ധാർത്ഥൻ ഈ നദികളുടെ കരയിലൂടെ നടന്നാണ് ബോധിവൃക്ഷത്തണലിൽ എത്തിച്ചേർന്നതത്രേ. ജീവിതപാപത്തിന്റെ ഭാരങ്ങളും ചുമന്ന് മനുഷ്യർ ഇപ്പോഴും ഈ നദീതീരങ്ങളിൽ അലയുകയാണ്. സമത്വസുന്ദര ചിന്തകൾകൊണ്ടു മാത്രം നമുക്ക് ഇതിനെ തിരുത്താനാകുന്നില്ല. നമ്മുടെ വികാരവിചാരങ്ങളോടൊപ്പം ഈ ലോകം സഞ്ചരിക്കുന്നതുമില്ല. ഗയാനദിക്കരയിലെ പുണ്യതീർത്ഥത്തിൽ വച്ച് പാണ്ഡേ ചോദിക്കുന്നു, "എത്രയെത്ര മതങ്ങൾ ഈ മഗധദേശത്ത് പ്രതിഷ്ഠിച്ചു വച്ചു. ഒന്നും വേരോടിയില്ല. നമ്മുടെ ധർമ്മബോധങ്ങൾ എവിടെയുമെത്തിയില്ല."

ആഴം നിറഞ്ഞ കിണറ്റിലേക്കെത്തി നോക്കുന്ന പ്രതീതി. അപാരമായ ഈ ആഴം ജീവിതത്തിന്റെതന്നെ ആഴമാണെന്ന് നാം തെല്ലു പരിഭ്രാന്തിയോടെ, തിരിച്ചറിയുന്നു. ജീവിതത്തിന്റെ ഈ അപൂർണ്ണതയിലൂടെയാണ് സി.വി. ശ്രീരാമന്റെ കഥകൾ സ്വത്വം തേടുന്നത്.

യഥാർത്ഥ ജീവിതത്തിൽ സി.വി. ശ്രീരാമൻ ഒരു വക്കീലും അതിലുമുപരി ഒരു പാർട്ടി പ്രവർത്തകനുമായിരുന്നു. എഴുത്തുകാരൻ എന്നു കൂടി കൂട്ടിച്ചേർക്കാം. പക്ഷേ, എഴുത്ത് അബോധമനസ്സുകളിലാണല്ലോ അരങ്ങേറുന്നത്. ഒരു കഥയെഴുത്തുകാരനായി പിറന്ന ശ്രീരാമൻ ഒരു പുരോഗമന സാഹിത്യകാരന്റെ സാമ്പ്രദായിക പരിമിതികൾ ഭേദിക്കുകയും അവ ജീവിതത്തെക്കുറിച്ചുള്ള ആഴങ്ങൾ നിറഞ്ഞ ആത്മാന്വേഷണങ്ങളായി മാറുകയും ചെയ്തു. അടിയാനും ഉടയോനും തമ്മിലുള്ള സാമൂഹ്യവൈരുദ്ധ്യങ്ങൾ രൂക്ഷമായി നിലനിന്ന ഒരു കാലത്തു പോലും പൊന്തൻമാടയുടെയും ശീമത്തമ്പുരാന്റെയും അതിരുകളില്ലാത്ത സ്നേഹത്തെയാണ് അദ്ദേഹം പകർത്തിവച്ചത്. വലിയ കഥാകാരന്മാരെപ്പോലെ ഈ ഭൂമിയിൽ കഥ പറയാൻ മാത്രം ജനിച്ചവനാണ് സി.വി. ശ്രീരാമൻ. അവ ഊർജ്ജവും തന്മയത്വവുമുള്ള കാലത്തിന്റെ അതിരുകൾ ഭേദിക്കുന്ന കഥകളായിരുന്നു.

നിങ്ങൾ പുരോഗമനകാരിയാണോ, ആധുനികനാണോ, ഉത്തരാധുനികനാണോ, പഴഞ്ചനാണോ എന്നിങ്ങനെ അവ്യക്തവും അസത്യവുമായ തരംതിരിവിലൂടെ ഒരു സാഹിത്യവും വായിക്കപ്പെടുന്നില്ല. ഒരു കൃതിയുടെ ഊർജ്ജം അതുൽപ്പാദിപ്പിക്കുന്ന ജീവിതവും മാനുഷികതയുമാണ്. ആ ഗുണങ്ങളാണ് കൃതിയെ കാലങ്ങളിലൂടെ നിലനിർത്തുന്നത്. ഒരു ചരിത്രകാലത്തെയും അവിടത്തെ മനുഷ്യരെയും ആ സാഹിത്യം രേഖപ്പെടുത്തിവയ്ക്കുന്നു. അങ്ങനെയാണ് ശ്രീരാമൻ കഥകൾ മലയാള കഥയിലെ അപൂർവ ജനുസ്സുകളായി മാറുന്നതും സുവർണ്ണകഥകളായി ഇടംതേടുന്നതും. മലയാള സാഹിത്യത്തിൽ മുൻനിരയിൽ ത്തന്നെയാണ് അദ്ദേഹം നിലക്കൊള്ളുന്നത്.

കൃഷ്ണദാസ്
മാനേജിങ് എഡിറ്റർ

കഥകൾ

പഠനം

ഇരിക്കപ്പിണ്ഡം

വടവുകൾ കയറുമ്പോൾ അഖിലേഷ്കുമാർ സിൻഹ പറഞ്ഞു:

"ഭാരത്‌വർഷത്തിലെ ഏറ്റവും പുരാതന ക്ഷേത്രമാണ് വിഷ്ണുപദ ക്ഷേത്രം. സിദ്ധാർത്ഥരാജകുമാരൻ എല്ലാം ത്യജിച്ച് അഭയം തേടിയത് ഇവിടെയാണ്..."

"ഈ പുഴയുടെ തീരത്തുകൂടെ പിന്നെയും കുറേ ദൂരം നടന്നു. അവസാനം ബോധിവൃക്ഷത്തണലിൽ..." ഇത്രയും പറഞ്ഞത് പുറകിൽ നില്ക്കുന്ന ആളാണ്.

"ഹരൺ, നിങ്ങളെയാണ് ഞാൻ തേടുന്നത്." സിൻഹ പിന്നിൽനിന്നിരുന്ന ആളെ നോക്കി പറഞ്ഞു.

"ഹരൺ പാണ്ഡ." എനിക്ക് പരിചയപ്പെടുത്തി. പിന്നെ പാണ്ഡയുടെ നേരെ തിരിഞ്ഞു: "എന്റെ സനേഹിതനാണ്. വളരെ ദൂരത്തുനിന്നു വരുന്നു. ശ്രാദ്ധം കഴിക്കണം. എല്ലാം വേണ്ടതുപോലെ ചെയ്യണം. ഒരു ലാൽ പൈസ പോലും ജാസ്തി വാങ്ങരുത്."

പാണ്ഡ എല്ലാം സമ്മതിച്ചു.

"ഞാൻ പോകുന്നു. ഗയ വിടുന്നതിനുമുമ്പ് സൗകര്യപ്പെടുമെങ്കിൽ വീട്ടിൽ വരണം." സിൻഹ പോയി.

"വരൂ." പാണ്ഡ മുമ്പെ നടന്നു.

"ഹിന്ദി അറിയാമോ?"

"അറിയാം."

അമ്പലത്തിന്റെ വാതിൽക്കൽ ചെന്നപ്പോൾ പാണ്ഡ പറഞ്ഞു:

"ചെരുപ്പ് ഇവിടെ വയ്ക്കാം. നോക്കാൻ ചൊക്രകളുണ്ട്. എന്തെങ്കിലും കൊടുത്താൽ.."

"ഞാൻ ചെരുപ്പ് ധരിച്ചിട്ടില്ല."

കാവി മുക്കിയ പൈജാമയ്ക്കു കീഴെ നഗ്നമായ കാലടികൾ പാണ്ഡ ശ്രദ്ധിച്ചു.

ഞങ്ങൾ അകത്തുകടന്നു. നാനാ ഭാഷക്കാരും വിവിധ വസ്ത്രങ്ങളിൽ പൊതിഞ്ഞ ദേഹങ്ങളുമായി സ്വന്തം വാക്കുകളിൽ ഉണർത്തുന്നു. സ്വന്തം ആവശ്യങ്ങൾ, ദുഃഖങ്ങൾ...

"തൊഴേണ്ടെ?"

"ശ്രാദ്ധം കഴിച്ചു വന്നിട്ടു മതി."

ഞങ്ങൾ അമ്പലത്തിനകത്തുകൂടെ നടന്നു മറ്റൊരു വാതിൽ കടന്ന് ഘട്ടിലേക്കെത്തി.

"ഏതാണ് നദി, ഗംഗയാണോ?"

"അല്ല. ഇതും പുണ്യനദിയാണ്. ഫൽഗു. ഗംഗയുടെ കൈവഴിയാണ്.."

നദി വരണ്ടുകിടക്കുന്നു. കരിവാളിച്ച് ജീവനില്ലാതെ. സമയം എട്ടു മണിയേ ആയിട്ടുള്ളൂവെങ്കിലും നദിയുടെ നടുവിൽ വരണ്ട മണലിൽ ഉച്ചക്കുടം തുളുമ്പുന്നു.

"നദിയുടെ അപ്പുറത്തു കാണുന്നത്?"

"അതും അമ്പലങ്ങളാണ്. നന്ദിഗ്രാം, രാംഗയ, സീതാകുണ്ഡ്... അവിടെ വെച്ചാണ് രാമലക്ഷ്മണന്മാർ ദശരഥമഹാരാജാവിന്റെ പിണ്ഡം വെച്ചത്... സീത പിണ്ഡംവെച്ചത് മണ്ണുകൊണ്ടാണ്..."

ഞങ്ങൾ കുളിക്കടവിലെ സിമന്റ് ബഞ്ചിൽ ഇരുന്നു.

"ഈ കാണുന്നതെന്താണ്?"

"ശ്മശാൻഘട്ട്."

പറഞ്ഞുതീർന്നില്ല. കുറേപേർ ചേർന്നൊരു ശവമഞ്ചം ഏറ്റിവന്നു.

ഹരിബോൽ... ഹരിബോൽ...

മഞ്ചം ഇറക്കി താഴെവെച്ചു. വിറക് കൂട്ടാൻ ശ്രമിക്കുന്നു.

പാണ്ഡ ചെറുപ്പക്കാരനായിരുന്നുവെങ്കിലും കണ്ണുകൾ കുഴിഞ്ഞിരുന്നു. കണ്ണുകൾക്കും മുഖത്തിനും മഞ്ഞനിറം. ആധിയോ വ്യാധിയോ നിത്യദാരിദ്ര്യമോ?...

"ബാബൂ, ഞാനൊന്നു ചോദിക്കട്ടെ. വിഷമം തോന്നരുത്... ഇതിനു വേണ്ടി മാത്രമാണോ ഗയയിൽ വന്നത്?"

"മാത്രം."

"ബാബുവിന്റെ നാട്ടിൽനിന്ന് ഇവിടേക്ക് എത്ര ദൂരമുണ്ട്?"

"രണ്ടായിരത്തോളം..."

"ഗഥാധരെ... ഹരീ. പുണ്ഠരീകാക്ഷാ.." പാണ്ഡ സ്വയം പറഞ്ഞു.

"സിദ്ധാർത്ഥരാജകുമാരൻ ജ്ഞാനത്തിനുവേണ്ടി, ബോധത്തിനു വേണ്ടി തന്നിലുദിച്ച സഹസ്രം ചോദ്യങ്ങൾക്ക് ഉത്തരം കിട്ടാൻ എത്തിയതിവിടെയാണ്." കുറച്ചുനേരം മിണ്ടിയില്ല.

പിന്നെ തുടർന്നു:

"ബാബൂ, എത്ര മതങ്ങൾ ഈ മഗധദേശത്തിൽ പ്രതിഷ്ഠിച്ചു. ഒന്നും വേരോടിയില്ല. നമ്മുടെ ധർമ്മം..."

"ആയ്... പാണ്ഡ... ഇധർ ആവൊ..." പിന്നിൽനിന്നൊരു വിളി.

"ഇതാ വരുന്നു..." പാണ്ഡ എണീറ്റ് ഓടി.

പിണ്ഡം കൊത്താൻ ബലിക്കാക്ക ഇളകുന്നതുപോലെ ഒരു പറ്റം പാണ്ഡന്മാർ ഓടിക്കൂടി. ആദ്യം എത്തിയത് ഹരൺപാണ്ഡയായിരുന്നു. പൂക്കൂടപോലെ കാമറ കഴുത്തിൽ കെട്ടിത്തൂക്കി തുള്ളിച്ചാടിവരുന്ന ഒരാൺകുട്ടി. ഏഴോ എട്ടോ വയസ്സ് കാണും. പിന്നിൽ ഒരു സ്ത്രീ, ചെറുപ്പ മാണ്. നല്ല നിറം. തെളിഞ്ഞ കണ്ണുകൾ, സ്വല്പം വീതി കൂടിയ നെറ്റി. തലമുടിയുടെ ഉള്ള് സ്വല്പം കുറഞ്ഞിട്ടുണ്ട്. അതൊഴിച്ചാൽ നല്ല മുഖ വാർച്ച. കടഞ്ഞെടുത്തപോലത്തെ ശരീരം. തല ഉയർത്തിപ്പിടിച്ച് നടത്തം. അതിൽ അല്പം പുരുഷലക്ഷണം സ്ഫുരിച്ചിരുന്നു. തലയിൽ കെട്ടിയി രുന്ന സ്കാർഫ് അഴിച്ച് കഴുത്തിലേക്ക് നീക്കിയിട്ടിരിക്കുന്നു. സ്കൗട്ടു കാരുടെ മാതിരി. സ്കാർഫ് അമർത്തിക്കെട്ടിയിരുന്നതുകൊണ്ടായിരിക്കാം നെറ്റിയിലും കവിളിലും ചുവന്ന വരകൾ. കൂടെ സാമാന്യത്തിൽക്കവിഞ്ഞ് ഉയരം തോന്നിക്കുന്ന ഒരു ചെറുപ്പക്കാരൻ. പേന്റ്സും ഷർട്ടും ടൈയും ധരിച്ചിട്ടുണ്ട്. കാലുകൾ മാത്രം നഗ്നമാണ്. ഷൂസ് അമ്പലത്തിന്റെ പുറത്ത് ചൊക്രകളെ ഏല്പിച്ചിരിക്കണം. ക്രീമോ വാസിലിനോ പുരട്ടി ചീകിയ അയാളുടെ തലമുടി ഇളവെയിൽ തട്ടി തിളങ്ങിയിരുന്നു. അവർ ഘട്ടിന്റെ അടുക്കലേക്കു നടന്നുവന്നു. കൂടെ പാണ്ഡകളും കുറേ പിച്ച ക്കാര് പിള്ളേരും.

"ഇവർക്ക് ധൃതിയുണ്ടെന്നു തോന്നുന്നു. ഒന്നു വേഗം പിരിച്ചയച്ചിട്ട് വരാം." ക്ഷമാപണസ്വരത്തിൽ പാണ്ഡ പറഞ്ഞു. അവരുടെ അടുക്ക ലേക്കു നടന്നു.

"ഞങ്ങൾ കട്ടക്കിൽനിന്ന് വരുന്നു." സ്ത്രീ പറയാൻ തുടങ്ങി.

പാണ്ഡ എന്തോ കയറി പറഞ്ഞു.

"ഒറിയഭാഷയെ ദ്രോഹിക്കേണ്ട, പണ്ഡാജി ഹിന്ദിയിൽ പറഞ്ഞാൽ മതി."

അവൾ കൂടെയുള്ള ചെറുപ്പക്കാരന്റെ നേരെ തിരിഞ്ഞു പറഞ്ഞു. നല്ല ഇംഗ്ലീഷ് ഉച്ചാരണം. പബ്ലിക് സ്കൂളിൽ പഠിച്ചതായിരിക്കണം. അല്ലെ ങ്കിൽ വിദേശത്തോ.

"മിസ്റ്റർ, നൈനാൻ, നിങ്ങൾ കോട്ടയത്തുനിന്ന് വരുന്നു എന്നു പറഞ്ഞുനോക്കൂ... ഈ പാണ്ഡ ഉടനെ രണ്ടു വാക്കെങ്കിലും നിങ്ങളുടെ ഭാഷ പറയും..."

അവൾ എന്നിട്ട് പാണ്ഡയുടെ നേരെ തിരിഞ്ഞു:

“നോക്കൂ പാണ്ഡ, ഞങ്ങൾക്ക് ഇന്ന് അഞ്ചുമണിക്കെങ്കിലും കൽക്കട്ട യിൽ എത്തണം. കമ്പനി മീറ്റിങ് ഉണ്ട്. കുട്ടിയുടെ അച്ഛന്റെ ശ്രാദ്ധം കഴിക്കണം. ചുരുക്കം എത്ര സമയം പിടിക്കും?”

“ഒരു മണിക്കൂർ...”

“പറ്റില്ല. കുറയ്ക്കൂ...”

“അര മണിക്കൂർ.”

“പറ്റില്ല. ഇനിയും കുറയ്ക്കൂ...”

“പതിനഞ്ച്...”

“പത്തുമിനിറ്റ്...”

പാണ്ഡ സമ്മതിച്ചു.

“മാ... കുട്ടി മകനാണോ?....”

“ഉം... എന്താ?...”

“മുഖച്ഛായ കണ്ട് ചോദിച്ചതാണ്.”

മുഖച്ഛായയൊ. അദ്ഭുതപ്പെട്ടു. കറുത്ത നിറം. വളരെ ചെറിയ മുഖം. വീതി കുറഞ്ഞ നെറ്റി, കുറുകിയ കണ്ണുകൾ. എന്തുകൊണ്ടാണ് മുഖ ച്ഛായ ഉണ്ടെന്ന് പാണ്ഡ പറഞ്ഞത്....

“ഉം, അതെ...” അവൾ സമ്മതിച്ചു.

“മാ... കുട്ടിയുടെ അച്ഛന്റെ മരണം അവഘാത്മൃത്യു ആയിരു ന്നുവോ?”

അവളുടെ മുഖം പെട്ടെന്നു മങ്ങി, പിന്നെ വിളറി. അവർ കൂടെയുള്ള ചെറുപ്പക്കാരന്റെ നേരെ നോക്കി.

“ഉം, അതൊക്കെ എന്തിനറിയണം?” സംസാരിക്കുവാൻ തുടങ്ങിയ പ്പോൾ അവളുടെ ചുണ്ടും വിളറിയിരുന്നു.

“കുട്ടി ചെറുപ്പമല്ലേ. അതുകൊണ്ടു ചോദിച്ചതാണ്.” പാണ്ഡ പരുങ്ങി.

“അവഘാത്മൃത്യു ആണെങ്കിലും അല്ലെങ്കിലും പിണ്ഡം വയ്ക്കുന്ന തിന്...” അവൾക്കല്പം ദേഷ്യം വന്നിരുന്നു. അല്ല. അവഘാത്മൃത്യുവാ ണെങ്കിൽ റെയിൽവേസ്റ്റേഷന്റെ മുൻവശം കാണുന്ന പ്രേതശിലയിൽ വെച്ചുവേണം പിണ്ഡം വെക്കാൻ... അതാണ് ഉത്തമം.” പാണ്ഡ കൂട്ടി ച്ചേർത്തു.

“മിസ്സിസ് പാണിഗ്രാഹി, ഏതെല്ലാമാണീ അവഘാത്മൃത്യു?...” കൂടെ യുള്ള ചെറുപ്പക്കാരൻ ഇംഗ്ലീഷിൽ ചോദിച്ചു.

അവൾ പാണ്ഡയുടെ നേരെ തിരിഞ്ഞു:

“ഏതെല്ലാം മരണങ്ങൾ?....”

“ആക്സിഡന്റ്.”

"പിന്നെ?"

"കൊലപാതകം..."

"പിന്നെ."

"ആത്മഹത്യ..."

പിന്നെ എന്നവൾ ചോദിച്ചില്ല. പാണ്ഡ പറഞ്ഞതുമില്ല. എന്തോ ഓർത്തിട്ട് അവൾ പറഞ്ഞു:

"മിസ്റ്റർ നൈനാൻ, ഇവരെപ്പോഴും മനുഷ്യരെ കൺഫ്യൂസ് ചെയ്യിക്കും." കുറച്ചുനേരം തല താഴ്ത്തിനിന്നു. ശിരസ്സുയർത്തി ഉറപ്പിച്ച് പറഞ്ഞു:

"ഇവിടെവെച്ചാകട്ടെ. മല കയറാൻ ആർക്കു കഴിയും...?"

പാണ്ഡ കുട്ടിയെ വിളിച്ചു. കുട്ടി തോളിൽനിന്നും കാമറ ഊരി കൂടെയുള്ള ആളെ ഏല്പിച്ചു.

"നൈനാൻ അങ്കിൾ, ഞാൻ ശ്രാദ്ധം കഴിക്കുമ്പോൾ ഒരു റോൾ ഫോട്ടോ... കംപ്ലീറ്റ് വൺ റോൾ..." തെറ്റുകൂടാത്ത ഇംഗ്ലീഷിൽ കുട്ടി പറഞ്ഞു.

"ഏതോ പബ്ലിക് സ്കൂളിൽ പഠിക്കുകയായിരുന്നു."

"നിങ്ങൾ എന്ത് ജാതിയാണ്?"

"ബ്രാഹ്മണർ."

"കഴിക്കുന്നത് അരിയോ ഗോതമ്പോ?"

"അരി."

"അരികൊണ്ട് പിണ്ഡം വേണോ?"

"വേണം..." ഈ മറുപടി പറഞ്ഞത് സ്ത്രീയാണ്.

"അരിയാണെങ്കിൽ വേവാൻ സമയം പിടിക്കും. പറഞ്ഞ സമയത്തിനകത്ത്..."

"എന്നാൽ ഗോതമ്പ് മതി...." സ്ത്രീ വിധിച്ചു.

പാണ്ഡ കുട്ടിയെ വിളിച്ചു.

"പേരെന്താ..."

"ചിത്തരഞ്ജൻ പാണിഗ്രാഹി..."

"കുട്ടി പോയി കുളിച്ചിട്ടു വരൂ..."

"എവിടെ?"

"ഈ വെള്ളത്തിൽ, പുണ്യനദിയിൽ, ഫൽഗു തീർത്ഥത്തിൽ..."

പടവ് ചെന്നവസാനിക്കുന്നിടത്ത് ഞെരിയാണിക്ക് മീതെ വെള്ളമുണ്ട്. മണൽ നീക്കിയതാണ്.

"ഈ പച്ചപ്പൂപ്പൽ പിടിച്ചു കിടക്കുന്ന വെള്ളത്തിലോ..."

സ്ത്രീ പാണ്ഡയെ ഒന്നു തറച്ചു നോക്കി.

"എന്നാൽ വേണ്ടാ. വെള്ളം നെറുകയിൽ പ്രോഷണം ചെയ്യൂ.... തളിക്കൂ... ചെല്ലൂ."

കുട്ടി ജീൻസ് മേലോട്ട് തെറുത്തു കയറ്റി, പടവുകളിറങ്ങി..

"ബി കേർഫുൾ... കുറച്ച് വെള്ളം തളിച്ചാൽ മതി. കോൾഡ് പിടിക്കും." അവൾ ഉറക്കെ കുട്ടിയെ ഓർമ്മപ്പെടുത്തി.

കുട്ടി രണ്ട് തുള്ളിവെള്ളം നെറുകയിൽ തളിച്ചു. രണ്ട് പടവുകൾ ഒന്നിച്ചു ചാടി. എന്നിട്ടു നിന്നു.

"വാട്ട് യു സെ നൈനാൻ അങ്കിൾ?"

നൈനാൻ അങ്കിൾ ക്ലേപ്പ് ചെയ്തു. അപ്പ്... അപ്പ് പറഞ്ഞു. കുട്ടി ഈരണ്ട് പടവുകൾ ഒന്നിച്ചു ചാടി. കണ്ടുനിന്നിരുന്ന പിച്ചക്കാര് പിള്ളേരും ഈരണ്ട് പടവുകൾ ഒന്നിച്ചുചാടി. കുട്ടിയെ നോക്കി നൈനാൻ അങ്കിൾ ക്ലേപ്പ് ചെയ്തുകൊണ്ടിരുന്നു. അദ്ദേഹത്തിന്റെ കൈത്തണ്ടയിലെ മാംസ പേശികൾ ചലിക്കുന്നത് അവൾ കൗതുകത്തോടെ നോക്കി ചിരിച്ചു നിന്നു.

പാണ്ഡ ഗോതമ്പ് കുഴച്ചുവെച്ചിരുന്നു.

"ഇരിക്കൂ..."

കുട്ടി പാണ്ഡയ്ക്കഭിമുഖമായി ഇരുന്നു.

"പവിത്രം അണിയൂ. വിരൽ കാണിക്കൂ..." പാണ്ഡ ദർഭയുടെ മോതിരം കുട്ടിയുടെ വിരലിൽ ഇട്ടുകൊടുത്തു.

"ഞാൻ പറയുന്നതുപോലെ ഉരുളകളാക്കൂ..."

"നൈനാൻ അങ്കിൾ, വൺ സ്നേപ്പ് പ്ലീസ്!..."

"യെസ് മിസ്റ്റർ നൈനാൻ. ഗോ..." അവളും പറഞ്ഞു.

അയാൾ ഒരു സ്നേപ്പ് എടുത്തു. അയാൾ കൈയിലുണ്ടായിരുന്ന അമൃത്ബസാർ പത്രിക പടവിൽ വിരിച്ച് ഇരുന്നു. അവളും അയാളോട് ചേർന്നിരുന്നു. യുഗങ്ങളായി അവർ ജീവിച്ചതങ്ങനെയാണെന്നു തോന്നും. പക്ഷേ, അയാൾ നോക്കുമ്പോൾ അവളുടെ മുഖം ചുവക്കുന്നു. ലജ്ജ കൊണ്ട് കണ്ണുകൾ അയാളിൽനിന്നും ബദ്ധപ്പെട്ട് പിൻവലിക്കുന്നു... ഇനിയും തികച്ചും പരിചയപ്പെട്ടിട്ടില്ലാത്തവരെപ്പോലെ...

"എന്തൊരു ചൂട്!... കാറ് നിറുത്തിയേടത്ത് ഒരു ഇലയുടെ തണലില്ല."

അതിനകത്തെ ബിയർ ബോട്ടിൽസ് ചുട്ടുപഴുത്ത് എങ്ങനെയാകുമോ." അയാൾ പറഞ്ഞു.

"മിസ്റ്റർ നൈനാൻ, ഇന്ന് ആറുമണിക്ക് കൽക്കത്തെയിൽ എത്താൻ പറ്റുമോ... ഏഴുമണിക്കാണ് ഡയറക്ടർബോർഡ്..."

"എത്തിയില്ലെങ്കിലെന്താ? ഞാനും നിങ്ങളും ഇവിടെ. മിസ്റ്റർ. സോഹൻ പ്രധാൻ ആശുപത്രിയിൽ... കോറമില്ലാതെ..."

"കോറം. നോൺസൻസ്. എനിക്ക് ഭയം അതല്ല. അവരെല്ലാം ചേരുമ്പോൾ എന്തായിരിക്കും ടോപ്പിക്ക്. നമ്മളെപ്പറ്റി..."

പാണ്ഡ ചൊല്ലിക്കൊടുക്കുന്നു. കുട്ടി പൊട്ടിച്ചിരിച്ചുകൊണ്ട് ഏറ്റു പറയുന്നു.

"ഗയാ യാം."

"ഗയാ യാം."

"ഗയാ സിരെ."

"ഗയാ സിരെ."

"കോലാഹൽ പർവ്വതെ."

"കോലാഹൽ പർവ്വതെ."

"മഗധ ദേശേ..."

"മഗധ ദേശേ..."

അവൾ വരണ്ടുകിടക്കുന്ന നദിയിലേക്കു കണ്ണുകൾ നട്ടിരുന്നു. കുറെ നേരം മിണ്ടാതിരുന്നു. എന്നിട്ട് ആരോടെന്നില്ലാതെ പറഞ്ഞു:

"എനിക്കീ ജീവിതത്തിൽ ഒരു ചോദ്യത്തിനുമാത്രം മറുപടി പറയാൻ പറ്റില്ല. കട്ടക്ക് മെഡിക്കൽ കോളജ് വെറും മുപ്പത് മൈൽ അകലെ. ഷെഡ്ഡിൽ രണ്ടു കാറുകളുണ്ടായിരുന്നു. എന്തുകൊണ്ട് ലോക്കൽ ഡിസ്പെൻസറിയിൽ..." അവൾ പെട്ടെന്നു നിറുത്തി.

"ഓഫ് ലേറ്റ്... ആളുകൾ പറയുന്നത് അന്നു രാത്രി നിങ്ങൾ വീട്ടിൽ തന്നെ ഉണ്ടായിരുന്നില്ല..." അയാളും പറഞ്ഞു.

"ഓ, ഗോഡ്! ഇനിയെന്തെല്ലാം കേൾക്കണം..."

"അതിനുമുമ്പ് നമ്മൾ തമ്മിലുള്ള കണക്ഷൻസ് തന്നെ ഓൺലി വൺസ്..."

"നോ... ടുവയിസ്..." അവൾ തർക്കിച്ചു.

"നോ... ഐയാം ഷുവർ ഒൺളി വൺസ്..."

"ഐ കേൻ ബെറ്റ്... ടുവയിസ്."

"എന്നാൽ പറയൂ, ഏതാണ് സെക്കൻഡ് ടൈം?..."

"ഞാൻ പറയാം."

അവൾ ആരോ പിണ്ഡംവെച്ച് എറിഞ്ഞുപോയ ദർഭനാരിന്റെ കെട്ട് വിടർത്തി കടിച്ചുകൊണ്ട് തുടർന്നു. അവർ അവർക്കുവേണ്ടി സൃഷ്ടിച്ച അവരുടേതായ ലോകത്തിന്റെ മറവിൽ പരിസരം മറന്ന്...

“നിങ്ങളുടെ മിസിസ്സിനെ ആദ്യത്തെ പ്രാവശ്യം മെന്റൽ ഹോസ്പിറ്റലിൽ അഡ്മിറ്റ് ചെയ്തത് പുലർച്ചയ്ക്കല്ലെ? നിങ്ങൾ പറഞ്ഞു ശരീരം വിറയ്ക്കുന്നുവെന്ന്... നമ്മൾ പോയി ജിംഖാന ക്ലബ്ബിന്റെ സ്റ്റുവാർഡിനെ വിളിച്ചുണർത്തി. പല്ലുപോലും തേയ്ക്കാതെ നിങ്ങൾ കുറെ കൺട്രിലിക്കർ കഴിച്ചു...”

“നൌ ഐ റികലക്ട്... ജിംഖാന ക്ലബ്ബിന്റെ സ്റ്റേജിൽ കെട്ടിനിറുത്തിയ രണ്ടു കർട്ടണുകളുടെ ഇടയിൽ...”

“വെറും നിലത്ത് പൊടി പുരണ്ട... എന്റെ ഭഗൽപുരിസാരിവിരിച്ച്...” അവളുടെ മുഖം ചുവന്നു. അവൾക്ക് വാക്കുകൾ കിട്ടാതെയായി. അവൾ നിറുത്തി. അവളുടെ കൈയിൽനിന്നു ദർഭനാര് വാങ്ങി. അവളുടെ കൈത്തണ്ടയിൽ വരച്ചുകൊണ്ട് അയാൾ പറഞ്ഞു:

“ഓ... ഗേൾ! എല്ലാം ഓർമ്മയിൽ പച്ചയായി...”

“എട്ട് ഒമ്പത് വർഷങ്ങൾക്കു മുമ്പ്.”

“നൊ.” അയാൾ പറഞ്ഞു: “ഞാൻ സ്റ്റേറ്റ്സിൽനിന്നു വന്നിട്ടുതന്നെ എട്ടു വർഷം.... നിങ്ങളുടെ കോൾ മൈൻസ് ഗ്രൂപ്പിൽ ചേർന്നിട്ട് ഏഴ് വർഷവും...” തെല്ലിട നിറുത്തിയിട്ട് അയാൾ തുടർന്നു.

“ഞാൻ എന്തെല്ലാം ആഗ്രഹിച്ചാണ് അവിടെ വന്നത്. യുവർ കമ്പനി മെയിഡ് ഡൈനമിക് പ്രോഗ്രസ്സ്... ബട്ട് പേർസനലി ഐയാം...”

“ഡോൺട് ബി സില്ലീ.. ആഫ്റ്റർ ഓൾ ടുമാറോ ഈസ് അവേർസ്... എക്സ്ക്ലൂസീവ്‌ലി...” അവൾ അയാളുടെ ടൈ പിടിച്ച് വലിച്ചുകൊണ്ടു പറഞ്ഞു:

“പ്രേതാനാം...”

“പ്രേതാനാം...”

“മുഖവാസനാർത്ഥം...”

കുട്ടിയുടെ തൊണ്ടയിടറി.ശബ്ദം വ്യക്തമാകുന്നില്ല. നിന്നുപോകുന്നു. പിന്നെ അണപൊട്ടുന്നപോലെ ഒരു കരച്ചിൽ.

“ചിത്തൊ...” അവൾ തിരിഞ്ഞുനോക്കി പരിഭ്രമിച്ച് കുട്ടിയെ വിളിച്ചു. അവൾ എണീറ്റ് കുട്ടിയുടെ അടുത്തെത്തി.

“ചിത്തൊ...” ഒറിയയിലെന്തോ ചോദിച്ചു...

കുട്ടി കണ്ണുകൾ തുറന്നു. കണ്ണിന്റെ കൃഷ്ണമണിയിൽ ഉരുണ്ടുകൂടിയ ഒരു കണ്ണീർക്കണം പിളർന്ന് രണ്ടിമകളിലും തങ്ങിനിന്നു. പിന്നെ തെറിച്ച് കവിളിൽ വീണു. പിന്നെയും പിന്നെയും കവിളിലേക്ക് കണ്ണുനീർ കുത്തിയൊലിക്കുന്നു...

“പാണ്ഡാ, നിറുത്ത്. കുട്ടി കരയുന്നു. കരച്ചിൽ നിലയ്ക്കട്ടെ...”

കലങ്ങിയ കണ്ണുകളോടെ കുട്ടി അവളെ തുറിച്ചുനോക്കി.

"യു ഗോ എവേ..." കുട്ടി അലറി.

കുട്ടിയുടെ മുഖത്തേക്കവൾ ഇമവെട്ടാതെ നോക്കിനിന്നു. കണ്ടു പരിചയമില്ലാത്ത ഒരു മുഖത്തേക്ക് നോക്കുന്നതുപോലെ. അതോ കണ്ടുമടുത്ത മുഖത്തേക്കു നോക്കുന്നപോലെയോ?

അയാളും എണീറ്റുവന്നു. "ഡോൺട് വീപ്പ്... നൈനാൻ അങ്കിൾ ഫോട്ടോ എടുക്കാം. കമോൺ, പ്ലീസ് സ്മയിൽ..."

"പാണ്ഡാ, എന്താ, കുട്ടി കരയാൻ? നിങ്ങൾ എന്ത് പറഞ്ഞു?" അവൾ പാണ്ഡയോട് കയർക്കുമെന്നു തോന്നി. പക്ഷേ, വളരെ സൗമ്യമായാണ് ചോദിച്ചത്.

"ഠാക്കൂർ മാ.* ഞാൻ ഒന്നും പറഞ്ഞില്ലല്ലോ. ഇതു പറഞ്ഞു: വിശന്നും ദാഹിച്ചും കുട്ടിയുടെ അച്ഛന്റെ ആത്മാവ് ഈ പടവിൽ എത്തിക്കഴിഞ്ഞിരിക്കുന്നു.... ഇതാണ്..." പാണ്ഡ പരുങ്ങിയിരുന്നു.

"ഈ പടവിൽ..," അവൾ അതാവർത്തിച്ചു. പിന്നെ സ്വല്പം പുറകോട്ടു മാറിനിന്നു.

"പ്ലീസ് സ്മയിൽ..." നൈനാൻ അങ്കിൾ കാമറയുമായി കുമ്പിട്ടുനിന്നു.

"യു ഗോ എവേ!" കുട്ടി ജ്വലിച്ചു. ഉരുട്ടിയ ഗോതമ്പ് അയാളുടെ നേരെയെറിഞ്ഞു. പ്രതീക്ഷിച്ചതല്ല. തടുത്തതുമില്ല. അയാളുടെ മുഖത്ത് ഗോതമ്പുമാവ് പറ്റിയിരുന്നു.

അയാൾക്ക് ദേഷ്യം വന്നില്ല. പകരം ഭീതിമാത്രം ആ മുഖത്ത് മുറ്റിനിന്നു. അയാൾ നടന്ന് പടവിൽ പത്രം വിരിച്ചിരുന്നു.

"തുടരൂ!" കുട്ടി പാണ്ഡയോടു പറഞ്ഞു, അധികാരം കലർന്ന സ്വരത്തിൽ.

"പ്രേതാനാം..."

"പ്രേതാനാം."

"മുഖവാസനാർത്ഥം..."

"മുഖവാസനാർത്ഥം..."

'താമ്പൂലം..."

"താമ്പൂലം..."

"അഹം...."

"അഹം..."

"ദിയതെ..."

"ദിയതെ..."

---

* ബ്രാഹ്മണസ്ത്രീ

"ഉപഭിഷ്ഠത..."

"ഉപഭിഷ്ഠത..."

ചിലമ്പിച്ച സ്വരത്തിൽ പാണ്ഡ പറയുന്നു. ഇടറിയ സ്വരത്തിൽ കുട്ടി ഏറ്റുപറയുന്നു.

അവൾ നടന്നു. കടലാസ് വിരിച്ചിടത്ത് അയാളുടെ അടുക്കലേക്ക്. ഇരിക്കാൻ ശ്രമിച്ചപ്പോൾ ഒന്നു ഞെട്ടി. മുട്ടു വളഞ്ഞില്ല. ഇരുന്നില്ല. നടന്ന് അമ്പലത്തിന്റെ മതിൽക്കെട്ടിന്റെ അടുക്കൽ അത്തിമരച്ചുവട്ടിൽ എല്ലാം ഉറ്റുനോക്കിക്കൊണ്ട് നിന്നു.

ശ്മശാൻഘട്ടിൽ ഒരു ദേഹം ആളിക്കത്തുന്നു. ഒന്നവസാനിച്ചുകിട്ടാൻ കൂടെ വന്നവർ ധൃതി കൂട്ടുന്നു.

"അന്ധതാനിവാരണാർത്ഥം."

"അന്ധതാനിവാരണാർത്ഥം."

പാണ്ഡ ചൊല്ലിക്കുന്നു.

"ദീപം."

"ദീപം."

"അഹം ദിയതെ."

"അഹം ദിയതെ."

അവൾ അമ്പരപ്പോടെ എല്ലാം നോക്കിനില്ക്കുന്നു. തന്റെ ആജ്ഞ ലംഘിച്ചുകൊണ്ട് ഒരു പിണ്ഡം നടക്കുന്നു. നിസ്സഹായതയോടെ നോക്കിനില്ക്കുന്നു. തന്റെ തന്നെ പിണ്ഡം.

പാണ്ഡ എണീറ്റു.

ഒപ്പം കുട്ടിയും.

ചുറ്റും വലം വെച്ചു.

പാണ്ഡ പടവുകളിറങ്ങി. ഒപ്പം കുട്ടിയും. പിണ്ഡം ഫൽഗുവിലൊഴുക്കി. എന്തോ കൈവിട്ടതുപോലെ കുട്ടി പൊട്ടിപ്പൊട്ടി കരഞ്ഞു. പാണ്ഡയുടെ കൈയിലേക്ക് കുഴഞ്ഞുവീണു. വിയർപ്പും അഴുക്കും പുരണ്ട മേൽമുണ്ടുകൊണ്ട് പാണ്ഡ കുട്ടിയുടെ കണ്ണീരൊപ്പി.

അവൾ ബേഗ് തുറന്ന് പാണ്ഡയ്ക്ക് ദക്ഷിണ കൊടുത്തു. പ്രതീക്ഷിച്ചതിലും കൂടുതലായിരിക്കും. പാണ്ഡ വാങ്ങി ചിരിച്ചു. തൊഴുതു. തർക്കിച്ചില്ല.

"ഠാക്കൂർമാ... മരിച്ച ആൾ ബ്രാഹ്മണനായിരുന്നില്ലേ? പിണ്ഡം വെച്ച സ്ഥലത്തിരുന്ന് മൂന്നു ബ്രാഹ്മണരെക്കൊണ്ട് സഹസ്രനാമം ചൊല്ലിക്കുന്നതുത്തമമാണ്."

"സമയമില്ല."

"ഠാക്കൂർമാ, പൊയ്ക്കോളൂ. ദക്ഷിണ അവരെ ഏല്പിച്ചാൽ... ഞാൻ ചൊല്ലിക്കാം..."

"വിളിക്കൂ..."

പാണ്ഡ ഒന്നു കൈ തട്ടിയതേയുള്ളൂ.

മൂന്നുപേർ ഓടിവന്നു. മന്തുകാലുള്ള ഒരു വയസ്സനും മസൂരിക്കലയും കോങ്കണ്ണുമുള്ള ഒരു മധ്യവയസ്കനും ചെവിയുടെ തട്ടയിൽ കളഭം പുരട്ടിയ ഒരു യുവാവും.

"ഇവിടെ ഇരുന്ന് മൂന്നു പ്രാവശ്യം വിഷ്ണുസഹസ്രനാമം ചൊല്ലണം. എന്തു തരണം?" അവൾ വെട്ടിത്തുറന്നു ചോദിച്ചു.

"അഞ്ചു രൂപവീതം ഓരോരുത്തർക്കും..."

"മൂന്ന് രൂപ വീതം തരാം..." അവൾ ബേഗ് തുറന്നു. ഒറ്റനോട്ടിന്റെ ഒരട്ടി പുറത്തെടുത്തു. തലമുടിയിൽനിന്ന് ഒരു സ്റ്റീലിന്റെ ഹെയർപിന്ന് ഊരിയെടുത്തു. നോട്ടുകെട്ടിന്റെ കമ്പി കുത്തി ഉയർത്തി; ബേഗിൽനിന്ന് നെയിൽക്കട്ടറെടുത്ത് കമ്പി ഇരുവശത്തേക്കും വളച്ചു. കുറെ ഒറ്റരൂപ നോട്ടുകൾ ഊരിയെടുത്തു. വീണ്ടും വീണ്ടും എണ്ണി ഓരോരുത്തർക്കും മൂന്നു രൂപ വീതം കൊടുത്തു.

"ഈ പുണ്യക്ഷേത്രത്തിന്റെ നടയിൽ നിന്നുകൊണ്ട് ചോദിക്കുകയാണ്... മൂന്നുതവണ സഹസ്രനാമം?"

"ചൊല്ലാം."

"നാം ബ്രാഹ്മണരാണ്. വാക്ക് പാലിക്കില്ലേ?..."

"പാലിക്കും... ഭഗവാൻ കസം!..."*

കുട്ടിയുടെ തേങ്ങിക്കരച്ചിൽ നിലച്ചിരുന്നു. അപ്പോഴും മുഖം വിവർണ്ണമായിരുന്നു. ഇടയ്ക്കിടെ എക്കിട്ടം വന്നിരുന്നു. അവർ നടന്നു. കുട്ടി മുമ്പിലും അവൾ പുറകിലും അതിനു പുറകിൽ അയാളും. വിഷ്ണുപദ ക്ഷേത്രത്തിന്റെ മതിൽക്കെട്ടിൽ അപ്രത്യക്ഷരായി.

ബ്രാഹ്മണർ മേൽമുണ്ടു വിരിച്ച് ഇരുന്നു. "ഓം നമൊ ഭഗവതേ വാസുദേവായ ഓം വിശ്വം വിഷ്ണുർവ്വഷ്ഠകാരോ ഭൂതഭവ്യ ഭവത്പ്രഭൊഃ ഭൂതകൃത്ഭൂതഭൃത് ഭാവോ ഭൂതാത്മാ ഭൂതഭാവനഃ

പ്രാകൃതമായ ഉച്ചാരണത്തിൽ താളമില്ലാതെ, അക്ഷരങ്ങൾ വിഴുങ്ങി സ്വരച്ചേർച്ചയില്ലാതെ അവർ തുടർന്നു.

"അവ്യയഃപുരുഷഃസാക്ഷി..."

വയസ്സന് ഒന്നുരണ്ട് കോട്ടുവായ വന്നു. അയാൾ ഒരു ബീഡി കത്തിച്ച് വലിച്ചു.

** ഭഗവാനാണെ, സത്യം!*

“സാലീ ക്യാ സോച്ചീ ഹം ഉല്ലബാ.” കാർക്കിച്ച് ഘട്ടിലേക്കു തുപ്പി. ബീഹാറിമട്ടിൽ വാചകമവസാനിക്കുന്നിടത്ത് വാ ചേർത്ത് അവളെ ചീത്ത പറഞ്ഞു...

അയാൾ പിന്നെ നിറുത്തി. മറ്റവർ തുടർന്നു. കോങ്കണ്ണൻ ഒന്ന് നിറുത്തി, കുറച്ച് ഇടിച്ച പുകയില വായിലിട്ടു. എന്നിട്ട് തുടർന്നു. അപ ശബ്ദത്തിൽ ഉമിനീരിൽ പുകയില കുതിർത്തു...

“ബ്രഹ്മണ്യോ ബ്രാഹ്മകൃത് ബ്രഹ്മാ ബ്രഹ്മ...” അയാൾ തുമ്മി. ചുമച്ചു. പിന്നെ നിറുത്തി.

യുവാവിന്റെ ആഴമേറിയ കണ്ണുകൾ ധ്യാനമഗ്നമായിരുന്നു. പുരുഷ ശബ്ദം പകർന്നുവരുന്നതേയുള്ളൂ. അയാൾ എല്ലാം മറക്കുന്നു. വക്രത യില്ലാത്ത സ്വരത്തിൽ പരിസരം മറന്ന് തുടരുന്നു:

“അപരാജിതഃ സർവ്വസഹോ
നിയന്താ നിയമോ യമഃ
സത്വവാൻ സാത്വികഃ സത്യഃ
സത്യധർമ്മപാരായണഃ”

ആ ശബ്ദം ഗയയുടെ പടവിൽ നിലയ്ക്കാതെ നീണ്ടുപോകുന്നു. കല്പാന്തംവരേക്കും... നിലയ്ക്കാതെ ദൃഢതയോടെ വിജ്ഞാനത്തിന്റെ ദാഹം കലർന്ന്...

■

ചിദംബരം

ഗോപുരനടയിലൂടെ അകത്തേക്കു നടന്നപ്പോൾ അയാൾക്ക് അയ്യപ്പ ദീക്ഷിതരുടെ വരികൾ ഓർമ്മവന്നു.

"ചിദംബരമിദം പ്രഥിതമേവ പുണ്യസ്ഥലം."

അയാൾ ചുറ്റും കണ്ണോടിച്ചു. അമ്പരപ്പിക്കുന്ന ആകാരഭീകരത. അംബരചുംബികളായ നാല് ഗോപുരങ്ങൾ. കാഴ്ചയിൽ സമാനമെങ്കിലും ഭിന്നസ്തമായ ശിലാശില്പങ്ങൾ, ഗോപുരങ്ങളെ നാലിനെയും കോർത്തിണക്കുന്ന സംഖ്യയറ്റ അറകളും നടപ്പുരകളും ക്ഷേത്രത്തേക്കാളേറെ ദുർഗ്ഗസദൃശമായിത്തോന്നി. അകത്തമ്പലത്തിനു പുറത്തെ, കരിങ്കൽ വിരിച്ച നടവഴിയിലൂടെ അയാൾ നടന്നു. വെയിൽ തളർന്നിട്ടില്ല. വാടാൻ തുടങ്ങിയതേ ഉള്ളൂ. അയാൾ അരുചേർന്ന് പുൽപ്പടർപ്പിലൂടെ നടന്നു. ഉള്ളനടിയിൽ ഞെരിഞ്ഞൽ മുള്ളുകൾ തറച്ചപ്പോൾ അയാൾ പുറത്ത് അഴിച്ചുവെച്ച ചെരുപ്പിനെക്കുറിച്ചോർത്തു... തുടർന്ന് മറ്റൊരു ചിന്തയും. ചിദംബരം ക്ഷേത്രത്തിന് നാല് ഗോപുരങ്ങളുണ്ടായിട്ടും അയാൾ എന്തിന് തെക്കേഗോപുരത്തിലൂടെ കയറിവന്നു? മറ്റേതെങ്കിലും ഗോപുരത്തിലൂടെ ആയിരുന്നുവെങ്കിൽ സ്വന്തം മനസ്സ് ഇങ്ങനെ വികല്പങ്ങൾക്ക് അടിമപ്പെടുമായിരുന്നോ...

വികല്പങ്ങളുടെ ആരംഭം തെക്കേ ഗോപുരനടയിൽ വെച്ചായിരുന്നുവോ? അല്ല.

കടലൂരിൽനിന്നുള്ള യാത്രയ്ക്കിടയിൽ മണലൂർ ഗ്രാമം പിന്നിട്ടപ്പോൾ തുടങ്ങിയതാണ് ഈ വികലവിഭ്രംശം...

വഴിവക്കിൽ മണലൂർ ഗ്രാമത്തിന്റെ ബോർഡ് കണ്ടപ്പോൾ ഓർക്കാതെ ഉരുവിട്ടുപോയി.

സർപ്പണ്ണൻ ശെങ്കോടൻ കോനാർ

ചുണ്ണാമ്പുകാർ തെരു,

പോസ്റ്റ് മണലൂർ, വയാ ചിദംബരം

അന്നൊക്കെ അഖിലാണ്ഡമ്മാൾ എഴുതി കൊണ്ടുവരുന്ന ഇൻലന്റിൽ അയാൾ ഈ മേൽവിലാസം കുറിക്കും.

ഓർമ്മകളിൽ മുഴുകി അയാൾ നടന്നു. അമ്പലത്തിനകത്തെ കുളം വരെ എത്തി. അമ്പലമതിൽക്കെട്ടിനകത്ത് വൃത്തിയായി പടവുകൾ വിരിച്ച, പരപ്പാർന്ന കുളം. അയാൾ പടവിലിരുന്നു. തൊട്ടപ്പുറത്ത് രണ്ട് സന്ന്യാസിമാർ ഇരിക്കുന്നു. തൂണിൽ ചാരിവെച്ച മത്സ്യക്കാവടിയിൽനിന്ന് താഴെ വീണ ഭസ്മസഞ്ചി ഒരാൾ എടുത്ത് കാവടിയിൽ കൊളുത്തിയിട്ട് വീണ്ടും വർത്തമാനത്തിൽ മുഴുകി. അയാൾ അവരെ ശ്രദ്ധിച്ചു. എന്ത് ദൃഢമായ ആരോഗ്യം. മുഖത്ത് സംതൃപ്തിയുടെ ചോരയോട്ടവും. അവരെ എന്തായിരിക്കും ഈ ആശ്രമം സ്വീകരിക്കുവാൻ പ്രേരിപ്പിച്ചത്.

അയാൾ അപ്പോൾ തന്നെപ്പറ്റി ഓർത്തുപോയി.

നിങ്ങൾക്ക് കുറച്ചുകാലം കൂടെ ജീവിക്കാം ഞാൻ പറയുന്നത് അനുസരിക്കാമെങ്കിൽ.

ഇത് ഒരു വേദാന്തി പറഞ്ഞതല്ല. തന്നെ ചികിത്സിക്കുന്ന ഡോക്ടർ പറഞ്ഞതാണ്.

നാളുകൾക്കുശേഷം വീണ്ടും കണ്ടപ്പോൾ ഡോക്ടർ പറഞ്ഞു: “നിങ്ങൾ നിർത്തിയിട്ടില്ല. തീർച്ച. നിങ്ങളുടെ ലിവറിന്റെ സ്ഥിതി എന്താണെന്നോ... റിയലി എലാമിങ്...” തുടർന്നു ഡോക്ടർ പറഞ്ഞു.

ഞാൻ ഒരു ഹാർട്ട് പേഷ്യന്റാണ്. എനിക്കും ചില വൈസസ് ഒക്കെയുണ്ടായിരുന്നു, ഇത്ര എക്യൂട്ട് അല്ലെങ്കിലും ഞാൻ എങ്ങനെ നിറുത്തിയെന്നോ. ഐ ബിക്കേ്യം മോർ ഏൻഡ് മോർ റിലിജിയസ്. റ്റെംപ്റ്റേഷൻസ് വരുമ്പോഴൊക്കെ ബൈബിൾ എടുത്തു വായിക്കും. നിങ്ങളും റിലിജിയസ് ആകൂ. റിലിജിയസ് ബുക്സ് വായിക്കൂ....

അന്ന് ഡോക്ടറെ കണ്ട് പിരിഞ്ഞുപോരുമ്പോൾ തന്നെ പ്രീണിപ്പിക്കുന്ന പരസ്യങ്ങളുടെ മുന്നിൽ അയാൾ നിരാശനായി നടന്നു. നാളിതുവരെ കയറിയിട്ടില്ലാത്ത ആ പുസ്തകശാലയിലേക്ക് നടന്നു. റേക്കുകളിൽ അടുക്കിവെച്ച പുസ്തകങ്ങളിൽ കണ്ണോടിച്ചു. പരിചയമുള്ള പേരുകൾ വിരളം. തിലകന്റെയും റോമറോളയുടെയും പുസ്തകങ്ങൾ വാങ്ങി വായിക്കാനാരംഭിച്ചപ്പോൾ കൂടുതൽ ദുഃഖം തോന്നി. തനിക്കറിയാത്തതൊന്നും അതിൽ കണ്ടില്ല. എങ്കിലും വാഗ്ധോരണി അസൂയാവഹമായി തോന്നി. പിന്നെയും പിന്നെയും വായിച്ചു. ആയിടയ്ക്ക് കാലിൽ നീരു വരാൻ തുടങ്ങിയിരുന്നു. അപ്പോൾ അയാൾ ഡോക്ടറെ കണ്ടു.

നിങ്ങൾക്കു നിർത്താൻ സാധിക്കണമെങ്കിൽ ഈ എറ്റ്മോസ്ഫറിൽ നിന്നു നിങ്ങൾ മാറി താമസിക്കണം. നിങ്ങൾ എവിടേക്കെങ്കിലും യാത്ര ചെയ്യൂ. പ്രഫറബ്ളി റ്റു റിലിജിയസ് പ്ലെയ്സസ്.

അങ്ങനെ ആരംഭിച്ചതാണ് ഈ യാത്ര.

ഇന്നു മത്സ്യക്കാവടി തൂണിൽ ചാരി, ചമ്രം പടിഞ്ഞിരുന്നു ശ്രോതാവിനോടു വേദാന്തം പറയുന്ന ആ മനുഷ്യന്റെ ഘനഗാത്രത കാണുമ്പോൾ ഓർത്തുപോകുന്നു.

കായികക്ലേശമാണോ സന്ന്യാസത്തിന്റെ ആരംഭം?

ആതുരന്റെ ആശാകേന്ദ്രമാണോ സന്ന്യാസം?

അതോ ജീവിക്കുവാനുള്ള അത്യാർത്തിയുടെ സാഹസമോ?....

ഈ ചോദ്യങ്ങളിലൊന്നും അയാളുടെ മനസ്സ് ഒതുങ്ങിനിന്നില്ല. തെക്കേ ഗോപുരനടയിലൂടെ കയറിവന്നപ്പോൾ തോന്നിയ ചിന്തകൾ അയാളുടെ മനസ്സിൽനിന്നും സ്ഥലമൊഴിയുന്നില്ല.

മറക്കാൻ ശ്രമിക്കുംതോറും നാനാമുഖമായി ചിന്താവ്യൂഹങ്ങൾ ആക്രമിച്ചുകയറുന്നു.

ക്ഷതമേറ്റ മനസ്സിൽ ഹെഡോവിലെ ദുർഗ്ഗപ്രസാദിന്റെ കെട്ടിടം തെളിഞ്ഞുവരുന്നു. മരച്ചുമരും തകരപ്പാളികയുടെ മേൽക്കൂരയുമുള്ള കെട്ടിടം.

പോർട്ട് ബ്ലയർ പട്ടണം ശോഷിച്ചുശോഷിച്ചുവന്ന് ഹെഡൊ എന്ന സ്ഥലത്ത് അവസാനിക്കുന്നു. ഹെഡൊവിലെ കുന്നിൻചെരുവുകൾ കടലുമായി ഒളിച്ചുകളി നടത്തുന്നു. കടലിലേക്ക് ഉറ്റുനോക്കിയിരുന്നു പിന്നിട്ട ദിനരാത്രങ്ങൾ... വേലിയേറ്റത്തിൽ കടലിന്റെ കവിൾ തുടുക്കുന്നതും വേലിയിറക്കത്തിൽ കടലിന്റെ മുഖം നീണ്ടുപോകുന്നതും പാറക്കെട്ടുകളിൽ കടലിന്റെ കവിളെല്ലുകൾ പൊന്തിവരുന്നതും കണ്ട്... ആ വീടിന്റെ മറ്റൊരു പാർശ്വത്തിൽ വച്ചാപുരിയും ഭാര്യയും പാർക്കാൻ വന്നു. ഭാര്യയുടെ പേര് അഖിലാണ്ഡമ്മാൾ. പറിച്ചുനട്ട ചെടിയുടെ വാട്ടം ആ മുഖത്തുണ്ടായിരുന്നു. ഒരു വൻ ചുമട് തലമുടിയുണ്ടെന്നതൊഴിച്ചാൽ ആകർഷിക്കത്തക്കതൊന്നും അവളിൽ ഇല്ലായിരുന്നു... യുവതി എന്നു പറയുന്നതിലും ഭേദം ഒരു വലിയ പെൺകുട്ടിയെന്നതായിരിക്കും. അവളും തന്നെപ്പോലെ സദാനേരവും കടലിലേക്കു നോക്കി ഇരിക്കും. ഒരിക്കൽ അവൾ ചോദിച്ചു: ഇവിടത്തെ കടലിന് എന്താണ് കറുത്ത നിറം. അയാൾ പറഞ്ഞു: അതാണല്ലോ ഹിന്ദുസ്ഥാനിയിൽ ഈ നാടിനെ കാലാപാനി എന്നു വിളിക്കുന്നത്... കാലാപാനി എന്നാൽ നാടുകടത്തൽ എന്ന അർത്ഥമുണ്ടായിരുന്നു.

അവിടത്തെ ഏകാന്തതയാണ് അവരെ തമ്മിലടുപ്പിച്ചത്. (അവിടത്തെ ഏകാന്തതയിൽ) വിഷാദധൂളികൾ സദാ പൊഴിയുന്നുണ്ടെന്നു തോന്നും. പകൽ മുഴുവൻ അവൾ ഒറ്റപ്പെട്ടിരിക്കും. ചിലപ്പോൾ കണ്ണീർ വാർക്കുന്നതും കാണാം. വൻകടലിനപ്പുറത്ത് എവിടെയോ കിടക്കുന്ന ഗ്രാമത്തിന്റെ ഓർമ്മകളിൽ മുഴുകിക്കഴിയുമ്പോൾ... അല്ലാത്ത സമയത്തൊക്കെ

അവൾ എഴുത്തുകളെഴുതും. അവളുടെ അച്ഛന്... മേൽവിലാസം അയാളാണ് എഴുതിക്കൊടുക്കുക...

അവർക്ക് അടുക്കാൻ, ധാർമ്മികസീമകളെ ലംഘിച്ചുകൊണ്ടടുക്കുവാൻ അധികം സമയം വേണ്ടിവന്നില്ല. ആദ്യമൊക്കെ അയാൾ അവളെ അഖിലാണ്ഡമ്മാൾ എന്നു വിളിച്ചു. പിന്നെ അഖിലാമ്മാൾ എന്നും.... ഒടുവിൽ അവൾ നിർബന്ധിച്ചപ്പോൾ പാപ്പാ എന്നും. ചുണ്ടുകൾ കവിളിൽ ഓടിനടന്നപ്പോൾ അറിയാതെ തന്നെ വിളിച്ചുപോയി: എന്റെ പാപ്പാ...

ഒരിക്കൽ ആ ബന്ധം അവസാനിച്ചു എന്ന് ഉറച്ചതായിരുന്നു. വച്ചാപുരിക്ക് അടുത്തുള്ള ലേബർ ബേരക്കിൽ മുറികിട്ടി മാറി താമസിച്ചു... പക്ഷേ, ഒരിക്കലും പ്രതീക്ഷിക്കാത്ത ഒരർദ്ധരാത്രി അവൾ അയാളുടെ മുറിയിൽ കയറിവന്നു. അയാൾ വിളറിനിന്നപ്പോൾ അവൾ പറഞ്ഞു: വച്ചാപുരിക്ക് രാത്രി ഡ്യൂട്ടിയാണ്... എങ്കിലും നീ അർദ്ധരാത്രി എന്തിനു വന്നു; ചോദിക്കണമെന്നുണ്ടായിരുന്നു. ചോദിക്കാത്ത ചോദ്യത്തിന് അവൾ മറുപടി പറഞ്ഞു. എനിക്ക് ഒന്ന് കാണണമെന്നു തോന്നി. ഞാൻ വന്നു.

പിന്നെപ്പിന്നെ വച്ചാപുരിക്ക് രാത്രിഡ്യൂട്ടിയുണ്ടായിരുന്ന സമയത്തൊക്കെ ഒരു മുന്നറിയിപ്പും കൂടാതെയായിരിക്കും അവൾ തന്റെ മുറിയിലേക്ക് കയറിവരിക.

പക്ഷേ, താൻ ആദ്യമായി രാത്രിയിൽ എന്നാണ് ലേബർ ബേരക്കിൽ പോയതെന്ന് ഇന്ന് അയാൾ ഓർക്കുന്നില്ല. എന്നാലും അവസാനമായി ഇറങ്ങിപ്പോന്നത് എങ്ങനെ മറക്കാനാണ്! ലേബർ ബേരക്കിലെ മരച്ചുമരിന്റെ വിടവിലൂടെ നോക്കിയാൽ ചിത്തംദ്വീപിലെ സർക്കാർ സോമില്ലിൽ വിളക്കുകളെരിയുന്നത് കാണാം. നിമിഷങ്ങൾ ഇടവിട്ട് അയാൾ എത്തിനോക്കാറുണ്ടായിരുന്നു. അന്നു രാത്രി പെട്ടെന്ന് ലൈറ്റുകൾ അണഞ്ഞു. അയാൾ പുറത്തേക്കു വന്നു. വീണ്ടും വിളക്കുകൾ തെളിയുന്നതു കാത്ത് മുറ്റത്തുനിന്നു. പെട്ടെന്ന് മുറ്റത്ത് അറക്കപ്പൊടിയുടെയും വിയർപ്പിന്റെയും ഗന്ധം പരന്നു. അയാൾ നടുങ്ങി. മുന്നിലെ നിഴൽ തുടുത്തു. വച്ചാപുരി. അയാൾ വേഗം നടന്നു. തിരിഞ്ഞുനോക്കി. വച്ചാപുരി പിൻതുടരുന്നു. പാഴ്ച്ചെടികളുടെ ഇടയിലൂടെ റോഡിൽ കയറിയപ്പോൾ അയാൾ ഓടാൻ തുടങ്ങിയിരുന്നു. പിൻതിരിഞ്ഞു നോക്കാൻപോലും സമയം കളയാതെ. പിറകിൽ കേൾക്കുന്ന ശബ്ദത്തിൽ മരണത്തിന്റെ കുളമ്പടി ശ്രവിച്ചു കൊണ്ട്, ഹെഡൊവിലെ മലയാളി ഹോട്ടലിന്റെ തട്ടിൻപുറത്ത് വെളിച്ചം കണ്ടപ്പോൾ അയാൾ അങ്ങോട്ട് ഓടിക്കയറി. എല്ലാം പരിചയക്കാർ. അവർ മെഴുകുതിരി കത്തിച്ചുവെച്ച് വട്ടമിട്ടിരുന്നു ചീട്ടുകളിക്കുന്നു. അവരെ തൊട്ടുരുമ്മി ഇരുന്നിട്ടും ഭയമകന്നില്ല. ഇടയ്ക്ക് പുറത്തേക്കെത്തിനോക്കും. അപ്പോഴും വച്ചാപുരി പുറത്തുനിന്നിരുന്നു. പുലർച്ചെ പവ്വർഹൗസിലെ ജോലിക്കാർ വരുമ്പോൾ കറന്റ് നഷ്ടപ്പെട്ടതിന്റെ കാരണം അറിഞ്ഞു.

പവ്വർഹൗസിൽ പൊട്ടിത്തെറിയുണ്ടായി. എഞ്ചിനീയർ സ്വാമിയും രണ്ടു കൂലിക്കാരും ഷോക്കേറ്റ് മരിച്ചു. നേരം പുലർന്നപ്പോൾ ഈ വാർത്ത നിഷ്പ്രഭമാക്കിക്കൊണ്ട് മറ്റൊരു വാർത്ത പരന്നു. വച്ചാപുരി ഭാര്യയെ നറുനറുങ്ങനെ വെട്ടിയിട്ടിരിക്കുന്നു. എന്നിട്ടയാൾ കാർബൻസ്ക്കൊ കട ലോരത്തേക്കോടിപ്പോയി. മധ്യാഹ്നത്തോടെ മറ്റൊരു വാർത്ത പരന്നു. കട ലോരത്ത് ഒരു മേൻഗ്രോവ് മരത്തിൻകൊമ്പിൽ വച്ചാപുരി കെട്ടിത്തൂങ്ങി മരിച്ചു. അന്ന് അയാൾക്ക് ഒന്നുമാത്രം തോന്നി. വിളറിയ, തണുത്ത സദാ പിൻതുടരുന്ന ഒരു ഭീതി... രണ്ടു ദിവസത്തിനുശേഷം തക്കാവി ലോൺ പിരിക്കാനുള്ള ജപ്തിവാറണ്ടിൽ ഒപ്പ് വെപ്പിക്കുവാൻ ചെന്നപ്പോൾ ഓഫീസർ തികഞ്ഞ അനുകമ്പയോടെ ഒന്നു നോക്കി, അവിടെ ഇതി നകം പ്രചരിച്ചുകഴിഞ്ഞ എല്ലാ കഥകളും കേട്ടു എന്നു പറഞ്ഞില്ല. പക്ഷേ, നോട്ടത്തിൽ അത് ഉണ്ടായിരുന്നു. എന്നിട്ടു പറഞ്ഞു:

ഞാൻ നിങ്ങൾക്ക് പരമാവധി ദൂരത്തേക്ക് ട്രാൻസ്ഫർ തരാം. അറ്റ്ലാന്റാ ബേയിൽ കോളനൈസേഷൻ നടക്കുന്നുണ്ടല്ലോ. നാളെ ഒരു ബേച്ച് പോകുന്നുണ്ട്. അവരൊന്നിച്ച് പൊയ്ക്കോളൂ...

ഏത് ആപത്ഘട്ടത്തിലും തന്നെ രക്ഷിക്കാറുള്ള വിശാലമനസ്കനായ ആ ഓഫീസർ അന്നും തന്റെ സഹായത്തിന് എത്തി. പിറ്റന്നാൾ പലേ ടത്തും പോയി യാത്ര പറഞ്ഞ് തിരിച്ചുവരുമ്പോൾ പെട്ടെന്നയാൾ ട്രക്ക് നിറുത്താൻ പറഞ്ഞു. ആശുപത്രി വരാന്തയിലൂടെ ഫീമെയിൽ വാർഡി ലേക്കു നടന്നു. ഒരുപറ്റം തമിഴത്തികൾ ഒരു കട്ടിലിനു ചുറ്റും നിശ്ശബ്ദ രായി നില്ക്കുന്നു. കട്ടിലിൽ ബേൻഡേജിൽ വരിഞ്ഞ ശരീരം... ഒരു പഞ്ഞിക്കെട്ട് കയറ്റിവെച്ചിരിക്കുന്നു എന്നേ തോന്നൂ. മരണം മടിച്ചുകളി ക്കുന്നു. പഞ്ഞിക്കെട്ടിൽ യമന്റെ കയറ് മുറുകാൻ മടിക്കുന്നു. മാസ ങ്ങൾക്കുശേഷം ഇത്രയും അറിഞ്ഞു, പാപ്പയുടെ കഴുത്തിലെ ഗുരുതര മായ വെട്ടും ഉണങ്ങിക്കഴിഞ്ഞു. വെട്ടേറ്റ് രണ്ട് വിരലുകൾ നിശ്ശേഷം അറ്റു പോയി. തമിഴ് പാട്ടാളർ സംഘം കപ്പൽ കാശ് പിരിച്ചുകൊടുത്തു. പാപ്പ നാട്ടിലേക്ക് പോയി....

ഇന്ന് ചിദംബരം അമ്പലത്തിന്റെ കുളക്കടവിലിരുന്ന് എല്ലാം ഓർത്തു പോകുന്നു. ഇന്ന് പോർട്ട്ബ്ലയർ പട്ടണവും അറ്റ്ലാന്റാബേയിലെ സെറ്റിൽ മെന്റ് സ്ഥലങ്ങളും നോക്കിയിരിക്കെ, ശീഘ്രതരമായി അകന്നുപോയ ശരത്കാല മേഘപാളികൾപോലെ തോന്നുന്നു.

അയാൾ കുളത്തിന്റെ പടവിൽനിന്നും എഴുന്നേറ്റു. സന്ന്യാസിമാർ അപ്പോഴും ഏതോ പുരാണകഥയുടെ മായാവലയത്തിലാണ്.

അയാൾ നടന്നു.

ഉയരംകുറഞ്ഞ കുറെ കരിങ്കൽസ്തൂപങ്ങൾ. അവയിൽ തമിഴിൽ വാക്യങ്ങൾ കൊത്തിയിരിക്കുന്നു. തമിഴ് വായിക്കാനറിയാത്തതിൽ

അയാൾ ഖേദിച്ചു. അയാളുടെ പേരും പാപ്പ എന്നും എഴുതാനറിയാം. അത് പാപ്പ പഠിപ്പിച്ചതാണ്. ഉയരം കുറഞ്ഞ കരിങ്കൽസ്തൂപങ്ങൾ പിന്നിട്ട് എത്തിയത് ഒരു ഇരുണ്ട ഇടനാഴിയിലേക്കാണ്. അവിടെ വൈഷ്ണവ വൈദികന്റെ കുറികളും കുടുമയുമുള്ള ഒരു പാശ്ചാത്യൻ അമ്പല ഊരാളനുമായി എന്തിനോ വിലപേശുന്നു. നോട്ടുകൾ കൈമാറുന്നു. വിഗ്രഹ മോഷണത്തിന്റെ അഡ്വാൻസോ അതോ സമയത്തിനുമുമ്പേ നടതുറന്ന് കാണിക്കുവാനുള്ള കൈക്കൂലിയോ.

ഇടനാഴിയിലൂടെ നീങ്ങി. അടച്ചിട്ട കനത്ത നടവാതില്ക്കൽ അയാൾ നിന്നു. കണ്ണുകളടച്ചു.

ശംഭുദേവന്റെ രൂപം നടരാജനായി സങ്കല്പിച്ചുകൊണ്ട്.

അപ്പോൾ അയാൾ ഓർത്തു: നട തുറക്കുമ്പോൾ നടരാജവിഗ്രഹം കൺമുന്നിൽ നിറഞ്ഞുനില്ക്കുമ്പോൾ തനിക്ക് എന്ത് അപേക്ഷിക്കുവാനുണ്ട്. കരൾവ്യാധി മാറ്റിത്തരണമെന്നോ, മനസ്സിനു സ്വസ്ഥത തരണമെന്നോ... മോക്ഷപ്രാപ്തിക്ക് അനുഗ്രഹിക്കണമെന്നോ.

പെട്ടെന്ന് അയാൾക്ക് ചിരിവന്നു. കരൾവ്യാധി. അയാൾ ചിരിച്ചു.

ശരീരത്തെ അറിഞ്ഞുകൊണ്ട് അവഗണിച്ച് വർത്തിച്ചിട്ട് സംവത്സരങ്ങളായി സംഭരിച്ചെടുത്ത കരൾവ്യാധി.

മനസ്സിന് സ്വസ്ഥതയോ, അയാൾ പിന്നെയും ചിരിച്ചു.

ഇഷ്ടാനിഷ്ടങ്ങൾക്കൊത്ത് വളച്ചൊടിച്ചപ്പോഴൊക്കെ മനസ്സ് എന്ന ഒന്നിനെപ്പറ്റി ചിന്തിച്ചിട്ടുണ്ടോ, മോക്ഷമോ.... തനിക്കുവേണ്ടി പാപം പങ്കിടാൻ വന്ന ആരുടെയെങ്കിലും മോക്ഷത്തിന് താൻ ഇന്നുവരെ പ്രാർത്ഥിച്ചിട്ടുണ്ടോ....

ചിദംബരം നടരാജക്ഷേത്രത്തിന്റെ ഇടനാഴിയിൽനിന്ന് അയാൾ വേഗം പുറത്തേക്കു വന്നു. പകൽവെളിച്ചത്തിൽ സ്വന്തം കാവിക്കുപ്പായത്തിലും കാവി പൈജാമയിലും കണ്ണുകൾ പതിഞ്ഞപ്പോൾ അയാൾക്ക് ലജ്ജയേക്കാളേറെ അവജ്ഞ തോന്നി. അയാൾ ഉരുവിട്ടു.

കാമ്യാനാം കർമ്മണാംന്യാസം

സംന്യാസം കവയൊ വിദുഃ

ക്ലേശത്തോടെ ആ വരികൾ ഉരുവിട്ടുകൊണ്ടയാൾ നടന്നു... കീശയിൽനിന്ന് ചെരുപ്പിന്റെ ടോക്കൺ എടുത്തു. ടോക്കണും പത്തു പൈസയും കൊടുത്ത് ചെരുപ്പ് എടുത്തിട്ടു പോകാം. അല്പസമയത്തിനു മുമ്പ് ചെരുപ്പ് സൂക്ഷിക്കാൻ ഏറ്റുവാങ്ങുമ്പോൾ തന്നോട് സരസമായി സംസാരിക്കുകയും സ്വരസാമ്യതകൊണ്ട് പാപ്പയുടെ ഓർമ്മകൾ തൊടുത്തുവിടുകയും ചെയ്ത ആ സ്ത്രീയെ അന്വേഷിച്ചയാൾ പുറത്തേക്കു വന്നു. അവർ കൈകൾ കെട്ടി, തൂർന്നുപോയ കിണറിന്റെ വാക്കല്ലിന്മേൽ

ഇരിക്കുന്നു. ഒരു കറുത്ത മഫ്ളർ കഴുത്തിൽ ചുറ്റിക്കെട്ടിയിട്ടുണ്ട്. അയാൾ അവളെ സാകൂതം നോക്കി. നരച്ച തലമുടിക്കുള്ളിൽ ചീർത്ത് മടക്കുകൾ വീണ കവിൾത്തടങ്ങളിൽ, അവൾ എവിടെയെങ്കിലും തന്റെ പാപ്പയെ ഒളിച്ച് പിടിക്കുന്നുണ്ടോ.

അയാൾ ചെരുപ്പ് ധരിക്കുമ്പോൾ ചോദിച്ചു:

"അമ്മാ, നിങ്ങളുടെ വീട് ഇവിടെത്തന്നെയാണോ?"

"അല്ല, പിറന്ന സ്ഥലം ഇവിടെനിന്ന് കുറച്ചകലെ ഒരു ഗ്രാമത്തിൽ.."

അപ്പോൾ അയാൾ ആ ഗ്രാമത്തിന്റെ പേരല്ല അവളുടെ പേരാണ് ചോദിച്ചത്.

"എന്റെ പേരോ...?" അവൾ ചൊടിച്ചു: "ഹേ... സ്വാമിയാരെ... കാവിയും ഉടുത്ത്, മോക്ഷം തേടി നടക്കുന്ന നിങ്ങൾക്ക് എന്റെ പേര് അറിഞ്ഞിട്ട് എന്ത് കിട്ടാനാണ്?..... നിങ്ങൾ നിങ്ങളുടെ പാട്ടിന് പോകൂ."

അയാൾ ചെരുപ്പ് കാലിൽ അണിഞ്ഞു തിരിഞ്ഞുനോക്കാതെ നടന്നു.

■

പൊന്തൻമാട

പൊന്തൻമാട വെട്ടുവഴിയിൽ ഓരം ചാരിയിരുന്നു.

അന്ന് പതിവിലേറെ ആളുകൾ കൂടിയിരുന്നു. പടവ് സംഘം ആപ്പീസിൽനിന്ന് ചിരിയും കളിയും കേട്ടിരുന്നു. ഓട്ടോറിക്ഷകളും ടാക്സിക്കാറുകളും ഒരു ട്രാക്ടറും സംഘം ആപ്പീസിന്റെ മുമ്പിൽ കിടന്നിരുന്നു.

എല്ലാവരും പിരിഞ്ഞു. അവരോടൊന്നും പൊന്തൻ മാട ഒന്നും ചോദിച്ചില്ല. ഏറ്റവും ഒടുവിൽ അപ്പുമേലാനും ഗോപിതമ്പ്രാനും ഇറങ്ങിവന്നു. അപ്പുമേലാന്റെ കൈയിൽ ഒരു ചുമട് കണക്കുപുസ്തകങ്ങളുണ്ടായിരുന്നു.

ഗോപിതമ്പ്രാൻ ഉറക്കെ പറയുന്നു:

'ഇവറ്റങ്ങളൊക്കെ എന്നാ കൃഷിക്കാരായത്. ഈ പടവിന്റെ മുക്കാൽ ഭാഗവും എനിക്കോർമ്മ വെക്കുമ്പോൾ ഞങ്ങളുടെ തറവാട്ടുവകയായിരുന്നു. സർക്കാര് അവർക്കു കൊടുത്തു. അവരു പണിതോളാംന്ന് പറഞ്ഞു... ഇന്ന് അവർക്കു നഷ്ടാണെന്ന് തോന്നുന്നുണ്ടെങ്കിൽ ഞങ്ങൾക്ക് വിട്ടുതരട്ടെ. അല്ലാതെ പണിയില്ലാന്നു പറയാൻ അവർക്ക് എന്താ അവകാശം... തെണ്ടികള്.'

'ഗോപി ഒന്നു പതുക്കെ പറയൂ.' ഗോപിതമ്പ്രാന് എന്തും പറയാം. അയാൾ നാട്ടിലെ പഴക്കംചെന്ന ഒരു ഭ്രാന്തനാണ്. എങ്കിലും അപ്പുമേലാന്റെ മുമ്പിൽനിന്ന് പറയുമ്പോൾ അപ്പുമേലാൻ പറയിപ്പിച്ചതാണെന്നു കേൾക്കണോര് ധരിച്ചാലോ. അതുകൊണ്ടാണ് ഒന്നു പതുക്കെ പറയാൻ അപ്പുമേലാൻ വീണ്ടും ആംഗ്യം കാണിക്കുന്നതെന്നു പൊന്തൻ മാടയ്ക്കു മനസ്സിലായി... ഗോപിതമ്പ്രാനെ ഇന്നു കാണുമ്പോഴൊക്കെ പൊന്തൻ മാട ആ പഴയ കാര്യം ഓർത്തുപോകാറുണ്ട്. അന്ന് ആ തറവാടിന്റെ സിമന്റിട്ട മുറ്റത്തിൽ മൂവ്വായിരം വടിപ്പൻ നെല്ല് അളന്ന് കുന്നുകൂട്ടി കിടക്കുന്നു. പൊന്തൻമാട നെല്ല് കാറ്റത്ത് ഇടുന്നു. എല്ലാവരും വട്ടമിട്ട് പൂമുഖത്ത് ഇരിക്കുന്നു. പുത്തൂരെ പണിക്കര് ജാതകം എഴുതിക്കൊണ്ടുവന്നത് വായിക്കുന്നു. ഈ ലഗ്നത്തിന്റെ ബുദ്ധി അളക്കാനുള്ള പാത്രം മാത്രം ഇവിടെ ഉണ്ടാവില്ല... പക്ഷേ, ദോഷവശങ്ങൾ ഇശ്ശി കാണുന്നു. മൂന്നാംകാല് ആണ്... തലയിൽ മുച്ചുഴി, പിറന്നോടം മുച്ചൂടാവും. ഒരു

വലിയ വ്യവഹാരം വരും. അതോടെ തറവാട് തോറ്റമ്പും. അതിന് പ്രതിവിധിയായിട്ടാണ് ഭഗവതിയെ പ്രതിഷ്ഠിച്ചത്. ഒരു കെടാവിളക്കും കത്തിച്ചുപോന്നു.

ഒന്നും ഫലിച്ചില്ല.

വ്യവഹാരം ഒന്നല്ല, നൂറുകണക്കിൽ വന്നു. എല്ലാ പാട്ടക്കുടിയാന്മാരും പാട്ടക്കോടതികളിൽ വ്യവഹാരം കൊടുത്തു. തവളക്കുഴി കോൾപടവ് മുഴുവൻ കൈവിട്ടുപോയി. ഇന്ന് പൂമുഖത്തെ കട്ടളപ്പടിയിലെ പിച്ചളക്കെട്ടു വരെ അഴിച്ചുവിറ്റ് നിത്യവൃത്തി നടത്തിപ്പോരുന്നു.

'അപ്പുമേലാനെ, എന്താ തീരുമാനം ഇണ്ടായെ?'

'മാടയ്ക്ക് ഇപ്പോൾ എന്തിനാ അതൊക്കെ അറിയണെ. ഞാൻ ഒരു ഉറുപ്പികയുടെ കാശ് തരാം. പോയി വല്ല കൊള്ളിക്കിഴങ്ങും വാങ്ങിക്കോ.'

'ന്നാലും ഇമ്പടെ കോൾനെലല്ലെ. എന്താ തീരുമാനിച്ചേന്ന് അറീണലോ.'

'ഇമ്പടെ നെലോ. തനിക്കുണ്ടടൊ നെലം. ഇവിടെ നേമങ്ങളൊക്കെ ഇതുവരേ വന്നുള്ളൂ. വീട്ടിൽ കെടന്ന് ഉറങ്ങി കഴിഞ്ഞുകൂടിയവന്റെ നെലം എടുത്ത് വരമ്പത്ത് നടന്നവന് കൊടുത്തു. കണ്ടത്തിൽ ഇറങ്ങി പണിയെടുത്തവന് എന്തെങ്കിലും നിലം കിട്ടിയൊ. നിലം കിട്ട്യോരൊക്കെ ചേറിൽ ഇറങ്ങാനല്ല പോയത്. അവനും അവന്റെ മക്കളും ടാക്സി ഓടിക്കാനും ലോറി ഓടിക്കാനും ഓട്ടോറിക്ഷ ഓടിക്കാനും ബുക്ക് ബൈണ്ടിങ്ങിനും. ഒരു ജീവിതം മുഴുവൻ പായലിലും വെള്ളത്തിലും ഇഴഞ്ഞ ഈ ജലജീവി പൊന്തൻമാടയ്ക്ക് എന്തേ സർക്കാർ ഒരു പത്തു പറയ്ക്ക് നെലം കൊടുക്കാതിരുന്നത്.'

പൊന്തൻമാടയ്ക്ക് ഗോപിതമ്പ്രാൻ പറഞ്ഞതൊന്നും മനസ്സിലായില്ല. എങ്കിലും ഗോപിതമ്പ്രാൻ നിന്നു വിറയ്ക്കുന്നതു കണ്ടപ്പോൾ നടുങ്ങിപ്പോയി. പത്തായങ്ങൾ ഓരോന്നോരോന്നായി വിറ്റുകഴിഞ്ഞിരുന്നു. ഒടുവിൽ പടിഞ്ഞാറ്റിയിലെ അറ പൊളിച്ച് വില്ക്കുന്ന ദിവസം ഗോപിതമ്പ്രാൻ മച്ചിനകത്തേക്ക് ഓടിക്കയറി ഭഗവതിയുടെ പ്രതിഷ്ഠ ഇളക്കിക്കൊണ്ടുവന്ന് മുറ്റത്തേക്കെറിഞ്ഞു.

ഇനി ഇതുംകൂടെങ്ങട് വിറ്റോളൂ.

അന്നാണ് ഗോപിതമ്പ്രാന് ആദ്യമായി ഭ്രാന്ത് കണ്ടത്.

അപ്പുമേലാൻ പറഞ്ഞു:

'പൊന്തൻമാടേ ഇന്ന് തീരുമാനിച്ചത് ഇത്തവണ പടവ് പണിയുന്നില്ലാന്നുതന്നെയാണ്.'

ഒരു ഏറ്പടക്കം മേല് വീണ ആന്തലോടെ പൊന്തൻമാട മലച്ചു. പൊന്തൻമാടയുടെ കണ്ണിൽ വെള്ളം നിറഞ്ഞു. പീളയും വെള്ളവും ആ

വൃദ്ധന്റെ കണ്ണുകളിൽ എന്നും കാണുന്നതാണെന്ന് കരുതിയാവാം പൊന്തൻമാടയുടെ കണ്ണീർ ആരുടെയും ശ്രദ്ധയിൽ പെട്ടതേയില്ല.

പൊന്തൻമാട വടിയൂന്നി നടന്നു. പൊന്നെത്തെടുവഴിയുടെ മുഖത്ത് കാരച്ചോട്ടിൽ ചെന്നിരുന്നു. കാൽവിരലുകൾക്ക് അപ്പുറം പുഞ്ചപ്പാടത്തെ വെള്ളം കയറിക്കിടക്കുന്നു. ഇയ്യാണ്ടില് വെള്ളം ലേശം കൂടുതലുണ്ടോ.

ഇവിടെ എന്നു വന്നിരിക്കുമ്പോഴും പൊന്തൻമാട ഓർത്തുപോകും.

ആദ്യമായി ഈ പ്രദേശം കണ്ടത്.

ചുള്ളിതുരുത്തിലേക്കു തോട്ടുവരമ്പേ നടന്നുപോയത്.

ചുള്ളിതുരുത്തിൽനിന്നു വേണം മാടയ്ക്ക് ആവശ്യമുള്ള മരുന്നു കിട്ടാൻ.

മാട അന്ന് ഒരു മാമ്പര് വീട്ടിലെ വല്ലി ആളായിരുന്നു. അവിടങ്ങളിൽ ക്രിസ്ത്യാനികളെ വല്ലി ആളുകൾ മാമ്പര് എന്നു വിളിച്ചിരുന്നു. സ്ത്രീകളെ മാണ്ട്യാരും. ആ വീട്ടിലെ മാമ്പര് വെളിവില്ലാതെ കുടിക്കുമായിരുന്നു.

കള്ളുകുടി നിർത്താൻ ഒരു കുറുംകൗശലം. മാണ്ട്യാർക്ക് ആരാ അത് പറഞ്ഞുകൊടുത്തത്?

നീർനായയുടെ വിസർജനത്തിൽ കാണുന്ന മീൻകണ്ണുകൾ തോണ്ടിക്കൊടുക്കുക. അത് അരച്ച് ഒരു കുടുക്കയുടെ പുറത്തു പുരട്ടുക ആ കുടുക്കയിൽ കള്ളുകൊടുക്കുക. അതു കുടിച്ചാൽ അന്നോടെ നിന്നു കള്ളുകുടി.

അതുംതേടി ചുള്ളിതുരുത്തിലേക്ക് പൂവ്വായിരുന്നു.

അപ്പോഴാണ് ശീമതമ്പ്രാൻ ചോദിക്കണതു കേട്ടത്.

ഏതടാ കെടേശ്ശ്പോലെ ഒരു പൊന്തൻ ചെക്കൻ. ഇങ്ങ്ട് വാടാ.

മാട ചെന്നു. ചെക്കനാണെങ്കിലും മാമ്പര് വീട്ടിലെ വല്ലി ആളാണെങ്കിലും തീണ്ടപ്പാട് അകലം അറിയാമായിരുന്നു.

ഇവൻ വെറും കെടേശ്ശ് അല്ല. നല്ല ആവുധ് ഉണ്ട്. ഇങ്ങ്ട് അടുത്ത് വാടാ പൊന്താ.

ശീമതമ്പ്രാൻ കമ്പിളിത്തൊപ്പി വെച്ചിരുന്നു. ഒരു മുഴം ചുരുട്ട് തൊള്ളയിൽ തിരുകിയിരുന്നു. ചുരുട്ട് തൊള്ളയിൽനിന്നെടുത്തപ്പോൾ ഒരു ഓട്ടുകമ്പനിയിൽ എന്ന കണക്കിന് പുഞ്ചപ്പാടത്ത് പുക പരന്നത് ഇന്നും പൊന്തൻമാട ഓർക്കുന്നു.

എവെട്യ നിന്റെ ദിക്ക്?

കിഴക്കൻ ദിക്കാണെ.

എന്താ ഇവിടെയൊക്കെ ചുറ്റിനടക്കണെ?

വന്നകാര്യം പറഞ്ഞപ്പോൾ ശീമതമ്പ്രാൻ കൈ കൊട്ടി ആർത്തു ചിരിച്ചു.

അതെടുത്തു കുറെ ബിലാത്തിക്കു കയറ്റിയയയ്ക്കണം.

കുറെ നേരം ചിരിച്ചിട്ട് ശീമതമ്പ്രാൻ പറഞ്ഞു.

നിയ്യിനി കിഴക്കൻദിക്കിലേക്കും പടിഞ്ഞാറൻദിക്കിലേക്കൊന്നും പോകേണ്ട. ഇവിടെ നിന്നൊ...

മാട അനുസരിച്ചു.

തോടുകളും ആമ്പലും കണ്ണീർപോലത്തെ കായൽവെള്ളവും മാടയ്ക്ക് ഇഷ്ടപ്പെട്ടു. പുതിയ തമ്പ്രാനെ നന്നെ പിടിച്ചു. ശീമതമ്പ്രാൻ യുദ്ധത്തിൽ ചേർന്ന് ശീമയിലൊക്കെ പോയി മടങ്ങിവരുംകാലം. ആദ്യത്തെ യുദ്ധത്തിൽ യംണ്ടൻകപ്പല് വന്ന യുദ്ധത്തിൽ...

മാട ഉറ്റവരോടും ഉടയവരോടും അനുവാദം ചോദിച്ചില്ല. ഉറ്റവരും ഉടയവരും തേടിവരുമ്പോഴും കൂടെ പോയില്ല. അതൊക്കെ കഴിഞ്ഞിട്ട് ഇപ്പൊ എത്രകൊല്ലം കഴിഞ്ഞുകാണും. കണക്കറിയില്ല. എങ്കിലും ഒന്ന് ഓർക്കുന്നു. ഇവിടെ വന്നിട്ട് എത്രയോ കഴിഞ്ഞിട്ടാണ് ആദ്യമായി മുഖം വടിച്ചത്. ശീമതമ്പ്രാൻ പറഞ്ഞിട്ട് കരുവാൻ എരേച്ചൻ പണിതുതന്ന മോറ് വടിക്കുന്ന കത്തികൊണ്ട്.

ആദ്യമായി പണിക്കിറങ്ങിയത് മാട ഓർക്കുന്നു. പുതിയ പേരും വീണു. പൊന്തൻമാട.

കന്നിമാസത്തിൽ, പുല്ലുമുട്ടിയുമായി പൊണയൻചണ്ടിക്ക് പൂട്ടാനിറങ്ങിയത്. പൊണയൻചണ്ടി മാത്രമല്ല പോളപ്പുല്ലും ചെല്ലിയും വേരറ്റ് മേൽപ്പോട്ടു പൊന്തും. കന്നിമാസത്തിലെ കന്നുപൂട്ട് കഴുത്തറ്റം വെള്ളത്തിൽ നിന്നാണ്. പൊന്തൻമാട ആളുക്കൊപ്പം ഉണ്ടായിരുന്നില്ല. കഴുത്തറ്റവും കഴിഞ്ഞ് ആകെ മുങ്ങിപ്പോയപ്പോഴും പോത്തിന്റെ വാലിൽനിന്ന് പിടുത്തം വിട്ടില്ല. പോത്തുകൾ തലയുയർത്തി മൂക്കിന്റെ ദ്വാരങ്ങൾ മാത്രം പുറത്തുകാട്ടി നുകത്തിലൊതുങ്ങി പണിയെടുക്കുമായിരുന്നു. എന്തുകൊണ്ടോ അന്നത്തെ പ്രവൃത്തി പൊന്തൻമാടയ്ക്ക് നന്നെ ഇഷ്ടപ്പെട്ടു.

പൊന്തൻമാടയുടെ കണ്ണിന് ഇന്നും കാഴ്ചക്കുറവില്ല. ഈ ഇരുന്ന ഇരുപ്പിൽ തവളക്കുഴി കോൾപ്പാടം മുഴുവൻ നോട്ടം പായ്ച്ച് എത്തിച്ചു.

അന്നൊക്കെ പാട്ടക്കാര് കണ്ണീരിൽ കുതിർത്താണ് വിത്തുകൾ വിതച്ചത്. അധികം പേരും പൂവ്വലെ മുക്കിയിരുന്നത് കുന്നുകൂട്ടിയിരുന്ന മുൻ പൂവ്വലുകളിലെ പാട്ടബാക്കി വീട്ടാനായിരുന്നു. പാട്ടക്കാരുടെ കണ്ണീരിനെപ്പറ്റി ഓർത്തപ്പോൾ മാടയുടെ കൺമുന്നിൽ ആ ചെയ്തി തെളിഞ്ഞുവരുന്നു. പൊന്തൻമാട കാവൽമാടത്തിൽ കമ്പിറാന്തലും ചുരുക്കി മൂടിപ്പുതച്ച് ഇരിക്കുകയായിരുന്നു. വളരെ താഴ്ന്ന സ്വരത്തിൽ ഒരു വിളി.

“മാടെ...”

അന്നൊന്നും പുഞ്ചപ്പാടത്ത് താഴ്ന്ന ഒച്ചയിലാരും വിളിക്കാറില്ല. വിളികളൊക്കെ വിളിപ്പാടകലത്തിൽനിന്ന്...

മാടെ... പൂവ്വേ... പൂവ്വേ... അന്നൊക്കെ പടവ് പൊട്ടുമ്പോൾ പടവ് ഇതാ പൊട്ടണേ പൂവ്വേ... എന്ന് മാട വിളിച്ചാൽ നാലുകരയിലെ ഓരോ വീട്ടിലും ആ ഒച്ച പാഞ്ഞുചെല്ലും.

ഇത്ര പതുക്കെ വിളിച്ചതാരാണെന്നറിയാൻ മാട പുറത്തേക്കു വന്നു.

തകാവ് അപ്പുട്ടൻ.

"ഞങ്ങളെ ഒന്നു കല്ലൂർമ്മയിൽ എത്തിച്ചുതരണം."

അന്നു പുത്തൻതോട്ടിൽനിന്ന് പെരുന്തോട്ടിലേക്കു കടക്കുവാൻ വഞ്ചി വരമ്പിനു മീതെ വലിച്ചുകൊണ്ടുപോകണം. വഞ്ചി കുത്താൻ മാത്രമായിരുന്നില്ല വിളിച്ചത്. ലാവ് തെളിഞ്ഞപ്പോൾ മാട ശ്രദ്ധിച്ചു. വഞ്ചിയിൽ വേറെ ഒരാളുണ്ട്. തടത്തിൽ കെടക്കണ വെള്ളരിക്കാപൂവ്വലിന്റെ നെറം. കല്ലൂർമ്മകടവിൽ വഞ്ചി എത്തിച്ചപ്പോൾ തകാവ് അപ്പുട്ടൻ പറഞ്ഞു:

"ഞങ്ങൾ ഈ കടവിൽ ഇറങ്ങിയിട്ടുണ്ടെന്ന് മാട ആരോടും പറയരുത്. മാടയ്ക്ക് ഒന്നുമാത്രം അന്നുതോന്നി. തകാവ് അപ്പുട്ടന്റെ കൂടെയുള്ള ആളെപ്പറ്റി. ഇത്ര ചന്തള്ള മനുഷ്യന്മാരെന്തിനാ ഇങ്ങനെ കള്ളപ്പുള്ളേള്യളെപ്പോലെ നടക്കണെ. മാട ആരോടും പറഞ്ഞില്ല. പിന്നീടു നരവേട്ട വന്നപ്പോഴും പറഞ്ഞില്ല. പിന്നെ ആ പാതിരയ്ക്ക് തകാവ് അപ്പുട്ടന്റെ കൂടെ കണ്ട ആ മനുഷ്യന്റെ പടം കടലാസുകളിൽ കാണാറുള്ളപ്പോഴും മാട ആരോടും പറഞ്ഞില്ല. കർഷകത്തൊഴിലാളിപെൻഷൻ വാങ്ങിക്കുവാൻ ചെന്നപ്പോൾ ആ മനുഷ്യൻ സ്റ്റേജിൽ ഉണ്ടായിരുന്നു. അപ്പോൾ ആ മൂപ്പരോടു നേരിട്ടു പറഞ്ഞെങ്കിലോ എന്ന് ആശ തോന്നി. അന്നു പാതിരയ്ക്ക് ഞാനാണ് വഞ്ചിയിൽ കല്ലൂർമവരെ... അപ്പോഴും പൊന്തൻ മാട പറഞ്ഞില്ല.

പൊന്തൻമാട കർഷകത്തൊഴിലാളി പെൻഷനെപ്പറ്റി ഓർത്തു. ഇപ്പോൾ പെൻഷൻ അമ്പെ നിർത്തീന്നും അല്ല ചെലർക്കൊക്കെ കിട്ട്ണ്ണ്ടെന്നും കേൾക്കണ്ണ്ട്. മൂന്നുകൊല്ലം മുമ്പു നടന്ന ഓട്ടിനുശേഷം പൊന്തൻമാടയ്ക്ക് പെൻഷൻ കിട്ടാറില്ല. ഇപ്പോൾ ആരോ പറഞ്ഞു. ആരും ഇല്ല്യാത്തോർക്കു കിട്ടണ പെൻഷന് എഴുതിക്കൊടുക്കാൻ.

ആരും ഇല്ലാത്തോർക്ക്... അപ്പോൾ പൊന്തൻമാട ഓർത്തതു കാർത്തുവിനെക്കുറിച്ചായിരുന്നു.

ഇന്നും കാർത്തുവിനോടുള്ള കറ ഇടനെഞ്ചിലുണ്ട്.

ഇനിയെന്തിന് ആ കറയൊക്കെ...

അമ്പതു കൊല്ലം കഴിഞ്ഞുകാണുമൊ.

ആർക്കറിയാം കൊല്ലത്തിന്റെ കണക്കൊക്കെ.

എങ്കിലും ഒന്ന് ഓർക്കുന്നു. ശീമതമ്പ്രാൻ ജീവനോടെയുള്ള കാലമായിരുന്നു.

എങ്കിലും ഒന്ന് ഓർക്കുന്നു. ശീമതമ്പ്രാൻ ജീവനോടെയുള്ള കാലമായിരുന്നു.

വെള്ളം വറ്റിച്ചു. ചീര വിതച്ചിരുന്നു. പടിക്കലെ വല്ലി നിറയെ ആളുകളായ ആണുങ്ങൾക്കൊക്കെ തലക്കെണ്ണവും പനിയും. ഊറ്റുവെള്ളം മിനിറ്റുവെച്ചു തോടു നിറയുന്ന കാഴ്ച പൊന്തൻമാട ഓടിച്ചെന്നു പടിക്കലറിയിച്ചു. ഈ പോക്കിൽ പുലരുന്നതിനു മുമ്പെ തോടു പൊട്ടും. അപ്പോഴാണ് തീരുമാനിച്ചത്. പുറംപണിക്കാരെ വിളിച്ചോളൂ. ആണുങ്ങളില്ലെങ്കിൽ പെണ്ണുങ്ങളെ വിളിച്ചോളൂ. ആണിന്റെ കൂലി കൊടുക്കാം. കയറ്റുകൊട്ട പിടിച്ചാൽ മതി. പൊന്തൻ അന്ന് അന്തംവിട്ട് ഓടി. ആദ്യം കോതമ്മയെ കണ്ടു. ആണുങ്ങളെപ്പോലെ ശരീരവും ത്രാണിയുമുള്ള കോതമ്മ. കോതമ്മ അങ്ങാടിയിൽ പോയി തോന്ന്യാസത്തിനു നടന്നവളാണ്. പുതിയായ്മക്കാർ... അന്നൊക്കെ പോലീസുകാരെ പുതിയായ്മക്കാർ എന്നാണ് പറഞ്ഞിരുന്നത്. അവരുടെ തൊപ്പിക്കു കടുംചുവപ്പു നിറമായിരുന്നു. പുതിയായ്മക്കാർ കോതമ്മയെ പിടിച്ചുകൊണ്ടുപോയി തല മൊട്ടയടിച്ച് വിട്ടിരുന്നു. എന്നിട്ടും കോതമ്മ പറഞ്ഞു. വേറെ ഒരു പെണ്ണുകൂടി ഉണ്ടെങ്കിലേ ഞാൻ പോരൂ... പൊന്തൻമാട ഓടിച്ചെന്ന് കാർത്തുവിനെ കണ്ടു. കാർത്തു കൊണ്ടോയി തീർത്തുനില്ക്കണ പെണ്ണായിരുന്നു. കാർത്തുവിന്റെ അമ്മ ആണിന്റെ കൂലി തരില്ലേ എന്നു മാത്രം ചോദിച്ചുറപ്പിച്ചു. കാർത്തു പോന്നു. കൈത്തോടിന്റെ മേലപ്പുറത്തുനിന്ന് കാർത്തുവും പൊന്തൻമാടയും കയറ്റുകൊട്ട പിടിച്ചു. താഴത്തോറത്തുനിന്ന് ചെറ്യേണ്ടനും കോതമ്മയും കയറ്റുകൊട്ട പിടിച്ചു. പാതിര കഴിഞ്ഞു. താഴത്തോറത്തുനിന്ന് ഒരു എത്തവും കേൾക്കുന്നില്ല. പൊന്തൻമാട ഭയപ്പെട്ടു. അന്നൊക്കെ തവളക്കുഴി പുഞ്ചപ്പാടത്ത് തലങ്ങും വിലങ്ങും പൊട്ടിച്ചൂട്ടു കാണുമായിരുന്നു... പൊട്ടിച്ചൂട്ടു കണ്ടവർ വഴിതെറ്റി പോകുമായിരുന്നു. പൊന്തൻമാട തെരഞ്ഞുചെന്നു. ചെന്നപ്പോൾ കണ്ട പുതുമ. തിരിച്ചുചെന്ന് കാർത്തുവിനോട് ആ കാഴ്ചയെപ്പറ്റി പറഞ്ഞു.

അങ്ങനെ തന്ന്യാ ആണുങ്ങളായാൽ. അല്ലാതെ നിന്റെ മാതിരി പൊന്തൻ കൊടേശ്ശ്പോലെ ശരീരം ഇണ്ടായാൽ പോരാ.

അതൊരു ക്ഷണം മാത്രമായിരുന്നില്ല. ഒരാക്രമണം തന്നെയായിരുന്നു. ലാവ് ഒന്നു കെട്ടോട്ടെ എന്ന് കാർത്തു പറഞ്ഞത് ഒരു വെറും വാക്കായിരുന്നു. ഇത് പറയുകയും അവൾ ഉടൻതന്നെ പെരുംതോടിന്റെ വരമ്പത്തേക്കു നടക്കുകയും ഒന്നിച്ചായിരുന്നു. പെരുംതോടിന്റെ വരമ്പ്. പുതിയതായി മാടിയ പെരുംതോടിന്റെ വരമ്പ്. നൂറ് മെത്തപ്പായകൾ മീതേയ്ക്ക് മീതെ വെച്ച പതമുണ്ടായിരുന്നു. ആകാശത്തെപ്പോലെ പരന്നുകിടക്കുന്ന പുഞ്ചപ്പാടം. കത്തിനില്ക്കുന്ന ലാവെളിച്ചത്തിൽ...

നേരം പുലർന്നപ്പോൾ പൊന്തൻമാട കാർത്തുവിനേയുംകൂട്ടി നേരെ നടന്നു, പടിക്കലേക്ക്. ആദ്യം വന്നത് പടിക്കലെ സ്ത്രീകളായിരുന്നു. അവർ പരിഭ്രമിച്ച് പറഞ്ഞു:

കണ്ടോളൂ ചോമ്മാര് നിന്നെ വിഷപ്പട്ടിയെ തല്ലി കൊല്ലണ കണക്ക്...

ശബ്ദംകേട്ട് ശീമതമ്പുരാൻ തട്ടുംപുറത്തുനിന്ന് ഇറങ്ങിവന്നു.

അപ്പോൾ മാത്രം കാർത്തു പറഞ്ഞു: ചോമ്മാരിൽ ആണുങ്ങളുണ്ടെങ്കിൽ അതാണ് ആദ്യം ചോദിക്കേണ്ടത്. എന്നെ ഒരുത്തൻ ഒരു കാരണവും കൂടാതെ എന്റോടെ കൊടുന്നാക്കീട്ടുണ്ടോ... അവനോട് ന്യായം ചോദിക്കട്ടെ...

ശീമതമ്പ്രാൻ കസേരയിൽ ഇരുന്ന് ഒരു മുഴം ചുരുട്ട് മുഴുവൻ വലിച്ചു തീർത്തു. എന്നിട്ട് പറഞ്ഞു:

പൊന്തൻമാടയ്ക്കും വേണ്ടെ ഒരു പെണ്ണൊക്കെ. എടാ ആ കയ്യാലയുടെ അടുത്തുനിന്ന് ഒരു അമ്പത് കന്ന് വൈക്കോൽ എടുത്തൊ.. രണ്ട് കവുങ്ങും മുറിച്ചോ. കിഴക്കെ പറമ്പിൽ പോയി അരുകിന് കണ്ട് ഒരു കുടില് വെച്ചോ.

അന്ന് വൈകുന്നേരം പൊന്തൻമാട തൊഴുത്തിന്റെ അടുത്തുനിന്ന് കിടക്കപ്പായ സ്വന്തം കുടിലിലേക്ക് കൊണ്ടുപോയി. പടിക്കലെ സ്ത്രീകൾ അദ്ഭുതത്തോടെ അതു നോക്കിനിന്നു.

ശീമതമ്പുരാൻ ചിറക് വിടർത്തിത്തന്നു. എന്നിട്ടും ചോമ്മാര് മാടയെ കാണുമ്പോൾ കടിനായ്ക്കളെപ്പോലെ മുരളുമായിരുന്നു. കാർത്തുവിനെ പലപ്പോഴും തല്ലാൻ ഓടിയെത്തിയിട്ടുണ്ട്.

പൊന്തൻമാട ഓർക്കുന്നു. കാർത്തു കുറ്റിച്ചൂലുകൊണ്ട് കരക്കൊറ്റി പുഴുവിനെ അടിച്ചുകൊഴിച്ച് മുറത്തിലാക്കുന്നു. അടുത്ത കണ്ടത്തിൽനിന്ന് പൊന്തൻമാട വൈക്കോൽപ്പൊടി വിതറുന്നു. അപ്പോഴാണ് വൈശ്ശേരി അങ്ങാടിക്കാരൻ മുതലാളി വരുന്നത്.

എടാ പൊന്തൻമാടേ, നീ എന്നെ ഒന്നു സഹായിക്കണം. എന്റെ കെട്ട്യോള് സന്നിപിടിച്ച് കിടക്കാണ്. നീ ഈ കാർത്തൂനെ ഒരു പത്തു ദിവസം എന്റെ വീട്ടുപണിക്ക് ഒന്നു വിട്ടുതരണം.

പൊന്തൻമാട സമ്മതം മൂളിയില്ല. കേട്ടുനിന്ന കാർത്തു സമ്മതം മൂളി.

ചീരനെല്ല് കാറ്റാടിപ്രായം ആയപ്പോഴാണ് കാർത്തു പോയത്. മുറിക്കതിരും വന്നു. നെരക്കതിരായി. എന്നിട്ടും കാർത്തു വന്നില്ല. ഇഷ്ടം ഇണ്ടങ്കെ വരട്ടെ. എന്നിട്ടും പൊന്തൻമാടയ്ക്ക് ഇരിക്കപ്പൊറുതിയില്ലായിരുന്നു. ചാഴിക്ക് വലയുണ്ടാക്കാൻ മാതിരിപ്പാട് മുണ്ട് വാങ്ങാൻ മാട അങ്ങാടിയിലേക്ക് പോയതായിരുന്നു. അന്നൊക്കെ തവളക്കുറി പുഞ്ചപ്പാടത്തെ ആറായിരം പറ കൃഷിസ്ഥലത്തും കൃഷിക്കാർ പരുക്കൻ മാതിരിപ്പാട് മുണ്ടുകൊണ്ട് വീശിയിട്ടാണ് ചാഴിയെ പിടിക്കുക.

ആദ്യം മണ്ണാൻ വന്ന് ചാഴിക്ക് വിലക്കും. അതും പറ്റാതെ പോയാൽ ചാഴിയെ വീശിപ്പിടിക്കും. മുണ്ടും വാങ്ങി തിരിച്ചുപോരുമ്പോൾ പൊന്തൻ മാടയുടെ മനസ്സിൽ കൊതിയൂറി. വെെശ്ശേരി അങ്ങാടിയിൽ ചെന്നു.

കാർത്തു വെളുത്തിരിക്കുന്നു. അങ്ങാടിപ്പയ്യിനെപ്പോലെ കൊഴുത്തിരിക്കുന്നു. കൊഞ്ചാനും മയിറ്റാനും പഠിച്ചിരിക്കുന്നു. വടക്കേപ്പുറത്ത് ഇരുന്ന് കോഴിയെ നുറുക്കുന്നു. മാടയെ കണ്ടപ്പോൾ പറഞ്ഞു:

ഈ ചാത്തൻകോഴി മൂത്ത് മുതുമുത്തപ്പനായിരിക്കുന്നു. മാട ആ കർമസ്സ് മരത്തിൽ കയറി ഒരു കർമസ്സുംകായ പൊട്ടിച്ചെ...

മാട കർമസ്സുംകായ പൊട്ടിച്ചുകൊണ്ടുവന്നു. അവിടെത്തന്നെ അവളെയും നോക്കിനിന്നു... ഒടുവിൽ പറഞ്ഞു:

ഞാൻ വിളിച്ചുകൊണ്ടു പോവാൻ വന്നതാണ്.

വിളിച്ച ഉടനെ അങ്ങ്ട് വരാൻ എന്നേം നിന്നേം മുട്ടിപ്പലകേമ്മൽ ഇരുത്തി ഇണങ്ങനും മൂന്നാമനും കാൺകെ ബന്ധം വരുത്തീട്ടൊന്നും ഇല്ലല്ലൊ...

പിന്നെ പൊന്തൻമാട നിന്നില്ല. തിരിച്ചുപോന്നു. വീർപ്പടക്കി നടന്നു. പെരുംതോടിന്റെ വരമ്പിൽ കയറിയപ്പോൾ കണ്ണുകൾ നിറഞ്ഞു. കുടിലിൽ ചെന്നപ്പോൾ പൊട്ടിക്കരഞ്ഞു. കുംഭം മീനത്തിലെ ലാവെളിച്ചം. അന്നും പൊന്തൻമാട ഈ കാരമരച്ചുവട്ടിൽ വന്നിരുന്നു. ഇടവഴിമുഖത്ത്. പുഞ്ചപ്പാടത്തേക്കും നോക്കി പുലരുവോളം കരഞ്ഞു. മാട ഓർക്കുന്നു. അന്നും ഈ കാരമരം ഇതുപോലെതന്നെയുണ്ട്. ഈ വഴിമാത്രം മാറിയിട്ടുണ്ട്. വീതി കൂട്ടിയിട്ടുണ്ട്. ട്രാക്ടർ ഇറക്കാൻ പഞ്ചായത്തുകാർ ഒരു റേമ്പ് കെട്ടിയിട്ടുണ്ട്.

ഇന്നും പൊന്തൻമാട ഓർക്കുന്നു. കാർത്തുവിനെ പിന്നെയും കണ്ടത്. പൊന്തൻമാട കന്ന് പൂട്ടുകയായിരുന്നു. കാർത്തു വരമ്പത്തു നിന്നു. കാർത്തു മാർക്കംകൂടിയിരുന്നു. വെളുത്ത കുപ്പായം ധരിച്ചിരുന്നു. മൂട്ടിൽ ഞെറിവെച്ച് മുണ്ട് ഉടുത്തിരുന്നു.

“എന്റെ കൂടെ പോരണം. ഞാൻ നെല്യാമ്പതിമലേല് തോട്ടപ്പണിക്കു പൂവ്വാണ്. രണ്ടുപേർക്കും സുഖായി ജീവിക്കാം. അവിടെ ചെന്നാൽ ആരേം പേടിക്കേണ്ടല്ലോ. എന്റെ ആശ ആണ്... തട്ടരുത്...

പൊന്തൻമാട അന്നു കരിപ്പിടിയിൽ മുഖം അമർത്തി ഒരു നിമിഷം നിന്നു. പിന്നെ മുട്യേങ്കോല്കൊണ്ടു പോത്തിനെ അടിച്ചിട്ട് ദേഷ്യം മാറ്റി. അവളോടുള്ള കറ മാത്രമായിരുന്നില്ല. പൊന്തൻമാടയ്ക്ക് മല എന്നു കേട്ടപ്പോൾതൊട്ട് കലികയറി. എന്നിട്ടും കരിപ്പൊളി മറഞ്ഞുവരുന്നതുവരെ കാർത്തു അവിടെത്തന്നെ നിന്നു. മറുപടിയും കാത്ത്.

ഇന്നും അതോർക്കുമ്പോൾ പൊന്തൻമാടയുടെ കണ്ണുകൾ നിറയുന്നു.

പൊന്തൻമാട ഏകനായി.

ചോത്തിപ്പെണ്ണിനെ കൊണ്ടോയ അഹമ്മതിക്കാരൻ മൊളേൻ എന്ന പേരുമാത്രം ബാക്കിനില്ക്കുന്നു.

നിറഞ്ഞ കണ്ണുകളോടെ ഇപ്പോൾ പൊന്തൻമാട പുഞ്ചപ്പാടത്തേക്കു നോക്കി.

ധനുവിലെ തിരുവാതിരയും കഴിഞ്ഞല്ലോ ഒടേമ്പ്രാനെ.

മകരപ്പുളിക്കു മുമ്പെ വെള്ളം മുഴുവനും വറ്റിച്ചു തീർക്കണലൊ. പൊന്തൻമാട ചക്രം ചവിട്ടിനു മാറ്റക്കാരെ കണ്ടെത്തി.

പതിനാറില ചക്രം. നമ്പുണ്ണി ആശാരി വരിക്കപ്ലാവിൽ പണിതീർത്ത ചക്രം. ഈ ചക്രം പണിതീർന്നപ്പോൾ ചീരൻമുതലാളി ചക്രത്തിനു കുറ്റൂശ്ശ കഴിച്ചിരുന്നു. കെങ്കേമൻസദ്യ. അവിടെവച്ചാണ് നമ്പുണ്ണി ആശാരി തോളിൽ കെടക്കണ തോർത്തെടുത്തു വീശി ആ കാറ്റിൽ ചക്രം തിരുപ്പിച്ചു കാണിച്ചുകൊടുത്തത്.

ചക്രംചവിട്ടുകാർ നിരന്നു. ചക്രത്തിന്റെ അടിമൂട്ടിൽ പൊന്തൻമാട.

നാക്കിന് ഇരിക്കുന്നത് അപ്പൻതറയിൽ അമ്മതാപ്ള, എടമരുങ്ങിൽ, തലപ്പിള്ളി ഉണിക്കോത, മുറിനാക്കിന് ചെറ്യേണ്ടൻ, തലമോളിൽ പിലാപറമ്പിൽ ശങ്കു, പറവളുപ്പൻ മുതലാളി മത്സരച്ചരടു കെട്ടുന്നു. വെള്ളം ചരടിനുമീതെ എട്ടുവിരൽ എകരത്തിൽ മറിയണം. അപ്പൻതറയിൽ അമ്മതാപ്ള നാക്കിന് ഇരുന്നു താളം ചൊല്ലുന്നു...

അയ്യയ്യേ... അയ്യയ്യേ...

....

താളൊരു താളെ.... താളൊരു താളെ.....

അയ്യമ്പേ.... അയ്യമ്പേ....

നാലുനീളം മുറക്കം ചവിട്ടുന്നു. മാട ശ്രദ്ധിക്കുന്നു. അമരം പോരാത്തിടം നോക്കി പൊന്തൻമാട വിളിച്ചുപറയുന്നു...

അടിമരുങ്ങെ... അയ്യയ്യടാ....

എടമരുങ്ങെ... അയ്യയ്യടാ....

മുറിനാക്കെ.... അയ്യയ്യടാ....

തലമോളെ.... അയ്യയ്യടാ....

ചക്രം പൂക്കത്തുന്നനേരം. പിലാപറമ്പിൽ ശങ്കു വിളിച്ചുപറയുന്നു. കണ്ടോളിൻ കൂട്ടരെ ഒരു വിദ്യ. മൂന്നാള് ഉയരത്തിൽ ചക്രത്തിന്റെ തലമോളിൽ നിന്നുകൊണ്ട് മുളംകാലിലെ പിടിത്തം വിട്ടുകൊണ്ട് പിലാപറമ്പിൽ ശങ്കു രണ്ടുകൈയും കെട്ടി ചക്രം ചവിട്ടുന്നു...

പോരാ...

പറവളുപ്പൻ മുതലാളി ഒരു നാളികേരം എറിഞ്ഞുകൊടുത്തത് പിലാ പറമ്പിൽ ശങ്കു ചക്രം ചവിട്ടിക്കൊണ്ട് ഒരു കഷണം അടയ്ക്ക പിടിക്കുന്ന ചേല്യ്ക്ക് പിടിച്ചു.

പോരാ...

പറവളുപ്പൻ മുതലാളി ഒരു വെട്ടുകത്തി എറിഞ്ഞതും പിലാപറമ്പിൽ ശങ്കു പിടിച്ചു. ചക്രം ചവിട്ടിക്കൊണ്ടുനിന്ന് വെട്ടുകത്തികൊണ്ട് നാളി കേരം ഉടച്ചു പൂളു വെട്ടി തിന്നുന്നു. പൊന്തൻമാട മതിമറന്ന് അനുമോ ദിച്ചുകൊണ്ടു കൂവി:

തലമോളിലെ കൂളാ... കൂകൂകൂ...

അടിമൂട്ടിലെ കൂളാ... കൂ... കൂ... കൂ...

പൊന്തൻമാട തിരിഞ്ഞുനോക്കി. പൊന്തൻമാടയ്ക്കു പരിസരബോധ മുണ്ടായി. വെറും നിലത്താണ് താൻ ഇത്രയും നേരം ചവിട്ടിയിരുന്നത്.

പിന്നിൽനിന്നു ശബ്ദം കേട്ടാണ് തിരിഞ്ഞുനോക്കിയത്.

നമ്പുണ്ണി ആശാരി.

'എന്താണാവോ ഈ നേരത്ത് ഇവിടെ ഒക്കെ നടക്കണത്?' പൊന്തൻ മാട കിതച്ചുകൊണ്ടു ചോദിച്ചു.

'എന്റെ പൊന്തൻമാടേ. ഇനി നമ്മൾക്കൊക്കെ എന്തുചെയ്യാനാ? പണ്ടൊക്കെ മൂത്താശ്ശാരി മൂത്താൽ കയിലു കുത്തുമായിരുന്നു. ഇന്ന് ചെരട്ടക്കയില് ഉണ്ടോ ആരെങ്കിലും വാങ്ങാൻ. ഒക്കെ അലൂമിനിയവും സ്റ്റീലുമായില്ലേ. അതുപോട്ടെ. പൊന്തൻമാട അറിഞ്ഞോ, ഇക്കൊല്ലം പുഞ്ചക്കൃഷി പണിയുന്നില്ലാന്നത്രെ തീരുമാനിച്ചത്.'

പൊന്തൻമാട തലയാട്ടി. മിണ്ടാൻ അശക്തനായിരുന്നു.

നമ്പുണ്ണി ആശാരി പറഞ്ഞു:

'അതു കേട്ടപ്പൊ എന്റെ കരളിൽ ഒരു തിരുഉളി ആരോ തിരുകേതു പോലെ തോന്നി. ഇരിക്കപ്പൊറുങ്ങ് ഇല്യാണ്ടായപ്പോഴാണ് ഒന്നു നടക്കാൻ ഇറങ്ങിയത്.'

അതു പറഞ്ഞപ്പോഴും പൊന്തൻമാട തലയാട്ടി.

'എന്താ, രണ്ടു വയസ്സന്മാരുംകൂടി ഒരു മീറ്റിങ്?' വയസ്സന്മാർ തിരിഞ്ഞു നോക്കി. അപ്പുമേലാൻ.

'എന്തേ ഇങ്ങനെ ഒരു തീരുമാനം എടുക്കാൻ? ഒരുകാലത്ത് ചുള്ളി തുരുത്തുവരെ കിളച്ചു നെര ചേർത്തു കൃഷിചെയ്ത കാലങ്ങളുണ്ടായി ട്ടില്ലേ? ഇന്ന് ഇങ്ങനെ ഒരു കാലം.'

നമ്പുണ്ണി ആശാരി പറഞ്ഞു. അപ്പുമേലാൻ ഒന്നും മിണ്ടിയില്ല. മറ്റൊന്നാണ് പറഞ്ഞത്:

'പണിയണമെന്നു കരുതി പെട്ടീം പറേം എഞ്ചിൻതറയിൽ കൊണ്ടു പോയി വെച്ചതായിരുന്നു. ഇപ്പോൾ കൂലിക്കാരെ വിട്ട് അതെടുപ്പിച്ച് കൊണ്ടുവരുവാണ്.'

കൂലിക്കാർ വഞ്ചിയിൽനിന്നും ഇറക്കിയ പെട്ടീം പറേം എടുത്തു കൊണ്ടുവരുന്നു.

'ഈ പെട്ടീം പറേം എന്റെ കൈയോണ്ടു പണിതതാണ്.' നമ്പുണ്ണി ആശാരി പറഞ്ഞു.

'ആർക്കാ അതില് സംശയം ഉള്ളത് മുത്താശ്ശേര്യേ. നമ്പുണ്ണി ആശാരി ആരായിരുന്നു.' അപ്പുമേലാൻ വികാരാധീനനായി പറഞ്ഞു.

'ഇനി ഈ പെട്ടീം പറേം നിങ്ങൾക്കാർക്കും ആവശ്യം ഉണ്ടാവില്ലല്ലോ. അതെനിക്ക് തന്നോളൂ. ഞാൻ അതോണ്ട് ഒരു പുതിയ പണിത്തരം കണ്ടി ട്ടുണ്ട്.'

'എന്താണാവോ മൂത്താശ്ശാരിയുടെ പുതിയ പണിത്തരം.'

'എന്റെ ഒരു മഞ്ചപ്പെട്ടി പണിതുവെക്കാൻ... ഈ നിക്കണ പൊന്തൻ മാടേടും ഒരു മഞ്ചപ്പെട്ടി.'

നമ്പുണ്ണി ആശാരിയുടെ കണ്ണുകൾ നിറഞ്ഞു.

കേട്ടുനിന്ന പൊന്തൻമാട വിങ്ങിപ്പൊട്ടി.

അവരോളംതന്നെ പ്രായമില്ലെങ്കിലും അപ്പുമേലാനും കഴിഞ്ഞകാല ത്തിന്റെ കണ്ണിതന്നെയായിരുന്നു. പരസ്പരം നോക്കാൻ ധൈര്യപ്പെടാതെ അവർ മൂന്നുപേരും പുഞ്ചപ്പാടത്തെ പായൽപ്പരപ്പിലേക്കു നോക്കി നിന്നു.

■

ശീമത്തമ്പുരാൻ

പഴയ ആനവാതില്ക്കൽ മാട നിന്നു. ഇന്ന് ആനവാതിലിനു മേൽക്കൂരയില്ല. കരിങ്കൽ വിരിച്ച പടവുകൾ അതുപോലെതന്നെയുണ്ട്. ആനവാതിൽ കടന്നാൽ ഇരുവശവും ചെങ്കൽമതിലാണ്. കൈയട്ടള വഴി. വല്ലാതെ കിതപ്പു തോന്നി. മാട അവിടെത്തന്നെ ഇരുന്നു. പൂമുഖത്തേക്കു നോക്കി. പൂമുഖം ഒഴിഞ്ഞുകിടക്കുന്നതു കണ്ടപ്പോൾ മാടയ്ക്കു ഭയം തോന്നി. മാട ഇന്നുവരെ പൂമുഖത്തു കാലുകുത്തിയിട്ടില്ല. തമ്പ്രാൻസ്ഥാനമുണ്ടെങ്കിലും നായന്മാരു വീടാണ്. എന്നാലും നമ്പൂരിത്തമ്പ്രാക്കന്മാരുപോലും പൂമുഖത്തു കയറിയാൽ ഇരിക്കാൻ ഭയപ്പെട്ടിരുന്നു. തീണ്ടലിലൊന്നും ശീമത്തമ്പുരാൻ വിശ്വസിച്ചിരുന്നില്ല. എന്നിട്ടും ശീമത്തമ്പുരാന്റെ കാലത്തും പഴയതിനൊന്നും മാറ്റം സംഭവിച്ചില്ല. ശീമത്തമ്പുരാൻ ശീമയിൽവച്ചു മാർഗ്ഗം കൂടിയിരുന്നു എന്നൊരു കേട്ടുകേൾവിയുണ്ട്. നേരോ നൊണയോ... മാടയ്ക്ക് ഇന്നും സംശയമുണ്ട്. ശീമത്തമ്പുരാൻ എന്നും സന്ധ്യയ്ക്കു മേലു കഴുകിവന്നു ഭസ്മം തൊടുമായിരുന്നു. മുറിയിലിരുന്നു നാമം ചൊല്ലുന്നത് ആ വീടാകെ മുഴങ്ങിക്കേൾക്കാമായിരുന്നു. ഇന്നും ആ ശബ്ദം അവിടെ മുഴുവൻ മുഴങ്ങുന്നതായി മാടയ്ക്കു തോന്നി. ഇപ്പോഴും ശീമത്തമ്പുരാൻ വിളിക്കുന്നതായി, രാത്രികാലങ്ങളിൽ വിളികേട്ടുകൊണ്ട് മാട ഉണരും. അപ്പോഴൊക്കെ ശീമത്തമ്പുരാന്റെ ചുരുട്ടിന്റെ മണമേല്ക്കാറുണ്ടായിരുന്നു. ശീമത്തമ്പുരാന്റെ തല്ലു വാങ്ങാത്ത ഒരൊറ്റ വല്ലിആളരും ഉണ്ടായിരുന്നില്ല. പുഞ്ചപ്പടവിന്റെ മേൽവരമ്പു പൊട്ടി കൃഷി ആകെ നശിച്ചു. ഉണ്ടായത് മാടയുടെ നോട്ടക്കുറവുകൊണ്ടാണെന്ന് ശീമത്തമ്പുരാൻ മനസ്സിലാക്കി. എന്നിട്ടും മാടയെ തല്ലിയില്ല. ഒരിക്കൽ മാത്രം... കാക്കാത്തുരുത്തിലെ വയലിലേക്ക് ഊരാളൻ ചെറുങ്ങോരൻ പ്രത്യേകം ക്ഷണിച്ചിരുന്നു. മാട പനങ്കള്ളും തെങ്ങിൻതാവരവും മൂക്കറ്റം കുടിച്ചു. നാലു കാലിന്മേലാണ് തിരിച്ചെത്തിയത്. ശീമത്തമ്പുരാന്റെ ചെവിയിലുമെത്തി. അടുത്തേക്ക് വിളിച്ച് ഇടയറിയാതെ ഒരൊറ്റ അടി.

"ഇനി കുടിക്ക്വോ..."

കണ്ണും ചെവിയും പൊത്തി ഒരൊറ്റ അടി. തോട്ടുവരമ്പത്തുനിന്ന് ഉരുണ്ട് നെല്ലിൻകണ്ടത്തിൽ ചെന്നുവീണു. എട്ടുനാഴികനേരം ചെന്നപ്പോഴാണ് ബോധം വീണത്. ശീമത്തമ്പുരാൻ ശീമനാടുകളിൽ എത്രയോ കാലം കഴിഞ്ഞതാണ്. ജീവിതത്തിൽ ഒരിക്കൽപോലും മദ്യപിച്ചിട്ടില്ല. മാട കൊടുങ്ങല്ലൂരെ ഭരണിക്കു പോകുമ്പോൾ ശീമത്തമ്പുരാൻ കുടിക്കാനുള്ള കാശും അനുവാദവും തന്നിരുന്നു. എന്നിട്ടും കുടിക്കാനുള്ള ധൈര്യം മാടയ്ക്കുണ്ടായിരുന്നില്ല. ഒരിക്കലും കുടിച്ചിട്ടുമില്ല.

ഇന്ന് ഈ തറവാടിന്റെ മുറ്റത്ത് ഇരിക്കുമ്പോൾ മാട എന്തെല്ലാം ഓർത്തുപോകുന്നു.

വീടിനകത്തുനിന്ന് ശീമത്തമ്പുരാന്റെ ചുരുട്ടിന്റെ പുക വരുന്നു. മണം മൂക്കിൽ ഇരമ്പിക്കയറുന്നു.

മാട പൂമുഖത്തേക്കു നോക്കി. ഒരു ഈച്ചപോലും പറക്കാൻ ധൈര്യപ്പെടാത്ത ആദ്യകാലത്തെ പൂമുഖം. പിന്നെപ്പിന്നെ കുടുംബചരിത്രം വന്നു. കാളിദാരികന്മാരുടെ വേലപ്പറമ്പുപോലെ ഈ പൂമുഖം അങ്കക്കലികളും കണ്ടിട്ടുണ്ട്. ഈ പൂമുഖത്തിന്റെ മുകളിൽ നീലച്ചില്ലുകളുടെ പാളികളുള്ള ജനാലകളുണ്ടായിരുന്നു. ഇന്നില്ല. അതിന്റെ കിഴക്കുവശത്തായിരുന്നു ശീമത്തമ്പുരാന്റെ മുറി. മാട ആ മുറിയുടെ ഭാഗത്തേക്ക് നോക്കി. രാത്രിയിൽ എപ്പോഴെങ്കിലുമായിരിക്കും ഒരു വിളി:

മാടേ....

മാടയ്ക്കു മുറ്റത്തൊന്നും ചവിട്ടാൻ പാടില്ലായിരുന്നു. ശീമത്തമ്പുരാന്റെ മുറിയുടെ പിന്നിൽ നില്ക്കുന്ന കവുങ്ങിൽ കയറി മുറിയുടെ എകരം വരെ എത്തി തളപ്പിട്ട കാലുകൾ ഇറുക്കി കവുങ്ങിൽത്തന്നെ ഇരിക്കും. പിറ്റേന്നാൾ ചെയ്യേണ്ട പണിയുടെ വിവരം ശീമത്തമ്പുരാൻ പറഞ്ഞുതരും. എല്ലാം പറഞ്ഞുതീരുമ്പോൾ ശീമത്തമ്പുരാൻ പറയും, ഇനി മാട പോയി കിടന്നോ... ആ നേരം മുഴുവൻ മാട കവുങ്ങിൽത്തന്നെ ഇരിക്കും. അതൊരു പതിവായി മാറി.

ശീമത്തമ്പുരാന് രാത്രികാലങ്ങളിൽ ഉറക്കം ഉണ്ടായിരുന്നില്ല. പാട്ടുപെട്ടിയിൽ പാട്ടുവയ്ക്കും. ഒരു പുസ്തകം ഏടു മറിച്ചുകൊണ്ടിരുന്നു. അതിൽ നിറയെ ഒട്ടിച്ച പോട്ടങ്ങളായിരുന്നു. അതും നോക്കി ഖേദിച്ചുകൊണ്ടിരിക്കും. ചിലപ്പോൾ തമ്പുരാൻ പൊട്ടിക്കരയാറുണ്ടായിരുന്നു.

മാട ഇതൊക്കെ ഓർക്കുമ്പോഴും നോട്ടം വീട്ടിനകത്തേക്കായിരുന്നു. ജനാലയിൽക്കൂടി പുക വരുന്നു. ശീമത്തമ്പുരാന്റെ ചുരുട്ടിന്റെ മണം. ഇപ്പോൾ ചുരുട്ടിന്റെ പുക പൂമുഖത്തു പരക്കുന്നു. മാട നടുങ്ങി. പൂമുഖത്ത് ഒരാൾ നില്ക്കുന്നു. ശീമത്തമ്പുരാന്റെ അതേ ചുരുട്ടു വലിക്കുന്നു. ഒരു മുഴം ചുരുട്ട്. ആ മനുഷ്യൻ തിണ്ണയുടെ അറ്റംവരെ വന്നു.

“എന്താടാ പേടിച്ചു നില്ക്കണത്? ഇങ്ങട് എടുത്തുവാടൊ...”

"ഇബടെ ഒരു തമ്പുരാനുണ്ടായിരുന്നു. മൂപ്പര് ഈ ചുരുട്ടാ വലിക്ക്യാ... ആ തമ്പ്രാനെ ഓർത്തുനിന്നതാ..."

മാട പറഞ്ഞു.

"ഈ ചുരുട്ടോ? ഈ ചുരുട്ടൊന്നും ഇപ്പോൾ ഇവിടെ കിട്ടില്ല. ചെക്കന്മാര് ഗൾഫിൽനിന്ന് കൊണ്ടുവരുന്നതാ."

ചുരുട്ടു വലിക്കുന്ന ആൾ ഈ വീടിന്റെ പുതിയ ഉടമസ്ഥനായിരിക്കും. മാട കരുതി.

"തന്റെ പേരെന്താ?"

"എന്റെ പേരു മാട."

"ഓ... മാടയോ? ഇവിടത്തെ ഏറ്റവും പഴയ പണിക്കാരൻ, അല്ലേ?"

മാട മിഴിച്ചുനിന്നു.

"എടൊ മാടെ, ഇങ്ങട് അടുത്തുവരൂ. എനിക്ക് ഒച്ച ഇടാൻ വയ്യ."

മാട ഇന്നുവരെ പൂമുഖത്തൊന്നും കാലുകുത്തിയിട്ടില്ല. ശങ്കിച്ചു നിന്നു.

"അതൊക്കെ പഴയകാലത്ത്. ഇപ്പൊ തനിക്ക് ഇങ്ങട് അടുത്തുവരാം."

മാട എഴുന്നേറ്റു. കടക്കാൻ പാടില്ലാത്തിടത്ത് നടക്കുന്നു എന്നു തോന്നിയതുകൊണ്ടാവാം, മാട ഊന്നുവടിയിൽ കൂടുതൽ അമർത്തി. ആവശ്യത്തിലേറെ ഊന്നിയതുകൊണ്ടാവാം മാട വല്ലാതെ കിതച്ചിരുന്നു. മാട പൂമുഖത്തിണ്ണയിൽ കൈയമർത്തി നിന്നു. കിതച്ചുകൊണ്ടു ചോദിച്ചു:

"എന്തിനാ എനിക്ക് ആളെ അയച്ചത്?..."

"ആളു വന്നിരുന്നു അല്ലേ? തന്നെ കണ്ട് ഒരു നൂറുകൂട്ടം കാര്യങ്ങൾ അറിയാനുണ്ട്."

മാട അന്തംവിട്ടു തിണ്ണയിൽ രണ്ടു കൈകളും ഊന്നി നിന്നു.

"എടൊ, മാടെ, ഈ വീടു വാങ്ങിക്കാൻ വിചാരിച്ചപ്പൊ എനിക്ക് എന്താ തോന്നീന്നോ? ഈ വീടു പൊളിച്ചാൽ ഒരു നാലു വീടിനുള്ള ചെങ്കല്ലും മരവും കിട്ടും. ഇതൊക്കെ പൊളിച്ച് നാലു വീടുവയ്ക്കണംന്ന് തന്ന്യാ ഞാൻ പ്ലാനിട്ടത്. ഇപ്പോൾ ചാടിയാൽ പൊന്താതെയായി. മൂന്നു മക്കളും വിസ കാൻസലാക്കി പോന്നു. ഒരു ബസ് ഉണ്ടായിരുന്നതു പുഴയ്ക്കൽ പാലത്തിന്മേൽ ചെന്ന് ഇടിച്ചു തോട്ടിൽ മറിഞ്ഞു. മൂന്നാളു മരിച്ചു. കൈയൊടിഞ്ഞോരും കാലൊടിഞ്ഞോരും വേറെ. നാലു ബസ് വിറ്റാൽ നഷ്ടപരിഹാരം കൊടുത്തുതീർക്കാൻ പറ്റില്ല. എല്ലാംകൊണ്ടും പൊറുതി മുട്ടിയപ്പോഴാണ് ഇവിടെ വന്നു താമസിക്കുവാൻ തീരുമാനിച്ചത്. അത് അതിലേറെ തകരാറിലായി."

അയാൾ തിണ്ണയിലിരുന്നിട്ടു വർത്തമാനം തുടർന്നു:

“ഇവിടെ താമസം തുടങ്ങിയപ്പോഴല്ലേ വിവരം അറിഞ്ഞത്.”

മാട തരിച്ചുനിന്നു. വളരെ വിഷമത്തോടെ ചോദിച്ചു:

“എന്താണാവോ ഇബടംകൊണ്ട് ഒരു ദോഷം കണ്ടത്?”

“ദോഷം ചില്ലറയൊന്നുമല്ല. ആദ്യം കണ്ടത്, എന്റെ മൂത്ത മകന്റെ മോള് കുന്നൂര് പഠിക്കുന്ന കുട്ട്യാ. ആ കുട്ടിക്ക് ഇവിടെ വന്നാൽ ഉറക്കം തീരെ ഉണ്ടാവില്ല. ഇംഗ്ലീഷ് പാട്ട് പാടണുണ്ട്. അത് ഏറ്റുപാടാന്നും പറഞ്ഞു നേരം പുലരോളം പാട്ട് തന്നെ...”

മാട മിഴിച്ചുനിന്നു.

“എടൊ മാടെ, ഈ പൂമുഖത്തിനു നേരെ മുകളിൽ സൈഡ് മുറിയില്ലേ? അതിന്റെ താക്കോൽ ആരുടെ കൈയിലാ? വീടു തന്നപ്പോഴ് ആ മുറീടെ താക്കോലു മാത്രം കിട്ടിയില്ല. ആരുടെയോ കൈയിലുണ്ട്, വാങ്ങിത്തരാമെന്നു പറഞ്ഞു...”

മാട നെഞ്ചു തടവിക്കൊണ്ട് എല്ലാം ഓർത്തുപോകുകയാണ്. ഒടുവിലൊടുവിൽ ശീമത്തമ്പുരാന്റെ അമ്മയ്ക്ക് തലയ്ക്ക് ഒട്ടും വെളിവുണ്ടായിരുന്നില്ല. ഒരിക്കൽ ആ മുറിയുടെ താക്കോൽ മാടയ്ക്കു തന്നിരുന്നു.

“ഈ മുറീടെ ശരിക്കുള്ള അവകാശി നീ തന്ന്യാ. നീ സൂക്ഷിച്ചോ അവള് വരുമ്പോ തുറന്നുകൊടുത്തോ...”

മാട എന്തോ സൂത്രം പറഞ്ഞ് താക്കോൽ വാങ്ങാതെ ഒഴിഞ്ഞുമാറി.

പുതിയ വീട്ടുടമസ്ഥൻ ഒരു പരാതിപോലെ പറയാൻ തുടങ്ങി:

“ഇതുവരെ താക്കോൽ കിട്ടിയില്ല. വാതിലിൽ ഉറപ്പിച്ച ഇരട്ടപ്പൂട്ടാണ്. ആ വാതിൽ ആകെ പൊളിച്ചാലേ മുറി തുറക്കാൻ പറ്റൂ. ആ പൂട്ടിനെപ്പറ്റി അറിയുന്ന ഒരു പഴയ കരുവാനെ കണ്ട് താക്കോൽ ഉണ്ടാക്കാൻ ഏല്പിച്ചിട്ടുണ്ട്.”

മാട അപ്പോഴും ശീമത്തമ്പുരാന്റെ അമ്മയെ കൺമുന്നിൽ കാണുകയായിരുന്നു. ആ വീട്ടിൽനിന്നും ഒറ്റപ്പെട്ടുപോയ ഒരു സ്ത്രീ...

പുതിയ വീട്ടുടമസ്ഥൻ പൊടുന്നനെ ഒരു ചോദ്യം:

“താൻ ഇവിടത്തെ പഴയ ആളല്ലേ? ഇവിടെ വല്ല ദുർമരണവും ഉണ്ടായിട്ടുണ്ടോ?”

“ഇവിടെ കൊലപാതകൊന്നും ഉണ്ടായതായിട്ട് എന്റെ ഓർമ്മേലില്ല...”

“കൊലപാതകം മാത്രമാണോ ദുർമരണം. ആരെങ്കിലും ആത്മഹത്യ ചെയ്തിട്ടുണ്ടോ?”

മാട അറിയാതെത്തന്നെ പൂമുഖത്തിണ്ണയിൽനിന്നു കൈയെടുത്തു. കുന്തക്കാലിൽ ഇരിക്കാൻ ശ്രമിച്ചു. സാധിച്ചില്ല. മൂടു നിലത്തു കുത്തി

കാലുകൾ നീട്ടി ഇരുന്നു. എന്നിട്ടും ഇരുപ്പിന് ഊന്നുവടിയുടെ സഹായം വേണ്ടിവന്നു.

പെട്ടെന്നു വീട്ടിനകത്തുനിന്ന് തുരുതുരാ മണിയൊച്ച മുഴങ്ങി. പുതിയ വീട്ടുടമസ്ഥൻ അകത്തേക്കു പോയി.

മാട അവിടെത്തന്നെ ഇരുന്നു. നല്ല ചന്തമുള്ള ഒരു പയ്യൻ പൂമുഖത്തേക്കു വന്നു. അമ്പലപ്പറമ്പിൽ ഇപ്പോൾ കുട്ടികൾ കളിക്കാറുള്ള കനം കുറഞ്ഞ പിടിയുള്ള മന്തൻവടി തിണ്ണയിൽ ചാരിവച്ചു. കൈയിൽ ഒന്നും ഉണ്ടായിരുന്നില്ല. എന്നിട്ടും എന്തോ ചുഴറ്റി എറിയുന്നതുപോലെ രണ്ടു മൂന്നുതവണ ആംഗ്യം കാണിച്ചു. അപ്പോഴാണ് മാടയെ കണ്ടത്.

“ഹലോ, നിങ്ങളാണോ മാട?...”

മാട തലയാട്ടി.

“ഹലോ മാട, നിങ്ങൾ ശീമത്തമ്പുരാനെ കണ്ടിട്ടുണ്ടോ?...”

“എന്നെ വളർത്ത്യേത് ശീമത്തമ്പുരാനാണ്...”

“ശീമത്തമ്പുരാൻ ഐറിഷ് ഫ്രീഡം മൂവ്മെന്റിൽ പങ്കെടുത്തതുകൊണ്ട് ഇംഗ്ലണ്ടിൽനിന്ന് ഇന്ത്യയിലേക്ക് റീ പേട്രിയേറ്റ് ചെയ്തതാണോ?...”

അതായത് ഇംഗ്ലണ്ടിൽനിന്നും ഇങ്ങോട്ടു കയറ്റി അയച്ചതാണോ?

മാടയ്ക്ക് ഒന്നും മനസ്സിലായില്ല. ഏതോ ലഹളയിൽ ശീമത്തമ്പുരാൻ പങ്കെടുത്തുവെന്നും ഇനി ഒരിക്കലും ശീമയിലേക്കു തമ്പുരാനു പോകാൻ പറ്റില്ലെന്നും തമ്പുരാൻതന്നെ പറഞ്ഞ അറിവ് മാടയ്ക്ക് ഉണ്ടായിരുന്നു. എന്നിട്ടും മാട ഒന്നും മിണ്ടിയില്ല. തുടർന്ന് ഒന്നും ചോദിക്കാതെ ആ പയ്യൻ വണ്ണംകുറഞ്ഞ പിടിയുള്ള മന്തൻവടിയുമെടുത്തു സൈക്കിളിൽ കയറിപ്പോയി.

മാട അവിടെത്തന്നെ ഇരുന്നു. ഒരു ഓർമ്മമാത്രം മാടയെ അലട്ടിയിരുന്നു. അതൊരു ദുർമരണമായിരുന്നുവോ? മാട ചിന്തിക്കുന്നു, ഓർമ്മയും യുക്തിയുമെടുത്ത്.

മാടേ... എന്നൊരു നീട്ടിവിളി. മാട തളപ്പും എടുത്തുകൊണ്ട് ഓടി. കവുങ്ങിൽ കയറി ശീമത്തമ്പുരാന്റെ മുറിയുടെ എകരംവരെ കയറി കവുങ്ങിൽ ഇരുന്നു. ശീമത്തമ്പുരാൻ നീലക്കമ്പിളി കാലുറ ധരിച്ചിരിക്കുന്നു. മഞ്ഞപ്പട്ടിന്റെ കുപ്പായം ഇട്ടിരിക്കുന്നു. തോൽപ്പെട്ടിയിൽനിന്ന് കഴുത്തിൽ കെട്ടുന്ന പട്ട തെരയുകയായിരുന്നു. ശീമത്തമ്പുരാൻ മാത്രമേ ആ മുറിയിൽ ഉണ്ടായിരുന്നുള്ളൂ. എന്നിട്ടും ശീമത്തമ്പുരാൻ ആരോടോ ഇംഗ്ലീഷിൽ എന്തോ ചോദിക്കുന്നതുപോലെ തോന്നി. ഓരോ പട്ടയെടുക്കുമ്പോഴും ചോദിച്ചിരുന്നു. ഒടുവിൽ നാലുമണിപ്പൂവിന്റെ നിറമുള്ള ഒരു പട്ടയെടുത്തു കഴുത്തിൽ കെട്ടി മുന്നോട്ടു നീട്ടിവലിച്ചിട്ടു. ഒരു നീല കോട്ടു

ധരിച്ചു. പക്ഷിത്തൂവലുള്ള ഒരു തൊപ്പിയെടുത്തു തലയിൽ വച്ചു. കണ്ണാടിയിൽ നോക്കി ചിരിച്ചു. ഇംഗ്ലീഷിൽ എന്തോ പറഞ്ഞു. മാട കവുങ്ങിൽ ഇരുന്നു മിടയിറക്കി.

കുറച്ചുനേരം എന്തോ ഓർത്തിരുന്നിട്ടു ശീമത്തമ്പുരാൻ പറഞ്ഞു: “മാടയെ വിളിച്ചത് ഒരു കാര്യം പറയാനാണ്. വിത്തു തെകേല്യാന്നു തീർച്ചയായി. ഞാൻ പള്ളിക്കര കോന്നനോട് ഒരു നൂറുരൂപാ വിത്ത് പറഞ്ഞുവച്ചിട്ടുണ്ട്. തെക്കൻചീരയാണ്.

മാട ശുദ്ധഗതികൊണ്ട് അന്നു ചോദിച്ചു:

എവിടേക്കാണാവോ പൊടുന്നനെ ഒരു യാത്ര?

ശീമത്തമ്പുരാൻ ചിരിച്ചു നിന്നതേയുള്ളൂ.

പെട്ടീം കെടക്കേം ഒക്കെ കുതിരവണ്ടിയിൽ കൊണ്ടുപോയി വെയ്ക്കണ്ടേ?

മാട അതു ചോദിച്ചത് ഇന്നും ഓർക്കുന്നു. മറുപടിയും ഓർക്കുന്നു:

വേണ്ട, ഞാൻ ഒന്നും കൊണ്ടുപോകുന്നില്ല.

നേരം വെളുത്തപ്പോൾ അറിഞ്ഞ കാര്യങ്ങൾ, കണ്ട കാഴ്ച! മാട കവുങ്ങിൽ തളപ്പുപോലും എടുക്കാൻ സമയം കളയാതെ കയറി മുറിയിലേക്ക് ഒന്ന് എത്തിനോക്കി. അതേ വേഷത്തിൽ സ്വന്തം കട്ടിലിൽ. ഏറ്റവും കടുത്ത വിഷമായിരുന്നു കഴിച്ചത്. എന്നിട്ടും മുഖത്തു പുഞ്ചിരി. ഒരെഴുത്ത് എഴുതിവച്ചിരുന്നു. ദഹിപ്പിക്കണം. ചാരം സൂക്ഷിക്കണം. അത് ഏറ്റുവാങ്ങാൻ ശീമയിൽനിന്ന് ഒരു പെണ്ണു വരും. തുടർന്ന് കുടുംബത്തിൽ എന്തെല്ലാം കലഹം നടന്നു. അമ്മ ഇരിക്കെ ദഹിപ്പിക്കരുത്. ചാരം വീട്ടിനകത്തു സൂക്ഷിക്കരുത്. ഒടുവിൽ ഒരു നോട്ടക്കാരനെ വരുത്തി. നോട്ടത്തിൽ കണ്ടു. അത്രയും ശുദ്ധനായ മനുഷ്യന്റെ ചാരം വീട്ടിൽ സൂക്ഷിച്ചാൽ വീടിനു ഗുണമേ ഉണ്ടാവൂ. കൊത്തുപണികളുള്ള ഒരു ചെമ്പിൻകുടത്തിൽ ചാരം സൂക്ഷിച്ചു. പാവുമുണ്ടുകൊണ്ട് വായ്ക്കുകെട്ടി ആ മുറിയിലെ കട്ടിലിനടിയിൽ സൂക്ഷിച്ചു. ആ മുറി പിന്നെ തുറന്നില്ല.

പുതിയ വീട്ടുടമസ്ഥൻ പൂമുഖത്തേക്കു വന്നു.

“എടൊ മാടെ, ഈ വീട്ടിനകത്ത് അസ്ഥി സൂക്ഷിച്ചിട്ടുണ്ടോ?”

“ആരാ പറഞ്ഞത്!...”

“ഞങ്ങൾ ഒരു നോട്ടക്കാരന്റെ അടുക്കൽ പോയിരുന്നു.”

“ഇങ്ങടെ കൂട്ടരും നോട്ടക്കാരുടെ അടുക്കൽ പോകുമോ?”

“എടൊ മാടേ, കഷ്ടകാലം വരുമ്പോ ഇങ്ങടെ കൂട്ടരും വേറെ കൂട്ടരുമില്ല. എല്ലാവരും പോകും. നോട്ടത്തിൽ ഒന്നുകൂടെ തെളിഞ്ഞുകണ്ടിട്ടുണ്ട്. അസ്ഥി മറ്റാരേയും തൊടീക്കരുത്. ഇവിടത്തെ ഒരു പഴയ പണിക്കാരനുണ്ട്. അവനെക്കൊണ്ട് അത് കൊണ്ടുപോയി ഭാരതപ്പുഴയിൽ

ഒഴുക്കാൻ ഏല്പിക്കണം. അതിനാ തന്നെ മാത്രം വിളിപ്പിച്ചത്. പോകാൻ കാറൊക്കെ ഏല്പിച്ചിട്ടുണ്ട്..."

മാടയുടെ കണ്ണുകൾ നനഞ്ഞു. ശീമത്തമ്പുരാന്റെ അസ്ഥി ഒഴുക്കാനുള്ള വിധി തനിക്കോ?

ഒരു ചെറുപ്പക്കാരൻ സ്കൂട്ടറിൽ കൈയട്ടളവഴിയും കടന്നു മുറ്റത്തേക്കു വന്നു. അവൻ നീളൻകാലുറ ധരിച്ചിരുന്നു. കുപ്പായം ഇട്ടിരുന്നില്ല. ശരീരത്തിൽ പൊക്കിൾവരെ നീണ്ടുകിടക്കുന്ന കട്ടികൂടിയ സ്വർണ മാലയുണ്ട്.

"അച്ഛൻ താക്കോല് ഉണ്ടാക്കി തന്നയച്ചിട്ടുണ്ട്. ഏതാ മുറി?"

"മാടെ, വാ..."

വീട്ടുടമസ്ഥൻ വിളിച്ചു. മാട ഇന്നുവരെ ആ വീട്ടിൽ കയറിയിട്ടില്ല. നാല്പതുവർഷം പെരുമാറിയതും വീട്ടിനു പുറത്തായിരുന്നു.

പണിപ്പെട്ടു വാതിൽ തുറക്കുമ്പോഴൊക്കെ മാട ശീമത്തമ്പുരാന്റെ അസ്ഥിയെക്കുറിച്ചല്ല ഓർത്തത്. പോട്ടം ഒട്ടിച്ച ആ പുസ്തകത്തെക്കുറിച്ച്. ശീമത്തമ്പുരാൻ കരളായി കരുതിപ്പോന്ന ആ മതാമയുടെ മുഖമൊന്നു കാണാൻ മാടയുടെ കണ്ണുകൾ വെമ്പിയിരുന്നു.

മുറി തുറന്നു. ജനാലകളും തുറന്നു. മുറിയിൽ വെളിച്ചം വീണു. കാറ്റും കടന്നു. മുറി ആകെ ഒരു വലിയ ചിതൽപ്പുറ്റുപോലെ തോന്നി. പകൽ വെളിച്ചത്തിൽ മുറിയാകെ പരിശോധിച്ചു. കൊത്തുപണികളുള്ള ചെമ്പിൻകുടവും ചാരവും മാത്രം അവിടെ കണ്ടില്ല.

■

കൗസല്യ മൂത്തമ്മ

അതൊരു മാളികവീടായി തോന്നിയില്ല. ഏതോ പടമടിയൻ ജന്തു കൈകാലുകൾ നീട്ടി ഉറങ്ങിക്കിടക്കുന്നു. ഉണർന്നാൽ നിവർന്നുനിന്ന് ഗർജ്ജിക്കും. അതോർത്തയാൾ തട്ടുകയോ മുട്ടുകയോ ചെയ്തില്ല. കോളിങ്ബെൽ തെരഞ്ഞതുമില്ല. പൂമുഖം പിറന്നപടി കിടക്കുന്നു. അന്നൊക്കെ പൂമുഖം പറഞ്ഞ് മനസ്സിലാക്കാൻ ഈ വീട്ടിലെ സ്ത്രീകൾ ഗൈഡുപോലെ ശ്രദ്ധാലുക്കളായിരുന്നു. ബർമാതേക്ക്, സാക്ഷാൽ മഹാഗണി, ബ്രിട്ടീഷ് ഓക്ക്, നിലമ്പൂർ ടീക്ക്, കിഴക്കൻ ദ്വീപിലെ മാർബിൾ വുഡ് എന്നൊക്കെ പറഞ്ഞ് ഓരോ ഫർണീച്ചറും സന്ദർശകർക്ക് പരിചയപ്പെടുത്തുമായിരുന്നു. കുടുംബം മരക്കച്ചവടക്കാരുടേതായിരുന്നതുകൊണ്ട് തലമുറയായി അവർക്ക് ഈർന്ന് ഉരുപ്പടിയാക്കിയ മരംപോലും ഏതെന്ന് തിരിച്ചറിയാൻ കഴിയുമായിരുന്നു. അതൊരു സിദ്ധി. ജന്മവാസന എന്നൊക്കെ ഈ കുടുംബവുമായി ബന്ധപ്പെട്ട സ്ത്രീകൾ വിശ്വസിച്ചിരുന്നു. അന്നും മരക്കച്ചവടം സാഹസികരുടേതായിരുന്നു. മരം പൊന്നാണ്. വെറുതെ ഇട്ടാൽ മതി. പൊന്നുപോലെ പൊന്നിനൊപ്പം വില ഉയരും. അമ്മ പറയുമായിരുന്നു. മരക്കച്ചവടത്തിന്റെ വേദം.

ഇന്ന് പൂമുഖം ഒഴിഞ്ഞുകിടക്കുന്നു. ഫർണീച്ചർ എവിടേക്ക് മാറ്റിയെന്നറിയില്ല. പൂമുഖം താഴെ, ആപ്പീസ് മുറി നേരെ മുകളിൽ... അന്നത്തെ തച്ചുശാസ്ത്രം വിധിച്ചത് പടിഞ്ഞാറ്റിപ്പുരയായിരുന്നു. നടുമുറിയിൽ മച്ചും നെല്ലറയും പിന്നെ തെക്കിനി, വടക്കിനി, അടുക്കള, കൊട്ടത്തളം. കച്ചവടം വളർന്നു. സംസ്കാരം കലർപ്പായി. വൈവസായിക സംസ്കാരം. കയറ്റുമതി ഇറക്കുമതികൾ. വിദേശ സമ്പർക്കം കൊടികുത്തി. അഴിമുഖത്ത് പാണ്ടികശാല നേടാൻ കഴിയാത്തവർ സ്വന്തം വീടുകളിൽ ആപ്പീസ് മുറി പണിതു. പടിഞ്ഞാറ്റിപ്പുരയെ ബന്ധിച്ചുകൊണ്ട് കിഴക്ക് പടിഞ്ഞാറായി ഒരു നീളൻ മുറി പണിതു. പൂമുഖം. പൂമുഖത്തിന് മുകളിൽ മറ്റൊരു മുറി പണിതു. ആപ്പീസ് മുറി. പിന്നെ മറ്റൊരു സമയച്ചിട്ട വന്നു. ആപ്പീസ് അവേഴ്സ്. ആപ്പീസ് അവേഴ്സിൽ വീട്ടിലെ സ്ത്രീകളോ കുട്ടികളോ ഗൃഹനാഥനെ കാണണമെങ്കിൽ എൻഗേജ്മെന്റ് സമയം നേരത്തെ വാങ്ങി

വക്കണം. ഗൃഹനാഥൻ കാലത്ത് വിസ്തരിച്ച് ബ്രേക്ക്ഫാസ്റ്റ് കഴിക്കും. പിന്നെ തലപ്പാവും കോട്ടും ധരിച്ച് പരദേശത്തേക്ക് പോകുന്ന അകൽച്ച യോടെ കോവണി കയറി ആപ്പീസ് മുറിയിലേക്ക് കയറിപ്പോകും. ഷൂസ് കോവണിപ്പടിയിൽ അമരുന്ന ശബ്ദം കേൾക്കുമ്പോൾ കുട്ടികൾ സന്തോ ഷിക്കും. ഇനി ആപ്പീസ് അവേഴ്സ് കഴിയുന്നതുവരേക്കും വിചാരണയോ ശിക്ഷയോ ഇല്ല.

അന്ന് ആപ്പീസ് മുറിയിൽ നിറയെ റൈട്ടർമാർ ഉണ്ടായിരുന്നു എന്ന് അമ്മ പറഞ്ഞുകേട്ടിട്ടുണ്ട്. പൈലു റൈട്ടർ, ജോൺസൺ റൈട്ടർ, വാസു റൈട്ടർ. ഒരു സഹസ്രനാമം ചൊല്ലുന്ന ഈണത്തിൽ അമ്മ റൈട്ടർമാ രുടെ പേര് ഉരിയാടുമായിരുന്നു. താൻ കണ്ട ഏക റൈട്ടർ മുകുന്ദൻറൈട്ടർ. കൃത്യം ഏഴരയ്ക്ക് കിഴക്കോട്ടുനോക്കിയാൽ മുകുന്ദൻ റൈട്ടർ വരമ്പിൽ കൂടെ സൈക്കിൾ ഉരുട്ടിവരുന്നത് കാണാം. സൈക്കിൾ ഭദ്രമായി സ്റ്റാൻഡിൽ ഉയർത്തിവെച്ച് താഴിട്ടുപൂട്ടും. റെയിലിന് അപ്പുറത്ത് നാലാ മത്തെതോ അഞ്ചാമത്തെതോ ആണ് മുകുന്ദൻ റൈട്ടറുടെ വീട്. മുക്കാൽഭാഗത്തിലേറെ ദൂരം പൊക്കിയും ഉരുട്ടിയും ഒരു സൈക്കിൾ സാഹസം. പക്ഷേ, അന്നൊക്കെ റൈട്ടർമാർ സൈക്കിളിൽ സഞ്ചരിച്ചിരി ക്കണം. സൈക്കിളിൽ കയറിയാലും ഇല്ലെങ്കിലും സൈക്കിൾ ഒപ്പം കരു തണം. മുകുന്ദൻ റൈട്ടർ മഴയിലും തണുപ്പിലും കോട്ടൺ കോട്ടും വേനൽക്കാലത്ത് വൂളൻ കോട്ടും ധരിക്കുമായിരുന്നു. മഴയും മഞ്ഞുമേ റ്റാൽ വൂളൻകോട്ട് പിഞ്ഞിപ്പോകും. അതുകൊണ്ട് വേനൽക്കാലത്ത് വൂളൻകോട്ട് ധരിക്കുന്നു. സൈക്കിൾ സ്റ്റാൻഡിൽ നിർത്തിയിട്ട് കാത്ത് കിടക്കുന്ന ആരോടോ മറുപടി പറയാനെന്നോണം മുകുന്ദൻ റൈട്ടർ ആപ്പീസ് മുറിയിലേക്ക് കയറും, പിന്നെ തടിച്ച പുസ്തകങ്ങളിൽ പെൻസിൽ ഓടിച്ചുകൊണ്ട് ഇരിക്കും.

ആ കുടുംബത്തിൽ ആദ്യത്തെ ജപ്തി വന്നപ്പോൾ സൈക്കി ളിൽനിന്ന് കമ്പനി ബോർഡ് അഴിച്ച് താഴെയെറിഞ്ഞ് മുകുന്ദൻ റൈട്ടർ സൈക്കിളുംകൊണ്ട് ഓടിമറഞ്ഞു. പിന്നെ വന്നതേയില്ല.

ഇന്ന് ആപ്പീസ് മുറിയുടെ കോവണിവാതിൽ താഴ്ത്തിയിട്ട് താഴിട്ടു പൂട്ടിയിരിക്കുന്നു. ആപ്പീസ് മുറിയുടെ താഴെയുള്ള പൂമുഖത്തിന്റെ പടി ഞ്ഞാറെ മുറിയിലാണ് കൗസല്യമൂത്തമ്മയുടെ പിയാനൊ ഇട്ടിരുന്നത്. പിയാനൊ വായിച്ചും പാട്ട് പാടിയും പിയാനൊ പോളിഷ് ചെയ്തും കൗസ ല്യമൂത്തമ്മ നിറഞ്ഞുനിന്നത് ആ മുറിയിൽ തന്നെയായിരുന്നു. ആദ്യ മൊക്കെ പിയാനൊവിൽ വിരൽ തള്ളി ഇംഗ്ലീഷ് പാട്ടുകൾ പാടുമായി രുന്നു. പിന്നെ പിന്നെ ഹിന്ദി പാട്ടുകളും. ഒരേ ഒരു മലയാളം പാട്ടേ കൗസല്യ മൂത്തമ്മ പിയാനൊവിൽ വിരലോടിച്ച് പാടിയിട്ടുള്ളൂ. അതും തികഞ്ഞ ഇംഗ്ലീഷ് ഈണത്തിൽ.

ദീപങ്ങൾ മങ്ങി
കൂരിരുൾ തിങ്ങി
മന്ദിരമൊന്നതാ
കാൺമൂ മുമ്പിൽ....
....

ഇംഗ്ലീഷ് ഉച്ചാരണത്തിൽതന്നെ. നല്ലവണ്ണം ശ്രദ്ധിച്ചാലേ വാക്കുകൾ മലയാളമാണെന്ന് തോന്നൂ.

പുരാവസ്തുക്കളിൽ എന്നും ദയ കാണിക്കാറുള്ള താൻ എന്തു കൊണ്ട് കഴിഞ്ഞ തവണ വന്നപ്പോഴും കൗസല്യ മൂത്തമ്മയുടെ പിയാനൊവിനെപ്പറ്റി ചോദിച്ചില്ല? അയാൾ ഓർത്തു... ഓർമ്മവച്ച നാൾ തൊട്ടേ കാണാറുള്ള അവരുടെ പിയാനൊ, അവരുടെ വേഷം, അവരുടെ മുഖത്തെ ഇംഗ്ലീഷ് സ്തോഭങ്ങൾ... യൂണിഫോം, കട്ടിയുള്ള, കണങ്കാലും കവിയുന്ന അവരുടെ യൂറോപ്യൻ സ്കർട്, ലെയിസ് പിടിപ്പിച്ച അവരുടെ ചെക്ക് ബ്ലൗസുകൾ... അതിന്റെ ഞൊറികൾ... കാലിൽ മരച്ചെരുപ്പ്. അതിനവർ കട്ടയെന്ന് പറയുമായിരുന്നു. ഹോസ്റ്റലിൽ സിലോൺകാരികളും ബർമക്കാരികളും ഉണ്ടായിരുന്നു. അവരെ അനുകരിച്ചുകൊണ്ട് ധരിച്ചിരുന്ന മരച്ചെരുപ്പ് - കട്ട... പെയിന്റടിച്ച മരമുട്ടിയിൽ റബ്ബറിന്റെ വാറിട്ട ചെരുപ്പ്-കട്ട. വസ്ത്രങ്ങൾ അവർ സ്വയം ഡിസൈൻ ചെയ്യുമായിരുന്നു. പിൻകാലങ്ങളിൽ കട്ടയും നാടൻ ആശാരിമാരെക്കൊണ്ട് പണിയിപ്പിച്ച് അവർ സ്വയം ചായമിടുമായിരുന്നു. കഴിഞ്ഞതവണ കണ്ടപ്പോൾ അവർ മഞ്ഞയും നീലയും കലർന്ന കട്ടയാണ് ധരിച്ചിരുന്നത്. അന്നു കണ്ടപ്പോൾ അയാൾ ഓർത്തു. ഓർമ്മവച്ചനാൾ തൊട്ട് കണ്ടുതുടങ്ങിയതിൽനിന്ന് അവർക്ക് ഒരു മാറ്റവുമില്ല. അവരിൽ തേയ്ക്കാൻ കൊണ്ടുവന്ന ചമയങ്ങളുമായി കാലം തിരിച്ച് പോയിരിക്കുന്നു. കണ്ടപ്പോൾ അവർ ചിരിച്ചുകൊണ്ടു ചോദിച്ചു:

'യുവേഴ്സ് ഈസ് എ സർപ്രയിസ് വിസിറ്റ്.'

'അല്ല മൂത്തമ്മേ, എന്നോട് വരാൻ എഴുതിയിരുന്നില്ല്യേ...'

അയാൾ പോക്കറ്റിൽനിന്നും എഴുത്തെടുത്തു. അവർ അത് മറ്റാരുടെയോ എഴുത്ത് വായിച്ചറിയുന്ന ഉദ്വേഗത്തോടെ മുഴുവൻ വരികളും വായിച്ചുതീർത്തു കണ്ണടയുടെ സഹായമില്ലാതെ...

പിന്നെ ചോദിച്ചു: ' ഈ എഴുത്ത് കണ്ടപ്പോൾ നിണക്ക് തോന്നിയിരിക്കും, ദാറ്റ് ഓൾഡ് വുമൺ ഈസ് സ്റ്റിൽ... മേഡ്...'

അയാൾ അപ്പോൾ മറുപടിയൊന്നും പറഞ്ഞില്ല. വാക്കുകൾ എവിടേക്കൊക്കെ നീങ്ങുമെന്നറിയില്ലായിരുന്നു. അവർതന്നെ പറയാൻ തുടങ്ങി. 'എഴുത്തിൽ ഞാൻ ഒരു ഹിന്റ് തന്നിരുന്നു. എബൗട്ട് ദി ലീഗൽ ഇംപ്ലിക്കേഷൻസ്...'

അവർ ഒരു കസേരയിൽ ഇരുന്നു. അവർ ഇരിക്കാൻ കാത്തുനിന്നതു പോലെ ഒപ്പം അവരുടെ മടിയിൽ ഒരു വലിയ പൂച്ചക്കുട്ടിയും ചാടി ഇരുന്നു. പൂച്ചക്കുട്ടി പിന്നെ നിവർന്ന് ഒരു കിടപ്പും. മൂത്തമ്മ പൂച്ചയുടെ മുഖം അയാളുടെ നേരെ തിരിച്ചിട്ട് പറയാൻ തുടങ്ങി.

'ഇവനാണ് നമ്മുടെ ചാവക്കാട്ടെ മൂത്തമ്മേടെ മകൾ ദേവകിയുടെ മകൻ. അവർ ഗ്രെയിറ്റ് വക്കീൽ...'

കൊച്ചുകുട്ടികൾ അപരിചിതനെ നോക്കുന്ന ഭാവത്തിൽ അല്പം കുസൃതിയോടെ പൂച്ച രണ്ട് കണ്ണുകളുമിറുക്കി ചുണ്ട് കൂർപ്പിച്ചു. അയാൾ അങ്ങോട്ട് നോക്കിയപ്പോൾ ഉടനെ മുഖം തിരിച്ച് അവരുടെ വയറിന് നേരെ ചേർന്നുകിടന്നു. പിന്നെ കരയാൻ തുടങ്ങി...

'ഇവളെപറ്റി നിന്റെ അമ്മ പറഞ്ഞിരിക്കും. നീ ഓർക്കണുണ്ടാവില്ല. ഇവൾ നമ്മുടെ ലൈല പൂച്ചയുടെ പതിനാറാമത്തെ ജെനറേഷൻ ആണ്. ഫേമലി ട്രീ ഞാൻ കൃത്യമായി ട്രേയിസ് ചെയ്തുവച്ചിട്ടുണ്ട്. നമ്മൾക്ക് പണ്ട് ഒരു കൊട്ടുക ഉണ്ടായിരുന്നതായി നിന്റെ അമ്മ പറഞ്ഞ് തന്നിട്ടില്യെ.'

കൊട്ടുക. എന്ത് ഭാഷയാണതെന്നറിയില്ല. അമ്മ കൊട്ടുകയെപ്പറ്റി പറയാത്ത ദിവസങ്ങളില്ല. വലിയ പത്തേമ്മാരിയോ ചെറിയ പായക്കപ്പലോ ആയിരിക്കാം. അതിന്റെ മുകളിലത്തെ മുറിയിൽ കയറി കൈയെത്തിച്ചാൽ തേങ്ങ പറിക്കാം. അത്രയ്ക്ക് ഉയരം. കൊട്ടുകയെപ്പറ്റി പറഞ്ഞുവന്നാൽ ഈ വീടുമായി ബന്ധമുള്ള സ്ത്രീകൾ ഒടുവിൽ കരഞ്ഞുപോകും. കയറും ഓടും കൈത്തറിത്തുണികളും കയറ്റി കൊളമ്പിലേക്ക് പോകുമ്പോൾ തൂത്തുക്കുടിക്കപ്പുറംവച്ച് കൊട്ടുക മുങ്ങിപ്പോയി.

അന്ന് കൗസല്യ മൂത്തമ്മയും കൊട്ടുകയെ ഓർമ്മിപ്പിച്ചപ്പോൾ കുറെ നേരം മിണ്ടാനാവാതെ ഇരുന്നു.

'ആ കൊട്ടുകയിലാണ് ലൈലയെ കൊണ്ടുവന്നത്. കൊളമ്പിൽനിന്ന്. അന്ന് ഞാൻ മദിരാശിയിൽ മെഡിസിന് പഠിക്കുകയായിരുന്നു.'

അന്ന് അയാൾ ചോദിച്ചു:

"മൂത്തമ്മ എന്താണ് മെഡിസിൻ പഠിപ്പ് നിർത്തിയത്.' അതുകേട്ട് അന്ന് മൂത്തമ്മയുടെ ഭാവം മാറി.

'ഞാൻ എന്തിനാ പഠിപ്പ് നിർത്തിയത് എന്നൊന്നും നിന്റെ അമ്മ പറഞ്ഞ് തന്നിട്ടില്യെ.'

'എന്തിനാ നിർത്തിയത് എന്നല്ല ഞാൻ ചോദിച്ചത്. എത്രാമത്തെ വർഷം പഠിക്കുമ്പോഴാണ്...'

മൂത്തമ്മ കൂടുതൽ ചൊടിച്ചു.

'അത്തരം സ്റ്റുപിഡ് ചോദ്യങ്ങൾക്കൊന്നും മറുപടി പറയാൻ എനിക്കിപ്പോൾ നേരമില്ല. ഞാൻ പറയുന്നത് നീ കേൾക്കുന്നുണ്ടോ.'

കൊളമ്പിൽനിന്ന് കൊണ്ടുവന്ന ലൈല പ്യൂർലി സയാമിസ് പൂച്ചയായിരുന്നു. പത്ത് ജെനറേഷൻസ് വരേക്കും കലർപ്പില്ലാതെ നിന്നു. പിന്നെ നാടനായി, എന്ത് ഭാഗ്യംകൊണ്ടാണെന്നറിയില്ല ഇവൾ വീണ്ടും അതേ പെഡിഗ്രിലുള്ള ഒരു സയാമീസ് കേറ്റിനെ മേട്ടുപ്പാളയത്തുനിന്നും കൊണ്ടുവന്ന് നിർത്തിയിട്ടുണ്ട്. ഇണങ്ങുന്നതേയുള്ളൂ. ഞാൻ നിന്നെ എഴുത്തയച്ച് വരുത്ത്യേത് എന്തിനാന്നറിയോ. ഞാൻ ഇല്യാത്ത കാലത്തും ഇവൾ ഇന്നത്തെപ്പോലെ തന്നെ കഴിയണം. ഐയാം കൗണ്ടിങ്ങ് മൈ ഡേയ്സ്... ഇവളുടെ പേരിൽ ഒരു ഒസ്യത്ത് എഴുതിവെക്കണം. വിത്ത് ഓൾ വേലിഡിറ്റി."

പൂച്ചയുടെ പേരിൽ ഒസ്യത്തോ. അന്ന് അയാൾ അതുകേട്ട് പൊട്ടിച്ചിരിച്ചത് തെറ്റായെന്ന് ഇന്ന് ഓർക്കുന്നു. ഉടനെ കൗസല്യ മൂത്തമ്മയുടെ ആർദ്രസ്വരം.

'ഇയ്യ് എന്തിനാടാ ചിരിച്ചത്. അണക്ക് മനുഷ്യന്മാരുടെ ദുഃഖം ഇനിയും അറിയില്ല. വെസ്റ്റേൺ കൺട്രീസിൽ പെറ്റ്സിന് ഒസ്യത്ത് എഴുതുന്നത് സാധാരണ പതിവാണ്.'

'മൂത്തമ്മേ, പാശ്ചാത്യരാജ്യങ്ങളിൽ മനുഷ്യർക്ക് സമൃദ്ധിയാണ്. ഇവിടെ മനുഷ്യർ ഭക്ഷണം കഴിക്കാതെ ചാകുന്നു. പട്ടിണി കിടക്കുന്ന ഒരു മനുഷ്യന്റെ പേരിൽ ഒരൊസ്യത്തെഴുതൂ...'

'അതിന് പറ്റിയ മനുഷ്യര് ആരുണ്ടെടാ ഇവിടെ. മനുഷ്യസ്നേഹം വേണ്ടേ? മനുഷ്യസ്നേഹമല്ല വെറും സ്നേഹം... ഇവളെപ്പോലെ എന്നെ സ്നേഹിക്കുന്നവര് ആരുണ്ടെടാ ഈ ലോകത്ത്. അണക്കറിയോ. എനിക്ക് ആദ്യം അറ്റാക്ക് വന്നത്. ഞാൻ കട്ടിലിൽ ചാരിയിരുന്ന് ചക്രശ്വാസം വലിക്കണത് കണ്ട് എന്റെ ഈ മോളാ നെരത്തുമ്മെവരെ ഓടിച്ചെന്ന് സീമൂനെ കൂട്ടിക്കൊണ്ടോന്നത്. ഞാൻ ഇന്റൻസീവ് കെയർ യൂണിറ്റിൽ കിടന്നപ്പൊ എന്നെ കാണാൻ എന്റെ മോള് വന്ന വരവ്. എന്റെ മോള് കരഞ്ഞ കരച്ചില്. അത് കേട്ട നേഴ്സുമാര് വരെ കരഞ്ഞു. എന്റെ മോളാ എന്റെ ഒപ്പം നിന്നത് ഇന്റൻസീവ് കെയർ യൂണിറ്റിൽ... രണ്ട് പ്രാവശ്യം ഇന്റൻസീവ് യൂണിറ്റിൽ കയറി. ഇന്റൻസീവ് കെയർ യൂണിറ്റിൽ കിടക്കുന്നതും ശവപ്പെട്ടിയിൽ കിടക്കുന്നതും തമ്മിൽ ഒരു വ്യത്യാസവുമില്ല. അതുകൊണ്ടാ ഞാൻ പറയുന്നത് ഐയാം കൗണ്ടിങ്ങ് മൈ ഡേയ്സ്. എനിക്കൊരു ഒസ്യത്ത് എഴുതണം. എന്റെ ഈ മോളുടെ പേരിൽ.' പൂച്ചയുടെ മുഖം അമർത്തിക്കൊണ്ടവർ പറഞ്ഞു.

'മൂത്തമ്മേ പൂച്ചയുടെ പേരിൽ ഒസ്യത്തെഴുതുന്ന നിയമമൊന്നും ഞാൻ ഇന്നുവരെ ഹേൻഡൽ ചെയ്തിട്ടില്ല.'

മൂത്തമ്മ കാലിലെ കട്ട നിലത്ത് ഉരച്ചുകൊണ്ട് ചോദിച്ചു: 'പിന്നെ ഇയ്യ് എന്തിരുത്ത് വക്കീലാടൊ. അന്നെ ഒക്കെ വക്കീലാക്കിയ ഞങ്ങളെ

പറഞ്ഞാൽ പോരെ. എന്റെ മോളടെ പേരിൽ ഒരു ഒസ്യത്ത് എഴുതാൻ പറ്റിയ വക്കീലന്മാർ ഈ നാട്ടിലുണ്ടോ എന്ന് ഞാൻ നോക്കട്ടെ.'

അന്ന് അയാൾ ഉള്ളിൽ ചിരിച്ചു.

പൂച്ചയുടെ എന്നല്ല കൊതുകിന്റെ പേരിലും ഒസ്യത്തെഴുതിക്കൊടുക്കാൻ നിയമം കണ്ടെത്തുന്നവരുണ്ട്. രണ്ട് പ്രാവശ്യം ഇന്റൻസീവ് കെയർ യൂണിറ്റിൽ എത്തിയവരുടെ ഒപ്പിട്ട കടലാസുകൾ കൈയിൽ കിട്ടിയാൽ എന്തൊക്കെയാക്കാൻ കഴിയുമെന്നവർക്കറിയാൻ സിദ്ധിയുണ്ട്. അതോർത്തപ്പോൾ അയാൾക്ക് ഭയം തോന്നി.

'ശരി, മൂത്തമ്മേ... ഞാൻ തന്നെ ഒരു ഡ്രാഫ്റ്റ് എഴുതിക്കൊണ്ടുവരാം. വായിച്ച് കേൾപ്പിക്കാം. മാറ്റുകയോ തിരുത്തുകയോ കൂടുതൽ ചേർക്കുകയോ ഒക്കെയാവാം...'

അന്ന് തിരിച്ചുപോരുമ്പോൾ വഴിനീളെ അയാൾ കൗസല്യമൂത്തമ്മയെപ്പറ്റിത്തന്നെ മനസ്സിൽ തെരഞ്ഞു. അവരെപ്പറ്റി അറിഞ്ഞ കഥകൾ. അന്ന് ഈ മാളികവീട് ഒരു തേനീച്ചയറപോലെ നിബിഡവും ഒച്ചയേറിയതുമായിരുന്നു. എന്നിട്ടും, ഈ മാളികവീട്ടിൽ ഒരർദ്ധരാത്രിയിൽ കൗസല്യമൂത്തമ്മയുടെ കിടപ്പറയിലെ കട്ടിലിൽ അവരോടൊപ്പം ഒരന്യപുരുഷനെ കാണുകയുണ്ടായി. കണ്ടെത്തിയത് കുടുംബനാഥന്മാരായിരുന്നു. ആ അന്യപുരുഷൻ എവിടത്തുകാരനെന്നോ ആരാണെന്നോ ഇന്നുവരെ ആർക്കും അറിയില്ല. പക്ഷേ, കരുത്തനായിരുന്നത്രേ. കൗസല്യമൂത്തമ്മയെ വരിഞ്ഞുകെട്ടി മുറിയിൽ തള്ളി. അയാളെ പുറത്തേക്ക് ഇഴച്ചു. ഓരോ ചുവടിലും ആ മനുഷ്യൻ ചെറുത്തു നിന്നത്രേ. പിറ്റന്നാൾ ചകിരിച്ചേറിൽനിന്നും നുരച്ച് പൊന്തി. ആ മനുഷ്യന്റെ ശരീരം ശവമായി പുഴയിൽ വേലിയേറ്റത്തിൽ ഒഴുകിനടന്നു. വേലിയിറക്കത്തിൽ ഇറങ്ങിപ്പോയി ചുള്ളിക്കാടിൽ പ്രദർശനത്തിനെന്നോണം മലർത്തിവച്ചു. ഓളങ്ങൾ ഒഴിഞ്ഞുപോയി. അടച്ചിട്ട മുറിയിൽനിന്നും കൗസല്യ മൂത്തമ്മ എങ്ങനെ ആ പരാതി പോലീസ് സ്റ്റേഷനിൽ എത്തിച്ചു എന്ന് ഇന്നും ആർക്കുമറിയില്ല. ആ കുടുംബം കുളംതോണ്ടുന്നതായിരുന്നു പിന്നെ വന്ന ക്രിമിനൽ കേസ്. ആ കുടുംബത്തിലെ മുതിർന്ന പുരുഷന്മാരെ മാത്രമല്ല മുഴുവൻ പണിക്കാരേയും കുരുക്കിയെറിഞ്ഞ നീളൻ വീശൽ വല. കൗസല്യ മൂത്തമ്മയ്ക്കിഷ്ടപ്പെട്ടതുപോലെ തന്നെ നിയമം നടമാടി.

ആ മുഴുവൻ കുടുംബത്തിന്റെയും നൊന്ത നാദം കേൾക്കാതെ കൗസല്യ മൂത്തമ്മ ആഹ്ലാദത്തോടെ ആർത്തിരമ്പി ചിരിച്ചു. അവസാനകൈയായി ഗൃഹനാഥൻ പ്രശ്നം വയ്പിച്ചു. നല്ലൂര് ഗോപാലപ്പണിക്കരും പ്രശ്നത്തിൽ കണ്ടത് മറച്ചുവച്ചില്ല, കണ്ടകശനി. കുടുംബാംഗങ്ങൾക്കല്ല, ആ കുടുംബത്തിനാകെ. ആ കുടുംബത്തിലെ കൽച്ചുമരും കഴുക്കോലും വിറച്ചു. ആ കുടുംബം ഒന്നിച്ചാണ് കൗസല്യമൂത്തമ്മയുടെ കണങ്കാലിൽ വീണത്.

എങ്ങനെ എന്തിന് കൗസല്യമൂത്തമ്മ അയഞ്ഞു എന്ന് ഇന്നും ആർക്കും അറിയില്ല. എന്നിട്ടും മൂന്ന് കണ്ടീഷൻ വച്ചു. ഒന്ന്, മെഡിക്കൽ കോളേജിലെ പഠിപ്പ് ഒരു ദിവസംപോലും തുടരില്ല. രണ്ട്, കല്യാണം കഴിക്കണമെന്ന് ആരും പറഞ്ഞുപോകരുത്. മൂന്ന്, പിയാനൊ വാങ്ങിത്തരണം. അത് ആസ്ത്രിയൻ പിയാനൊ തന്നെ ആകണം. ഏറ്റവും പുത്തൻ.

ഏറ്റവും ഒടുവിലത്തെ കണ്ടീഷനാണ് ആ കുടുംബത്തെ ഉലച്ചത്. ഒരു പവന് മുപ്പത്തഞ്ച് ഉറുപ്പിക ഉണ്ടായിരുന്ന കാലം. ഒരു ആസ്ത്രിയൻ പിയാനൊവിന് നാലായിരം ഉറുപ്പിക. അമ്മ പറയും. ഒരു പടന്ന വിറ്റിട്ടാണ് ഒരു പിയാനൊ വാങ്ങിക്കൊടുത്തത്. പടന്ന എന്നാൽ പുഴയോര തെങ്ങിൻതോപ്പ്. ആ പ്രദേശത്തെ ഭാഷയാണ്.

പിയാനൊ വായിച്ചും പാടിയും വസ്ത്രങ്ങൾ ഡിസൈൻ ചെയ്തും സ്വയം തൈച്ചും മരച്ചെരുപ്പിൽ ചായം പുരട്ടിയും പൂച്ചകളോട് ചിരിച്ചും അവർ തോൽവി സമ്മതിക്കാതെ എത്ര പതിറ്റാണ്ടുകൾ പിന്നിട്ടു. തൃപ്തിയായി തന്നെ.

“ഇയ്യ് വന്നിട്ട് പെരുത്ത് നേരായടോ...”

അയാൾ ഞെട്ടിപ്പോയി. ആ വീട്ടിൽ ഇന്ന് നേർത്ത ശബ്ദംപോലും അട്ടഹാസം പോലെയിരിക്കുന്നു. തിരിഞ്ഞുനോക്കി.

സീമു അമ്മ.

ഈ വീടിനോളംതന്നെ തനിക്ക് പഴക്കം തോന്നിക്കുന്ന അടുക്കളക്കാരി. ആ പഴക്കം തെരഞ്ഞുകൊണ്ടയാൾ അവരെത്തന്നെ നോക്കിയിരുന്നു. പല്ലും തോടയിലെ കല്ലുകളും ഇളകിപ്പോയിരിക്കുന്നു. അപ്പോൾ ഓർമ്മവന്നു. താൻ എഴുതിക്കൊണ്ടുവന്ന ഒസ്യത്ത് പൂച്ചകളെ സംരക്ഷിക്കാനായിരുന്നില്ല. സീമു അമ്മയെ രക്ഷിക്കാൻ. അവരെയാണ് ഒസ്യത്തിൽ എക്സിക്യൂട്രിക്സ് ആക്കിയിട്ടുള്ളത്. അവർ പൂച്ചകളുടെ പേരിൽ രക്ഷപ്പെടും. ആയുഷ്കാലം എക്സിക്യൂട്രിക്സ്.

‘ഞാൻ നെരത്തുമ്മെ പോയതാ മോനെ. പയേപോലെ കോയാമാരൊന്നും മീൻ കുടീക്കൊണ്ടരില്ല. ഐസ് ഇടാത്ത മീൻ കിട്ടണങ്കെ പൊയവക്കത്ത് തന്നെ ചെല്ലണം...’

ഭാഷ കേട്ടപ്പോൾ ചിരിവന്നു. എല്ലാ മീൻതോണിക്കാർക്കും ഇന്നും പഴയതുപോലെ പേര് ഒന്ന്! കോയ...

‘മൂത്തമ്മ എന്ത് ചെയ്യാ...’

‘ഒറങ്ങണ് ഉണ്ടാവും മോനെ.’

‘കാലത്ത് പത്തുമണിക്കോ...’

‘ഇപ്പെ മൂപ്പത്തീടെ ഒറക്കം ഒക്കെ അങ്ങിനാ... കാലത്ത് ഏയ് ഏയര മണിക്ക് ബ്രേക്ക്ഫാസ്റ്റ് വേണം. പിന്നെ ഒറക്കം ഉച്ചക്ക് ഒന്ന് ഒന്നര

രണ്ടുവരെ. പിന്നെ പകലും രാത്രീം ഒറക്കില്ല. വിളിച്ചാൽ ഒണരൂന്ന് നോക്കട്ടെ.'

സീമു അമ്മ അകത്തേക്ക് പോയി.

പടിക്കൽ കാറിന്റെ ഹോൺ മുഴങ്ങി. അയാൾ അമ്പരന്ന്, എഴുന്നേറ്റു. ടാക്സിക്കാരനോട് പറഞ്ഞത് പതിനഞ്ച് ഏറിയാൽ ഇരുപത് മിനിറ്റ്. അയാൾ പടിക്കൽ ചെന്ന് ടാക്സിക്കാരന് പൈസ കൊടുത്തു. 'മിസി മൂത്തമ്മ ഉറങ്ങ്വായിരിക്കും. നെരത്തുമ്മ കെടക്കണ ഒരു ടാക്സീം ഈ വീട്ടിലേക്ക് വിളിച്ചാൽ വരില്ല. ടൗണിൽ പോണന്ന് പറഞ്ഞ് ടേക്സി വിളിക്കും. ഇവിടെ വന്നാൽ മിസി മൂത്തമ്മ ഒറങ്ങ്വാണ് ഇവിടെവരെ വന്ന തിന്റെ പൈസ തരും. വന്നോൻ കെണിഞ്ഞു.'

അയാൾ തിരിച്ച് വീട്ടിലേക്കു തന്നെ നടന്നു. കൗസല്യ മൂത്തമ്മ കാല് തപ്പിത്തപ്പിവരുന്നു. മരച്ചെരുപ്പ് ഇടാൻ മറന്നോ.

'ടൗണിൽ പോകാൻ ഒരു ടേക്സി വരാൻ ആളെ വിട്ടിരുന്നു. പോവാൻ വയ്യ. ഈ പൈസ കൊടുത്ത് ടേക്സി മടക്കിവിട്ടോ...'

'അല്ല മൂത്തമ്മേ അത് ഞാൻ വന്ന ടേക്സിയാണ്. തിരിച്ചയച്ചു.'

കൗസല്യ മൂത്തമ്മ കൈ ഊന്നി. പിന്നെ കൈ തിണ്ണയിലമർത്തി ഇരുന്നു. ദൂരത്തേക്ക് ദൃഷ്ടിയുമായി. ഒന്നും ഉരിയാടുന്നില്ല. ഒടുവിൽ അയാൾതന്നെ വാക്കുകൾക്ക് ചാല് കീറി.

'മൂത്തമ്മ അന്ന് പറഞ്ഞ ഒസ്യത്തില്ലേ. ഞാൻ ഏതാണ്ട് ഡ്രാഫ്റ്റ് ചെയ്തുകൊണ്ടുവന്നിട്ടുണ്ട്. എന്തുവേണമെങ്കിലും ഏഡ് ചെയ്യുകയോ ഡെലിറ്റ് ചെയ്യുകയോ ആവാം.. എനി പ്രൊവിഷ്യൻസ്...'

'ഇനി എന്തിനാടോ ഒസ്യത്തൊക്കെ. എന്റെ മോള് പോയില്ല്യേ. ചത്തില്ല്യേ. കൊന്നില്ല്യേ. അഞ്ച് ദിവസ്സായി. സന്ധ്യയ്ക്ക് അവൾ എന്റെ അടുക്കൽ വന്നുകിടക്കായിരുന്നു. ജനാലയ്ക്കൽ വന്ന് ഒരു കാടൻപൂച്ച ഒച്ചയുണ്ടാക്കി. കാടൻപൂച്ചാന്ന് പറഞ്ഞാൽ ആരും തൊടീലും കൂടെ കയറ്റില്ല. കണ്ടാൽ കല്ലെടുത്തെറിയും. അവൾ പതുക്കെ എഴുന്നേറ്റു. ഞാൻ അവളെ തടഞ്ഞു. അവൾ എന്റെ കൈയിൽ മാന്തിയിട്ട് ജനാലയ്ക്കൽ കൂടെ പുറത്തേക്ക് ഒരൊറ്റച്ചാട്ടം. എന്റെ മോളല്ലെ അവൾ ഒരു ചതിയിൽ ചെന്ന് ചാടണത് എനിക്ക് നോക്കിയിരിക്കാൻ കഴിയ്യൊ. ഞാൻ പുറത്തേക്ക് ചെന്നു. എന്റെ കൈയിൽ കിട്ടിയത് ഒരു ഇരുമ്പുവടിയായിരുന്നു. ഞാൻ കാടൻപൂച്ചയെ ഓടിക്കാൻ വടിവാങ്ങി. അപ്പോ അവൾ എന്റെ നേരെ ഒരു ചാട്ടം. പിന്നെ എന്താ ഉണ്ടായെന്ന് എനിക്ക് തന്നെ അറിയാൻ വയ്യ. രണ്ടെണ്ണത്തിനേം.... ഓർക്കുമ്പോൾ എനിക്ക് തലചുറ്റുന്നു...

കൗസല്യ മൂത്തമ്മ തിണ്ണയിൽ കൈ ഊന്നി എഴുന്നേറ്റു. ചുമരിൽ തടഞ്ഞുകൊണ്ട് അകത്തേക്ക് തപ്പിത്തപ്പി നടന്നു.

■

വാസ്തുഹാരാ

(വാസ്തുഹാര - വസ്തു ഹരിക്കപ്പെട്ടവൻ, പിടിച്ചുവാങ്ങപ്പെട്ടവൻ, അപഹരിക്കപ്പെട്ടവർ. ഇംഗ്ലീഷിൽ The deprived dispossessed എന്ന അർത്ഥം വരുന്ന ഒരു വാക്ക്. ബംഗാളിയിൽ ബാസ്തുഹാര. ഈ കഥയിലെ അന്തരീക്ഷം 1951-73 വരെയുള്ള കൽക്കത്ത)

ബനഡിക് സ്ട്രീറ്റിലെ സർദാർജി ഹോട്ടലിലാണ് അയാൾ താമസിച്ചിരുന്നത്. അന്നു വേഗം മടങ്ങിയെത്തിയതുകൊണ്ടോ മറ്റൊന്നും ചെയ്യാനില്ലാത്തതുകൊണ്ടോ അയാൾക്കു തോന്നി മെട്രോവിന്റെ അടുക്കലുള്ള മദ്രാസി ഹോട്ടലിൽനിന്ന് ഊണുകഴിക്കണമെന്ന്. അകത്തുനിന്ന് കതകു തുറക്കാൻ ബോൾട്ടിൽ കൈയമർത്തിയപ്പോൾ പുറത്ത് ആരോ മുട്ടുന്ന ശബ്ദം. അയാൾ വേഗം വാതിൽ തുറന്നു. വെയിറ്റർ "സാബ് ആപ്സെമിൽനേക്കേ ഏക് ഔരത്ത് ഖടീഹെ.[1]" - കാണാൻ ഒരു സ്ത്രീ വന്നിരിക്കുന്നു. നടക്കാൻ തുടങ്ങിയപ്പോൾ വെയിറ്റർ കൂട്ടിച്ചേർത്തു: "ഏക് ബംഗാളി ഔരത്ത് ഹൈ.[2]"

ഒരു ബംഗാളി സ്ത്രീ. അയാൾ ബംഗാളി മേംസാഹിബ്ബ് എന്നല്ല പറഞ്ഞത്. ഔരത്ത്. രണ്ടിന്റേയും അർത്ഥം ഒന്നാണെങ്കിലും വെയിറ്ററെ സംബന്ധിച്ചിടത്തോളം ഈ പദങ്ങൾ തമ്മിൽ സമുദ്രങ്ങളുടെ അന്തരമുണ്ട്.

ലൗഞ്ചിൽ ഒരു സ്ത്രീ കാത്തിരിക്കുന്നു. ഉയരംകുറഞ്ഞ് അധികം നിറമില്ലാതെ മെലിഞ്ഞ ഒരു ബംഗാളി സ്ത്രീ. സീമന്തസരണിയിൽ സിന്ദൂരരേഖയില്ല. യാതൊരാഭരണങ്ങളും. കൈകളിൽ ശംഖ് വളപോലുമില്ല. വിധവയായിരിക്കും. നരകയറാൻ തുടങ്ങുന്നു. വിലകുറഞ്ഞ ഫ്രെയിമുള്ള കണ്ണടയ്ക്കുള്ളിൽ തീക്ഷ്ണമായ രണ്ടു കണ്ണുകൾ അയാളെ വല്ലാതെ ആകർഷിച്ചു.

അവർ എണീറ്റുനിന്നു തൊഴുതു:

---

1. *സാബ്, താങ്കളെ സന്ധിക്കാനായി പെണ്ണൊരുത്തി കാത്തുനില്ക്കുന്നു.*
2. *ഒരു ബംഗാളി പെണ്ണൊരുത്തിയാണ്.*

"നൊമഷ്ക്കാർ...[1]"

"റൈറ്റേഴ്സ് ബിൽഡിംഗ്ഥെക്കെ ഹൾദാർ ബാബു ദിയേച്ഛേൻ അപ്പ്നാർ ഠിക്കാനാ...[2]" സെക്രട്ടേറിയറ്റിൽ നിന്നു ഹൾദാർബാബു ആണ് അയാളുടെ മേൽവിലാസം കൊടുത്തത്.

"കീ വ്യാപാർ... അപ്പ്നാർ... ബോലൂൺ[3]"

"അമാർ കഥ മാനെ മാനെ...[4]"

"ബോയറെ ബോസ്‌ലെ ഭാലൊ..." റിസപ്ഷനിലിരിക്കുന്ന സർദാർജി പെണ്ണ് ശ്രദ്ധിക്കാൻ തുടങ്ങിയപ്പോൾ അവർ പറഞ്ഞു, പുറത്ത് ഇരുന്നു സംസാരിക്കണമെന്ന്.

പുറത്തു വരാന്തയിൽ വന്നിരുന്നു. പിന്നെ അവർ സംസാരിക്കാൻ തുടങ്ങിയത് ഇംഗ്ലീഷിലായിരുന്നു. ഒരുവിധം നന്നായി ഇംഗ്ലീഷ് സംസാരിച്ചിരുന്നുവെങ്കിലും, ഉച്ചാരണം കേട്ടപ്പോൾ ബംഗാളിയിൽ സംസാരിച്ചാൽ മതിയെന്നു പറയാൻ തോന്നി.

"നിങ്ങൾ ദ്വീപിലെ റഫ്യൂജികൾക്കു മുപ്പതുബീഘ[5] ജെമീൻ കൊടുക്കുന്നുണ്ട് എന്നു പറയുന്നതു ശരിയാണോ?"

"ശരിയാണ്. വീടും കന്നുകാലികളും വീട്ടുസാധനങ്ങളും തുടങ്ങി അനേകം ആനുകൂല്യങ്ങൾ."

"ഞാൻ റഫ്യൂജിയാണ്. ഹൽ ദിബുനിയാ ഗ്രാമത്തിൽ ജനിച്ചുവെങ്കിലും വളർന്നത് ഡാക്കയിലാണ്. വിഭജനത്തിനുശേഷം കൊൽക്കത്തയിൽ വന്നു. എനിക്ക് ഒരു ഉപകാരം ചെയ്യണം. എന്നേയുംകൂടെ സെലക്ട് ചെയ്യാമോ. ദ്വീപിലേക്ക്... കുടിയേറിപ്പാർക്കാൻ."

"അതെങ്ങനെ? ഞങ്ങളുടെ സ്കീം കൃഷിക്കാർക്കുമാത്രം ഉള്ളതാണ്. അതുമല്ല, നിങ്ങൾ എന്തു ജാതിയാണ്?"

"കായസ്ഥാ.[6]"

"ഞങ്ങളുടെ സ്കീം നൊമൊശൂദ്രരെ മാത്രം ഉദ്ദേശിച്ചാണ്."

–ഷെഡ്യൂൾ കാസ്റ്റ്കാരായ കൃഷിക്കാരെ മാത്രം ഉദ്ദേശിച്ച സ്കീമാണ്.

---

1. ബംഗാളികൾ 'ന' എന്നതിന് 'നൊ' എന്നും 'സ' എന്നതിന് 'ഷ' എന്നും ഉച്ചരിക്കുന്നു.

2. റൈറ്റേഴ്സ് ബിൽഡിങ്ങ് (Writers Building) സെക്രട്ടേറിയറ്റിൽനിന്ന് ഹൾദാർബാബു ആണ് അങ്ങയുടെ മേൽവിലാസം തന്നത്.

3. എന്താ, കാര്യം പറയൂ.

4. എന്റെ കാര്യം, എന്റെ കാര്യം, പിന്നെ, പിന്നെ...

5. മൂന്നു ബീഘാ – ഒരു ഏക്കർ

6. കായസ്ഥാ – ബംഗാളിലെ ബ്രാഹ്മണർക്കു താഴെയുള്ള ഒരു ഉയർന്ന ജാതി

അവരുടെ മുഖം മങ്ങി വന്നു: "ബാബു, എനിക്കീ നശിച്ച കൊൽക്കത്തയിൽനിന്ന് എങ്ങനെയെങ്കിലും രക്ഷപ്പെടണം. അല്ലെങ്കിൽ എന്റെ രണ്ടുമക്കളും..." ഇതൊക്കെ അയാളോടെന്തിന് പറയുന്നു. അവർ നിറുത്താൻ ഭാവമില്ല.

"ഈ ജീവിതത്തിൽ സുഖമെന്തെന്ന് അറിയാത്തവളാണ് ഞാൻ. ഒരു ദിവസമെങ്കിലും സ്വസ്ഥതയോടെ ഇരുന്ന് മരിച്ചാൽ മതി." ഓരോ വാക്കിലും ആത്മാർത്ഥത കലർന്നിരുന്നതുകൊണ്ടു മാത്രം അയാൾക്കവർ പറയുന്നതു ശ്രദ്ധിക്കാതിരിക്കാൻ കഴിഞ്ഞില്ല. എന്നാലും അയാൾ അമ്പരന്നു. എന്തു പറഞ്ഞിട്ടാണ് അവരെ പിരിച്ചയയ്ക്കുക.

"എന്നാൽ ഞാൻ മറ്റൊരു കാര്യം ചോദിക്കട്ടെ. എന്റെ മക്കൾക്ക് എന്തെങ്കിലും ജോലിയുണ്ടാക്കിത്തരാമോ, ദ്വീപിൽ?"

"പഠിച്ചവരാണോ?"

"മകൾ എം.എ. വരെ പഠിച്ചിട്ടുണ്ട്. പാസ്സായിട്ടില്ല. മകൻ പോളിടെക്നിക്കിൽ കോഴ്സ് കംപ്ലീറ്റ് ചെയ്തിട്ടുണ്ട്. പരീക്ഷയ്ക്കെഴുതിയില്ല."

"അവിടെ ധാരാളം ബംഗാളിമീഡിയം സ്കൂളുകൾ ഉണ്ട്. അവിടെ ജോലി കിട്ടാൻ വലിയ ബുദ്ധിമുട്ടില്ല."

"പക്ഷേ... ബാബൂ. ഞാൻ പറഞ്ഞാൽ അവർ അനുസരിക്കില്ല. ബാബു തന്നെ ഒന്നു നേരിട്ടു പറഞ്ഞാൽ..."

"സ്വന്തം അമ്മ പറഞ്ഞാൽ അനുസരിക്കാത്തവളോട് ഒരു വിദേശി പറഞ്ഞാൽ..."

"ഇന്നു കൊൽക്കത്ത*യിലെ സ്ഥിതി അതാണ്."

അവർ എണീറ്റു പോകാൻ ഭാവിച്ചു.

"ബാബു എന്ന് ദ്വീപിലേക്ക് മടങ്ങും?"

"മൂന്ന് ആഴ്ചകൂടി കൽക്കത്തയിൽ ഉണ്ടാകും."

"സമയം കിട്ടിയാൽ തീർച്ചയായും വീട്ടിൽ ഒന്നു വരണം. ഡം ഡം ഏരിയയിലാണ് വീട്. സിത്തിമൂർ പേപ്പർ മിൽസിലേക്ക് പോകുന്ന വഴിയിൽ ഇറങ്ങിയാൽ മതി."

"നിങ്ങളുടെ മേൽവിലാസം തരണം."

അവർ ചൂരൽടീപ്പോയിയിൽവെച്ച് എഴുതുവാൻ ശ്രമിച്ചപ്പോൾ കടലാസ് കുത്തിക്കീറി. മുറിയിൽനിന്ന് ഒരു പത്രം എടുത്തുകൊണ്ടുവന്നു വെച്ച് എഴുതുവാൻ അവർക്ക് കൊടുത്തു. അവർ ആ മലയാളപത്രത്തിലേക്ക് കണ്ണുവെട്ടാതെ നോക്കിയിരുന്നു.

"ഈ പത്രം ഒരുകാലത്ത് വീട്ടിൽ വന്നിരുന്നു. ഒരു കസേരയിൽ ഇരുന്നു ഞാൻ 'സ്വാധീനത'യും അദ്ദേഹം ഒരു പത്രവും വായിക്കുമായിരുന്നു.

** ബംഗാളികൾ കൊൽക്കത്ത എന്ന് ഉച്ചരിക്കുന്നു.*

'സ്വാധീനത' ഇന്ന് ചേരി മാറിപ്പോയി... ഈ പത്രം ഏതു ചേരിയിലാണെന്ന് അറിയില്ല..." അവർ എഴുന്നേറ്റു. എഴുതിയ കടലാസ് അയാളെ ഏല്പിച്ചു. മേൽവിലാസവും അതിന്റെ അടിയിലായി ഒരു സ്കെച്ചും, എത്തിച്ചേരേണ്ട വഴികളെക്കുറിച്ച്.

"ആരതീ പണിക്കർ..." അയാൾ ആശ്ചര്യപ്പെട്ടു.

"കേനോ?" എന്താ... പേര് നന്നായില്ലെ എന്ന ഭാവത്തിൽ അവർ നിന്നു. എന്നിട്ടു പറഞ്ഞു:

"പണിക്കർ എന്റെ ഭർത്താവിന്റെ പേരാണ്."

"പണിക്കർ...." അയാൾ അതാവർത്തിച്ചു.

"പഴഞ്ചന്മാരുടെ വിഡ്ഢിത്തം കേട്ടാൽ ഇന്നത്തെ ചെറുപ്പക്കാർക്ക് ചിരിക്കാൻ തോന്നും അല്ലെ..." അവർ ചിരിച്ചു. "സമയം കിട്ടുമ്പോൾ വീട്ടിൽ വരണം. നിങ്ങൾ അമ്പരക്കുന്നതെന്തിനാണെന്ന് എനിക്കറിയാം. വരൂ. അതൊക്കെ പറഞ്ഞുതരാം."

ആ സ്ത്രീയുടെ രൂപം മനസ്സിൽനിന്ന് തീരെ മായുന്നില്ല. അവരുടെ വിചിത്രമായ പേരോ, അകൃത്രിമമായ പെരുമാറ്റമോ... എന്തെങ്കിലുമാവാം. തുടർന്നുള്ള ദിവസങ്ങൾ എന്തുകൊണ്ടോ അയാൾ അവരെപ്പറ്റി ചിന്തിച്ചിരുന്നു. അവസാനം അവരെ വീട്ടിൽ പോയി കാണാൻ തീരുമാനിച്ചു. എത്തിച്ചേരാൻ വളരെ വിഷമിച്ചു. അവർ പറഞ്ഞ സ്റ്റോപ്പിൽ ബസ്സിറങ്ങി, പക്ഷേ, ഇടത്തോട്ടു തിരിയുന്നതിനു പകരം വലത്തോട്ടു നടന്നു. കുറെ അധികം ദൂരം നടന്നപ്പോഴാണ് തെറ്റു മനസ്സിലായത്. അവസാനം ഒരു വിധത്തിൽ അവരുടെ വീട്ടിൽ എത്തിച്ചേർന്നു. ചെറിയ വീട്. വളരെ വളരെ പഴക്കം ചെന്നതാണ്. ചെറിയ മുറ്റവും പൊളിഞ്ഞ മതിലും, തുരുമ്പ് കാർന്നുതിന്ന തകരത്തിന്റെ ഗെയിറ്റും. വാതിൽ പുറത്തുനിന്ന് അടച്ചിട്ടിരിക്കുന്നു, ഗോദ്റെജിന്റെ പൂട്ട് ഇട്ട്. പനമ്പുതട്ടികകൊണ്ട് ഉമ്മറം രണ്ടായി ഭാഗിച്ചതുകൊണ്ട് അയാൾ ഊഹിച്ചു, അപ്പുറത്ത് മറ്റൊരു കുടുംബമാണ് താമസിക്കുന്നതെന്ന്. അവിടെയും വാതിൽ അടച്ചിട്ടിരിക്കുന്നു. കുറച്ചു നേരം നിന്നു മടുത്തപ്പോൾ അയാൾ ഇറങ്ങിനടന്നു. ബസ്സ്റ്റോപ്പിൽ വന്നപ്പോൾ പെട്ടെന്നൊരു ബസ്സിൽനിന്ന് അവർ ഇറങ്ങി. അവർ അയാളെ മറന്നിരിക്കുന്നു. പറഞ്ഞ് അറിയിക്കേണ്ടതായി വന്നു. സന്തോഷംകൊണ്ടവരുടെ മുഖം തുടുത്തു.

"അസുൻ... അമാർ ബാഡി... അസുൻ" വീട്ടിലേക്ക് ക്ഷണിച്ചു. അയാൾ അവരൊന്നിച്ചു നടന്നു. വീട്ടിൽ കയറി അയാൾക്കിരിക്കാൻ ഉയരം കുറഞ്ഞ ഒരു ചാരുകസേര ഇട്ടുകൊടുത്തു. തുണി മുഷിഞ്ഞ ഒരു കസേര, കാലു മടക്കിവെക്കാൻ സൗകര്യമില്ലാത്തതുകൊണ്ട് കാലും നീട്ടി ഇരുന്നു. അവർ അകത്തേക്ക് പോയി. അകത്ത് തീപ്പെട്ടിക്കൊള്ളി ഉരസുന്നതും അല്പനിമിഷത്തിനകം സ്റ്റൗവിന്റെ ഇരമ്പവും അയാൾ

ശ്രദ്ധിച്ചു. ഒരു ഥാലിയിൽ ലൂച്ചിയും ഒരു കപ്പ് ചായയുമായി അവർ വന്നു. ലൂച്ചി തണുത്തിരിക്കുന്നു. കാലത്തെപ്പോഴോ ഉണ്ടാക്കിവെച്ചതാണ്. ലൂച്ചിക്ക് കറിയൊന്നുമില്ല. ഥാലിയുടെ ഭാഗത്ത് കുറച്ചു പഞ്ചസാര വെച്ചിട്ടുണ്ട്. ഥാലി ബദ്ധപ്പെട്ടു കഴുകിയതുകൊണ്ടാവാം വെള്ളം വാർന്നിരുന്നില്ല. പഞ്ചസാര അതിൽ കുതിരാൻ തുടങ്ങുന്നു. ലൂച്ചി പൊട്ടിച്ചു കഴിക്കാൻ തുടങ്ങിയപ്പോൾ പുറത്തു ചെരുപ്പിന്റെ ശബ്ദം കേട്ടു. ഒരു ബംഗാളി യുവതി കയറിവന്നു.

"അമാർ മയ്യെ ദൊമയന്തി." അവർ മകളാണെന്ന് പറഞ്ഞു പരിചയപ്പെടുത്തി. താടിയുടെ ഭാഗം കൂർത്തിരുന്നത് ഒഴിച്ചാൽ അവരുടെ യാതൊരു ഛായയുമില്ല. അവരേക്കാളും ഉയരവും നിറവുമുണ്ടായിരുന്നു. വില കുറഞ്ഞ നീല കരയുള്ള ഹാൻഡ്‌ലൂം സാരി ഉടുത്തിരുന്നു. ശരീരത്തിൽ ഒരാഭരണവുമില്ലാത്തതുകൊണ്ട് എവിടംകൊണ്ടോ ഒരു ശൂന്യത അനുഭവപ്പെട്ടിരുന്നു... അവൾ ചുമരും ചാരി നിന്നു.

ദമയന്തി അയാളെ ആകെയൊന്നു നോക്കി.

"നിങ്ങളുടെ ദ്വീപിൽ റഫ്യൂജികളെ വല്ലാതെ ദ്രോഹിക്കുന്നുണ്ട്. ഹിറ്റ്ലറുടെ കോൺസെൻട്രേഷ്യൻ കാമ്പിൽപോലും..."

അയാൾ ആശ്ചര്യപ്പെട്ടു. പരിചയപ്പെട്ടില്ല. അതിനുമുമ്പുതന്നെ ചോദിക്കുന്ന ആദ്യത്തെ ചോദ്യം.

"ആര് പറഞ്ഞു?"

"പത്രങ്ങളിൽ വരുന്നുണ്ട്."

"ഏതു പത്രങ്ങളിൽ?"

"ഏതെങ്കിലും പത്രങ്ങളിലാകട്ടെ. സത്യം അതാണോ?"

"തുടങ്ങി നിന്റെ തർക്കം."

അമ്മ പുറത്തേക്ക് വന്നു. "ആ ഭദ്ര ലോഗ് നമ്മുടെ അതിഥിയാണ്. ഇപ്പോൾ ഓഫീസറല്ല..." ദമയന്തി എന്തോ ഓർത്തിരുന്നിട്ട് ചോദിച്ചു:

"നിങ്ങളുടെ വീട് ദ്വീപിൽത്തന്നെയാണോ, അതോ പൂർവ്വ ബംഗാളോ...?"

"ഇതു രണ്ടുമല്ല. കേരളം."

"മലബാറാണോ?" അമ്മയാണ് ചോദിച്ചത്.

"ഐ ഹേറ്റ് കേരള പീപ്പിൾ." ദമയന്തി പറഞ്ഞു.

"വൈ?"

"ദെ ആർ കവേർഡ്സ്... ഓപ്പർച്ചുണിസ്റ്റ്സ്, റീ ഏക്ഷണറീസ്..."

"റീ ഏക്ഷണറീസ് എന്നു പറയുന്നതിൽ അർത്ഥമില്ല. ഇന്നത്തെ വിപ്ലവപ്രസ്ഥാനങ്ങളുടെ നേതാക്കന്മാർ..."

"ആ ഒരൊറ്റ കാരണംകൊണ്ടാണ് ഇന്ത്യയിൽ വിപ്ലവം നടക്കാത്തതും."

"അതുപോകട്ടെ. എന്താണ് ഓപ്പർച്ച്യുണിസ്റ്റ് എന്നു പറയാൻ?"

"ഞാൻ പറയാം. കേരള പീപ്പിൾ കൊൽക്കത്തയിൽ വരുന്നു. നാലു ദിവസം വിപ്ലവപ്രസ്ഥാനങ്ങളുടെ കൂടെ നടക്കുന്നു. പിന്നെ ജോലി കിട്ടും. പിന്നെ ഒന്നിനുമില്ല. തീർന്നു വിപ്ലവം. കേരിയറിസ്റ്റുകൾ." അവൾ കുറച്ചു നേരം നിറുത്തി. പിന്നെ എന്തോ ബോധോദയം വന്നപോലെ തുടർന്നു: "ഈ കൊൽക്കത്തയിൽ വെടിവെപ്പുണ്ടാകാത്ത ദിവസമില്ല. എട്ടും പത്തും തൊഴിലാളികൾ മരിക്കാത്ത ദിവസങ്ങളില്ല. ഏതെങ്കിലും ഒരു സൗത്തിന്ത്യൻ മരിച്ചതായി.."

"പിന്നെ എല്ലാവരും നിന്നെപ്പോലെയാവണോ?" അവളുടെ അമ്മയാണ് മറുപടി പറഞ്ഞത്. "കോളേജിൽ സ്ട്രൈക്ക് ഉണ്ടാക്കി. എം.എ. പാസ്സായില്ല. ഞാൻ എത്ര പേരുടെ കാല് പിടിച്ചാണ് ഇവൾക്കൊരു സ്കൂളിൽ ജോലിയുണ്ടാക്കിക്കൊടുത്തത്. അഞ്ചാംദിവസം അവിടെ സ്ട്രൈക്ക് ഉണ്ടാക്കി. ഹെഡ്മിസ്ട്രസ്സിനെ ചെരിപ്പുകൊണ്ട് അടിച്ചു. ക്രിമിനൽ കേസ് വന്നു. പിന്നേയും പല സ്ഥലത്തും ജോലിക്ക് പോയി. എല്ലായിടത്തും ഇങ്ങനെത്തന്നെ."

"ഞാൻ ജോലി ചെയ്യില്ല. ചെയ്യില്ലാ... ചെയ്യില്ല.. ഒരു ലിബറേറ്റഡ് ഇന്ത്യയിലല്ലാതെ." അവൾ സ്വരം ഉയർത്തി. പെട്ടെന്ന് അയാളുടെ നേരെ തിരിഞ്ഞു:

"ചായ തണുത്തിരിക്കുന്നുവല്ലൊ. കുടിക്കൂ..."

അയാൾ ചായ കുടിച്ചു. അവളുടെ അമ്മ അയാൾക്കഭിമുഖമായി ഇരുന്നു.

"ഞാൻ ചോദിച്ചല്ലോ, മലബാറിൽ എവിടെയാണ് വീട് എന്ന്. മറുപടി പറഞ്ഞില്ലല്ലോ."

"നിങ്ങൾ മലബാറിൽ പോയിട്ടുണ്ടോ?"

"ഒരിക്കൽ."

'അത് എവിടെയാണ്?"

"സ്ഥലമൊന്നും എനിക്ക് കൃത്യമായി പറയാൻ പറ്റില്ല. പക്ഷേ, പോയവഴി വിവരിക്കാം." അവർ വണ്ടി ഇറങ്ങിയ സ്റ്റേഷന്റെ പേരു പറഞ്ഞുതുടങ്ങിയപ്പോൾ മുതൽ അയാളുടെ അസ്വസ്ഥത പെരുകിവന്നു. "പിന്നെ ടാക്സിയിൽ... പിന്നെ ഒരു ചെറിയ ബജാറിൽ ഇറങ്ങി... അവിടെ നിന്ന് രണ്ടു നാഴിക നീണ്ടുകിടക്കുന്ന പാടം." വിവരണം ഒരു പടിക്കൽ ചെന്നവസാനിച്ചു.

"അതിനപ്പുറം ഞാൻ പോയിട്ടില്ല."

അയാളുടെ ചിന്തയുടെ പെരുമ്പറ ഒപ്പം നിലച്ചു.

“അതിനപ്പുറം എനിക്കു പോകാൻ കഴിഞ്ഞില്ല.” അവരുടെ ശബ്ദത്തിൽ അപശ്രുതി തുടങ്ങി. താടിക്ക് കൈയും കുത്തിയിരിക്കുന്ന അവരുടെ മുഖത്തേക്ക് അയാൾ ഉറ്റുനോക്കി. ഒരിറ്റ് കണ്ണീർ കവിളിലൂടെയിറങ്ങി ചെറുവിരലിൽ തടഞ്ഞു ചുണ്ടിന്മേൽ ചെന്നവസാനിച്ചു.

“ഭർത്താവിന്റെ പേരെന്തായിരുന്നു?”

“കുഞ്ഞുണ്ണി പണിക്കർ.” ദമയന്തിയാണ് മറുപടി പറഞ്ഞത്.

“ഇപ്പോൾ?”

“ജീവിച്ചിരിപ്പില്ല.” അതും ദമയന്തിയാണ് പറഞ്ഞത്. ഇനിയൊന്നും ചോദിക്കേണ്ട ആവശ്യമില്ല. അയാൾക്കു ബോധ്യമായി. അയാൾ എഴുന്നേറ്റു.

“ഞാൻ പോകട്ടെ.”

അയാൾ നടക്കാൻ ശ്രമിച്ചു.

“ഇനി വഴി തെറ്റേണ്ട. ഞാനും കൂടെ വരാം. ബസ്സ്റ്റോപ്പ് വരെ.”

ഒപ്പം ദമയന്തിയുമെഴുന്നേറ്റു. വഴിയിൽവെച്ച് ആരും ഒന്നും സംസാരിച്ചില്ല. ആളൊഴിഞ്ഞ ഗലിയിലൂടെ അവർ നടന്നു. ദമയന്തിയുടെ ജോലിയെപ്പറ്റി അയാൾ എന്തെങ്കിലും സംസാരിക്കുമോ എന്നവർ കരുതിയോ എന്തോ! അയാളുടെ മനസ്സവിടെയെങ്ങുമായിരുന്നില്ല.

“ഒരു മകളേയുള്ളൂ?”

“ഒരു മകനുമുണ്ടെന്ന് അന്ന് ഞാൻ പറഞ്ഞില്ലെ..”

“മകൻ എവിടെയാണ്?”

അമ്മയും മകളും മുഖത്തോടു മുഖം നോക്കി നിന്നു.

“സിലഗുഡിയിലാണ്.”

അമ്മയാണ് പറഞ്ഞത്. പെട്ടെന്നൊരു ബസ് വന്നു.

“ഇതിൽ ഒഴിവുണ്ട്. ശ്യാംബസാർ വരേയ്ക്കും പോകാം. അവിടെ നിന്ന് ഏതെങ്കിലും ട്രാമൊ ബസ്സോ...”

അയാൾ ബസ്സിൽ കയറി.

അന്ന് രാത്രി അയാൾ ലൈറ്റണച്ച് ഉറങ്ങാൻ കിടന്നപ്പോഴാണ് അവരുടെ ദുഃഖത്തിന്റെ ഇരുട്ട് അയാളെ കടന്നാക്രമിച്ചത്. അയാൾ ലൈറ്റിട്ട് ഒരു ഇൻലൻഡ് എടുത്ത് അമ്മയ്ക്ക് ഒരു എഴുത്തെഴുതി.

പ്രതീക്ഷിച്ചതിലും വേഗത്തിൽ മറുപടി വന്നു. അമ്മയുടെ മാത്രമല്ല മറ്റു പലരുടേയും. എല്ലാം ഒരേ സ്വരത്തിൽ.

കത്തിലെ അവസാനത്തെ വരികളാണ് അയാളുടെ ചിന്തകളെ കഴുവിലേറ്റിയത്.

"നിന്റെ നേരെ അമ്മാമനാണ് കുഞ്ഞുണ്ണി. അങ്ങനെ വല്ലതും കൊടുക്കണമെന്ന് തോന്നുന്നുണ്ടെങ്കിൽ നീ സമ്പാദിച്ചുകൂട്ടിയിട്ടില്ലെ! അതിൽനിന്ന് എടുത്ത് കൊടുത്തോളൂ." ആ ദിവസമത്രയും അയാളാ വരികളിൽ മാത്രം സഞ്ചരിച്ചു. ഇരിക്കപ്പൊറുതിയില്ലാതായപ്പോൾ അയാൾ എണീറ്റു നടന്നു.

അയാൾ വീട്ടിൽ എത്തേണ്ട താമസം എല്ലാവരും ഓടിയെത്തിയിരിക്കുന്നു. നാട്ടുകാരിലും പലരുമുണ്ടായിരുന്നു. ഉമ്മറത്തിണ്ണയിൽ സ്ഥലം തികയാത്തതുകൊണ്ട് പലരും മുറ്റത്ത് നില്ക്കുന്നു.

"അവരെവിടെ?"

"ആര്?"

കുഞ്ഞുണ്ണിയുടെ ഭാര്യയും മക്കളും."

അവരൊക്കെ ഊഹിച്ചിരിക്കുന്നത് കുഞ്ഞുണ്ണി അമ്മാമന്റെ ഭാര്യയെ കൂടെ കൊണ്ടുവന്നിരിക്കുമെന്നാണ്. അല്ലെങ്കിൽ എവിടെയെങ്കിലും നിറുത്തിയിരിക്കുമെന്നാണ്. അവരില്ലെന്നറിഞ്ഞപ്പോൾ നാട്ടുകാരെല്ലാം പിരിഞ്ഞുപോയി. ശേഷക്കാരും ബന്ധുക്കളും മാത്രം നിന്നു. എല്ലാവരും അയാളുടെ നേരെതന്നെ.

ആവശ്യമില്ലാത്ത വയ്യാവേലി വലിച്ചുവെക്കുന്നു. അവരെങ്ങാനും നാട്ടിൽ വന്നാൽ എന്തായിരിക്കും കഥ! ആരും നോക്കാതെയാവുമ്പോൾ എന്തായിരിക്കും സ്ഥിതി. പിന്നെ തുടങ്ങും. കുഞ്ഞുണ്ണിയെ വശീകരിച്ചവളല്ലെ. മൂത്ത സഹോദരിയുടെ ഭർത്താവ് അപ്പോഴാണ് ഉമ്മറത്തേക്കു വന്നത്. കണ്ണടയൂരി മുണ്ടിന്റെ അറ്റംകൊണ്ട് തുടച്ചിട്ട് അയാൾ ഒരു ക്ലാസ് എടുക്കുന്നപോലെയാണ് പറഞ്ഞത്.

"സപ്പോസിങ്ങ് ഇന്ന് കുഞ്ഞുണ്ണി അമ്മാമൻ ഈസ് എലൈവ് ആണെന്ന് വിചാരിക്കുക. നേച്ചുറലി അദ്ദേഹം ആ ബംഗാളി വുമന്റെ ക്ലച്ചസ്സിൽ ആയിരിക്കും. നമ്മളെ തിരിഞ്ഞുനോക്കുമോ? പിന്നെ നമ്മളെന്തിന്...."

അദ്ദേഹം പറഞ്ഞതിൽ എന്തൊ ആപ്തവാക്യമുണ്ടെന്ന് സമ്മതിച്ചപോലെ എല്ലാവരും തലകുലുക്കി. അയാൾക്കപ്പോഴാണ് കലികയറിയത്.

"ഞാൻ പറയുന്നത് കുഞ്ഞുണ്ണി അമ്മാമന്റെ സ്വന്തം പേരിലുള്ള സ്വത്തിനെപ്പറ്റിയാണ്. അത് കൈയടക്കി വെച്ചിരിക്കുന്നവരെപ്പറ്റി."

"കുഞ്ഞുണ്ണിയുടെ സ്വന്തം പേരിലുള്ള പറമ്പ് എന്റെ കൈവശമാണ്. ഞാൻ വല്ല അവലക്ഷണങ്ങൾക്കും വിട്ടുകൊടുക്കാൻ തയ്യാറില്ല..." അയാളുടെ ശബ്ദത്തേക്കാളും പത്തിരട്ടി ഉച്ചത്തിലാണ് അമ്മയുടെ മറുപടി.

"നിലം ഭവാനിയുടെ കൈയിലാണ്..." അതാരോ പറയുന്നതു കേട്ടു.

"അശ്രീകരം, അറ്റകൈക്ക് ഉപ്പുതേക്കാത്ത അവളാണോ ഇനി നിലം വിട്ടുകൊടുപ്പാൻ പോകുന്നത്." അതും പറയുന്നത് അമ്മതന്നെയാണ്. പറഞ്ഞുതീരുന്നതിനു മുമ്പ് ഉമ്മറത്തേക്കൊരു പയ്യൻ കേറിവന്നു.

"വേണു ഏട്ടനോട് ഭവാനിച്ചേച്ചി ഒന്ന് ഇപ്പോൾത്തന്നെ ചെല്ലാൻ പറഞ്ഞിട്ടുണ്ട്." ആരാണ് വേണു ഏട്ടൻ എന്നു പയ്യന് അറിയാൻ വയ്യാത്തതുകൊണ്ട് എല്ലാവരോടുമായി പറഞ്ഞിട്ട് ഓടിപ്പോയി.

"എന്തിനാ ആ മൂതേവി നിന്നോടു ചെല്ലാൻ പറഞ്ഞത്?" അമ്മയ്ക്കതു രസിച്ചില്ല.

"അവൾക്കിന്നു ജോലിയില്ലേ?..." ആരോ ചോദിക്കുന്നതു കേട്ടു.

"ലീവ് എടുത്ത് ഇരിക്ക്യല്ലേ. രണ്ടു മാസായിട്ട് സുഖമെടുക്കല്ലെ... സുഖവാസം..."

അയാൾ പോകാൻ തയ്യാറായപ്പോൾ അമ്മ ചോദിച്ചു.

"നീ എവിടേക്കാ...?"

"ഭവാനി അമ്മായിയെ കാണാൻ."

"ഈ നേരത്തോ... അവൾ മൂരിയിറച്ചിയും തിന്ന് കള്ളും കുടിച്ച് സിഗരറ്റും വലിച്ച് ഇരിക്കുന്നുണ്ടാവും..."

ആ ഇരുപ്പും അമ്മ അഭിനയിച്ചുകാണിച്ചു.

അയാൾ ഒന്നും ശ്രദ്ധിച്ചില്ല. ഇറങ്ങി വേഗം നടന്നു. പടിപ്പുര കടന്ന് നേരെ ചെന്നു. ഉമ്മറത്തേക്ക് ചാരുകസേരയിൽ ഭവാനി അമ്മായി നീണ്ടു നിവർന്നു കിടക്കുന്നു. വെളുത്ത ബ്ലൗസും മുണ്ടും ധരിച്ചിട്ടുണ്ട്. നെഞ്ചിൽ ഒരു ടർക്കിഷ് ബാത്ത് ടവ്വൽ ഇട്ടിരുന്നു. ചിലപ്പോഴൊക്കെ നിലങ്ങളിലോ പറമ്പിലോ കൂലിക്കാരെക്കൊണ്ട് പണിയെടുപ്പിക്കുന്നിടത്തു നില്ക്കുമ്പോൾ ഈ ടർക്കിഷ് ബാത്ത്ടവ്വൽകൊണ്ട് തലയിൽ വട്ടക്കെട്ട് കെട്ടാറുണ്ടായിരുന്നു. കള്ളും മൂരിയിറച്ചിയൊന്നും അയാൾ കണ്ടില്ല. പകരം അടുത്തൊരു കസേരയിൽ കുറെ വെറ്റിലയും ഒരു ടിന്നിൽ കളി അടയ്ക്കയും വെച്ചിരിക്കുന്നു. ഭവാനി അമ്മായി പേൾ എസ്. ബെക്കിന്റെ പുസ്തകം വായിച്ചുകൊണ്ടിരിക്കുന്നു. അയാൾ അവരെ കാണാൻ തുടങ്ങുന്ന കാലം മുതൽ പേൾ എസ്. ബെക്കിന്റെ പുസ്തകം വായിക്കാറുണ്ടായിരുന്നു. അയാളെ കണ്ടപ്പോൾ തല ഉയർത്തി നോക്കി. അമ്മ പറഞ്ഞത് ശരിയാണ്. സുഖവാസമായതുകൊണ്ടായിരിക്കാം അവരുടെ സൗന്ദര്യം വർദ്ധിച്ചുവരികയായിരുന്നു. പതിവായി ഡൈ പുരട്ടി വന്നിട്ട് ഇടക്കാലത്തുവെച്ച് നിറുത്തിയതുകൊണ്ടായിരിക്കാം തലമുടിക്കൊരു വയലറ്റ് നിറം. അവർ അയാളുടെ മുഖത്തേക്ക് തറച്ചുനോക്കി. പരുക്കൻ ശബ്ദത്തിൽ...

"നീ ആരതിയെക്കണ്ടോ...?"

വണ്ടിയും വലയും, അവലക്ഷണങ്ങൾ, വയ്യാവേലി എന്നൊക്കെ കേട്ടു മടുത്ത അയാൾ ആദ്യമായി ഒരാൾ പേരെടുത്തു വിളിക്കുന്നതായി കേൾക്കുന്നു.

"ഉവ്വ്."

""ആരതിക്ക് വല്ലാതെ പ്രായം തോന്നിക്കുന്നുണ്ടോ...?"

"ഏറെക്കുറെ."

"എന്നെക്കാളും...?"

"ഏറെക്കുറെ."

"ആരതിക്ക് എന്നെക്കാളും പ്രായം കുറവാണ്." അവരെന്തോ ഓർത്തു. മിണ്ടാതിരുന്നു. എന്നിട്ട് തുടർന്നു: "നിന്റെ അമ്മയ്ക്ക് കത്തയച്ച വിവരം അറിഞ്ഞു. കുഞ്ഞുണ്ണി ഏട്ടന്റെ നിലം എന്റെ കൈയിലാണ്... ഞാൻ പറയുന്നത് നീ നല്ലവണ്ണം ശ്രദ്ധിക്കണം..." ഞാൻ ശ്രദ്ധിക്കുന്നി ല്ലെന്നു തോന്നാൻ കാരണമൊന്നുമില്ല.

അവർ തുടർന്നു...

"നീ നിയമം പഠിച്ചവനല്ലെ. അതു പാട്ടനിലമായിരുന്നു. എനിക്ക് കുട്ടി കളില്ലാത്തതുകൊണ്ട് ഭാഗത്തിൽ എന്നെ തോല്പിക്കാനോ എന്തൊ എന്റെ പേരിൽവെച്ചു. ഞാൻ മനയ്ക്കൽനിന്ന് അതിന്റെ ജന്മാവകാശം എന്റെ പേരിൽ കാശുകൊടുത്ത് തീറ് വാങ്ങി. ഇന്ന് എല്ലാ രേഖകളും എന്റെ പേരിലാണ്. നികുതിയും അനേകം വർഷങ്ങളായി ഞാനാണ് കൊടുക്കുന്നത്. നീ നിയമം പഠിച്ചവനല്ലേ. പറയൂ, നിയമപ്രകാരം ഞാൻ ആ നിലം ആരതിക്ക് വിട്ടുകൊടുക്കണോ?"

അയാൾ ഒന്നും മിണ്ടിയില്ല.

"എന്നാൽ ഞാൻ പറയാം. ഞാൻ വിട്ടുകൊടുക്കേണ്ട ആവശ്യമില്ല..." ഇത്രയും പറഞ്ഞിട്ട് പിന്നെ അവരുടെ മുഖത്ത് എന്തു ഭാവഭേദമാണ് നിഴലിച്ചിരുന്നത് എന്ന് വർണ്ണിക്കാനാവില്ല.

"എന്നാൽ ഞാൻ വിട്ടുകൊടുക്കാൻ തയ്യാറാണ്. വിട്ടുകൊടുക്കും, തീർച്ച. ഇന്നു വേണോ.... ഇന്ന്? അല്ലെങ്കിൽ ഞാൻ വില്പിച്ച് ആ പണം ആരതിക്ക് കൊടുത്താൽ മതിയോ? അതിനും തയ്യാർ. അല്ലെങ്കിൽ നീ ആളെ ഉണ്ടാക്കിക്കൊ, വില്പിച്ചോളൂ. ആ പണം ആരതിക്ക് കൊടുക്കൂ. അതും എനിക്കു സമ്മതമാണ്. പരിപൂർണ സമ്മതം."

അയാൾ അമ്പരന്നു.

"ഈ വിവരം നീ ആരതിക്ക് ഇന്നുതന്നെയെഴുതൂ."

പിന്നെ അവരെന്തൊ ഓർത്തിരുന്നു.

"ആരതിക്ക് രണ്ടു കുട്ടികളല്ലെ?"

"അതെ."

"നീ മക്കളെ കണ്ടുവോ?"

"മകളെ കണ്ടു."

"എങ്ങനെ മകൾ, വെളുത്തിട്ടാണോ?"

"അതെ."

"നല്ല നിറമുണ്ടോ... കുഞ്ഞുണ്ണി ഏട്ടന്റെ നിറം...?"

"അത്രയുമില്ല."

"തലമുടി ചുരുണ്ടതാണോ? കുഞ്ഞുണ്ണിഏട്ടന്റെ സ്പ്രിങ്ങ് സ്പ്രിങ്ങ് പോലുള്ള ചുരുണ്ട മുടി..."

"അത്രയും ചുരുണ്ടതല്ല."

"ആരതിക്ക് കോലൻമുടിയാണല്ലോ..." എവിടെയൊക്കെയോ അവരുടെ മനസ്സ് സഞ്ചരിച്ച് തിരിച്ചെത്തി.

"നിനക്ക് ആരതിയുടെ ചെറുപ്പത്തിലെ ഫോട്ടോ കാണണൊ?"

അവർ എഴുന്നേറ്റ് അകത്തുപോയി ഒരാഭരണപ്പെട്ടിയുമായി പുറത്തു വന്നു. അതിൽ ആഭരണങ്ങളൊന്നും കണ്ടില്ല. കുറെ കടലാസുകൾ ഓരോന്നായി എടുത്തു പുറത്തുവെച്ചു.

അടിയിൽ വെച്ചിരുന്ന നീല വെൽവെറ്റ് എടുത്തുമാറ്റിവെച്ച് ഒരു ചെറിയ ഫോട്ടോ പുറത്തെടുത്തു.

"നീ പറയൂ ഏതാണ് ആരതി?"

നിറം മങ്ങി, വെള്ളയായി കാണേണ്ടിടത്തൊക്കെ മഞ്ഞയായി തോന്നിക്കുന്ന ഹേൻഡ് കേമറയിലെടുത്ത ഒരു സ്നേപ്പ്. വലിയ മതിൽക്കെട്ടിന്റെ നടുവിലായി കൂറ്റൻ ഇരുമ്പുഗെയിറ്റ്. അതിന്റെ മുന്നിൽ ആരതി അമ്മായി ഹാരമണിഞ്ഞു സത്യാഗ്രഹത്തിനിരിക്കുന്നു. അടുത്തായി പ്ലേക്കാർഡ് പിടിച്ച് ആൺകുട്ടികളും പെൺകുട്ടികളും മുഷ്ടിചുരുട്ടി നില്ക്കുന്നു.

"ഈ ഫോട്ടോ എനിക്കു തരണം. ഞാൻ മടക്കിത്തരാം. ആരതി അമ്മായിക്കു കാണിച്ചുകൊടുക്കാനാണ്.

"നീ തിരിച്ചുതരണം... നീ എന്റെ പിയോണിയും ഡ്രേഗൺസീഡും* ഇതുവരെ തിരിച്ചുതന്നിട്ടില്ല."

അയാൾ ഇറങ്ങിനടന്നു. അവർ ചവിട്ടുകല്ലിന്മേൽ ഇറയും പിടിച്ചു നിന്നു. ടർക്കിഷ്ബാത്തു ടവ്വൽ നെഞ്ചിനു നേരെയാക്കിക്കൊണ്ടവർ പറഞ്ഞു.

** പേൾ എസ്. ബെക്കിന്റെ രണ്ടു നോവലുകൾ*

''നീ കുഞ്ഞുണ്ണി ഏട്ടന്റെ കുട്ടികൾക്ക് തറവാട് വക എന്തെങ്കിലും സ്വത്തു കിട്ടുവാൻ പറ്റുമോ എന്നു കൂടെ നോക്കണം. ലീഗൽസ്റ്റെപ്സ് എടുത്തോളൂ. വേണ്ട ഹെൽപ്പ് ഞാനും ചെയ്യാം.''

അയാൾ നടന്നു. നാളിതുവരെ ഭവാനി അമ്മായി അവിടെ ചെന്നാൽ ഇരിക്കാൻ പറയുകയോ പച്ചവെള്ളം തരികയോ ചെയ്തിട്ടില്ല. അന്നും അതുണ്ടായില്ല.

പാടത്തിറങ്ങി വലിയ വരമ്പത്തുകൂടി നടന്നു. കമ്പിപ്പാലം കടക്കുമ്പോൾ വീണ്ടും ഭവാനി അമ്മായിയുടെ ചിന്ത എവിടെനിന്നോ പാഞ്ഞെത്തി. ഭവാനി അമ്മായി അയാളുടെ അമ്മയുടെയും അനന്തമ്മാമന്റെയും കുഞ്ഞുണ്ണി അമ്മാമന്റെയും അമ്മാമന്റെ മകളായിരുന്നു. വളരെ പ്രായം ചെന്നിട്ടും പ്രായത്തേക്കാളും കൂടുതൽ ശരീരം വളർന്നിട്ടും അവർ അന്നെല്ലാം പാവാടയാണ് ഉടുത്തിരുന്നത്. മഞ്ഞനിറത്തിൽ നീല വരകളുള്ള, നീലവരയിൽ നേരിയ കസവു നാര് പാകിയ പാവാടയും അതേ നിറത്തിലുള്ള ബ്ലൗസും ധരിച്ച് ഒരമുള്ള തലമുടി അഴിച്ചിട്ട് രണ്ടു ഭാഗത്തും എന്നും കുറച്ച് ഇഴകൾ മാത്രമെടുത്തു മെടഞ്ഞ് മധ്യത്തിൽ കെട്ടി, നന്ത്യാർവട്ടപ്പൂവ് ഇലയും തണ്ടും ചേർത്ത് മുടിയിൽച്ചൂടി ഇലക്കുറി വരച്ച്, നിത്യം അതിലേ പോകും. അന്നൊക്കെ ഭവാനി അമ്മായി ഓരോ ക്ലാസിലും രണ്ടും മൂന്നും വർഷം തോറ്റിരുന്നു. ചിലപ്പോൾ അയാളെ വിളിച്ചു പറയും. പറയുന്നതിനു മുമ്പായി കടലാസിൽ പൊതിഞ്ഞ പല്ലിമുട്ടായിയോ, ലോസഞ്ചറോ തരും.

"ഈ എഴുത്ത് അനന്തേട്ടന് കൊടുക്കണം; കുഞ്ഞുണ്ണി ഏട്ടൻ അറിയരുതേ..."

മറ്റുചിലപ്പോൾ ഒരു എഴുത്തു തരും.

"ഇത് കുഞ്ഞുണ്ണി ഏട്ടന്ന് കൊടുക്കണം; അനന്തേട്ടൻ അറിയരുത്."

ആ ചിന്തയുടെ ഓളങ്ങളിൽ എല്ലാം മറന്ന് വീട്ടിന്റെ ചവിട്ടുകല്ല് വരെ എത്തിയപ്പോൾ അമ്മയുടെ ശബ്ദമാണ് അയാളെ ഞെട്ടിയുണർത്തിയത്:

"എന്തായെടാ? ഈ കാര്യം പറഞ്ഞപ്പോൾ അവൾ മുഖത്തു രണ്ട് ആട്ട് ആട്ടിക്കാണും."

അയാൾ ഉമ്മറത്ത് കയറി ഇരുന്നു. അമ്മയുടെ മുഖത്തേക്ക് തുറിച്ചു നോക്കി.

"അവർ നിലം വിട്ടുതരാൻ തയ്യാറാണെന്നു പറഞ്ഞു..."

അമ്മയുടെ മുഖം മങ്ങി. അമ്മയിരുന്ന് ഉരുകുന്നു. അയാളുടെ വാക്കുകളേല്പിച്ച ആഘാതത്തിൽനിന്ന് മുക്തി നേടിയപ്പോൾ അമ്മ പറഞ്ഞു: "അല്ലെങ്കിലും ഭവാനി തന്നെയാണ് കുഞ്ഞുണ്ണിയുടെ മക്കൾക്ക് കൊടുക്കേണ്ടത്. അവളൊരുത്തിയാണ് ഇതൊക്കെ വരുത്തിവെച്ചത്.

കുഞ്ഞുണ്ണിക്ക് നാട്ടിൽത്തന്നെ ജോലിയുണ്ടായിരുന്നു. അവന്ന് കൽക്കട്ടയ്ക്കും ബംഗാളത്തിലുമൊന്നും പോകേണ്ട ആവശ്യമുണ്ടായിരുന്നില്ല.”

പിന്നെയും ആരോടെന്നില്ലാതെ എന്തൊക്കെയോ പറഞ്ഞിരുന്നു. അയാൾ നടന്നു കോവണി കയറി. മുകളിൽ നടുമുറിയിൽ ഇരുന്നു. പെട്ടെന്നാണ് അനന്തമ്മാമന്റെ ഫോട്ടോ കണ്ടത്. ഫോട്ടോ നിറംമങ്ങിയിരിക്കുന്നു. ഇന്ന് അനന്തമ്മാമൻ ജീവിച്ചിരിപ്പുണ്ടെങ്കിൽ കാലം അദ്ദേഹത്തിന്റെ ദേഹത്ത് അനേകം വരകൾ വരയ്ക്കുമായിരുന്നു. തലയിൽ വെള്ള ചായം തേയ്ക്കുമായിരുന്നു. ഇന്ന് അവശേഷിച്ചത് ഈ ഫോട്ടോ മാത്രമാണ്. അതിന്മേൽ പൂപ്പൽകൊണ്ട് അനേകം ചിത്രങ്ങൾ എഴുതിക്കഴിഞ്ഞിരിക്കുന്നു. ഒരുകാലത്ത് ഈ ഫോട്ടോവിന് എന്ത് മിഴിവുണ്ടായിരുന്നു! ചുരുട്ടിന്റെ പുകക്കറപോലും പല്ലുകളിൽ തെളിഞ്ഞുനിന്നിരുന്നു. അനന്തമ്മാമൻ ഭവാനി അമ്മായിയെ വിവാഹം കഴിച്ച് ഒരു വർഷത്തിനുശേഷം ലീവിൽ വന്നു. മെസപ്പൊട്ടേമിയയിൽനിന്ന്. വീട്ടിൽ മൂന്നു ദിവസം താമസിച്ചു. പിന്നെ ആളെ കാണാതെയായി. ഒരു മാസത്തിന് ശേഷം മധുരയിൽനിന്ന് ഒരു പോലീസ് വന്നു. അപ്പോഴാണ് അറിഞ്ഞത് മധുരയിലെ മങ്കമ സത്രത്തിലെ ഒരു മുറിയിൽവെച്ച് അനന്തമ്മാമൻ ആത്മഹത്യ ചെയ്തു. എല്ലാം ഓർത്തപ്പോൾ അയാൾക്ക് ആ ഫോട്ടോവിലേക്ക് നോക്കിയിരിക്കാൻ കഴിഞ്ഞില്ല. അയാൾ കോവണിപ്പടിയിറങ്ങി താഴെ ചെന്നു.

“പാവം അനന്തന്റെ കാര്യം. ഒക്കെ അവളുടെ നടവടിദൂഷ്യം. മൂതേവി! പാഞ്ചാലി!...”

ചുറ്റും നോക്കിയപ്പോഴാണ് മനസ്സിലായത് അമ്മ, ഇത്രയും സംസാരിച്ചിരുന്നത് കേൾക്കാൻ ആരുമുണ്ടായിരുന്നില്ലെന്ന്.

“ഞാൻ പോവ്വാണ്.”

“നീ എന്തിന് വന്നു?”

“ഈ ഒരൊറ്റ ആവശ്യത്തിന്.”

“എവിടെയോ തെണ്ടിപ്പെറുക്കി നടക്കുന്ന പെണ്ണുങ്ങൾക്ക് സ്വത്തു വാങ്ങിക്കൊടുക്കാൻ. ചെലവഴിക്കാൻ നിണക്ക് കാശുണ്ട്. എനിക്ക് വെല്ലൂർക്ക് ചികിത്സയ്ക്കു പോകാൻ...”

“അമ്മയ്ക്ക് വെല്ലൂർക്കല്ലാ അമേരിക്കയ്ക്ക് പോകാനുള്ള കാശ് അമ്മയുടെ പെട്ടിയിലുണ്ട്. ഇത്രയും സ്വത്തിന്റെയൊക്കെ ആദായം...” കൂടുതൽ പറയാൻ അയാൾ ഇഷ്ടപ്പെട്ടില്ല.

“നീ നിന്റെ ജീവിതത്തിൽ സ്വത്ത് വാങ്ങിയിട്ടില്ല. വാങ്ങുകയുമില്ല. അതുകൊണ്ട് നിനക്ക് സ്വത്തിന്റെ വില അറിയില്ല. ഇന്ന് നീ ഒരു ഇഞ്ച് ഭൂമി വാങ്ങൂ... അത് നാളെ രണ്ട് ഇഞ്ച് ആക്കാനേ നോക്കൂ... അല്ലാതെ ആർക്കും വാരിക്കൊടുക്കാൻ തോന്നില്ല.”

കൽക്കത്തയിൽ എത്തിയപ്പോൾ ശക്തിയായി മഴ പെയ്തിരുന്നു. ടാക്സിക്കയാൾ കാത്തുനിന്നു. അപ്പോൾ അയാൾ ഓർത്തു. പുതുമഴ യോടൊപ്പം പകർച്ചവ്യാധികൾ റഫ്യൂജികേമ്പുകളിൽ പടർന്നുപിടിക്കും. അയാൾ തിരഞ്ഞെടുത്ത് നിറുത്തിയ എത്ര റഫ്യൂജി കുടുംബങ്ങൾക്ക് കപ്പൽ കയറാൻ പറ്റുമോ, എന്തൊ?

ഹോട്ടലിൽ വന്നപ്പോൾ അറിഞ്ഞു; ശിപായി മുല്ല കഴിഞ്ഞ രണ്ടു ദിവസങ്ങളായി ഹോട്ടലിൽ തപസ്സാണ്.

"ബഡാ സാബ്ക്കൊ ഹുക്കും ഹെ. ജൽദി ആനാ. കാം ഭാരി ഹെ. ജരൂറി ഹെ...[1]"

അയാൾ ഉടനെ ഓഫീസറെ കാണാൻ പോയി. മൂന്നു ദിവസത്തോളം തിരിയാനൊഴിവില്ലാത്ത ജോലി. റഫ്യൂജികളെ വേക്സിനേഷൻ ഇനോ ക്കുലേഷൻ കഴിപ്പിക്കൽ, കപ്പൽ വിടുന്നതിന് മൂന്നു ദിവസമെങ്കിലും മുമ്പ് ചെയ്തുതീർക്കേണ്ടതാണ്. അല്ലെങ്കിൽ കപ്പൽ കയറാൻ പറ്റില്ല.

നാലാംദിവസം വൈകുന്നേരമാണ് ആരതി അമ്മായിയുടെ വീട്ടിൽ എത്തിയത്. അവർ ആരെയോ പ്രതീക്ഷിച്ചിരിക്കുന്നു. മാത്രമല്ല, അവ രുടെ കണ്ണുകൾ നിറഞ്ഞിരിക്കുന്നു. അയാൾ കാൽക്കൽ പ്രണാമം ചെയ്യു വാൻ കുനിഞ്ഞപ്പോൾ അവർ ബദ്ധപ്പെട്ടു കാലുകൾ മേശയുടെ അടിയി ലേക്ക് നീട്ടിവെച്ചു.

"കി ഹോലോ അപ്പ്നാർ... മാത്തഖറാപ്പ്...[2]"

അവർ പരിഭ്രമിച്ചു ചോദിച്ചു: "നിങ്ങളുടെ ബുദ്ധിക്കെന്തെങ്കിലും തക രാറ് പറ്റിയോ?..."

"അതൊക്കെ പറയാം. നിങ്ങളെന്തിന് കരയുന്നു?..."

"എന്റെ മകളുടെ പെരോൾ നാളെയ്ക്ക് കഴിയും. അവൾ ഹൗറാ ഡിസ്ട്രിക്ട് മജിസ്ട്രേറ്റിന് പെരോൾ നീട്ടിക്കിട്ടാൻ ഹർജി കൊടുക്കു വാൻ പോയിരിക്കയാണ്. പെരോൾ നീട്ടിക്കിട്ടുമോ എന്തൊ..."

അയാൾക്കിനിയും അത് മറച്ചുവെയ്ക്കാൻ കഴിയുന്നില്ല.

"എന്നെ മനസ്സിലായോ...?"

"എന്താ സംശയം കിഴക്കൻ ദ്വീപിൽനിന്ന് വന്ന റഫ്യൂജി ഓഫീ സർ..."

"അതല്ല... ഞാൻ കുഞ്ഞുണ്ണിപ്പണിക്കരുടെ സഹോദരിയുടെ മക നാണ്..."

---

1. *വലിയ സാഹിബിന്റെ കല്പനയാണ്. വേഗം വരണേ ഭാരിച്ച ജോലിയാണ്. ഒഴിച്ചുകൂടാൻ വയ്യാത്തതാണ്.*
2. *എന്തുപറ്റി നിങ്ങൾക്ക്? തലയ്ക്കു വല്ല തകരാറും പറ്റിയോ?*

താടിക്ക് കൈയും കുത്തിയിരിക്കുന്ന അവർ കൈമാറ്റി മുഖം ഉയർത്തി അയാളുടെ മുഖം കണ്ണുകൊണ്ട് അളവെടുത്തു. വളരെയേറെ ചോദ്യങ്ങൾ ഒന്നിനൊന്നായി വരുമെന്ന് അയാൾ കരുതി. പക്ഷേ, ഒരൊറ്റ ചോദ്യമേ ചോദിച്ചുള്ളൂ:

"ഏത് സഹോദരിയുടെ മകനാണ്?..."

"ദേവകിയുടെ..."

"അവർക്ക് ആൺകുട്ടി ഒന്നല്ലേ ഉള്ളൂ?...."

തെല്ലുനേരം മിണ്ടാതിരുന്നു.

"പേര് വേണു എന്നല്ലേ..."

അയാൾ അമ്പരന്നു.

"ഞാൻ ആരെയും കണ്ടിട്ടില്ല. എങ്കിലും എല്ലാവരുടേയും മുഖങ്ങൾ എന്റെ മനസ്സിൽ കൊത്തിവെച്ചിട്ടുണ്ട്... അതു മായില്ല..."

"ഞാൻ അന്ന് കണ്ടതിനുശേഷം നാട്ടിൽ പോയിരുന്നു. അമ്മായിയുടെ കാര്യത്തിന്. അവിടെനിന്ന് അമ്മായിയുടെ ഒരു ഫോട്ടോ കിട്ടി." അയാൾ ഫോട്ടോ കൊടുത്തു. അവർ വാങ്ങി – അതിലേക്ക് ഇമ വെട്ടാതെ നോക്കിയിരുന്നു.

"ഇത് യൂണിവേഴ്സിറ്റി ഓഫീസിന്റെ മുമ്പിൽ പിക്കറ്റു ചെയ്യുമ്പോൾ ആരോ എടുത്തതാണ്. അന്നൊക്കെ ഞാൻ ഫോർവേഡ് ബ്ലോക്കിലായിരുന്നു. പിന്നീടാണ് പാർട്ടിയിൽ വന്നത്... ഈ ഫോട്ടോ ആര് സൂക്ഷിച്ചിരുന്നു?"

"ഭവാനി അമ്മായി..."

പെട്ടെന്നവർ തല ഉയർത്തി. ഇതുവരെ കണ്ടിട്ടില്ലാത്ത ഒരു മുഖം. കാലഭേദങ്ങൾ ആ മുഖം മറക്കാൻ ശ്രമിക്കുന്നു.

"ഭൊവാനി!..." പെട്ടെന്നവർ നിയന്ത്രിച്ചു. "ഭൊവാനിക്ക് സുഖംതന്നെയല്ലേ?...."

"വളരെ സുഖം."

"ഭൊവാനിക്ക് പ്രായം തോന്നിക്കുന്നുണ്ടോ?"

"കുറെയൊക്കെ..."

"എന്നെക്കാളും?..."

"ഏക്കദേശം."

"ഭൊവാനിയുടെ പഴയ സൗന്ദര്യമൊക്കെ?"

"ആരതിഅമ്മായി ഭാവാനിഅമ്മായിയെ കണ്ടിട്ടുണ്ടോ?..."

"ഇല്ല... വളരെ വളരെ പറഞ്ഞുകേട്ടിട്ടുണ്ട്. ഫോട്ടോയും കണ്ടിട്ടുണ്ട്."

അവരുടെ അപ്പോഴത്തെ മുഖഭാവം കണ്ടപ്പോൾ ആരിൽനിന്ന് എന്ന യാൾക്കു ചോദിക്കാൻ തോന്നിയില്ല.

“ആട്ടെ, നീ നാട്ടിൽ പോയിരുന്നു. എന്റെ ആവശ്യത്തിനാണെന്ന് പറഞ്ഞിരുന്നുവല്ലോ... എന്തായിരുന്നു എന്റെ ആവശ്യം?...”

“അമ്മായിക്ക് എന്തെങ്കിലും സ്വത്ത് വീട്ടിൽനിന്നും വാങ്ങിത്തരാൻ...”

“സ്വത്തോ?... എനിക്കോ?.... വീട്ടിൽനിന്നോ?....” അവർ പൊട്ടിച്ചിരിച്ചു.

“വീട്ടിൽനിന്ന് എന്നു പറഞ്ഞാൽ, കുഞ്ഞുണ്ണി അമ്മാമന്റെ സ്വന്തം പേരിൽത്തന്നെ നാട്ടിൽ സ്വത്തുക്കളുണ്ടല്ലോ...”

“നിങ്ങളുടെ നാട്ടിലെ സ്വത്തോ?....” അവർ വീണ്ടും വീണ്ടും പൊട്ടിച്ചിരിച്ചു. “പറയേണ്ടിവന്നതിൽ നീ ഈ അമ്മായിയോട് ക്ഷമിക്കണം. നിങ്ങളുടെ നാട്ടിൽ ഞാൻ കണ്ടത് ഒരുപറ്റം ശ്മശാനഭൂതങ്ങളെയാണ്. ഞാനും നിന്റെ അമ്മാമനും ഒരു ടാക്സിയിൽ നിന്നിറങ്ങി, നട്ടുച്ചയ്ക്ക് ഒരു വലിയ പാടം കടന്ന് വിശന്നുവലഞ്ഞാണ് അവിടെ ചെന്നത്. ചെല്ലുമ്പോൾ ഗെയിറ്റ് പൂട്ടിയിട്ടിരിക്കുന്നു. ശ്മശാനഭൂതങ്ങളെപ്പോലെ ഒരുപറ്റം വൃദ്ധന്മാരും വൃദ്ധകളും നിന്ന് കലിതുള്ളുന്നു. വീടിനകത്തെ ജനാലകളിൽനിന്ന് കുറെ സ്ത്രീകൾ എത്തിനോക്കുന്നു. അകത്ത് കയറ്റില്ലെന്നു പറഞ്ഞു. നിന്റെ അമ്മാമൻ ഗെയിറ്റ് വെട്ടിപ്പൊളിച്ച് അകത്തുകടക്കുമെന്നു പറഞ്ഞു. ഭദ്രകാളിയെപ്പോലെ ഒരു വൃദ്ധ അലറി, എന്നെ ചാണകം കലക്കിയ ചൂലുകൊണ്ടടിക്കുമെന്ന്. ഞങ്ങൾ മടങ്ങി. തീവണ്ടി കയറുമ്പോൾ ആദ്യം നിന്റെ അമ്മാമനും പിന്നെ ഞാനും പൊട്ടിക്കരഞ്ഞു. ഡാക്കയിൽ തിരിച്ചെത്തിയപ്പോൾ ഒരു കാര്യം ഞങ്ങൾക്കു മനസ്സിലായി, ഒരു പ്രളയ നിർഗ്ഗളത്തിൽ ഞങ്ങൾക്കു വേണ്ടപ്പെട്ടവരെല്ലാം ഒലിച്ചുപോയി, ഞങ്ങൾ മാത്രം ഈ പ്രപഞ്ചത്തിൽ അവശേഷിക്കുന്നുവെന്ന്. അതിനുശേഷം ഞാൻ പാർട്ടിപ്രവർത്തനം നിറുത്തി. നിന്റെ അമ്മാമൻ അന്ന് യൂണിവേഴ്സിറ്റി ഓഫീസിലെ ക്ലാർക്കായിരുന്നു. വെറും തേർഡ് ഡിവിജൻ മെട്രിക്ക്. ഞാൻ നിർബന്ധിച്ചപ്പോൾ പ്രൈവറ്റായി ഇന്ററിന് എഴുതി. ബി.എയ്ക്ക് എഴുതി. വീണ്ടും നിർബന്ധിച്ചപ്പോൾ ഫസ്റ്റ് ഡിവിജനായി എം.എ. പാസ്സായി. ആ ഇടയ്ക്ക് ഞാനും ഹിന്ദിയിൽ ഒന്നുരണ്ട് ഉയർന്ന പരീക്ഷയ്ക്കെഴുതിയിരുന്നു. ആ വർഷംതന്നെ നിന്റെ അമ്മാമന് കോളേജിൽ ജോലി കിട്ടി. അക്കാലത്താണ് വിഭജനം...” അമ്മായിയുടെ ശബ്ദം ഇടറാൻ തുടങ്ങുന്നു. കരയാതിരിക്കാൻ യത്നിച്ചപ്പോൾ ശക്തിയായി ചുമച്ചു.

“എങ്ങനെയാണ് കുഞ്ഞുണ്ണി അമ്മാമൻ മരിച്ചത്?...”

“മരിച്ചതെങ്ങനെയെന്നോ?....” അവർ പൊട്ടിപ്പൊട്ടിക്കരഞ്ഞു. ശബ്ദം വളരെ ഉച്ചത്തിലായിരുന്നു. നിലയ്ക്കുന്നുമില്ല. അടുത്ത വീട്ടിലെ വൃദ്ധ വിധവ വായിച്ചുകൊണ്ടിരിക്കുന്ന പുസ്തകം അടയ്ക്കാതെ നടന്നു വാതിൽക്കൽ നിന്നു.

"മോശായ് ദൊമയന്തിർ മാ കാങ്ഹേ കേനോ?"[1] അവർ മറുപടിക്ക് കാത്തുനിന്നു. മറുപടി കിട്ടാതായപ്പോൾ:

"കീ രക്കം ലോക്ക്. എക്ട്ടകഥ ജിഗ്ഗേഷ്, കൊറേലേ ഉത്തർ ദേബെന..."[2] ചോദിച്ചതിന്റെ മറുപടി പറയാത്തതിൽ പരിഭവിച്ചു പിണങ്ങിപ്പോയി.

ഒന്ന് ശ്വാസം നേരെ ആയപ്പോൾ ആരതി അമ്മായി ആവർത്തിച്ചു:

"മരിച്ചതെങ്ങനെയെന്നോ?... ഇരുപത്തഞ്ച് വർഷത്തിനുശേഷം സ്വന്തം ഭാഗിനേയൻ ചോദിക്കുന്നു. റഫ്യൂജി കേമ്പിൽ ഭിക്ഷയാചിച്ച് കാശുണ്ടാക്കിയിട്ടാണ് ഞാൻ എല്ലാവർക്കും കമ്പി അടിച്ചത്. ആരും മറുപടി അയച്ചില്ല. ഭൊവാനി മാത്രം മറുപടി അയച്ചു. അവളുടെ കത്തിലെ ചില വരികൾ എനിക്ക് ഇഷ്ടപ്പെടാത്തതുകൊണ്ട് ഞാൻ തുടർന്ന് എഴുതിയില്ല..."

"അമ്മാമൻ എങ്ങനെ മരിച്ചുവെന്നു പറഞ്ഞില്ലല്ലോ..."

"റാണ്ണാഘട്ട് റഫ്യൂജികേമ്പിൽ വെച്ച് കോളറ പിടിച്ചു മരിച്ചു. നീ ഇന്നു വസ്തുഹരേരെ കൊണ്ടുപോകുന്നില്ലേ?... അതുപോലെ ഞങ്ങളും വസ്തു ഹരേരായി വന്നു. ഞാൻ ഈ കൊൽക്കത്ത തെരുവുകളിൽ ചെയ്യാത്ത ജോലിയില്ല. എനിക്ക് അതിനു പറ്റിയ രൂപമോ ശരീരമോ ഇല്ലാത്തതുകൊണ്ട് ഞാൻ..." അവർ നിറുത്തി.

"അതൊക്കെ മറക്കൂ അമ്മായി. ഞാൻ പറയുന്നത് അമ്മാമന്റെ സ്വന്തം പേരിലുള്ള ഭൂമിയെപ്പറ്റിയാണ്. അതു വാങ്ങൂ..."

"വേണ്ട, ഞാൻ വാങ്ങില്ല. ഞാൻ ഈ കൊൽക്കത്തയിൽ എനിക്കും എന്റെ മക്കൾക്കും അടുത്ത നേരത്തെ ആഹാരം എവിടെനിന്ന് എന്നറിയാതെ അലയുന്ന കാലത്ത് എന്റെ മൂത്ത സഹോദരൻ മിഡ്നാപ്പൂർ ജില്ലയിൽ സബ്ബ്ഡിവിജൻ ഓഫീസറായിരുന്നു. ഞാൻ അവിടെയൊന്നും പോയില്ല. ഞാൻ അധ്വാനിച്ച് ജീവിച്ചു. കാലത്ത് കുറെ കുട്ടികളെ ഹിന്ദി ട്യൂഷനെടുക്കും. പത്തുമണി മുതൽ ഒരുമണിവരെ ഗുരുദ്വാരവക സ്കൂളിൽ ഹിന്ദി പഠിപ്പിക്കും. രണ്ടുമണി മുതൽ അഞ്ചുമണി വരെ ഗുജറാത്തി സൊസൈറ്റി വക സ്കൂളിൽ ഹിന്ദി പഠിപ്പിക്കും. പിന്നെ വൈകുന്നേരവും ട്യൂഷനെടുക്കും. ഞാൻ ജീവിച്ചു. എന്റെ മക്കളെ വളർത്തി..."

അയാൾ എല്ലാം കേട്ട് ഇരുന്നു. കുറച്ചുനേരം എന്തോ ചിന്തിച്ചിട്ട് അവർ ചോദിച്ചു:

"നീ പറഞ്ഞല്ലോ അമ്മാമന്റെ സ്വന്തം പേരിലെ ഭൂമിയുടെ കാര്യം. അതിപ്പോൾ ആരുടെ പക്കൽ നില്ക്കുന്നു?..."

---

1. *ഏയ് മഹാശയാ ദമയന്തിയുടെ അമ്മ കരയുന്നതെന്തിന്?*
2. *എന്തുതരം മനുഷ്യര്! ഒരു കാര്യം ചോദിച്ചാൽ മറുപടി പറയില്ല.*

“കുറെ ഭവാനി അമ്മായിയുടെ കൈയിലും കുറെ എന്റെ അമ്മയുടെ കൈയിലും... അമ്മ തരില്ല. അമ്മായിക്ക് ഇഷ്ടമാണെങ്കിൽ ഞാൻ കേസ്സു കൂടി വാങ്ങിച്ചുതരാം...”

“ഭൊവാനി എന്തു പറഞ്ഞു...?”

“ഇപ്പോഴത്തെ എല്ലാ സർക്കാർ രേഖകളും അവരുടെ പേരിലാണെ ങ്കിലും നിങ്ങൾക്ക് വിട്ടുതരാമെന്ന്...”

അവർ പെട്ടെന്ന് മൗനമായി. ദുഃഖം കലർന്ന സ്വരത്തിൽ.. അതൊരാ ത്മഗതമായിരുന്നുവെങ്കിലും സ്വരം ഉയർന്നുപോയി:

“ക്ലേശങ്ങളോട് മല്ലിട്ടുമല്ലിട്ട് എന്റെ ജീവിതത്തിന്റെ സായാഹ്നത്തിൽ ഭൊവാനി നീട്ടിത്തരുന്ന ഭിക്ഷ..”

അവരുടെ വാക്കുകൽ തൊണ്ടയിലമർന്നു:

“എനിക്കൊന്നും വേണ്ട... ഞാൻ വാങ്ങില്ല... വാങ്ങില്ല..”

അയാൾ എണീറ്റു.

“ഞാൻ പോകട്ടെ...”

“എന്തിന്? ഞാൻ വേണ്ട എന്നു പറഞ്ഞതുകൊണ്ടോ?... എനിക്കു വേണ്ടി നീ ചെയ്യുന്നത് ഭഗീരഥപ്രയത്നമാണ്... ഞാൻ സ്വത്ത് മാത്ര മാണ് വേണ്ടെന്നു പറഞ്ഞത്. നിന്നോടുള്ള ബന്ധമല്ല... ഞാൻ നിന്നെ പോകാൻ അനുവദിക്കില്ല...”

“ഇത് കൽക്കത്തയിലെ അവസാനത്തെ രാത്രിയാണ്. ഞാൻ ഹൽദാർ ബാബുവിന്റെ വീട്ടിൽ ഊണ് കഴിക്കാൻ ചെല്ലാമെന്നേറ്റിട്ടുണ്ട്.”

“നിന്റെ അമ്മായി ഇന്ന് കൽക്കത്തയിലുണ്ട്. ഈ രാത്രി അന്യന്മാ രുടെ വീട്ടിൽനിന്നല്ല ഭക്ഷണം കഴിക്കേണ്ടത്...”

“പറ്റില്ല... ഞാൻ ചെല്ലാമെന്നേറ്റിട്ടുണ്ട്...”

“എന്റെ ജീവിതത്തിൽ എന്റെ ഭർത്താവിന്റെ വംശത്തിൽപെട്ട ഒരാൾക്ക് ഊണ് വിളമ്പിക്കൊടുക്കാനുള്ള ഒരവസരമാണ് ഇല്ലാതാക്കു ന്നത്.” അവരുടെ കണ്ണുകൾ നിറഞ്ഞൊഴുകി.

അയാൾ വീണ്ടും കസേരയിൽ ഇരുന്നു. അവർ അകത്തു പോയി സ്റ്റൗവ് കത്തിച്ചു.

പുറത്ത് ചെരുപ്പിന്റെ ശബ്ദം കേട്ടപ്പോൾ അവർ അകത്തുനിന്നും വന്നു. ദമയന്തി.

“പെറ്റീഷൻ റിജക്ടഡ്...” അവൾ പൊട്ടിച്ചിരിച്ചു.

“താർപൊറെ?...[1]” പിന്നെ എന്തു ചെയ്യണമെന്ന് അമ്മായി ആരാഞ്ഞു.

---

1. പിന്നെ.

“താർപൊറെ കീ? ആർ എഗാറോട്ടൻ സമയെഗിയെ ഹാജിർ ദേബോ. ആർ കീ?...[1]”

നാളെ പതിനൊന്നുമണിക്ക് പോയി ഹാജരാകും. പെട്ടെന്നവൾ അയാളുടെ നേരെ തിരിഞ്ഞു.

“ആപ്പ് നീ...?” നിങ്ങളൊ.

പെട്ടെന്ന് ആരതി അമ്മായി പറഞ്ഞു:

“മോളേ നീ കാണൂ. ജീവിതത്തിൽ ആദ്യമായി കാണൂ. നിന്റെ അച്ഛന്റെ വംശത്തിൽ ഒരാളെ...”

“ഓ സബ് ബാജെ...[2]” അവൾ എതിർത്തപ്പോൾ ആരതി അമ്മായി പറഞ്ഞത് മനസ്സലിഞ്ഞുകൊണ്ടാണ്:

“നിന്റെ അച്ഛന്റെ സ്വന്തം മൂത്ത സഹോദരി ദേവകി ജ്യേഷ്ഠത്തിയുടെ മകനെ...”

അവളുടെ ചെറിയ മുഖം ചുവന്നു. എന്തോ പറയുന്നതിന് ചുണ്ടുകൾ വിറച്ചു. ശരീരം ഒന്നിളകി. പിന്നെ വേഗം വേഗം നടന്ന് കാലിൽതൊട്ട് പ്രണാമം ചെയ്യാൻ ശിരസ്സു കുനിച്ചു. അയാൾ കാലു പിൻലിച്ചു. അവളുടെ മുഖം പിടിച്ച് ഉയർത്താൻ ശ്രമിച്ചു. കടുകെണ്ണയുടെ മണംകലർന്ന തലമുടി. പിൻവലിച്ച കാലിന്റെ ഷൂവിന്മേൽ ഒരിറ്റ് കണ്ണീര് ഉരുണ്ടുകൂടി, അത് താഴത്തേക്കൊഴുകി.

“ദാദാ!...[3]”

ഈ തീപ്പൊരി പെൺകുട്ടി ഇത്ര സെന്റിമെന്റലോ! ഈ തീക്കുടുക്കക്കാവരണം... തുഷാരബിന്ദുക്കളൊ...?

അയാൾ അവളെ പിടിച്ചെഴുന്നേല്പിച്ചു. അവൾ ചൂടിക്കട്ടിലിൽനിന്ന് ഒരു വിരിയെടുത്തു മടക്കി നിലത്തിട്ട് അതിൽ അയാൾക്കഭിമുഖമായി ഇരുന്നു. അവൾ അയാളെ നോക്കിക്കാണുകയായിരുന്നു.

“എന്താണ് നിന്റെ പേരിലുള്ള കേസ്സ്...?”

“കേസ് അഞ്ചാറെണ്ണമുണ്ട്. അതെല്ലാം വിട്ടുപോകും.” മുഖത്തൊരു ഭാവഭേദവുമില്ലാതെ: “പോലീസുപോലും ഞങ്ങൾക്കെതിരായി സാക്ഷി പറയില്ല. ഇപ്പോഴത്തെ റിമേണ്ട് അതല്ല. ഇന്റേണൽ മെയിന്റനൻസ് സെക്യൂരിറ്റി ആക്ട്പ്രകാരം.”

അയാൾ എന്തോ ഓർത്തിരുന്നു. അവൾ പറയുന്നത് അയാൾക്കിഷ്ടപ്പെടുന്നില്ല എന്നു കരുതിയതുകൊണ്ടായിരിക്കാം. അവൾ ചോദിച്ചു:

1. *പിന്നെ എന്താ? നാളെ പതിനൊന്നു മണിക്കു പോയി ഹാജർ കൊടുക്കും. അല്ലാതെ എന്ത്?*
2. *അതെല്ലാം വ്യാജമാണ്.*
3. *ജ്യേഷ്ഠാ–*

“ദാദാ... എന്ന് തിരിച്ചുപോകും...?”

“നാളെ കാലത്ത്...”

“പിന്നെ, കിഴക്കൻ ദ്വീപുകളിൽ ലേബർ മൂവ്മെന്റ്സ് വല്ലതുമുണ്ടോ?...” അയാൾ ഒരു മറുപടിയും പറഞ്ഞില്ല.

“അല്ല, ഒരു സർക്കാർ ഉദ്യോഗസ്ഥന്റെ, പ്രത്യേകിച്ച് ഒരു സൗത്തിന്ത്യന്റെ അടുക്കൽ!...”

“നീ എന്നെ അങ്ങനെയൊന്നും പറയരുത്. ഞാൻ നിന്റെ ആരാണെന്നറിയുമോ?...”

പെട്ടെന്നയാൾക്ക് അവളെ ശുണ്ഠിപിടിപ്പിക്കുവാൻ തോന്നി...

“കേരളത്തിലായിരുന്നുവെങ്കിൽ നീ എന്റെ മുറപ്പെണ്ണാണ്...” ബംഗാളിൽ അങ്ങനെയൊരു വഴക്കം ഇല്ല എന്ന് അറിഞ്ഞുകൊണ്ടാണയാൾ പറഞ്ഞത്. അവിടെ അമ്മാമന്റെ മകൾ നിഷിദ്ധ്യവിവാഹപ്രഥയിൽ പെട്ടവളാണ്.

“എന്താ.. മുടപ്പെണ്ണ്...”

“മുടപ്പെണ്ണല്ല. മുറപ്പെണ്ണ്...”

“എന്തെങ്കിലുമാകട്ടെ, കാര്യമെന്താണെന്നു പറയൂ...”

“കാര്യമോ? പറയാം. ഒരു പെണ്ണ് സൈദ്ധാന്തമായും അവളുടെ അച്ഛന്റെ ഭാഗിനേയനെ വിവാഹം കഴിക്കണം.”

“പെണ്ണിന് ഇഷ്ടമില്ലെങ്കിലോ?....”

“പെണ്ണിന്റെ ഇഷ്ടം അവിടെ പ്രശ്നമല്ല. ഒരാൾക്കിഷ്ടമില്ലെങ്കിലും ഉണ്ടെങ്കിലും മഴപെയ്യില്ല വെയിലുണ്ടാകില്ല. അതുപോലെ അനിവാര്യമായ അലംഘനീയമായ...”

“പ്രിമിറ്റീവ്... ഏൻഡ് എബ്സേർഡ്...”

“എന്താ എബ്സേർഡ് എന്നു പറയാൻ?....”

“പറയാം. ഒരു പെണ്ണിന്റെ അമ്മാമന് ഒന്നിൽക്കൂടുതൽ ഭാഗിനേയന്മാരുണ്ടെങ്കിലോ? എല്ലാവരേയും വിവാഹം കഴിക്കേണ്ടിവരില്ലേ?...”

“ശ്ശ്ശ്... ചുപ്പ്കൊറൊ...” ആരതി അമ്മായിയുടെ ശബ്ദം.

അയാൾ അപ്പോഴാണ് മനസ്സിലാക്കിയത്, ആരതി അമ്മായി ഇതെല്ലാം കേൾക്കുന്നുണ്ടായിരുന്നുവെന്ന്. അവളുടെ വാക്കുകൾ അമ്മായിയുടെ മനസ്സിൽ എവിടെയോ ഇടിമിന്നൽ പായിച്ചു. ആ വൈദ്യുതാഘാതമേറ്റ് അവരുടെ മുഖം കരിവാളിച്ചിരുന്നു.

“എന്തിനാ മോളെ ഇങ്ങനെ തർക്കം പിടിക്കുന്നത്, നീ അവനെ കണ്ടപ്പോഴേ തുടങ്ങിയതാണ്...”

"ഞാൻ പോകട്ടെ അമ്മായീ..."

"ഞാൻ ഇതൊക്കെ പറയുന്നതുകൊണ്ടാണോ? പറ്റില്ല, ഊണു കഴിഞ്ഞിട്ട് പോയാൽ മതി..." ദമയന്തി ശാഠ്യം പിടിച്ചു.

"മതി.. ഊണ് ഏതാണ്ട് തെയ്യാറായിത്തുടങ്ങി..."

"അമ്മായീ, നിങ്ങളുടെ മകനെവിടെ?...."

അവർ അടുത്തുവന്നു. എന്നിട്ട് സ്വരം താഴ്ത്തി പറഞ്ഞു.

"അവൻ ഒളിവിലാണ്. എവിടെയാണെന്ന് ഇവൾക്കറിയാം. പക്ഷേ, എന്നോടുപോലും പറയില്ല..."

"പിന്നെ അവസരവാദിയും കേരിയറിസ്റ്റുമായ എന്നോട്..." അയാൾ ചിരിച്ചു.

അവളും പൊട്ടിച്ചിരിച്ചു.

അമ്മായി ഒരു വലിയ ഥാലിയിൽ ചോറുമായി വന്നു. അവൾ എണീറ്റു. അയാളോടെണീക്കാൻ ആവശ്യപ്പെട്ടു. ഇരുന്നിരുന്ന ചാരുകസേര മടക്കി ചുമരിൽ ചാരിവെച്ചു. നിലത്ത് വിരിപ്പുവിരിച്ച് അയാൾ ഇരുന്നു. ഥാലിയിൽ ചോറും അരുകിൽ ഉപ്പും വിളമ്പിയിരിക്കുന്നു. ഇലക്കറിയും പരിപ്പും കടുകെണ്ണയിൽ വറുത്തു കറിവെച്ച താറാവുമുട്ടയും ഉണ്ടായിരുന്നു. പ്രതീക്ഷിച്ചിരുന്നുവെങ്കിലും മത്സ്യക്കറിയില്ല.

അയാൾ ഊണുകഴിക്കുമ്പോൾ അമ്മായി ചോദിച്ചു:

"നിണക്ക് ബംഗാളി ഭക്ഷണം ഇഷ്ടമാണോ?..."

"ഏതാനും വർഷങ്ങളായി ഞാൻ കഴിക്കുന്നത് അതുമാത്രമാണ്..."

"നിണക്ക് ബംഗാളികളെ ഇഷ്ടമാണോ?..."

"ഇഷ്ടമാണ്. പ്രത്യേകിച്ച് കിഴക്കൻബംഗാളിൽനിന്നുള്ളവരെ..."

"നിന്റെ അമ്മാമനും ബംഗാളികളെ വളരെ ഇഷ്ടമായിരുന്നു..."

അമ്മായി വീണ്ടും വീണ്ടും ചോറു വിളമ്പിത്തന്നു.

"ജീവിതത്തിൽ ഇന്നെങ്കിലും എന്റെ ഭർത്താവിന്റെ വംശത്തിൽ ഒരാൾക്ക് ഭക്ഷണം വിളമ്പിക്കൊടുക്കാൻ..." അവർ അന്യമനസ്കയായി ഇരുന്നു.

"നീ എഴുതാറുണ്ടോ?...."

"ശ്രമിച്ചിട്ടില്ല...."

"നിന്റെ അമ്മാമൻ അന്ന് ബരിസാലിൽ നടന്ന ഒരു കർഷകസമരത്തിന്റെ പശ്ചാത്തലത്തിൽ ഒരു നോവൽ എഴുതിത്തുടങ്ങിയിരുന്നു..."

അയാൾ എഴുന്നേറ്റു.

"എനിക്ക് ഉടനെ പോകണം..."

ഹൽദാർ ബാബുവിന്റെ വീട്ടിൽ റീഹേബിലിട്ടേഷ്യൻ ഡിപ്പാർട്ടുമെന്റിന്റെ ജീപ്പ് വന്നു കാത്തുനില്ക്കുന്നുണ്ടാകും... രാത്രി മുഴുവൻ ജോലിയാണ്.

അയാൾ ഇറങ്ങി നടന്നപ്പോൾ അവരും കൂടെപ്പോന്നു. ആളൊഴിഞ്ഞ ഗലിയിലൂടെ മെയിൻറോഡിലേക്ക് നടന്നു. ബസ്സ്റ്റോപ്പിൽ എത്തി.

“നീ പറഞ്ഞല്ലോ നിന്റെ കേസ്സുകളെപ്പറ്റി ഭയമില്ലാ എന്ന്. പിന്നെ ഇന്റേർനൽ സെക്യൂരിറ്റി ആക്ട് അധികം നീണ്ടുനിൽക്കില്ല...”

“അതിന്റെ വേലിഡിറ്റി കോർട്ടിൽ ചാലഞ്ചുചെയ്തിട്ടുണ്ട്. സ്ട്രൈക്ക് ഡൗണ് ചെയ്യാൻ സാധ്യതയുണ്ട്...”

“സ്ട്രൈക്ക് ഡൗൺ ചെയ്താലും ഇല്ലെങ്കിലും ഇത് അധികം നീണ്ടുനില്ക്കില്ല....” പിന്നെ എങ്ങനെ തുടരണമെന്നയാൾക്ക് അറിവില്ലായിരുന്നു.

“നിന്റെ അമ്മ ഈ ആയുഷ്ക്കാലം മുഴുവനും ദുഃഖത്തിൽ മാത്രം ജീവിച്ചു. അവർക്കിന്ന് പ്രായമായി വരുന്നു. അവർക്ക് പെൻഷനുള്ള ജോലിയുമില്ല.” എതിരെ കടന്നുപോയ ഏതോ വാഹനത്തിന്റെ വെളിച്ചത്തിൽ അയാൾ ശ്രദ്ധിച്ചു. പറയുന്നതൊക്കെ അവൾ കേൾക്കുന്നുണ്ട്.

“നിന്റെ മനസ്സിനെ പരാജയപ്പെടുത്തുവാനാണെന്ന് തെറ്റിദ്ധരിക്കരുത്. നീ എന്തെങ്കിലും ജോലിചെയ്യാൻ ശ്രമിക്കണം...” മറുപടിക്ക് അയാൾ കാത്തു. മറുപടിയില്ല.

“ഇവിടെ ജോലി ചെയ്യുവാൻ വിഷമമാണെങ്കിൽ ഞാൻ നിനക്ക് ഒരു ജോലി അവിടെ കണ്ടുവെയ്ക്കാം...”

മറുപടിയില്ല.

“എന്റെ ഉപദേശം വളരെ റീആക്ഷനറിയാണെന്ന് എനിക്കറിയാം. പക്ഷേ... സ്നേഹമുള്ളവരുടെ ഉപദേശം എന്നും റീആക്ഷനറിയായിരിക്കും. അതൊരു പ്രപഞ്ചരഹസ്യമാണ്...”

അല്പനിമിഷത്തിനകം ബസ്സ് വന്നു...

രാത്രി മൂന്നരമണിക്ക് മെഡിക്കൽ എക്സാമിനേഷൻ തുടങ്ങി. എന്നിട്ടും, നേരം വെളുത്തുതുടങ്ങിയിട്ടും ക്യൂവിന് അന്ത്യം കുറിച്ചിട്ടില്ല. അയാൾ ആ നീണ്ട ക്യൂവിലേക്കും നോക്കിയിരുന്നു. ഒരു കുട്ടി ഒരു തത്തക്കൂടും പിടിച്ച് ക്യൂവിൽ നില്ക്കുന്നു. പലപ്പോഴും കുട്ടികൾക്ക് അവരുടെ വളർത്തുമൃഗങ്ങളെ കപ്പലിൽ കയറ്റാൻ കഴിയാതെവരും. അവരുടെ കരച്ചിൽ ആദ്യകാലങ്ങളിൽ അയാളെ വല്ലാതെ അലോസരപ്പെടുത്താറുണ്ടായിരുന്നു. ക്യൂവിലേക്ക് നോക്കിയിരുന്നു. ഒന്നു മയങ്ങിപ്പോയി.

“ദാദാ...”

അയാൾ തിരിഞ്ഞുനോക്കി. ദമയന്തി. തൊട്ടുപുറകിലായി ആരതി അമ്മായി. അവർ ദൂരത്തുനിന്നേ വിളിച്ചുകൊണ്ടു വേഗം നടന്നുവരുന്നു.

"ദാദാ... ഇന്നലെ രാത്രി ഞാൻ ഉറങ്ങിയിട്ടില്ല..."

"പ്രേമിച്ചുതുടങ്ങിയോ?..."

"തേ....ത്ത്! സർബ്ബനാശ്...[1]" കൈയിൽ ചുരുട്ടിക്കൂട്ടിയിരുന്ന ബസ് ടിക്കറ്റുകൾ അയാളുടെ നേരെയെറിഞ്ഞു. അതയാളുടെ ചുണ്ടിൽ വന്നു വീണു.

"ഞാൻ നിങ്ങളുടെ പ്രിമിറ്റീവ് മുറപ്പെണ്ണല്ല. യുവർ റിഫൈൻഡ് ബംഗാളി സിസ്റ്റർ..."

"റിഫൈൻഡ് സിസ്റ്റർ ആറ് ക്രിമിനൽ കേസ്സുകളും ഇന്റേർനൽ സെക്യൂരിറ്റി ആക്ട്സിൽ..."

"അതിൽ ദാദാ അഭിമാനിക്കണം..."

അവൾ പൊട്ടിച്ചിരിച്ചു. ചിരിച്ചുചിരിച്ച് ആ ചിരി നിലച്ചു. അട്ടിയിട്ടു കിടന്നിരുന്ന ചണച്ചാക്കുകളിന്മേൽ മുഖമമർത്തി. ദക്ഷിണ ആഫ്രിക്കയുമായി വാണിജ്യബന്ധം വിച്ഛേദിക്കുന്നതിനു മുമ്പുതൊട്ട് അവിടെ കെട്ടിക്കിടക്കാൻ തുടങ്ങിയിരിക്കുന്നതാണ് ആ ചണച്ചാക്കുകൾ.

"മുഖമമർത്തല്ലേ. പൊടിപുരളും..."

അതിന്മേൽനിന്ന് മുഖമെടുക്കാതെതന്നെ അവൾ പറഞ്ഞു.

"എന്റെ മനസ്സിനെ പരാജയപ്പെടുത്തിയിരിക്കുന്നു. ദാദാ..." അവൾ പൊട്ടിക്കരയുന്നുണ്ടായിരുന്നു.

"സാബ്... ആഷൂൺ... ധാഡാ... ധഡി ആഷൂൺ. ഖണ്ഡഘോൽ...[2]"

ഒരു കപ്പൽ ജോലിക്കാരൻ ഓടിവന്നു. വേഗം വേഗം ചെല്ലണം. വഴക്ക്...

അയാൾ പോകാൻ ശ്രമിച്ചപ്പോൾ ദമയന്തി പറഞ്ഞു:

"എനിക്കെഴുത്തയയ്ക്കണം. എന്റെ പേരും, 'ഡെറ്റ്യു ന്യൂ' ആലിപ്പൂർ സെൻട്രൽ ജയിൽ..."

അയാൾ വേഗം കപ്പലിന്റെ അടുക്കലേക്ക് ചെന്നു. അവിടെ ചെന്നപ്പോൾ ആകെ കുഴപ്പത്തിലാണ്. മെഡിക്കൽ പരിശോധന നടത്തുന്നിടത്ത് റഫ്യൂജികളും ജോലിക്കാരുമായി വഴക്ക്. കപ്പലിൽ കയറിയവർ മറ്റു യാത്രക്കാരുമായി വഴക്ക്. അയാൾ പുറത്തുള്ളവരെയൊക്കെ ഒരുവിധം സമാധാനപ്പെടുത്തി. കോവണികയറി കപ്പലിലേക്ക് ചെന്നു. സ്റ്റേറ്റ് കേബിന്റെ മുമ്പിൽ ഓഫീസർ ഈസിച്ചെയറ് ഇട്ടിരുന്ന് ആനന്ദവികടൻ വായിക്കുന്നു. അതിൽനിന്നു കണ്ണെടുക്കാതെ അദ്ദേഹം പറഞ്ഞു:

---

1. *ഇഷ്ടപ്പെടാത്തതു സംസാരിക്കുമ്പോൾ ബംഗാളികൾ പുറപ്പെടുവിക്കാറുള്ള ഒരു ശബ്ദം. സർബ്ബനാശ് – എല്ലാം നാശം.*
2. *സാബ്, വേഗം വരൂ – അടിപിടി!*

"ഐ സേ സൊ സം റഫ്യൂജി ബ്ലൈട്ടേഴ്സ്‌ലർക്കിങ്ങ് എറൗണ്ട് മൈ കേബിൻ... ഇങ്കെ ആരെയും അണപ്പാത്.... യു മേനേജ്."

എല്ലാം ഇട്ടെറിഞ്ഞ് കൽക്കത്തയിലെ റഫ്യൂജി കേമ്പുകളിലും ദണ്ഡകാരണ്യത്തിലും മധ്യപ്രദേശിലും മറ്റനേകം അഭയാർത്ഥികേമ്പുകളിലും അടിഞ്ഞുടഞ്ഞ് അവസാനം പ്രപഞ്ചാരംഭം തൊട്ട് ഇന്നുവരെ മനുഷ്യപ്പാർപ്പ് ഉണ്ടായിട്ടില്ലാത്ത കിഴക്കൻ ദ്വീപുകളിൽ ജീവിതത്തിലെ അവശേഷിച്ച ഭാഗം കരുപ്പിടിക്കുവാൻ പോകുന്നു...

"ഓൺ റെക്കാർഡ്സ് എറ്റ്ലീസ്റ്റ് യു ആർ ദെയർ ഓഫീസർ... ദെമസ്റ്റ് കം ടു യു..."

അയാളുടെ സ്വരം ഉയർന്നത് കുറച്ചു കവിഞ്ഞുപോയി. ദമയന്തിയുടെ സ്വരമാണോ അയാളുടെ തൊണ്ടയിലൂടെ ഒഴുകിയത്? ആ ഭാവപ്പകർച്ച കണ്ടിട്ടാണോ, ഓഫീസർ ഞെട്ടിയെഴുന്നേറ്റു. അയാളുടെ പുറത്ത് തടവിക്കൊണ്ട് പറഞ്ഞു:

"നീ അപ്പടി ഒരാള്. ഇതുക്കൊളെള്ള കോപിച്ചാച്ചാ... ഡോൺ ഗറ്റ് ആങ്കറി. പ്ലീസ്... പ്ലീസ്... യു നൊ മൈ വൈഫ് ഈസ് സ്കേയർഡ് ഓഫ് റഫ്യൂജീസ്..."

ഇതെല്ലാം കേട്ടുനിന്നിരുന്ന ഓഫീസറുടെ ഭാര്യ പറഞ്ഞു:

"ബംഗാളിക്കാരൻ... ഡെയിഞ്ചറസ് ഫെല്ലോസ്.... ഗും എൻഡ്ര് പേശാമെവന്ത് ബോബ് കീംബ് തൂക്കി പോട്ടാക്കാൽ..." ഭീതികലർന്ന വിസ്മയത്തോടെ അവർ പറഞ്ഞു.

അയാൾ നടന്നു. ബങ്കിലേക്ക് ഇറങ്ങുന്നതിനുമുമ്പ് തിരിഞ്ഞു നോക്കി. അപ്പോൾ ഓഫീസർ വീണ്ടും ആനന്ദവികടൻ വായിക്കുവാൻ ആരംഭിച്ചിരിക്കുന്നു. ഇത്തരം സാഹചര്യത്തിൽ ഇത്രമാത്രം നിസ്സംഗത പാലിക്കുവാൻ കഴിയുന്നു!

നൊ വണ്ടർ ഹിസ്സ് നേം ഈസ്റ്റ് റെക്കമെൻഡഡ് ഫോർ ഓൾ ഇന്ത്യാ സർവ്വീസ് - അയാൾ ഓർത്തു.

യാത്രക്കാരും റഫ്യൂജികളുമായി പടർന്നുപിടിച്ച വഴക്ക് കുറേനേരം നീണ്ടുനിന്നു. കപ്പലിലെ ഉയർന്ന ഉദ്യോഗസ്ഥന്മാരും ഇടപെടേണ്ടിവന്നു. എല്ലാം അവസാനിച്ചപ്പോൾ അയാൾ ഓർത്തു. ദമയന്തിയും ആരതി അമ്മായിയും കാത്തുനില്ക്കയാണല്ലോ. അയാൾ ബങ്കിൽനിന്നും ഓടിക്കയറി ഹേച്ചിന്റെ മീതെയെത്തി. ഗേംഗ്‌വേയിലേക്ക് ഇറങ്ങാൻ നോക്കിയപ്പോൾ അയാൾ സ്തംഭിച്ചുനിന്നു. കോവണി എടുത്തുകഴിഞ്ഞിരിക്കുന്നു. മറ്റെ ഭാഗത്തെ ഹേച്ചിന്റെ കോവണി കയറ്റിക്കൊണ്ടിരിക്കുന്നു. ആരതി അമ്മായിയും ദമയന്തിയും ഡോക്കിൽ അതെ സ്ഥലത്തുനില്ക്കുന്നു. അയാൾ കൈയ് ഉയർത്തി വീശി. അവർ കൈയ് ഉയർത്തുകയല്ലാ ചെയ്തത്. ആരതി അമ്മായി സാരിത്തലപ്പുകൊണ്ട്

കണ്ണീർ തുടയ്ക്കുന്നു. ദമയന്തി അവരുടെ ചുമലിൽ തലയമർത്തി പൊട്ടിക്കരയുന്നു.

കപ്പൽ ഇളകുന്നു. ബങ്കിൽ കോവണിപ്പടിയിൽനിന്ന് ശംഖ്നാദം മുഴങ്ങി. ബിബാദ് ഭഞ്ജൻ ബിശ്വാസ് സാധു ശംഖ് വിളിക്കുന്നു. അയാളുടെ കണ്ണുകൾ നിറയുന്നുണ്ട്. ഇതിനുമുമ്പ് രണ്ടുതവണ അയാൾ കിഴക്കൻദ്വീപിൽ കുടിയേറിപ്പാർക്കാൻ വന്നിട്ടുണ്ട്... സർക്കാർ കൊടുക്കുന്ന ആർത്തവൃത്തി ഭക്ഷിച്ചു തീരുമ്പോൾ അവിടെനിന്നും ചാടിപ്പോരും. ഇത്തവണ വീണ്ടും കൽക്കത്തയിലെ ഒരു റഫ്യൂജി കേമ്പിൽ വെച്ച് കണ്ടപ്പോൾ അയാൾ കാൽക്കൽ വീണു...

"എന്നെ രക്ഷിക്കൂ..."

ബിശ്വാസ് സാധുവിന്റെ ശംഖ്നാദം നിലച്ചപ്പോൾ ബങ്കിൽനിന്നും സ്ത്രീകളുടെ ഒലിദ്ധ്വനി മുഴങ്ങി.

വസ്തുഹരേർ മറ്റൊരു യുഗം ആരംഭിക്കുന്നു.

ഗംഗയിൽ വേലിയിറക്കമാണ്. കപ്പലിന് വേഗത വർദ്ധിക്കുന്നു.

■

ഊർളോസ്

നാരായണി രണ്ട് തഴക്കെട്ടുകളും അകത്തു കൊണ്ടുപോയിവെച്ചു. രണ്ട് തഴക്കെട്ടുകളും നന്നായി ഉണങ്ങിയിരുന്നു. ഒരു തഴക്കെട്ട് നിവർത്തി ഓല ചീന്താൻ തുടങ്ങിയതായിരുന്നു. കൈവിറയ്ക്കുന്നു. വാതമാണോ? കിട പ്പിലാവുമോ? ആരുണ്ട് ഒന്ന് തിരിഞ്ഞുനോക്കാൻ...?

ഈ വീടും ഏഴ് സെന്റ് സ്ഥലവും പോരെ. തനിക്കുശേഷം ഇതാരെ ഏല്പിക്കണമെന്ന് തീരുമാനിച്ചിട്ടില്ല. ഒരിക്കൽ അതുറപ്പിച്ചതായിരുന്നു. അങ്ങനെയാണ് അനിയത്തിയുടെ മകൾ രമണിയെ കൊണ്ടുവന്ന് താമസിപ്പിച്ചത്. അവളെ ഇവിടത്തെ സ്കൂളിലും ചേർത്തതായിരുന്നു. അന്ന് സ്കൂൾ തുറക്കുന്നതിന്റെ കുറച്ച് ദിവസം മുമ്പെ അനിയത്തി വന്നു.

"ഞങ്ങൾ രമണിയെ ഈ കൊല്ലം അവിടെ പഠിപ്പിക്കാൻ പൂവ്വാണ്."

"അപ്പോ എനിക്ക് തുണയ്ക്കാരാ?"

"അങ്ങനെ തുണയ്ക്ക് ഒരാളെ വേണംന്ന് ഏട്ടത്തിക്ക് തോന്നീട്ടില്ല. അന്ന് രമണിയെക്കൊണ്ടുവരുമ്പോ എന്താ പറഞ്ഞത്? ഇതൊക്കെ അവൾക്ക് എഴുതിക്കൊടുക്കാന്ന്. രണ്ട് കൊല്ലായില്ല്യേ... എഴുതി ക്കൊടുത്തോ?"

"കാലശേഷം എന്നല്ലേ പറഞ്ഞത്. കാലശേഷോം കൈശേഷോം ഒന്നും കാത്തുനില്ക്കാൻ വയ്യ. ഇപ്പൊ എഴുതിക്കൊടുക്കുന്നോ?"

അതിന് നാരായണിക്ക് ധൈര്യം വന്നില്ല. അവൾ നിന്ന് കരഞ്ഞു. അനിയത്തി, രമണിയെ കൂട്ടിക്കൊണ്ടുപോയി...

ഈ ഏഴുസെന്റും വീടും തന്നെ തനിക്കുണ്ടാവുമായിരുന്നില്ല. അന്ന് ആ ധൈര്യം ഉണ്ടായിരുന്നില്ലെങ്കിൽ... ഇന്നും സ്വന്തം വീട്ടിൽ അടുക്കളക്കാരിയായി തന്നെ കഴിയേണ്ടിവന്നേനെ. വീട്ടിൽ എന്നും ഭാഗ ത്തിന്റെ വർത്തമാനമായിരുന്നു. ഒരിക്കൽ രണ്ടും കല്പിച്ച് അവർ വല്യാ ങ്ങളയുടെ മുഖത്തു നോക്കി ചോദിച്ചു.

"എനിക്കൊന്നൂല്ല്യേ?"

"നിനക്ക് ഭക്ഷണത്തിനും ഉടുവടയ്ക്കും ഒരു മുട്ടും വരില്ല. ഇവിട്ന്യേന്ന് പോണോന്നും ആരും പറയില്ല."

"അല്ല സ്വത്തായിട്ട് എന്താ തരാൻ പോണത്?"

"സ്വത്തോ, നമ്മുടെ ജാതീല് കല്യാണം കഴിച്ചുകൊടുത്ത പെണ്ണുങ്ങൾക്കുണ്ടോ അച്ഛന്റെ സ്വത്തിൽ അവകാശം?"

അവൾ അറിവുള്ളവരോടൊക്കെ ചോദിച്ചു. ഉണ്ടെന്നും ഇല്ലെന്നും മറുപടി കിട്ടി. കുഞ്ഞിവേലായിയാണ് ഉപദേശിച്ചത്. "എന്തിനാ ഇപ്പോ അവരുടേം ഇവരുടേം വാക്ക് കേൾക്കണത്? ഒരു വക്കീലിനെ കണ്ട് ചോദിച്ചൂടെ. ഞങ്ങളുടെ പാർട്ടികേസ് നടത്തണ വക്കീലുണ്ട്."

അമ്പലത്തിലേക്ക് എന്നും പറഞ്ഞു പുറപ്പെട്ടു വക്കീലിനെ കണ്ടു. എന്നാണ് അച്ഛൻ മരിച്ചത്. തീയതി, വർഷം... അവൾ കണക്കുകൂട്ടി വർഷം പറഞ്ഞുകൊടുത്തു. വക്കീൽ കണക്ക് കൂട്ടിയിട്ട് പറഞ്ഞു. തീർച്ചയായും അവകാശം നില്ക്കും.

റേഷ്നോട്ടീസയയ്ക്കാൻ ഏല്പിച്ചു. ഇന്നും ഓർക്കുന്നു. താൻ വടക്കേ മുറ്റത്തിരുന്ന് കത്തിക്കാൻ കുറ്റിമടല് ചീന്തുകയായിരുന്നു. അപ്പോഴാണ് പോസ്റ്റ് ശിപായി എഴുത്തുംകൊണ്ട് വന്നത്. അവൾ വടക്കേമുറ്റത്ത് തന്നെയിരുന്ന് ഓർത്തു. ഇപ്പോൾ വല്യാങ്ങള റേഷ്നോട്ടീസുംകൊണ്ട് തന്റെ നേരെ ഓടിവരും. വന്നില്ല. ഷർട്ടും ഇട്ട് വേഗം പുറത്ത് പോകുന്നതാണ് കണ്ടത്.

ഭാഗം തന്നു. പക്ഷേ, ഒരിക്കലും വല്ല്യാങ്ങള തന്നോട് മിണ്ടിയിട്ടില്ല. ദീനം ഏറിയപ്പോൾ നാരായണി കാണാൻ ചെന്നിരുന്നു. എന്നിട്ടും മരിച്ചിട്ട് അറിയിപ്പ് വന്നില്ല. നാരായണിക്കവിടെ താമസിക്കുവാൻ ധൈര്യമുണ്ടായിരുന്നില്ല, ഭാഗം കഴിഞ്ഞപ്പോൾ അവൾ സ്ഥലം വിറ്റു. കുഞ്ഞുവേലായിയാണ് വില്പിക്കാൻ സഹായിച്ചത്. ഇവിടെ സ്ഥലം വാങ്ങാൻ സഹായിച്ചതും കുഞ്ഞുവേലായിയായിരുന്നു. വീട് പണിയുമ്പോഴും കുഞ്ഞുവേലായിയും ഭാര്യ നീലിയും ചെയ്ത ഉപകാരം ചില്ലറയല്ല.

വീട് പണിതീർന്നപ്പോൾ പിന്നെയും പൈസ ബാക്കി. നാരായണി ഒരു പശുവിനെ വാങ്ങി. പാൽകറന്ന് നേരം പ്രകാശമാവുന്നതിനുമുമ്പെ ചായപ്പീടികയിലെത്തിക്കുമായിരുന്നു... അന്ന് പുലർച്ചെ നോക്കിയപ്പോൾ തൊഴുത്തിൽ പശുവും കുട്ടിയുമില്ല. കാണാവുന്ന ദൂരത്തിൽ എവിടെയുമില്ല. നാരായണി ഉറക്കെ കരഞ്ഞു. അതുകേട്ട് ഓടിക്കൂടിയവരെല്ലാം തെരയാൻ പോയി. കണ്ടില്ല. ഒരുപക്ഷേ വഞ്ചിയിൽ കയറ്റി രാത്രിതന്നെ അക്കരയ്ക്ക് കടത്തിക്കാണും. പിന്നെ കൂട്ടുങ്ങൽ ചന്തേൽ കയറ്റിക്കാണും. നാരായണി ഉറക്കെ കരഞ്ഞു. "ഇനി ഞാൻ എങ്ങനെ കഴിയേണ്ടൂ..."

നീലി പറഞ്ഞു: ഒറ്റത്തടിയല്ലേ ഉള്ളൂ. ലേശം നയിച്ചാൽ പോരേ. ഞാൻ നയിച്ചിട്ട് എത്ര ആളെയാ പോറ്റണത്... ലോക്കപ്പ് ഇടികൊണ്ട് വാരിയെല്ല്

തകർന്ന് ഒരു പണിക്കും പോവാൻ വയ്യാത്ത ഒരാണൊരുത്തനെ... നാല് കിടാങ്ങളേയും. വരീം. ഇങ്ങക്ക് ഞാൻ ഒരു പണി പഠിപ്പിച്ച് തരാം..."

നീലിയാണ് അവളെ പായനെയ്ത്ത് പഠിപ്പിച്ചത്. ആദ്യമൊക്കെ കൈതോലമുള്ള കൊണ്ട് വാർന്ന രക്തം... ഒടുവിൽ വിരൽത്തുമ്പിൽ തഴമ്പ് തുടുത്തു. പകലും രാവും വീട്ടിൽ ഒരേ ഇരുപ്പ്. വിരൽത്തുമ്പിലല്ല ശരീരത്തിലാകെ തഴമ്പ് കയറി. അപ്പോൾ അവൾ ഓർത്തു; പശുവും കിടാവും കളവ് പോയത് നന്നായി. അന്നൊക്കെ പുലർച്ചെ പാലുംകൊണ്ട് ചായപ്പീടികയിലേക്കുള്ള അവളുടെ നടത്തം... ചെത്തുകാരൻ അറമുഖേട്ടൻ എന്നും പാലത്തിന്മേൽ വന്നിരിക്കും. അവളുടെ നേരെയുള്ള നോട്ടം തുളച്ച് കയറും. ചായപ്പീടികക്കാരനും അവിടെ കൂടുന്ന പുരുഷന്മാരും അവളുടെ ശരീരത്തിൽനിന്നും കണ്ണെടുക്കില്ല... അറിഞ്ഞോ അറിയാതെയോ ചീത്തപ്പേര് വാരിക്കൂട്ടുമായിരുന്നു.

പുറത്തുനിന്ന് ആരോ വിളിക്കുന്ന ശബ്ദം. നാരായണി പുറത്തേക്ക് വന്നു. അന്തംവിട്ടുനിന്നു. "ആര് കല്യാണി നാത്തൂനോ... ഇവിടേക്കൊക്കെ വഴി അറിയും അല്ലേ..."

"എന്റെ നാത്തൂനെ കുടുംബത്തീന്ന് തിര്യാൻ നേരം കിട്ടേണ്ടേ? ഞാൻ ഇന്റോടെയ്ക്ക് ഒന്ന് പോയിട്ട് ഒരു കൊല്ലത്തിലേറെയായി..."

"നാത്തൂൻ അകത്തേക്ക് കയറി ആ കട്ടിലിമ്മെ ഇരിക്കീൻ."

കല്യാണിനാത്തൂൻ അകത്തേക്ക് കയറി. നാരായണി കട്ടിലിന്റെ താഴെ കിടന്ന കൈതോലച്ചീളുകൾ വാരിമാറ്റി.

"നാത്തൂൻ ഇരിക്ക്. ഞാൻ ഒരു ചായ തിളപ്പിക്കട്ടെ..."

"അയ്യോ വേണ്ടാട്ടൊ. ഇങ്ങടെ കയ്യോണ്ട് ഒരു ചായ കുടിക്കാൻ എനിക്ക് ആശ ഇല്ല്യാണ്ടല്ലട്ടൊ... ആ ഓട്ടോക്കാരൻ മുള്ളുമ്മെ നിക്കണെ മാതിരീലാ വർത്തമാനം... പിന്നെ രണ്ടാമത്തോന്റെ ഭാര്യയുടെ അനുജത്തി നഴ്സിങ്ഹോമില് പ്രസവിച്ച് കിടക്കണണ്ട്. അവളേം ഒന്ന് കാണണം. പിന്നെ പണ്ട് സുധാകരൻ കോളേജിൽ ചേരാൻ പൂവ്വുമ്പോ നാത്തൂൻ അവന് ഒരു വാച്ച് കൊടുത്തില്ല്യേ? ആ വാച്ച് ഇപ്പഴും നാത്തൂന്റെ കൈയിലുണ്ടെന്ന് ഞങ്ങൾക്കറിയാം... ഞാൻ നാത്തൂന്റെ കാല്പിടിച്ച് പറയ്യാണ്. ആ വാച്ച് അവന് കൊടുക്കണം..."

നാരായണിയുടെ കണ്ണുകളിൽ ചൂട് കയറി. അറിയാതെ കണ്ണീർ ഉതിർന്നുവീണു. ഈറൻസ്വരത്തിൽ പറഞ്ഞു: "ഒരിക്കലും കൈവിടാൻ പാടില്ലാത്ത ഒരു വാച്ചായിരുന്നു. ഞാൻ ഇല്ല്യാത്തവളല്ലേ. അവൻ നമസ്തേച്ചിട്ട് കോളേജിൽ പോവുന്നു. എന്റെ വകയായി എന്തെങ്കിലും കൊടുക്കേണ്ടെ. അതുകൊണ്ടാണ് ഞാൻ അന്ന് ആ വാച്ച് കൊടുത്തത്... നാത്തൂൻ എന്താ പറഞ്ഞത്. കോളേജിൽ ചേരാൻ പോകുന്ന ചെക്കന് കെട്ടാൻ പറ്റിയ ഒരു ചുണ്ണാമ്പും കരണ്ടം... നാത്തൂൻ അത് വലിച്ച് ഒരൊറ്റ

ഏറ്... അതുവരെ നടന്നോണ്ടിരുന്ന വാച്ചായിരുന്നു. ആ ഏറിനുശേഷം ചത്തു...”

“അതന്യാ സുധാകരൻ പറേണത്. അമ്മ പോയി അമ്മായീടെ കാല് പിടിച്ച് മാപ്പുപറയണം. ചെയ്തത് തെറ്റായി... മാപ്പ് പറയുന്നു... ആ വാച്ച് അവന് കൊടുക്കണം നാത്തൂനെ...”

“എന്താ സുധാകരന് വന്ന് ഈ കാര്യം നേരിട്ട് പറയാൻ മടി...”

“അവന് ഒരു മടീം ഇല്ല്യാട്ടൊ. അവൻ വരും.”

ഇറങ്ങുമ്പോൾ കല്യാണി നാത്തൂൻ നാരായണിയുടെ മുഖത്തെ കാക്കപ്പുള്ളിയിൽ വിരൽതൊട്ടിട്ട് പറഞ്ഞു: “നാത്തൂന്റെ മുഖത്തിന്റെ ചന്തത്തിനൊന്നും ഒരു കുറവും ഇല്ല്യാട്ടൊ...”

കല്യാണിനാത്തൂൻ ഓട്ടോറിക്ഷയിൽ കയറിപ്പോയി.

നാരായണി തഴക്കെട്ടഴിച്ച് കൈതോല കീറാൻ തുടങ്ങി. പുറത്തുനിന്നൊരു ശബ്ദം. നാരായണി എത്തിനോക്കി. കറപ്പക്കുട്ടി.

“നാരായണിഅമ്മായിയേയ്... ഞാൻ സൊസൈറ്റിയിൽ പൂവ്വാണ്. എടുത്തെ കാർഡും ഈ ആഴ്ചത്തെ ചരക്കും...”

നാരായണി അകത്തുപോയി. മൂക്കിൽ ചാരിവെച്ച ചുരുട്ടിയ പായകൾ എടുത്തുകൊണ്ടുവന്നു.

“എന്താ ഇത്. മൂന്ന് പായയോ.”

“അടുത്ത ആഴ്ചയിൽ ഇത്രേം ഉണ്ടാവില്ല മോനെ. അമ്മായിക്ക് വയ്യ.”

കറപ്പക്കുട്ടി കൈയിലിരുന്ന എല്ലാ പായകളും നിവർത്തി. അതിന് മീതെ ഈ മൂന്ന് പായകളും നിവർത്തി. പിന്നെ എല്ലാം ചേർത്ത് ചുരുട്ടിയിട്ട് അതും തലയിൽ വെച്ച് നടന്നു.

നാരായണി വീണ്ടും ഓലകീറാനിരുന്നു. ഒന്നും കാണുന്നില്ല. നാരായണി എഴുന്നേറ്റു. അവൾ സ്വയം പറഞ്ഞു. ഒന്ന് നടന്നിട്ടു വരാം. കുറെ കൈതോലയും ചെത്തിക്കൊണ്ടുവരാം.

നാരായണി കത്തിത്തോട്ടിയെടുത്ത് പുറത്തേക്ക് വന്നു. വാതിൽ താക്കോൽ ഉരുട്ടി അടച്ചു.

“അമ്മായി പുറത്തേക്ക് ഇറങ്ങാണോ...”

ശബ്ദം കേട്ടേടത്തേക്ക് നാരായണി തിരിഞ്ഞുനോക്കി. സുധാകരൻ... എല്ലാ പല്ലുകളും തുറന്നുവെച്ച് ചിരിക്കുന്നു! സുധാകരന്റെ കൈയിലിരുന്ന വലിയ പൊതി അവൻ തിണ്ണയിൽ വെച്ചു. പൊതിയുടെ മേൽഭാഗം അയഞ്ഞിരിക്കുന്നു. നാരായണി ശ്രദ്ധിച്ചു. ആപ്പിൾപ്പഴങ്ങൾ.

“അമ്മായി പുറത്തേക്ക് ലാത്താൻ പോവ്വല്ല മോനേ.... കൈതോല ചെത്താൻ പോവ്വാണ്.”

"അമ്മായി. എന്റെ അമ്മ വന്നിരുന്നില്ല്യേ. ഞാൻ അമ്മായീടെ കാല് പിടിച്ച് മാപ്പുപറയാൻ പറഞ്ഞിരുന്നു. ഞാൻ മാപ്പ് പറയാൻ വന്നതാണ്. അമ്മായി അന്ന് നല്ല മനസ്സോടെ എനിക്കുതന്ന ആ വാച്ച് ഇല്ല്യേ, അതന്ന് വാങ്ങാതിരുന്നത് തെറ്റായി. അമ്മായിയെ അത് എത്രമാത്രം വേദനിപ്പിച്ചു. ആ വേദന ഇന്നൂണ്ട്ന്ന് ഞങ്ങൾക്കറിയാം. ആ വാച്ച് സന്തോഷിച്ച് അമ്മായി എനിക്ക് തരണം."

"ആ വാച്ച് എവിട്യാന്ന് ആർക്കാ അറിയാ മോനെ."

"അമ്മായി നമ്മുക്ക് പെട്ടിയൊക്കെ ഒന്ന് ആകെ തെരഞ്ഞുനോക്കാം. ഞാനും സഹായിക്കാം."

"എനിക്കതിനൊന്നും നേരല്ല്യമോനെ."

നാരായണി മുറ്റത്തേക്കിറങ്ങി. ഉടനെ സുധാകരൻ അടുത്തേക്ക് വന്നു. കീശയിൽനിന്നും നോട്ടുകളെടുത്തു.

"ഇത് അമ്മായിക്കിരിക്കട്ടെ. അഞ്ഞൂറ് ഉറുപ്പിക ഇണ്ട്. എനിക്ക് ജോലിയൊക്കെ ആയിട്ട് എത്രകാലായി. അമ്മായിക്ക് ഇതുവരെ ഒന്നും തരാൻ കഴിഞ്ഞില്ല."

"വേണ്ട മോനെ അമ്മായിക്ക് എന്തിനാ കാശൊക്കെ" നാരായണി കത്തിത്തോട്ടി തോളിൽ ചാരിയിട്ട് വേഗം നടന്നു.

"അമ്മായി... അമ്മായി..."

സുധാകരൻ വിളിച്ചുകൊണ്ടിരുന്നു. കുറച്ചുദൂരം നടന്നിട്ട് അവർ തിരിഞ്ഞുനോക്കി. സുധാകരൻ റോഡിൽ കിടക്കുന്ന ടാക്സിയിൽ കയറി. ടാക്സി തന്റെ പിന്നാലെത്തന്നെ വരുന്നു. നാരായണി വേഗം ഇടവഴിയിലേക്കിറങ്ങി പാടത്തേക്ക് നടന്നു. വരമ്പത്തുകൂടെ കുറച്ചു ദൂരം നടന്നപ്പോൾ അവർക്ക് കിതപ്പ് തോന്നി. നാരായണി തിരിച്ചുപോന്നു. കത്തിത്തോട്ടി ഇറയത്ത് കൊളുത്തിയിട്ടിട്ട് അവർ വാതിൽ തുറന്നു. അവർ കട്ടിലിൽ മലർന്ന് കിടന്നു. ഒടേമ്പ്രാനേ ഞാനങ്ങാനും കിടന്ന് പോവുമോ...

പുറത്തുനിന്ന് ആരോ വിളിക്കുന്നു. ശബ്ദംകൊണ്ട് ആളെ മനസ്സിലായി. എന്നിട്ടും അവർ വിളിച്ചുചോദിച്ചു:

"ആരാ?"

"ഞാനാ അമ്മായീ കുമാരനാ."

നാരായണി പുറത്തേക്ക് വന്നു. കുഞ്ഞുവേലായിയുടെ മകൻ കുമാരനും പരിചയമില്ലാത്ത വേറെ ഒരാളും...

"അമ്മായി ഇതെന്റെ ഒരു സ്നേഹിതനാ... അമ്മായിയുടെ കൈയിൽ ഒരു പഴയ വാച്ചുണ്ടെന്ന് ഞാൻ പറഞ്ഞു. അതൊന്ന് കാണാൻ വന്നതാ..."

"എന്താ മോനെ ഇപ്പൊ എല്ലാവർക്കും എന്റെ വാച്ചിനോട് ഒരു പിരാന്ത്. കുറച്ചുനേരത്തെ വല്ല്യാങ്ങളയുടെ മോൻ സുധാകരൻ വന്നിരുന്നു. വാച്ചും ചോദിച്ചിട്ട്...

"അതെ അമ്മായി വിജയാ ലോഡ്ജില് ബോംബേന്ന് വന്ന ഒരാള് താമസിക്കുന്നുണ്ട്. മൂപ്പരുടെ പണി പഴയ വാച്ചുകൾ വാങ്ങലാണ്. ഈ സ്നേഹിതൻ ബോംബെക്കാരന്റെ ഏജന്റാണ്. സുധാകരേട്ടനെ ഇന്നലെ വിജയാ ലോഡ്ജിലെ ബോംബെക്കാരന്റെ മുറിയിൽ കണ്ടിരുന്നു...."

"നാരായണി അമ്മായി..."

വന്ന ആളും ഒരു പരിചയമില്ലെങ്കിലും നാരായണി അമ്മായി എന്ന് വിളിക്കുന്നതുകേട്ട് അവർക്ക് അദ്ഭുതം തോന്നി.

"നാരായണി അമ്മായി. ആ വാച്ചൊന്ന് എടുത്തെ, അതൊന്ന് കാണാനാ..."

നാരായണി അകത്തേക്കു പോയി. പെട്ടിതുറന്നു. അരുവശത്തുകൂടെ പെട്ടിയുടെ അടിയിലേക്ക് കൈ എത്തിച്ചു. പിന്നെ കൈ നീക്കിയപ്പോൾ തണുത്തതെന്തോ കൈയിൽ തടഞ്ഞു. വാച്ചിന്റെ ചങ്ങലയിലാണ് കൈ അമർന്നത്. അവർ വാച്ച് പുറത്തേക്കെടുത്തു. വന്ന ആളുടെ കൈയിൽ കൊടുത്തു. അയാൾ വാച്ച് തിരിച്ചും പിന്നെ ഏണുകളും പരിശോധിച്ചു. ചുറ്റും ഇരുമ്പ് കെട്ടിയ വട്ടത്തിലുള്ള ഒരു ചില്ല് ബേഗിൽനിന്നെടുത്ത് അതും വെച്ച് പരിശോധിച്ചു. പിന്നെ വാച്ച് തിരിച്ചുകൊടുത്തു.

"എന്റെ നാരായണി അമ്മായി, ഇതിനൊരു കേമൻ വില കിട്ടും. ഇരുപത്തിഅയ്യായിരത്തിനും മുപ്പതിനായിരത്തിനും ഇടയിൽ വില കിട്ടും. അപ്പൊ അമ്മായി എനിക്ക് ഒരു അഞ്ഞൂറ് ഉറുപ്പിക തരില്ല്യേ..."

ഇരുപത്തയ്യായിരത്തിനും മുപ്പതിനായിരത്തിനും ഇടയിൽ വില...

നാരായണി തേങ്ങിത്തേങ്ങി കരഞ്ഞു.

പിന്നെ കരച്ചിലമർത്തിയിട്ട് പറഞ്ഞു:

"ഇത് വില്ക്കാൻ വെച്ചതല്ല മോനെ. കാണാൻ വെച്ചതാണ് ചാവോളം..."

കുമാരനും കൂടെ വന്ന ആളും മിഴിച്ച് നിന്നു. അവർ എവിടെയോ പതറിയിട്ടുണ്ടെന്ന് അവർക്ക് മനസ്സിലായി.

"നല്ലോണം ആലോചിച്ചിട്ട് മതി അമ്മായി. ബോംബെക്കാരൻ ഒരാഴ്ച കൂടി വിജയാ ലോഡ്ജിൽ ഉണ്ടാവും..."

അവർ രണ്ടുപേരും പുറത്തുകിടന്ന സ്കൂട്ടറിൽ കയറിപ്പോയി.

നാരായണി അകത്തുപോയി കട്ടിലിൽ കിടന്നു. അവർ വാച്ച് സ്വന്തം കൈയിൽ കെട്ടി. ചങ്ങലയ്ക്കൊന്നും ഒരു കേടുമില്ല. അമർത്തിയപ്പോൾ

പൂടി. കൈത്തണ്ടയിൽ അയഞ്ഞുകിടന്നു. നാരായണിക്ക് വിശപ്പും ദാഹവും തോന്നിയില്ല. അവൾ എഴുന്നേറ്റുപോയി വാതിൽ സാക്ഷയിട്ടു. കട്ടിലിൽ മലർന്നുകിടന്നു. മനസ്സിലാകെ കണ്ണീരാണെന്ന് അവൾക്കു തോന്നി. അവൾ വാച്ചിൽ തലോടി.

അന്നവൾക്ക് എത്ര വയസ്സുണ്ടായിരുന്നു. കല്യാണം കഴിയുമ്പോൾ പതിനഞ്ച്. മൂന്നു വർഷത്തിനുശേഷം. അവൾ അടുക്കളയിലിരുന്ന് ചക്ക മുറിക്കുകയായിരുന്നു. ജനൽപാളിയിലൂടെയാണ് അവൾ കണ്ടത്. വിശ്വസിക്കാൻ കഴിഞ്ഞില്ല. അവൾ ജനാലയ്ക്കൽ പോയി നല്ലവണ്ണം നോക്കിനിന്നു. അടുത്തേക്ക് വരുന്ന ഓരോ കാൽവെപ്പും അവളെ തരിപ്പിച്ചു.

ഉമ്മറത്തേക്ക് കയറിയപ്പോൾ വല്ല്യാങ്ങള ചോദിച്ചു: “ഒരു മുന്നറിയിപ്പും കൂടാത്ത വരവ്. അവിടെ യുദ്ധം തുടങ്ങീല്ല്യേ? ബോംബ് വീണു. ജീവനുംകൊണ്ട് ഓടിപ്പോന്നതല്ലേ.”

അന്നു രാത്രി അവൾ ചോദിച്ചു: “ബോംബ് പൊട്ടണത് കണ്ടുവോ?”

“കണ്ടു. ഓടിച്ചെന്ന് രക്ഷപ്പെടാൻ കുഴികൾ വെട്ടിയിരുന്നു. അതിൽ പോയി ഒളിച്ചിരുന്നു...”

“പിന്നെ എന്താ ഇങ്ങനെ കറത്തത്. കഷ്ടംപിടിച്ച ജോലിയാണോ.”

“ഏയ്, ഒരു കഷ്ടവും ഇല്ല. കമ്പനി കടലാസ്സൊക്കെ അവിടേം ഇവിടേം ഒക്കെ കൊണ്ടുകൊടുക്കണെ പണിയാണ്. വൈകുന്നേരം സായ്‌വിന്റെ ബംഗ്ലാവിൽ പോവും. എന്തെങ്കിലും സഹായിക്കും. രാത്രി ഊണ് അവിടെനിന്നു കിട്ടും.”

പിറ്റന്നാൾ ഉച്ചയ്ക്ക് ശേഷമാണ് ഭർത്താവിന്റെ വീട്ടിലേക്ക് പോയത്. രണ്ട് പാടവും രണ്ട് കരയും നടക്കണം. വെയില് ഒന്ന് ആറാൻ തുടങ്ങുമ്പോ നടക്കാൻ തുടങ്ങിയാൽ സന്ധ്യക്ക് മുമ്പെ എത്താം.

അമ്മ വെളിച്ചെണ്ണപ്പം ഉണ്ടാക്കിയിരുന്നു. അത് മുളംകൊട്ടയിലാക്കി തലയിൽ വെച്ച് പണിക്കാരൻ ചെക്കൻ മുമ്പിലും ഭർത്താവും അവളും പുറകിലുമായി നടന്നു. വഴിയിൽ ചായക്കട കണ്ടപ്പോൾ ഭർത്താവ് പറഞ്ഞു:

“വാ ചായ കുടിച്ചിട്ട് പോവാം.”

അവൾ പറഞ്ഞു: “അയ്യേ പെണ്ണുങ്ങളുണ്ടോ ചായക്ലബ്ബിൽ കയറുന്നു. പോയി കുടിച്ചിട്ട് വന്നോളൂ.”

അവൾ പെരുവഴിയിൽ നിന്നു. ചായ കുടിച്ചിട്ട് വരുമ്പോൾ അവൾക്ക് പപ്പടവട കൊണ്ടുവന്നിരുന്നു. ഒരു ആൽമരം കണ്ടപ്പോൾ ഭർത്താവ് പറഞ്ഞു.

"നമുക്ക് കുറച്ച് ഇവിടെ ഇരുന്നിട്ട് പോവാം. വീട്ടിൽ ചെന്നാൽ ഉണ്ടോ സ്വൈരമായി വർത്തമാനം പറയാൻ പറ്റുന്നു."

അവൾ ഇരുന്നില്ല. ഭർത്താവ് ആൽത്തറയിൽ കയറി ഇരുന്നു. എന്തെല്ലാം വർത്തമാനം പറഞ്ഞു.

സന്ധ്യയ്ക്ക് മുമ്പെ ഭർത്താവിന്റെ വീട്ടിൽ എത്തി. രാത്രി ഊണ് കഴിഞ്ഞപ്പോൾ അവളാണ് പോയി കിടക്ക വിരിച്ചുകൊടുത്തത്. നെല്ല് ഉണക്കുന്ന ഒരു തട്ടാണ്. നിവർന്ന് നിന്നാൽ തലമുട്ടും. പുഴുങ്ങിയിട്ട നെല്ല് ഉണങ്ങിയിരുന്നില്ല. അതിന്മേൽ കിടക്ക വിരിച്ചു.

അവൾ ഉറങ്ങാൻ ചെന്നപ്പോൾ കോഴി കൂകിയിരുന്നു.

"എവിട്യാർന്നു ഇത്രേം നേരം?"

"മാധവിനാത്തൂൻ നാളെ പോവ്വല്ലെ. എന്തെങ്കിലും കൊടുത്തയയ്ക്കേണ്ടെ. ഞങ്ങളൊക്കെ ചേർന്ന് കിണ്ണത്തപ്പം ഉണ്ടാക്കായിരുന്നു."

അവളെ കടന്ന് ഒരു പിടുത്തം.

"എനിക്ക് ശ്വാസംമുട്ടുന്നെ."

അവൾ ഉറക്കെ പറഞ്ഞു.

പിറ്റന്നാൾ അവൾ പശുവിനെ കറക്കുമ്പോഴാണ് വല്ല്യേട്ടനും ഭർത്താവും സംസാരിക്കുന്നതു കേട്ടത്. "എടാ ഞാൻ നിനക്കെഴുതിയിരുന്നില്ല്യേ. അച്ഛൻ ബ്ലാഹേക്കാർക്ക് എഴുതിക്കൊടുത്ത രണ്ട് പ്രോനോട്ടിൻ മേലും അവര് അന്യായം കൊടുത്തിരിക്കുന്നു. പിന്നെ പാടത്ത് പണി കഴിഞ്ഞപ്പൊ പോത്തുങ്ങളെ ചന്തയ്ക്ക് കയറ്റി. ഇപ്പൊ വിത്ത് ഇറക്കാറായി. ഒരു ഏറ് കന്നിനെ വാങ്ങേണ്ടെ. നീ എന്താ കൊണ്ടുവന്നിട്ടുള്ളത്.

"ബോംബ് വീണപ്പോൾ ജീവനുംകൊണ്ട് ഓട്യതല്ലേ?"

"ഇനി വല്ലതും കൊണ്ടുന്നിട്ടുണ്ടെങ്കിൽതന്നെ അവളോടെ കൊണ്ടോയിക്കൊടുത്തിട്ടുണ്ടാവും. വന്നപ്പോഴേക്കും ഇന്നലെ അവിടേക്കോടാൻ എന്താ തെരക്ക്."

പിന്നെ മുള്ളുവാക്കുകൾ ഏറിവന്നു. നാലാംദിവസം ഭർത്താവ് പറഞ്ഞു:

"നാളെ നമുക്ക് നിന്റോടയ്ക്ക് ഒന്നുപോവാം."

അവളുടെ വീട്ടിൽവെച്ചാണ് അന്ന് രാത്രിയിൽ പറഞ്ഞത്. ഞാൻ നാളെ പോവ്വാണ്.

"അയ്യൊ യുദ്ധല്ലെ യുദ്ധം കഴിഞ്ഞിട്ട് പോയാൽ പോരെ."

"ഇവിടെ അതിലും വലിയ യുദ്ധല്ലെ."

അവളുടെ കൈയിൽ തലോടിക്കൊണ്ട് പറഞ്ഞു: "ഈ ഊർളോസ് നീ എടുത്തോളൂ."

“എന്താ ഇതിന് ഊർളോസ് എന്നു പറയുന്നത്. ഇവിടെ മാഷന്മാരൊക്കെ ഇതിന് പറയാ റിസ്റ്റ്‌വാച്ച് എന്നാണ്.”

കൊളമ്പിലൊക്കെ അങ്ങന്യാ പറയാ... ഈ ഊർളോസ് നീ എടുത്തോ. എനിക്കു വേണ്ട.”

“ഊർളോസ് കെട്ടിയിട്ടാ ഇനി ഞാൻ അടുപ്പ് ഊതേണ്ടത്.”

“അല്ല നീ എടുത്തുവെച്ചോ. വളരെ വിലപിടിച്ച ഒരു ഊർളോസാണ്. എനിക്കൊരു സായ്‌വ് തന്നതാണ്. എടുത്തുവെച്ചോ. എന്നെങ്കിലും ഉപകരിക്കും.”

വളരെ മാസങ്ങൾക്കുശേഷമാണ് എഴുത്തുവന്നത്. പണിയൊന്നുമുണ്ടായിരുന്നില്ല. ഇപ്പോൾ പണി കിട്ടി. ഒരു കപ്പലിലാണ്. ആഫ്രിക്കയിലേക്ക് പോകുന്നു. ചെന്നാൽ കത്തയയ്ക്കാം...

അവർ കത്തിന് കാത്തിരിക്കുന്നു ഇന്നും...

നാരായണി കയ്യുയർത്തി വാച്ചിന്മേൽ തുരുതുരാ ചുംബിച്ചു. എനിക്കെന്തിനാ ഇരുപത്തയ്യായിരോം മുപ്പതിനായിരൊക്കെ. എനിക്ക് നിന്നെ കണ്ട് ഇരുന്നാൽ പോരെ.

അവൾ അത് തന്നെ ആവർത്തിക്കുന്നു.

■

വെളുത്തപക്ഷിയെ കാത്ത്

ഒന്ന്

ധീരാദീദിക്ക് ഇന്ന് എൺപത്തിരണ്ടു തികഞ്ഞിരിക്കുന്നു. കുറെ കാലങ്ങളായി ഒന്നും വായിക്കാറില്ല. അതുകൊണ്ട് അക്ഷരങ്ങൾ മറന്നുപോയിരിക്കുന്നു. നടന്നുപോയി ഇന്നും പെൻഷൻ വാങ്ങിക്കുന്നു. മാസത്തിന്റെ രണ്ടാമത്തെ ദിവസം. ഒരു മാസത്തിൽ അന്നേ ധീരാദീദി കുളിക്കാറുള്ളൂ. മറ്റ് ദിവസങ്ങളിൽ നനഞ്ഞ തുണികൊണ്ടു ശരീരമാകെ വിയർപ്പൊപ്പിയെടുക്കും. മുപ്പതു വർഷത്തെ സർവീസിന് ഇരുപത്തിനാലു വർഷത്തെ പെൻഷൻ വാങ്ങിക്കഴിഞ്ഞിരുന്നു.

കാണുന്നവരൊക്കെ ചോദിക്കും.

"ദീദീ എന്തിനാ ഒറ്റയ്ക്ക് പണിയെടുത്തുകഴിയുന്നത്. ഏതെങ്കിലും ചെറുപ്പക്കാർ പിള്ളേരെ ജോലിക്കു നിർത്തിക്കൂടെ?"

ദീദി ഉടനെ മറുപടി പറയും.

"എനിക്കൊരു ചെറുപ്പക്കാരൻ ഭർത്താവിനെ കിട്ടിയാൽ വേണ്ടില്ല. അതിനാരെങ്കിലുമുണ്ടോ?"

ട്രഷറി ഓഫീസിലെ ഉദ്യോഗസ്ഥന്മാർ പറയും:

"ദീദി എന്തിനാ ഇത്ര കഷ്ടപ്പെട്ടു വരുന്നേ, പെൻഷൻ മണിയോർഡറായി അയച്ചുതരാം."

ദീദി തിരിച്ചുചോദിക്കും.

"ഞാൻ മാസത്തിലൊരിക്കൽ പുറത്തുവരുന്നതു കാണുമ്പോൾ നിങ്ങൾക്കെന്താ ഇത്ര കണ്ണുകടി?"

ഇന്ന് അല്പം കൂനുണ്ട്. ഉയരം കവിഞ്ഞതുകൊണ്ടാവാം. പേഷവാർ സെൻട്രൽ ജയിലിൽവച്ച് തന്റെ ഉയരം അളന്നത് ധീരാദീദി ഓർക്കുന്നു. ജയിൽസൂപ്രണ്ട് വെള്ളക്കാരൻ തന്റെ മുഖത്തേക്ക് ആകാശത്തിലേക്കെന്നവണ്ണം തല ഉയർത്തി നോക്കിക്കൊണ്ടു പറഞ്ഞു:

"ഒരു ശരാശരി ഇന്ത്യൻ സ്ത്രീയേക്കാൾ പത്തിഞ്ച് ഉയരം കൂടുതൽ."

വിരലടയാളങ്ങൾ എടുത്തപ്പോൾ പറഞ്ഞു:

"ഒരു സ്ത്രീയുടെ വിരലടയാളങ്ങളാണെന്ന് പ്രത്യേകം എഴുതി വയ്ക്കണം."

ഈ ഉയരംകൊണ്ടാണോ ജയിൽപ്പുള്ളികളായ സ്ത്രീകൾ തന്നെ ഇത്രമാത്രം ഭയന്നതും ബഹുമാനിച്ചതും ഒരു പുരുഷനോടെന്നോണം ഒട്ടിനിന്നതും?

ധീരാദീദി നടന്നു. ഘണ്ഡാഘർ[1] കണ്ടപ്പോൾ അവർ ഓർത്തു. അത് സ്ഥാപിച്ച ചടങ്ങ്. മുഴുവൻ മഴയുംകൊണ്ടുനിന്നാണ് സായിപ്പിന്റെ പ്രസംഗം കേട്ടത്. അവിടത്തുകാർക്കറിയാത്ത ഇംഗ്ലീഷ് ഭാഷയിൽ. ഉയരം കുറഞ്ഞ സായിപ്പ്. ധീരാദീദി അമ്പരന്നുനിന്നു. അന്നൊക്കെ ഈ ബജാറിലൂടെ ഒരേ ഒരു കാറേ ഓടിയിരുന്നുള്ളൂ. സിസി[2] സായിപ്പിന്റെ കാറ്. യൂണിഫോം ധരിച്ച ഡ്രൈവർ രാവിലെ ഓഫീസിലെത്തിക്കും. വൈകുന്നേരം സ്വയം കാറോടിച്ച് ജിംഖാനാ ക്ലബ് വരെ പോകും. ഇപ്പോൾ കണ്ട ബഹളമൊക്കെ പുതിയ സായിപ്പന്മാരുടെ അകമ്പടിപ്പരിഷയാണ്. മലച്ച ചുണ്ടും നരച്ച തലയുമായി കറുമ്പൻ നാടൻ സായിപ്പ് കടന്നുപോയതിന്റെ ബഹളമാണ്. ഇന്ന് ഒരു പുതിയ തലവൻ വന്നിരിക്കുന്നു. പദവിപ്പേര് ഓർക്കുന്നില്ല. ബഹളം കെട്ടടങ്ങിയപ്പോൾ പോലീസുകാരൻ വണ്ടികൾ തടഞ്ഞുനിർത്തി. കാൽനടക്കാരെ കടത്തിവിട്ടു. റോഡ് മുറിച്ചുകടക്കാൻ ഒരു ടാക്സിക്കാർ വേഗത കുറച്ചു വന്നു.

"ദീദി ഇതിൽ കയറിക്കോളൂ. എവിടെ വേണമെങ്കിലും വിട്ടുതരാം."

"ഞാൻ മാൽ[3] ഓഫീസുവരെ പോണു മോനെ. പെൻഷൻ വാങ്ങാൻ. ഞാൻ നടന്നുപോയ്ക്കൊള്ളാം. അവസാനത്തെ മാസത്തെ പെൻഷൻ വരെ നടന്നുപോയി വാങ്ങണംന്നാ മോനെ തീരുമാനം."

ടാക്സിക്കാരനു പരിചയമുള്ള ഏതോ മുഖമുണ്ടായിരുന്നു. പരിചയപരമ്പര മൂന്നുനാലു വംശാവലിവരെ പഴക്കമുണ്ടല്ലോ. അതിൽ ഏതോ മുഖം. ടാക്സി വേഗത്തിൽ ഓടിച്ചുപോയി. റോഡ് മുറിച്ചുകടക്കാൻ മാത്രം ഇന്ന് കഴിയുന്നില്ല. കാരണം മനസ്സിന്റെ ഹുങ്കിനൊത്ത് കാലുകൾ നീളുന്നില്ല. ദീദി അവിടെത്തന്നെ നിന്നു. ഒടുവിൽ പോലീസുകാരൻ തന്നെ കൈപിടിച്ചു റോഡ് മുറിച്ചു കടത്തിക്കൊടുത്തു.

പഴയകാലത്ത് മാൽ ഓഫീസ് ഒരു കുന്നിന്റെ മുകളിലായിരുന്നു. ആ കെട്ടിടം പണിതത് തന്റെ കീഴിലുള്ള പെണ്ണുങ്ങളായിരുന്നു. ജയിൽ

---

1. *ടവർ ക്ലോക്ക്*
2. *സിസി: ചീഫ് കമ്മീഷണർ ഐ.സി.എസ്. ഉദ്യോഗസ്ഥൻ. ഈ പ്രവിശ്യയുടെ സർവ്വാധിപതി*
3. *ട്രഷറി ഓഫീസ്*

പുള്ളികൾ മേലനങ്ങാൻ മടിക്കുന്ന പുള്ളികളെ പൊതിരെ തല്ലാൻ സർക്കാർ നീളൻ ചൂരൽ തന്നിരുന്നു. അന്ന് സ്ത്രീകളുടെ ജയിൽ സൗത്ത് പോയിന്റിലായിരുന്നു. രാവിലെ വരിയൊപ്പിച്ച് അവരെ നടത്തിക്കൊണ്ടുവരുമായിരുന്നു. വലിയ കുറ്റങ്ങൾക്ക് ഈ ജയിലിലേക്ക് കൈമാറ്റപ്പെട്ടവർ. ധീരാദീദി നടക്കുമ്പോൾ ഓരോ കാൽവെപ്പിലും ചരിത്രം തടഞ്ഞുനിർത്തിയിരുന്നു. പലപ്പോഴും ഓർക്കാറുണ്ട് പെൻഷൻ വാങ്ങാൻ നടന്നേ പോകൂ. നടക്കാൻ വയ്യാതെ വരുമ്പോൾ പെൻഷൻ വാങ്ങലും നിർത്താം. കാലുകൾ നിരക്കി നിരക്കി കുറെ വാരകൾകൂടി നടന്നു. പിന്നെ മരത്തണലിൽ ഇരുന്നാൽ മതിയെന്നു തോന്നി. മരത്തണലൊന്നും അവിടെ കണ്ടില്ല. കാലങ്ങളായി ധീരാദീദിക്ക് ഒരു തണൽവൃക്ഷം നിന്നിരുന്ന കൃത്യം സ്ഥലം പരിചയമുണ്ടായിരുന്നു. മരം ഇന്നില്ല. മരത്തടി നീണ്ടുകിടക്കുന്നു. അവർ അതിൽ ഇരുന്നു.

"ഓയ് ദീദി."

ആരോ നീട്ടിവിളിക്കുന്നു. ധീരാദീദി തലയുയർത്തിയില്ല. ഖേദംതന്നെ കാരണം. റോഡരികിൽ അവശയായി ഇരിക്കുന്നു എന്ന് ആളുകൾ അറിയരുതേ. അവർ ദൈവങ്ങളുടെ പേരെടുത്തു വിളിച്ചു പ്രാർത്ഥിച്ചു.

"ദീദി ക്ഷീണിച്ചുവോ. ഞാനുണ്ട് സഹായത്തിന്."

നല്ല പരിചയമുള്ള സ്വരം.

ദീദി മുഖമുയർത്തി. ജയിലിലേക്ക് പച്ചക്കറി തന്നിരുന്ന പയ്യൻ കുപ്പു. ഇന്ന് കുപ്പുവും വൃദ്ധനായിരിക്കുന്നു.

"ഞാൻ പിടിക്കാം. വീട്ടിലെത്തിച്ചുതരാം."

"വേണ്ട കുപ്പൂ. അങ്ങനെ ഒരവസ്ഥയൊന്നും ദീദിക്ക് ഒരിക്കലും വരില്ല." പിന്നെ തലതാഴ്ത്തിയിരുന്നു.

കുപ്പുവിന്റെ ശബ്ദം പിന്നെ കേട്ടില്ല.

ദീദി തലയുയർത്തി. അപ്പോൾ അവർ പുതുതായി വന്ന കെട്ടിടങ്ങളൊന്നും ശ്രദ്ധിച്ചില്ല. പഴയ ഓർമ്മയിലെവിടെയോ അറ്റം കാണാത്ത ചൂരൽക്കാടുകൾ. ചൂരൽക്കാടുകളുടെ നടുവിലൂടെ നീങ്ങിപ്പോകുന്ന റോഡ്. പുരുഷന്മാരും സ്ത്രീകളും ചേർന്ന ജയിൽപുള്ളികൾ നിന്നു പണിത റോഡ്. ഉച്ചയോടെ എല്ലാവരും തളർന്നുപോകും. കൃത്യം ഒരു മണിക്ക് ചുക്കാറൊട്ടിയും പരിപ്പും എത്തും. എല്ലാവരും കൈകാലുകൾ അടുത്ത ചോലയിൽ പോയി കഴുകും. ഉപ്പു പുരട്ടി അട്ടകളെ ഉതിർത്തും. ചൂരൽ കാട്ടിൽനിന്ന് കേട്ട രോദനം.

"എന്നെ രക്ഷിക്കൂ."

ധീരാദീദി ഓടിച്ചെന്നു. നാലു പുരുഷന്മാർ ചേർന്ന് ഒരു സ്ത്രീയെ എടുത്തുകൊണ്ടുപോകുന്നു. അവൾ കൈയിലിരുന്ന ബേറ്റൺ ഓങ്ങി. അവർ അതും പിടിച്ചുവാങ്ങി തന്റെ നേരെ ഓടിവരുന്നു. ധീരാദീദി ഓടി.

പിന്നെ വിസിൽ നീട്ടിവിളിച്ചു. എവിടെനിന്നൊക്കെയോ ആളുകൾ ഓടിക്കൂടി. ഇതിനകം രണ്ടുപേർ അവളെ ബലാത്സംഗം ചെയ്തുകഴിഞ്ഞിരുന്നു. അന്ന് വൈകുന്നേരം ആ സ്ത്രീയെയും തന്നെയും സെല്ലുലാർ ജയിലിലേക്ക് വിളിച്ചിരുന്നു. രണ്ടുപേരേയും കാഴ്ചക്കാരായി നിർത്തിക്കൊണ്ടാണ് ജയിലിലെ അഭ്യാസികൾ അവർ നാലുപേരെയും ബോധം പോകുംവരെ തല്ലിയത്. അന്നുമുതൽക്കാണ് സ്ത്രീ ജയിൽപ്പുള്ളികളേയും പുരുഷന്മാരേയും ഒന്നിച്ചു പണിക്കയയ്ക്കുന്ന സമ്പ്രദായം നിർത്തലാക്കിയത്.

ഒരു ജീപ്പ് പതുക്കെ വന്ന് നിർത്തി. ദീദി എഴുന്നേറ്റ് നിന്നു. സർക്കാർ ജീപ്പല്ലേ? അതിൽ ഇരിക്കുന്നത് ഇപ്പോഴത്തെ ജയിൽസൂപ്രണ്ട്. പരിചയമുണ്ട്.

"ദീദി ഇവിടെ ഇരുന്നത്. ക്ഷീണിച്ചോ?"

"ഞാൻ പെൻഷൻ വാങ്ങാൻ മാൽആപ്പീസിലേക്കാ. അല്പം ക്ഷീണം തോന്നി."

"പെൻഷൻ വാങ്ങാനോ? മണി രണ്ട് കഴിഞ്ഞില്ല്യേ. ഇനിയുണ്ടോ പെൻഷൻ കിട്ടുന്നു. കയറിക്കോളൂ. ഞാൻ വീട്ടിൽ വിട്ടുതരാം."

ദീദി ജീപ്പിൽ കയറി... വേണ്ടെന്നു പറഞ്ഞ് നടക്കുമായിരുന്നു. പക്ഷേ, റോഡ് മുറിച്ചുകടക്കാൻ ഭയന്നിട്ടുമാത്രം.

"ദീദി പുറത്തൊന്നും ഒറ്റയ്ക്കിറങ്ങരുത്. പെൻഷൻ മണിയോർഡറായി അയച്ചുതരുന്ന വ്യവസ്ഥ ഞാൻ ചെയ്തുതരുന്നുണ്ട്."

ദീദി അതിനു മറുപടിയൊന്നും പറഞ്ഞില്ല. മറ്റാരെങ്കിലുമായിരുന്നെങ്കിൽ പറയുമായിരുന്നു:

"മാസത്തിൽ ഒരിക്കൽ ഞാൻ പുറത്തിറങ്ങുന്നതു കാണുമ്പോൾ നിങ്ങൾക്കെന്താ ഇത്ര കണ്ണുകടി."

താക്കോലെടുത്തു വാതിൽ തുറന്നു. കോവണിപ്പടി കയറി. മരത്തിന്റെ കോവണി. അതിന്റെ രണ്ടു പടികൾ നന്നേ ദ്രവിച്ചിരുന്നു. പരിചയംകൊണ്ട് ശ്രദ്ധിച്ച് കയറുന്നു. അമ്പത് വർഷത്തിലേറെ പഴക്കമുള്ള വീട്. ദീദി മേല്പോട്ടു നോക്കി. ക്ലോക്ക് നിന്നിരിക്കുന്നു. ദീദി ചാവി കൊടുത്ത് ക്ലോക്കിന് ജീവൻ നല്കി. സമയം രണ്ടേകാലാക്കി സൂചി കറക്കിവെച്ചു. ചാവി കൊടുക്കുമ്പോൾ ധീരാദീദിയുടെ കൈ തരിച്ചിരുന്നു. മനസ്സും മുറുകുന്നു. ഒരേ താളത്തിൽ സൂചികൾ നീങ്ങുന്നു. ദീദി കൈയിലുണ്ടായിരുന്ന സഞ്ചി മേശപ്പുറത്തു വച്ചു. സഞ്ചി വച്ചപ്പോൾ സ്റ്റീൽപാത്രം മേശയിൽ മുട്ടിയ ശബ്ദം. അപ്പോഴാണ് ദീദിക്ക് വിശപ്പ് തോന്നിയത്. റൊട്ടി*

* *റൊട്ടി ബ്രഡ് അല്ല. ഒരുതരം പ്രാകൃത ചപ്പാത്തി. ചുക്കാറൊട്ടി എന്നാൽ എണ്ണ പുരട്ടാത്ത ചപ്പാത്തി.*

സ്റ്റീൽ പാത്രത്തിലെ പരിപ്പുകറിയിൽ മുക്കിവച്ചു. നാലു റൊട്ടികൾ. രാവിലേയും നാലു റൊട്ടികൾ കഴിച്ചിരുന്നു. ഭക്ഷണം കുറയ്ക്കണം. കഴിഞ്ഞ ഇരുപത്തഞ്ച് വർഷങ്ങളായി ഡോക്ടർമാർ ഉപദേശിക്കുന്നു. ആ ഡോക്ടർമാരിൽ ആരും ഇന്ന് ജീവിച്ചിരിപ്പില്ല. കട്ടിലിൽ ചെന്നിരുന്നു. സാരി മാറ്റാനൊന്നും തോന്നിയില്ല.

ഈ നാടു മുഴുവൻ തന്നെ ദീദി എന്നു വിളിക്കുന്നു. തന്നെ ആദ്യം അങ്ങനെ വിളിച്ചത് ബംഗാളി സ്ത്രീജയിൽപ്പുള്ളികളാണ്. മറുത്തൊന്നു മിണ്ടിയാൽ അവർ നിരാഹാരവ്രതം തുടങ്ങും. വിവരമറിയുമ്പോൾ പുരുഷന്മാരുടെ ജയിലിലും കലാപം ആരംഭിക്കുകയായി. സായ്പിന്റെ നേരെ ബോംബെറിഞ്ഞതും നിറയൊഴിച്ചതുമായ കേസിൽ ശിക്ഷിക്കപ്പെട്ടവർ. നന്ദനിനാഗ് ആയിരുന്നു അവരുടെ നേതാവ്. ധാക്ക സെൻട്രൽ ജയിലിൽനിന്ന് ഇങ്ങോട്ട് കൈമാറ്റപ്പെട്ടവൾ. ആന്ദോളൻ* തീർന്നപ്പോൾ എല്ലാവരേയും തിരിച്ചയച്ചു. പത്തുവർഷം മുമ്പ് അവർക്ക് ഇവിടം സന്ദർശിക്കുന്നതിന് സർക്കാർ ഒരു കപ്പൽതന്നെ വിട്ടുകൊടുത്തിരുന്നു. നന്ദനിനാഗ് ഇവിടെ കപ്പൽ ഇറങ്ങിയപ്പോൾ ആദ്യം അന്വേഷിച്ചത് ദീദിയെ ആയിരുന്നു. പിറ്റെന്നാൾ കൊടിവച്ച കാറിലാണ് തന്നെക്കാണാൻ വീട്ടിൽ വന്നത്. കെട്ടിപ്പിടിച്ച് രണ്ടു കവിളിലും ഉമ്മവച്ചുകൊണ്ടു പറഞ്ഞു:

"ദീദി ഇന്നും യുവതി തന്നെ."

പിന്നെ പറഞ്ഞു.

"എനിക്ക് എന്തിനും അധികാരമുള്ള കാലമാണ്. ദീദി പറയൂ ഞാൻ എന്തു ചെയ്തുതരണം."

"ദീദിക്കിനി എന്തുവേണം? എന്നെ കാണാൻ വന്നതുതന്നെ ധാരാളമായി."

രണ്ടുപേരും വേണ്ടുവോളം കരഞ്ഞു.

"ദീദി എന്നൊരാൾ ഇല്ലായിരുന്നുവെങ്കിൽ ഈ ജയിലിലാകുമായിരുന്നു എന്റെ അന്ത്യം."

നന്ദനിക്ക് ഒരിക്കൽ മലേറിയ വന്നു. കടുപ്പമുള്ള മലേറിയ. താൻ സർക്കാർ ഇട്ട കാവൽക്കാരിയായിട്ടല്ല പെരുമാറിയത്. ഒപ്പംനിന്ന് ശുശ്രൂഷിച്ചു. അത് മാറിയപ്പോൾ മഞ്ഞപ്പിത്തം വന്നു. കാവൽ ഇട്ടത് ഇറമ്മ എന്ന മദ്രാസി വാർഡനെയായിരുന്നു. അവൾ തിരിഞ്ഞുനോക്കാറില്ലായിരുന്നു. നഴ്സുമാരുമായി തട്ടിക്കയറും. അവരും തിരിഞ്ഞുനോക്കാതെയായി. ഇതൊക്കെ അറിഞ്ഞപ്പോൾ താൻ ആശുപത്രിയിൽ രണ്ടുനേരവും പോയി ശുശ്രൂഷിക്കുമായിരുന്നു.

---

* *ആന്ദോളൻ – സ്വാതന്ത്ര്യസമരം*

നന്ദനിനാഗ് തനിക്ക് നൂറ് ഉറുപ്പിക തന്നു. "നാളെ ഞങ്ങൾക്കൊക്കെ നിക്കോബാറിനെസ്റ്റ് എന്ന സർക്കാർ ഹോട്ടലിൽവെച്ച് ഒരു വലിയ സദ്യ തരുന്നു. എത്ര അതിഥികളെ വേണമെങ്കിലും കൊണ്ടുപോകാം. ഇതാ പാസ്സ്."

ധീരാദീദി പോയിരുന്നു. ചെന്നപ്പോൾ ദുഃഖം തോന്നി. അന്ന് ജയിലറകളെ മാത്രമല്ല. ഈ നാടിനെത്തന്നെ വിറപ്പിച്ച അന്നത്തെ നെടുനായകന്മാർ. കാലിലും കൈയിലും ചങ്ങല വീണിട്ടും സ്വരംകൊണ്ട് എതിർത്തു നിന്നവർ. ഇന്ന് ഊന്നുവടിയിലും അപരന്റെ ദേഹത്തും ഊന്നി വാർദ്ധക്യം പേറുന്നു. വൃദ്ധന്മാരുടെ കപ്പൽ തിരിച്ച് ഒഴുകിപ്പോകുമ്പോഴും അവർ ചാത്തംജെട്ടിവരെ പോയിരുന്നു. ഒരാഴ്ച കഴിഞ്ഞപ്പോൾ ദീദിക്കൊരു സർക്കാർ കവർ കിട്ടി. ദീദിയെ ജയിൽ അഡ്വൈസറി കമ്മിറ്റിയിൽ അംഗമാക്കിയിരിക്കുന്നു. അന്തസ്സുള്ള ഒരു സ്ഥാനം. അഞ്ചുവർഷത്തേക്കായിരുന്നു. ഇന്ന് നന്ദനിനാഗ് ജീവിച്ചിരിപ്പില്ല. റേഡിയോവിൽ ചരമവാർത്ത കേട്ടിരുന്നു.

ധീരാദീദി എഴുന്നേറ്റ് സമയം നോക്കി. ക്ലോക്ക് നിന്നിരിക്കുന്നു. ചാവി കൊടുത്തപ്പോൾ ഏതാനും മിനിറ്റുകളേ നടന്നുള്ളൂ. ഒരിക്കൽ ഈ ക്ലോക്ക് കൽക്കത്തയിൽ അയച്ച് നന്നാക്കിയതായിരുന്നു. നന്നാക്കിക്കൊണ്ടുവന്നപ്പോൾ അറിഞ്ഞു. ഒരു പുതിയ ക്ലോക്ക് ഇതിലും വിലകുറച്ച് കിട്ടുന്നു. ദീദിക്ക് ഒട്ടും ഖേദം തോന്നിയില്ല. വേണ്ടത് ഈ ക്ലോക്ക് മാത്രമായിരുന്നു. സരൂപി തന്ന ക്ലോക്കായിരുന്നു. ക്ലോക്കിൽ സരൂപിയുടെ മുഖം നിഴലിക്കുന്നു.

അന്നൊക്കെ ഓരോ കപ്പലിലും ജയിൽപുള്ളികൾ വരുമായിരുന്നു. ഇങ്ങോട്ട് കൈമാറ്റപ്പെട്ടവർ. സബ്ജയിലുകൾ, സെൻട്രൽ ജയിലുകൾ എല്ലാം താണ്ടി അഞ്ചുദിവസത്തെ കപ്പൽയാത്രയും. ജയിൽപ്പുള്ളികൾ അമ്പതുപേരിൽ കൂടുതലുണ്ടെങ്കിൽ ജയിൽസൂപ്രണ്ടുതന്നെ വന്ന് അവരെ ഏറ്റുവാങ്ങുമായിരുന്നു. അദ്ദേഹം മുന്നിൽ കുതിരപ്പുറത്ത്. വിലങ്ങുവച്ചു പിന്നെ കയറുംകെട്ടി നടത്തിക്കൊണ്ടുപോകുന്ന ജയിൽപുള്ളികൾ. സരൂപിയെ ആദ്യം സെല്ലുലാർ ജയിലിൽ കൊണ്ടുപോയി. തൂക്കവും ഉയരവുമെടുത്തു. എല്ലാ വിരലിന്റേയും അടയാളങ്ങൾ എടുത്തു. ജയിൽ സാരി കൊടുത്തു. അവളുടെ കൈയിലുണ്ടായിരുന്ന തുണിക്കെട്ട് അവിടെ കൊടുത്തു. ജമാ ചെയ്തു. അതിൽ രണ്ടു സാരികളും മറ്റു തുണികളുമുണ്ടായിരുന്നു. ഇരുപതുറുപ്പിക ഒമ്പത് അണയും അവിടെ വാങ്ങിവച്ചു. അത്യാവശ്യം വരുമ്പോൾ അപേക്ഷിച്ചാൽ കിട്ടും. പിന്നെ സൗത്ത് പോയന്റിലെ സ്ത്രീകളുടെ ജയിൽബേരക്കിലേക്കു കടൽഭിത്തിയുടെ അടുക്കലൂടെ നടത്തിക്കൊണ്ടുപോയി. നിറച്ച തോക്കുമായി രണ്ടു പോലീസുകാരും കൂടെയുണ്ടായിരുന്നു. കുറച്ചുദൂരം നടന്നപ്പോൾ സരൂപി പറഞ്ഞു:

"എനിക്ക് തല ചുറ്റുന്നു. ഒന്നിവിടെ ഇരുന്നോട്ടെ."

പോലീസുകാർ അലറി.

"എന്താ നിന്റെ അച്ഛന്റെ വീട്ടിലേക്ക് പോന്നൂന്നാ കരുതിയത്. നടക്കെടീ വേഗം." സരൂപി വഴിനീളം ഛർദ്ദിച്ചുകൊണ്ട് നടന്നു. ബേരക്കിലെത്തിയപ്പോൾ ചൂടുവെള്ളം ഉണ്ടാക്കുന്നതിന് മരപ്പൊടിയുടെ അടുപ്പ് കാണിച്ചുകൊടുത്തു. ഉപ്പിട്ട് ചെറുനാരങ്ങാവെള്ളം ഒരു വലിയ പാത്രം നിറച്ചൊഴിച്ചുകൊടുത്തു. സരൂപി പൊട്ടിക്കരയാൻ തുടങ്ങി.

"ദീദി ഇവിടുത്തുകാരിയാണോ?"

"അല്ല എന്റെ ഗ്രാമം പേഷ്വാറിനടുത്താണ്. എന്നെ പേഷ്വാർ ജയിലിന്റെയകത്തുനിന്ന് ഇങ്ങോട്ട് കൈമാറിയതാണ്."

"എവിടെയാ ദീദി പേഷ്വാർ?"

"വളരെ വളരെ ദൂരെയാണ്. വടക്കുപടിഞ്ഞാറൻ അതിർത്തി പ്രദേശ പ്രവിശ്യ."

കുളിച്ചുവന്നപ്പോൾ അവളുടെ കട്ടിൽ കാണിച്ചുകൊടുത്തു. ജനൽ തുറന്നുവച്ചു. അതു പതിവില്ലാത്തതാണ്. സരൂപി പുറത്തേക്കു നോക്കി. കീഴെ പാറക്കെട്ടുകൾ. അപ്പുറം കണ്ണെത്താത്ത കറുത്ത കടലും. ഇനി ജീവിതം മുഴുവൻ കാണേണ്ട കാഴ്ചകൾ. സരൂപി കട്ടിലിൽ ഇരുന്നു. ദീദി പറഞ്ഞുകൊടുത്തു.

"കട്ടിൽ മറ്റു ജയിലുകളിൽ പതിവില്ല. ഇവിടെ തറയിൽ കിടന്നാൽ പഴുതാര കുത്തും. ഇവിടുത്തെ പഴുതാരകൾക്ക് കടുത്ത വിഷമാണ്. പഴുതാരയ്ക്ക് രണ്ട് അടിവരെ നീളം കാണും. ആറുമണിക്കു മുമ്പേ ഭക്ഷണം കഴിച്ചിരിക്കണം. ഏഴുമണിക്കു മുമ്പേ വിളക്കുകൾ അണച്ചിരിക്കണം."

റാന്തൽ വിളക്ക് അണച്ചപ്പോൾ ദീദി സരൂപിയുടെ കട്ടിലിനടുത്തേക്ക് ചെന്നു.

"സരൂപിക്ക് ഒറ്റയ്ക്ക് കിടക്കാൻ പേടിയുണ്ടോ?"

"വല്ലാതെ പേടി തോന്നുന്നു."

"ശരി എന്റെ അടുക്കൽ വന്നു കിടന്നോളൂ."

അഞ്ചടിക്കാരി സരൂപി അഞ്ചടി പത്തിഞ്ച് ശരീരമുള്ള അവളുടെ അടുക്കൽ സുരക്ഷിതബോധത്തോടെ കിടന്നു. സരൂപിയെ തലോടിക്കൊണ്ട് ദീദി ചോദിച്ചു:

"ഭർത്താവിനെ അല്ലേ..."

"ദീദി ഇതൊക്കെ എങ്ങനെ അറിഞ്ഞു."

"ജയിൽസൂപ്രണ്ട് മറ്റുള്ളവരോട് പറയുന്നതു കേട്ടു. ഭർത്താവ് അത്രയ്ക്ക് ദുഷ്ടനായിരുന്നോ?"

"നല്ല ആളായിരുന്നു. അമ്മായിഅമ്മയ്ക്ക് എന്നെ കണ്ടുകൂടായിരുന്നു. ഭർത്താവിനെ എന്നിൽനിന്നും അകറ്റാൻ അമ്മായിയമ്മ ശ്രമിച്ചതായിരുന്നു. ഞാൻ ബുജ വയലിലേക്ക് ഭർത്താവിന് ഉച്ചഭക്ഷണവുമായി പോയതായിരുന്നു. വയലിലെ കാവൽ കുടിലിലേക്ക് പോകാൻ നിന്ന എന്നെ അമ്മായിഅമ്മ പോകരുതെന്ന് പറഞ്ഞ് പിടിച്ചുനിർത്തി. ഞാൻ അവരെ തള്ളിമാറ്റി കുടിലിലേക്കോടി നേരിട്ടു കണ്ടു. ഭർത്താവും ഒരു പണിക്കാരത്തി പഹാഡി* പ്പെണ്ണും ഇണചേർന്ന് കിടക്കുന്നു. എല്ലാം സ്വന്തം അമ്മയുടെ ഒത്താശയോടെ. ബുജ വയലിൽവച്ച് മൂന്നിനേയും വെട്ടി. വെട്ടുകത്തി മൂർച്ചകൂട്ടാനൊന്നും സമയം കിട്ടിയില്ല. അവിടെ കിടന്ന വെട്ടുകത്തി. ഭർത്താവു മാത്രമേ മരിച്ചുള്ളൂ. ലിംഗം മുറിഞ്ഞിരുന്നു."

ദീദി അവളുടെ കവിളിൽ ചുംബിച്ചുകൊണ്ടു പറഞ്ഞു.

"നിന്നെ കണ്ടാൽ അങ്ങനെയൊന്നും തോന്നുന്നില്ലല്ലോ മോളേ."

സരൂപി ധീരാദീദിയോട് നല്ലവണ്ണം ചേർന്നു കിടന്നുകൊണ്ട് ചോദിച്ചു.

"ദീദിയുടെ പേരിലുള്ള കുറ്റം എന്തായിരുന്നു?"

"വടക്കുപടിഞ്ഞാറൻ പ്രവിശ്യക്കാരിയായ എന്റെ പേരിലുള്ള കുറ്റം എന്തായിരുന്നു എന്നു പറഞ്ഞാൽ ഇങ്ങ് ഈ അറ്റത്ത് ബീഹാറിൽ ജനിച്ച നിനക്ക് മനസ്സിലാവില്ല മോളെ." പിന്നെ ധീരാദീദി അവളുടെ കവിളിൽ തുരുതുരാ തലോടി.

രണ്ട്

പിന്നീടൊരിക്കലും സരൂപി ദീദിയുടെ കുറ്റം എന്തായിരുന്നു എന്നന്വേഷിച്ചില്ല. ഓരോ രാത്രിയിലും മറ്റെന്തെങ്കിലും കേട്ടുകൊണ്ട് ഉറങ്ങുകയായിരുന്നു.

ദീദി ക്ലോക്കിലേക്ക് നോക്കിയിരുന്നു. ഇനി ഒരിക്കലും അത് ചലിക്കേണ്ട. കട്ടിലിനു മീതെ ചുവരിൽ കണ്ടാൽ മതി. ദീദിക്ക് ഇന്ന് ക്ലോക്കിനു കീഴിലിരിക്കുമ്പോൾ സരൂപിയുടെ മുഖം മാത്രമല്ല, അവളുടെ കണ്ണീരും അതിൽനിന്ന് ഉതിരുന്നതായി തോന്നിത്തുടങ്ങുന്നു.

ദീദിക്ക് ഇപ്പോൾ ഓർക്കാൻ കഴിഞ്ഞത് സ്വന്തം ഗ്രാമത്തെക്കുറിച്ചു തന്നെയായിരുന്നു. നാട്ടിൽനിന്ന് അവസാനത്തെ കത്തുവന്നിട്ട് അമ്പത് വർഷത്തിലേറെയായി. ഇളയ സഹോദരൻ ലാൾട്ടു എഴുതിയിരുന്നു:

"അവൻ ഇങ്ങോട്ട് വരുന്നു. തന്നേയും കൂട്ടി നാട്ടിലേക്ക് പോകും.

---

* *പഹാഡി – ഗിരിവർഗ്ഗക്കാരി*

പോകുമ്പോ കാശിയിലും പ്രയാഗിലും പോകാം." പക്ഷേ വന്നില്ല. ഇന്നു തന്റെ കുലം എവിടെയെന്നറിയില്ല. ശത്രുപക്ഷത്തെ ബാങ്കുമൾ കുടുംബവും എവിടെയെന്നറിയില്ല. ബാങ്കുമൾ കുടുംബത്തോട് തന്റെ കുടുംബത്തിന് മൂവായിരം കൊല്ലത്തെ പകയുണ്ടെന്ന് നേരിട്ടറിയാവുന്നവർ പറയുന്നു. തന്റെ വാദ്ധ്വാകുടുംബവും ബാങ്കുമൾ കുടുംബവും രണ്ടു ഗോത്രങ്ങളെന്നും മഹാഭാരതയുദ്ധത്തിൽ രണ്ടു ചേരികളിൽനിന്നു യുദ്ധം ചെയ്തെന്നും അന്നേ തുടങ്ങിയതാണ് കുടിപ്പക എന്നും പൂർവികർ പറയുന്നു. തങ്ങളുടെ ഗോതമ്പുനിലങ്ങൾ അവർ ആയുധംകൊണ്ട് പിടിച്ചെടുത്തെന്നും ആടുമാടുകളെ തട്ടിക്കൊണ്ടുപോയെന്നും ഓരോ കുഞ്ഞും ജനിച്ചനാൾ തൊട്ട് കേൾക്കുന്ന കഥകളാണ്. തന്റെ ഗോത്രത്തിനു മാത്രമല്ല, ഓരോ കുടുംബത്തിനും ഓരോ ശത്രുഗോത്രമുണ്ടായിരുന്നു. വർഷങ്ങൾ കഴിഞ്ഞിട്ടും ആളിക്കത്തിയിരുന്നു ആ പക. ഭൂമി തീറുവാങ്ങുന്നതു തനിക്കോർമ്മവച്ചപ്പോഴും പതിവുണ്ടായിരുന്നില്ല. ശത്രുഗോത്രക്കാരുടേത് വെട്ടിപ്പിടിക്കുക ആവശ്യം തോന്നുമ്പോൾ. അതായിരുന്നു രീതി.

അന്നു തന്റെ വീട്ടിൽ പുരുഷന്മാരുണ്ടായിരുന്നില്ല. ഗോതമ്പുവയലിൽ എവിടെയോ ആയിരുന്നു. കർത്തവ്യം തന്റെ ശിരസ്സിൽ വന്നുപതിച്ചു. താനാണ് പിതൃക്കളുടെ ആത്മാക്കൾക്ക് നിവേദ്യം നല്കിയത്. താഴെയുള്ള പെൺകുട്ടികൾക്ക് ഭക്ഷണം കൊടുക്കുകയായിരുന്നു. അന്ന് അച്ഛന്റെയും ജ്യേഷ്ഠന്റെയും ശ്രാദ്ധദിനമായിരുന്നു. അപ്പോഴാണ് ചിറകടി കേട്ടത്. പിന്നെ പക്ഷി അകത്തേക്കു പറന്നുവന്നു. ഭക്ഷണത്തിനു ചുറ്റും മൂന്നുനാലുതവണ വലംവച്ചു പറന്നു. നല്ല വെളുത്ത പക്ഷി. എന്തൊരു സൗന്ദര്യം. പിന്നെ ശബ്ദിച്ചു. ഒരു കരച്ചിൽപോലെ. പിന്നെ ശബ്ദത്തിനു കനംവച്ചു. ഒടുവിൽ ഒരലർച്ച.

"രക്തം തരൂ, രക്തം തരൂ."

അവൾ ആയുധമുറിയിലേക്ക് ഓടിക്കയറി. കൈവിരൽ അറുത്തു പൊട്ടുതൊട്ടു. പിന്നെ പുറത്തേക്ക് ഓടി ബാങ്കുമൾ കുടുംബത്തിനുനേരെ പിതൃക്കളെ വിളിച്ചുകൊണ്ട്. ബാങ്കുമൾ കുടുംബനാഥനും മകൻ ശംഭുവും വയലിൽനിന്ന് കയറിവരുന്ന നേരം. രണ്ടിന്റേയും കഴുത്തിനുവെട്ടി. നേരെ ആയുധപ്പുരയിലേക്ക് ചെന്നു. വാള് അവിടെ വച്ചു. അതുവരേയും വെളുത്തപക്ഷി "രക്തം തരൂ, രക്തം തരൂ" എന്ന് കൂവിക്കൊണ്ടേയിരുന്നു. പിന്നെ പക്ഷി അപ്രത്യക്ഷമായി. അവൾ ഗ്രാമത്തലവനെ കണ്ട് കാര്യങ്ങൾ പറഞ്ഞു. ഗ്രാമത്തലവൻ കുതിരപ്പുറത്തും അവൾ നടന്നുമായി പോലീസ് താണയിൽ ഹാജരായി.

കേസിന്റെ വിധി സായിപ്പ് ജഡ്ജി ഇംഗ്ലീഷിൽ വായിച്ചത് ഓർക്കുന്നു. പിന്നെ ഒരാൾ ഉർദ്ദുവിൽ വായിച്ചുതന്നു.

“വല്ലവരുടേയും ഭൂമി പിടിച്ചെടുക്കുകയും കൊല്ലുകയും ചെയ്യുക. പിന്നെ പക്ഷി വന്നു എന്നു നുണ പറയുക. ഇപ്പോൾ സ്ത്രീകളും തുടങ്ങിയിരിക്കുന്നു. ഇതൊന്നും അനുവദിക്കാൻ പറ്റുന്നതല്ല. ഒരു സ്ത്രീ എന്ന ഒരു പരിഗണനയ്ക്ക് ഇവൾ അർഹയല്ല.”

വീട്ടിലെ പുരുഷാംഗങ്ങൾ ചെയ്തുതീർക്കേണ്ട കർത്തവ്യം, ഗോത്രധർമ്മം നിറവേറ്റിയതു താനാണ്, ഏകയായി, അന്ന് അവർ ഗോതമ്പു വയൽപോലും പണയപ്പെടുത്തിയാണ് കേസ് നടത്തിയത്. ഏറ്റവും വലിയ വക്കീലിനെ വച്ച് കേസ് നടത്തിതന്നു. ജയിച്ചില്ല. അവിടംകൊണ്ടു തീർന്നോ? അത് ഇന്നും തുടരുന്നു. എല്ലാ സൗഭാഗ്യങ്ങളേയും എന്നും തോല്പിച്ചുകൊണ്ട്. ധീരാദീദി അതോർക്കുന്നു. കടലാണ് ആദ്യം ഇടഞ്ഞത്. ഒമ്പത് അടിയിൽ കവിഞ്ഞ് വേലിയേറ്റം ഉയരാറില്ല. ആ രാത്രിയിൽ നുരയും പതയും ചേർന്ന് തൂറ്റി കടൽ തെങ്ങിൻമണ്ടയിൽ തട്ടി താഴോട്ടിറങ്ങുന്നു. സരൂപി തന്റെ അരികിൽ ചേർന്നുകിടന്നിരുന്നു. സരൂപി പറഞ്ഞു:

“ദീദിക്ക് നല്ല പനിയുണ്ടെന്നു തോന്നുന്നു. നല്ല ചൂടുണ്ട്.”

“അതു പനിയുടെ ചൂടല്ല മോളേ. നീ അടുത്തുകിടക്കുന്നതിന്റെ ചൂടാണ്.”

എല്ലാ ദിക്കിൽനിന്നും വിസിലുവിളികൾ വരുന്നു.

“പേടിയാകുന്നു ദീദി.”

“നമ്മൾക്കൊക്കെ ഇനി എന്തു പേടിക്കാൻ. നമ്മളൊക്കെ ഇവിടെ അതിഥികളായി വന്നവരല്ലല്ലോ?”

വിസിൽവിളി മുറുകി. ശബ്ദം കാറ്റിന്റേതായിരുന്നു. വിസിലടിച്ചു കാറ്റു പറയുന്നു- കൊടുങ്കാറ്റ് അപ്പുറത്തെവിടെയോ എത്തിയിരിക്കുന്നു. കടൽ ഒപ്പം ഉരുണ്ടുരുണ്ട് ഉയരുന്നു. മരങ്ങളിൽ കാറ്റ് വട്ടംചുറ്റുന്നു. പിന്നെ അജ്ഞാതമായ അലർച്ചകൾ. മേൽക്കൂരയുടെ തകരഷീറ്റുകൾ പറിഞ്ഞു പോകുന്ന ശബ്ദം. പിന്നെ ദൂരത്തെവിടെയോ നിലത്ത് വീണ് നിരങ്ങുന്ന ശബ്ദം. ബേരക്കിലെ പെണ്ണുങ്ങൾ കൂട്ടനിലവിളിയോടെ കൊടുങ്കാറ്റിന്റെ ശബ്ദത്തെ തോല്പിക്കുന്നു. ധീരാദീദി അവരെ സമാധാനപ്പെടുത്താൻ എഴുന്നേറ്റപ്പോൾ സരൂപി അവളെ കെട്ടിപ്പിടിച്ചു.

“ദീദി പോകരുത്. എനിക്ക് പേടിയാകുന്നു.”

ബാരക്ക് മുഴുവൻ മരംകൊണ്ട് ഉണ്ടാക്കിയതായിരുന്നു. അന്ന് ഈ പ്രദേശത്തെ എല്ലാ വീടുകളും. ധീരാദീദി ആ ആപത്തിന്റെ നിമിഷത്തിലും ഓർത്തു. മരവാതിൽ തുറന്നുകഴിഞ്ഞാൽ പെണ്ണുങ്ങൾ ഓടി രക്ഷപ്പെടുമോ? എവിടെ പോകാനാ. ബലാത്സംഗങ്ങൾക്കു ബലിയാടുകളാകാനോ? അതും കൊടുങ്കാറ്റിന്റെ നേരത്ത്. കൊടുങ്കാറ്റ് പ്രകൃതിയുടെ

ഒരു അഭിനയം മാത്രമായിരുന്നു. അതു കരയെയല്ല ലക്ഷ്യം വച്ചതെന്നു തോന്നി. പിന്നെ കാറ്റ് കടലിലേക്ക് ഇറങ്ങിപ്പോകുന്നു. തിമിർത്തു കളിക്കാൻ സ്ഥലമുണ്ടല്ലോ?

ധീരാദീദി റാന്തൽ കത്തിച്ചു. പിന്നെ ബാരക്കാകെ നടന്നുനോക്കി. മരപ്പലകകൾകൊണ്ട് മുറി തിരിച്ചതാണ്. ബാരക്കിന്റെ മേൽക്കൂരകൾ പറന്നുപോയിരിക്കുന്നു. തട്ടിൻപുറത്തെ പെണ്ണുങ്ങൾ കട്ടിൽചോട്ടിൽ കുനിഞ്ഞിരിക്കുന്നു. ധീരാദീദിയെ കണ്ടപ്പോൾ അവർ പൊട്ടിക്കരഞ്ഞു.

"ദീദി കാറ്റ് ഇനിയും വരുമോ?"

"ഞാൻ എന്തു പറയാനാ. ഞാൻ വായുഭഗവാനാണോ? നിങ്ങൾ ഇവിടെ എത്തിപ്പെട്ടത് എന്തിനാ. എല്ലാം സഹിക്കാൻ. വിധി അതല്ലേ! കരഞ്ഞാൽ മായുമോ?"

മറ്റു സ്ത്രീവാർഡന്മാരും ഇതിനകം അവിടെ എത്തിയിരുന്നു. കാറ്റ് കടലിൽനിന്നായതുകൊണ്ട് മരങ്ങൾ വീണത് പടിഞ്ഞാട്ടേക്കായിരുന്നു. കാറ്റ് കരയിൽനിന്നായിരുന്നെങ്കിൽ മരങ്ങൾ വീഴുന്നത് ബാരക്കിനു മീതെ ആകുമായിരുന്നു. പെണ്ണുങ്ങളെന്നല്ല, ബാരക്കുതന്നെ ചീളുകളാകുമായിരുന്നു. കാറ്റ് വീശിവീശി അകന്നുപോകുന്നു. നിലാവു തെളിയുന്നത് മേൽക്കൂരയില്ലാത്തതുകൊണ്ട് നന്നായി അറിയാമായിരുന്നു. പെണ്ണുങ്ങൾ റാന്തൽവിളക്കുകൾ കത്തിക്കാൻ തുടങ്ങുന്നു. തലയണയ്ക്കടിയിൽ ഒളിപ്പിച്ചുവെച്ച തീപ്പെട്ടികൾ എടുത്ത്. ധീരാദീദിക്ക് വിളക്കണയ്ക്കാൻ പറയാൻ ധൈര്യം വന്നില്ല. എല്ലാ പെണ്ണുങ്ങളും ചേർന്ന് തന്നെ മാന്തിപ്പൊളിക്കും. മേലുദ്യോഗസ്ഥന്മാർ എന്തും പറയട്ടെ.

താഴെനിന്നൊരു ശബ്ദം ഇടതടവില്ലാതെ കേൾക്കുന്നു. കാറ്റിന്റേതല്ല, മനുഷ്യശബ്ദം. വാക്കുകൾ അവ്യക്തമാണെങ്കിലും ശബ്ദം മനുഷ്യന്റേതായിരുന്നു. കുത്തനെയുള്ള പാറഭിത്തിക്കടിയിൽനിന്ന്. ദീദി എല്ലാവരേയും വിളിച്ചുണർത്തി. എല്ലാ കമ്പിറാന്തലും കത്തിച്ച് ശബ്ദത്തിന്റെ ആരംഭം കേട്ടിടത്തേക്ക് നീങ്ങി. നിലാവിൽ കാണാമായിരുന്നു. ഒരാൾ പാറയിൽ അള്ളിപ്പിടിച്ചു നില്ക്കുന്നു. വിറങ്ങലിച്ച്, പാറക്കെട്ടിന്റെ മധ്യത്തിൽ മേലോട്ടുകയറുന്നതു സംഭവിക്കില്ല. താഴെ വീഴുന്നത് ഏതു നിമിഷാർദ്ധത്തിലും. മനുഷ്യൻ എന്ന കഴിവുകൾ തീർന്നു. ഒരു ജീവിയുടെ ചില സ്വരങ്ങൾ മാത്രം പുറത്തുവിടുന്നു. ധീരാദീദി പറഞ്ഞു. എന്താ കാത്തുനില്ക്കുന്നത്, കിട്ടിയേടത്തോളം സാരികൾ എടുത്തുകൊണ്ടുവരൂ. സാരികൾ വന്നു. കൂട്ടിക്കെട്ടി താഴെയെത്തിച്ചു. അയാൾ അതിൽ പിടിച്ചു. മറ്റേ തല വീണുകിടക്കുന്ന തെങ്ങിൻതലപ്പിൽ കെട്ടി. എല്ലാവരും ചേർന്ന് വലിച്ചുകയറ്റി. താഴ്ച അധികമുണ്ടായിരുന്നില്ല. എന്നിട്ടും ഉയരത്തിലെത്താൻ സമയം വളരെയെടുത്തു. കരയ്ക്കു കയറിയപ്പോൾ അയാൾ

തളർന്നുവീണു. എല്ലാവരും ചേർന്ന് എടുത്ത് ബാരക്കിന്റെ വരാന്തയിൽ കിടത്തി. കൽക്കരി അടുപ്പ് കത്തിച്ച് അരികിൽ വച്ചു. ശരീരം ചൂടാക്കി. എന്നിട്ടും ബോധം വന്നില്ല. നേരം വെളുത്തു. റോഡിലെ കടപുഴകിവീണ തെങ്ങിൻതടികൾ താണ്ടി ധീരാദീദി സെല്ലുലാർ ജയിലിലേക്കു നടന്നു. ജയിൽസൂപ്രണ്ട് സാഹിബ് ഡൽഹിയിൽ പോയിരിക്കുന്നു. ജയിൽ അസിസ്റ്റന്റ് ഒരു മുറിയിൽ ഇരിക്കുന്നു. പത്താൻകാരനാണ്. കാര്യങ്ങൾ പറഞ്ഞപ്പോൾ തന്റെ നേരെ തട്ടിക്കയറി.

“നിങ്ങൾ എന്തിനു ജയിൽനിയമങ്ങൾ ലംഘിക്കുന്നു. ആരുപറഞ്ഞു അർദ്ധരാത്രിയിൽ ജയിൽപുള്ളി പെണ്ണുങ്ങളെ പുറത്തുകൊണ്ടുപോകാൻ? ആ പെണ്ണുങ്ങളിൽ ആരെങ്കിലും ചാടിപ്പോയാൽ ആരു സമാധാനം പറയും?”

ധീരാദീദി തൊഴുകൈയോടെ പറഞ്ഞു:

“ഞങ്ങൾ അങ്ങനെ ചെയ്തില്ലായിരുന്നുവെങ്കിൽ ഒരു മനുഷ്യൻ മരിക്കുമായിരുന്നു.”

“അങ്ങനെ വല്ലവനും വല്ലയിടത്തും കിടന്നു ചത്താൽ നിങ്ങൾക്കെന്തു കാര്യം? നിങ്ങൾ ചെയ്ത തോന്ന്യാസത്തെക്കുറിച്ച് ഞാൻ ജയിൽ സൂപ്രണ്ടിന് റിപ്പോർട്ട് ചെയ്യും. പണി തെറിക്കും. ശരി, പൊയ്ക്കോളൂ. റോഡരികിൽ മരങ്ങൾ വീണുകിടക്കുന്നു. ഉടനെ മാറ്റി റോഡ് വൃത്തിയാക്കണം. പെണ്ണുങ്ങളെ മുഴുവൻ ഫോളിൻ ആക്കൂ ഏഴുമണിക്കു മുമ്പേ.”

ധീരാദീദി പറഞ്ഞുനോക്കി.

“ബാരക്കിന്റെ മേൽക്കൂരയൊക്കെ ഇന്നലത്തെ കാറ്റിൽ പറന്നുപോയി. പെണ്ണുങ്ങൾ രാത്രി മുഴുവൻ മഴകൊണ്ടുകിടന്നു.”

ഉടനെ അയാൾ പറഞ്ഞു.

“ജയിൽ എന്നാൽ സുഖവാസകേന്ദ്രമല്ല, ഏഴുമണിക്ക് എല്ലാവരേയും ഇവിടെ ഹാജരാകണം.”

പിന്നെ ദീദി ആരുടേയും അനുവാദത്തിനൊന്നും കാത്തുനിന്നില്ല. എസ്.എം.ഒ* വിന്റെ ബംഗ്ലാവിലേക്ക് നടന്നു. എല്ലാം വ്യക്തമായി പറഞ്ഞു. തന്നെ നന്നായി അറിയാം. പണ്ട് ജയിൽ ഡോക്ടറായിരുന്നു. അദ്ദേഹം രണ്ട് വാർഡ് ബോയിമാരെ കൂടെ അയച്ചു. സ്ട്രെച്ചറും. ബാരക്കിന്റെ വരാന്തയിൽ അപ്പോഴും ആ മനുഷ്യൻ ബോധമില്ലാതെ കിടക്കുന്നു. അയാളെ എടുത്ത് ആശുപത്രിയിലേക്ക് കൊണ്ടുപോയി.

ഉച്ചയായപ്പോഴേക്കും റോഡുകൾ വൃത്തിയായി. മേൽക്കൂര നഷ്ടപ്പെട്ട എല്ലാ വീടുകൾക്കും തകരഷീറ്റ് നല്കുന്നതിന് ഉത്തരവായി. തന്നെ

* *സീനിയർ മെഡിക്കൽ ഓഫീസർ*

സിസി സായിപ്പ് ബംഗ്ലാവിലേക്ക് വിളിപ്പിച്ചു. സിസി ബംഗ്ലാവിലെ മുഴുവൻ പൂമരങ്ങളും വീണുകിടക്കുന്നു. പൂന്തോട്ടം വികൃതമായിരിക്കുന്നു. ലേബർഫോഴ്സ് ജോലിക്കാരും ജയിൽപ്പുള്ളികളും ചേർന്ന് അവിടമാകെ വൃത്തിയാക്കുന്നു.

സിസി സായിപ്പും മേംസാഹിബും ജയിൽ സൂപ്രണ്ട് സായിപ്പും കസേരകളിൽ ഇരിക്കുന്നു. അവളോട് ചോദിച്ചു.

"എന്തേ ഉണ്ടായത്. മുഴുവൻ കാര്യങ്ങളും പറയൂ."

അവൾ കൊടുങ്കാറ്റുതൊട്ടേ ഉണ്ടായ മുഴുവൻ കാര്യങ്ങളും പറഞ്ഞു. പിന്നെ ഇങ്ങോട്ട് ഒരു ചോദ്യമേ ചോദിച്ചുള്ളൂ.

"ആ വിചിത്രമനുഷ്യൻ എങ്ങിനെ ഇവിടെ വന്നുപെട്ടു."

അതറിയില്ല. വേഷം കണ്ടാൽ കപ്പലിലെ കലാസിയാണെന്ന് ഉറപ്പാണ്. ഉച്ചയോടെ വിവരങ്ങൾ മുഴുവൻ അറിയാൻ തുടങ്ങി. ആ മനുഷ്യനെ കാണാൻ വരുന്ന ആൾക്കാരെകൊണ്ട് ആശുപത്രി നിറഞ്ഞു. അയാൾ കപ്പൽജോലിക്കാരനാണ്. റങ്കൂണിലെ കപ്പൽ കമ്പനിയുടെ വക കപ്പൽ. കൊളംബോ തുറമുഖത്തുനിന്ന് ചായയിലയുമായി റങ്കൂണിലേക്കു പോകുന്ന വളരെ ചെറിയ കാർഗൊ കപ്പൽ. കൊടുങ്കാറ്റു ഭയന്ന് കരയ്ക്കടിയാൻ ശ്രമിച്ചതായിരുന്നു. പാറകളിൽ തട്ടി ആകെ തകർന്നു. ഇരുപതുപേരുണ്ടായിരുന്നു ഒരാൾ മാത്രം രക്ഷപ്പെട്ടു. കപ്പലിന്റെ ഒരംശമോ മറ്റു ജഡങ്ങളോ കരയ്ക്കടിഞ്ഞില്ല. കാർബൻസ്ഗൊ ബീച്ചിൽ രണ്ടു തേയിലപ്പെട്ടികൾ വന്നടിഞ്ഞു. ബോട്ടുകൾ കടലിലേക്കിറക്കി. അവിടം മുഴുവൻ തിരഞ്ഞു. മൂന്നാംദിവസം ജിംഖാന ഗ്രൗണ്ടിൽ വച്ചു ഒരു വലിയ സദസ് നടന്നു. ആ മനുഷ്യനെയും തന്നെയും ഒപ്പം ഇരുത്തി. പ്രസംഗങ്ങൾ നടന്നു. പിന്നെ ധീരാദീദിയെ സ്റ്റേജിലേക്ക് വിളിപ്പിച്ചു. സിസി മേംസാബ് തനിക്കൊരു വെള്ളിമെഡൽ കുത്തിത്തന്നു. താൻ കാണിച്ച ധീരതയ്ക്ക്. പിന്നെ സിസി സായിപ്പ് പറഞ്ഞതെല്ലാം ഉർദ്ദുവിൽ പരിഭാഷപ്പെടുത്തി. ഈ സ്ത്രീ കാണിച്ച ധീരതയ്ക്ക് ഈ പ്രദേശം മുഴുവൻ കടപ്പെട്ടിരിക്കുന്നു.

ഇവൾ ജീവിതത്തിൽ രണ്ടാളുകളുടെ ജീവൻ അപഹരിച്ചവളാണ്. ഇന്നിതാ ഒരാളുടെ ജീവൻ രക്ഷിച്ചിരിക്കുന്നു. ജയിൽവകുപ്പിലെ അവളുടെ ജോലി സ്ഥിരപ്പെടുത്തിയിരിക്കുന്നു. ഇവൾക്ക് സർക്കാർ വകയായി ഒരു വീടുണ്ടാക്കിക്കൊടുക്കുവാൻ തീരുമാനിച്ചിരിക്കുന്നു. പിന്നെ സിസി സായിപ്പ് ചിരിച്ചുകൊണ്ടാണ് പറയാൻ തുടങ്ങിയത്.

"ഇവളും ഇവൾ രക്ഷപ്പെടുത്തിയ ആ മനുഷ്യനും ഹിന്ദുക്കളാണ്. രണ്ടുപേരും വടക്കുപടിഞ്ഞാറൻ അതിർത്തിപ്രവിശ്യക്കാരാണ്. ഇവർ രണ്ടുപേരും തമ്മിൽ ഒരു വിവാഹം നടന്നുകാണാൻ ഞാൻ ആഗ്രഹിക്കുന്നു." എല്ലാവരും കൈയടിച്ചു. സരൂപി മാത്രം പൊട്ടിക്കരഞ്ഞു.

പതിനഞ്ചു ദിവസത്തിനകം വീടായി. നാലുകാലിന്മേൽ ഉയർത്തി മരപ്പലകയും തകരഷീറ്റുകൊണ്ട് മേൽക്കൂരയുമുള്ള നല്ല വീട്. വളരെ വില കൂടിയ മരങ്ങളാണ് ഉപയോഗിച്ചത്. മരാമത്തുവകുപ്പാണ് വീടുണ്ടാക്കിത്തന്നത്. പണിയുടെ ജവാബ്ദാർ മലയര* മരയ്ക്കാരായിരുന്നു. മാപ്പിള ലഹളയിൽപെട്ട് ഇവിടേക്ക് നാടുകടത്തപ്പെട്ട ആൾ. എന്തിനും തമാശപറഞ്ഞ് പൊട്ടിച്ചിരിക്കുന്ന ആൾ. ബജാറിലെ ഹനുമാൻക്ഷേത്രത്തിൽ വച്ചാണ് വിവാഹം നടന്നത്. ജയിലിൽനിന്ന് എല്ലാവരും വന്നിരുന്നു. സരൂപി ഒരു ക്ലോക്ക് സമ്മാനമായി കൊണ്ടുവന്നിരുന്നു. പച്ചക്കറി കോൺട്രാക്ടർ വെള്ളച്ചാമിയെക്കൊണ്ട് ഏതോ കപ്പലിൽനിന്ന് വാങ്ങിപ്പിച്ചതാണ്. "നിണക്ക് എവിടേന്ന് ഇത് വാങ്ങാൻ കാശൊക്കെ?"

"എന്നെ സെല്ലുലാർ ജയിലിൽ ആദ്യം കൊണ്ടുപോയപ്പോൾ ഞാൻ കൊടുത്തേല്പിച്ച ഇരുപത് ഉറുപ്പിക ഉണ്ടായിരുന്നില്ല്യേ. അതു വാങ്ങി."

പുതിയ വീട്ടിൽ ചെന്നപ്പോൾ ആദ്യം ചെയ്തത് ക്ലോക്ക് ആണിയടിച്ച് തൂക്കുക എന്നതായിരുന്നു. പിറ്റേന്നാൾ പുലർച്ചെയോടെ ജയിലിൽനിന്നും ആളുവന്നിരുന്നു. സരൂപി ആത്മഹത്യ ചെയ്തു. കുളിമുറിയിൽ തൂങ്ങിമരിച്ചു.

ഭർത്താവിനെ ആദ്യമേ സംശയം തോന്നിയിരുന്നു. അയാൾ കാബു ആണോ, കാബ്ലമൾ എന്ന ആളാണോ. സംശയം കൂടുന്തോറും അവൾ അകലാൻ തുടങ്ങി. ഒടുവിൽ കാബ്ല എല്ലാം തുറന്നുപറഞ്ഞു. അവളുടെ ഇളയച്ഛനെ കൊന്ന കേസ്സിൽ വിചാരണയ്ക്കിരിക്കുമ്പോൾ നാടുവിട്ട പ്രതി. റങ്കൂൺ വരെ പോയി കപ്പലിൽ ജോലിയിൽ ചേർന്നു. പിന്നെ ജീവിതം മുഴുവൻ കടലിലായിരുന്നു വർഷങ്ങളായി. അയാൾ വളരെ സ്നേഹത്തോടെ അവളെ സാന്ത്വനപ്പെടുത്തി.

"നമ്മുടെ ഗോത്രങ്ങൾ തമ്മിൽ കുടിപ്പക എന്നതെല്ലാം നമ്മുടെ പൂർവ്വികരിൽ ഏതോ വിഡ്ഢികൾ പറഞ്ഞുപരത്തിയതല്ലേ. എല്ലാം മറക്കൂ. നമുക്ക് ഒന്നിച്ചു ജീവിക്കാം."

പക്ഷേ, അവളുടെ മനസ്സിൽ വലിയ വലിയ വിള്ളലുണ്ടായി. അവൾ എല്ലാ ദൈവങ്ങളേയും വിളിച്ച് കരഞ്ഞു. ജ്ഞാതാജ്ഞാതരായ പിതൃക്കളേയും. ഞാൻ അറിഞ്ഞിരുന്നുവെങ്കിൽ കടലിലേക്കുതന്നെ തട്ടിയിട്ട് എന്റെ ഇളയച്ഛന്റെ ആത്മാവിനു മുക്തി നേടിക്കൊടുക്കുമായിരുന്നു.

നേരം വെളുത്തപ്പോൾ അവൾ സിസി ബംഗ്ലാവിലേക്കു ചെന്നു. സിസി മേംസാബിനെ ഉച്ചയോടെയേ കാണാൻ കഴിഞ്ഞുള്ളൂ. അവൾ മുഴുവൻ കാര്യങ്ങളും പറഞ്ഞു. അവിടുത്തെ ഒരു ജോലിക്കാരൻ ഇംഗ്ലീഷിൽ അത് മുഴുവൻ സിസി മേംസാബിനെ പറഞ്ഞുമനസ്സിലാക്കിക്കൊടുത്തു. മേംസാബ് ചോദിച്ചു:

* *മലയര–മലയാളി*

"ചോരപ്പക്ഷിയുടെ നിറം ചുമപ്പാണോ. അല്ല നല്ല വെളുത്തനിറം. ചെറിയ പക്ഷി." മേംസാബ് പിന്നെ ഒരു നോട്ടുപുസ്തകം എടുത്തു കൊണ്ടുവന്ന് എല്ലാം അതിൽ പകർത്തി. പിന്നെ മേംസാബ് പറഞ്ഞു:

"ആ സ്ഥലമൊക്കെ എനിക്കു നേരിൽ കാണണം."

പിന്നെ ധീരാദീദി കരഞ്ഞുകൊണ്ടു പറഞ്ഞു:

"ആ പക്ഷി ഏതു നിമിഷവും എന്റെ വീട്ടിലേക്ക് ഇനിയും വരാം. ഒന്നുകിൽ അയാൾ എന്നെ, അല്ലെങ്കിൽ ഞാൻ അയാളെ കൊല്ലാൻ ഇട യുണ്ട്. അയാളിൽനിന്ന് വേർപ്പെടുത്തിത്തരണം."

"ശരി. നീ പൊയ്ക്കൊള്ളൂ. ഞാൻ കാര്യത്തിന്റെ ഗൗരവം മനസ്സി ലാക്കിക്കഴിഞ്ഞു."

വീട്ടിൽ എത്തിയപ്പോൾ കാബ്ല അവിടെ ഇല്ലായിരുന്നു. രാത്രിയിലും വന്നില്ല. പിന്നെ കണ്ടതേയില്ല. പിന്നീടറിഞ്ഞു ഏതോ പത്തേമാരിയിൽ കയറി റങ്കൂണിലേക്കു പോയി.

രണ്ടാമത്തെ ഭർത്താവും തന്നിൽ ഒന്നും ഏല്പിക്കാതെ അപ്രത്യ ക്ഷനായി. ആദ്യത്തെ വിവാഹം നടന്നത് എന്റെ ഒമ്പതാമത്തെ വയസ്സി ലായിരുന്നു. ഭർത്താവ് മെട്രിക്കുലേഷൻ പഠിക്കാൻ പേഷ്വാറിലേക്കു പോയി. അതുകഴിഞ്ഞപ്പോൾ ജോലിയന്വേഷിച്ച് ലാഹോറിലേക്കും. പിന്നെ എവിടേക്കു പോയെന്ന് ആർക്കും അറിയില്ല.

പക്ഷേ, ധീരാദീദി ഒരാളെ മാത്രം പ്രേമിച്ചിരുന്നു. മരയ്ക്കാരെ. എല്ലാ മനസ്സുംകൊണ്ട്. ആ മുഖവും ചിരിയും ചിരിപ്പിക്കലുമെല്ലാം. അന്നൊന്നും ആ പ്രദേശത്ത് മതമതിലുകൾ ഉണ്ടായിരുന്നില്ല. സെല്ലുലാർ ജയിലിലാ യിരുന്നു എല്ലാവരുടേയും തറവാട്. അതിൽ കഴിഞ്ഞ ആർക്കും ആരെ വേണമെങ്കിലും വധുവായി സ്വീകരിക്കാം. ജയിലിൽ കഴിഞ്ഞ ബർമ്മാ ക്കാരുമായും സംബന്ധം സുലഭം. അവൾ തന്റെ മനസ്സ് മരയ്ക്കാറിനു തുറന്നുവച്ചു. അയാൾ ചിരിച്ചുനിന്നതേയുള്ളൂ.

"ഇപ്പോൾ അതൊക്കെ ചിന്തിക്കാൻ പറ്റിയ സമയമാണോ? യുദ്ധം ഏതുവരെയെത്തിയെന്നറിയുന്നുണ്ടോ? ഇനി ഇവിടേക്ക് ഒരു കപ്പലും വരില്ല. ഒരു മണി അരിയോ ആട്ടയോ വരില്ല. ജപ്പാൻകാർ കടലാകെ വളഞ്ഞുകഴിഞ്ഞു. ഏതുനിമിഷവും ഇവിടെ കയറിവരും. ആ നിമിഷംതൊട്ട് നമ്മളൊക്കെ അടിമകളാകും. ഒരു ഗ്രാമത്തിലെ ഒരാൾ അവർക്കെതിരെ മിണ്ടിയാൽ ആ ഗ്രാമം മുഴുവൻ ചുട്ടുകരിക്കും. ഞങ്ങൾ ഖിലാഫത്തു ലഹളക്കാർ ഇതെല്ലാം കണ്ടവരാണ് ബ്രിട്ടീഷുകാരിൽനിന്ന്. അപ്പോൾ ജപ്പാൻകാരുടെ കഥ പറയേണ്ടതില്ലല്ലോ?"

പിറ്റന്നാൾ രാവിലെ മരയ്ക്കാരെ കണ്ടപ്പോൾ അവൾ പറഞ്ഞു: ഞാൻ ഇന്നലെ രാത്രി ഒരു സ്വപ്നം കണ്ടു. ഒരു വലിയ പാമ്പിനെ. റോസ്

ഐലൻഡ് ചുറ്റിക്കൊണ്ടുവരുന്ന തല അബർഡീൻ ജട്ടിവരെ എത്തിയിരുന്നു. വളരെനേരം ഓർത്തിരുന്നിട്ട് മരയ്ക്കാർ പറഞ്ഞു:

“ഞങ്ങൾ മലബാറികൾ വിശ്വസിക്കുന്നത് സ്ത്രീകൾ പാമ്പിനെ സ്വപ്നം കാണുന്നത് ചീത്തകാലത്തായിരിക്കും എന്നാണ്.”

മൂന്ന്

ധീരാദീദി അപ്പോൾ ഓർത്തത് സ്വന്തം മകനെക്കുറിച്ചായിരുന്നു. പിന്നെ സമാധാനമില്ലാത്ത യുദ്ധത്തെക്കുറിച്ച്. യുദ്ധത്തിന്റെ ഓർമ്മകൾ എല്ലാവരിലും ഏല്പിച്ചുപോയത് ദുഃഖത്തിന്റെ ഓർമ്മകളായിരുന്നു. തന്നിലോ? ദുഃഖം ഒരു മനുഷ്യരൂപത്തിൽ. താൻ തലേനാൾ കണ്ട സ്വപ്നത്തെക്കുറിച്ച് മരയ്ക്കാർ പറഞ്ഞ വാക്കുകൾ.

“ചീത്തക്കാലത്തേ പാമ്പുകളെ സ്വപ്നം കാണൂ.”

രാവിലെതൊട്ടേ ആ പ്രദേശത്താകെ പരിഭ്രാന്തി പടർന്നു. ജയിൽപ്പുള്ളികളെ ആരേയും പണിക്കിറക്കിയില്ല. ഉച്ചയോടെ ധീരാദീദിയുടെ കഴിഞ്ഞ രാത്രിയിലെ സ്വപ്നം യാഥാർത്ഥ്യമാകുന്നതിന്റെ കാഴ്ച. അതു കാണുന്നത് ഉറക്കത്തിലല്ല ഉണർവിൽ. റോസ് ഐലൻഡിനെ ചുറ്റി അബർഡീൻ ജെട്ടിയിലേക്കടുക്കുന്ന ഒരു വലിയ സർപ്പം. തെളിയുമ്പോൾ അറിയുന്നു ഒരു വ്യൂഹം പടക്കപ്പലുകളായിരുന്നു. വീർപ്പടക്കി ഒരു നാടാകെ അതു കണ്ടുനിന്നു. അതിന്റെ അന്ത്യം ഒരിക്കലും ധീരാദീദി മറന്നിട്ടില്ല.

സിസി സായിപ്പ്, വാട്ടർ ഫോൾസ് സായിപ്പ് ആ നാടിനുവേണ്ടി ഒരു വെളുത്ത കൊടിയുമായി അബർഡീൻ ജെട്ടിയിൽ ചെന്ന് കീഴടങ്ങുന്നു. തുടർന്ന് ആ നിമിഷത്തിൽതന്നെ കൈകൾ പിന്നിൽ കെട്ടി നടത്തിക്കൊണ്ടുപോയി സെല്ലുലാർ ജയിലിലടച്ചു. വൈകുന്നേരത്തോടെ മുഴുവൻ ജപ്പാൻ പട്ടാളക്കാരും കീഴടങ്ങിയ രാജ്യത്തിന്റെ മാറിലൂടെ മാർച്ചു ചെയ്തു. തുരുതുരെ മെഗാഫോൺ ശബ്ദിച്ചു.

“ഇനി ഇന്നുമുതൽ ഈ രാജ്യം ജപ്പാൻ ചക്രവർത്തി ഹിരോഹിതോയുടെ കീഴിൽ വന്നിരിക്കുന്നു. ഇവിടെനിന്ന് ആരെങ്കിലും ഓടിപ്പോകാൻ ശ്രമിച്ചാൽ അത് രാജ്യദ്രോഹക്കുറ്റമാണ്. വധശിക്ഷ നല്കും.”

പിന്നെ ആ പ്രദേശത്തെ മുഴുവൻ പട്ടിണിക്കിട്ടു. വിശപ്പുകൊണ്ടു കീഴടങ്ങാൻ. അരിയും ഗോതമ്പും കുന്നുകൂടിക്കിടന്ന കപ്പലുകൾ അടുത്തെവിടെയോ നങ്കൂരമടിച്ചുകിടന്നിരുന്നു. പിന്നെ പുറത്തെടുത്തു. ഇതിനകം ആ പ്രദേശത്തെ വലിയവരുടെ സ്വത്തുവിവരക്കണക്കുകൾ അവർ എടുത്തിരുന്നു. ആദ്യത്തെ ചാക്ക് ഇറക്കിച്ചത് അവിടത്തെ ഏറ്റവും വലിയ സ്വത്തുകാരനെക്കൊണ്ടായിരുന്നു. ചൂണ്ടിയ ബയണറ്റ് മുനയുടെ

തിളക്കത്തിൽ. മരണഭയത്തിന്റെ പരിഭ്രാന്തി ഏവരിലും വളർത്തി. വധശിക്ഷ ഓരോ ദിവസവും നടന്നുകൊണ്ടേയിരുന്നു. വധശിക്ഷയ്ക്കു മുമ്പ് മെഗാഫോണിൽ വിളിച്ചുപറയും. ഇന്ന ആളെ ഇന്ന കുറ്റത്തിന് ഇന്ന സ്ഥലത്തുവച്ചു വധശിക്ഷ നടപ്പാക്കുന്നു. എത്തിയിരിക്കണം. എത്താതിരിക്കുന്നതും കുറ്റം. എത്താതിരിക്കുന്നവർക്കെതിരെയും വധശിക്ഷ നടപ്പാക്കാം. അന്നു മെഗാഫോണിൽ വിളിച്ചുപറഞ്ഞു:

"ഇന്ന് എട്ടുപേർക്കെതിരെ വധശിക്ഷ നടപ്പാക്കുന്നു. ജപ്പാൻ ചക്രവർത്തി ഹിരോഹിതോയുടെ നാടായ ഇവിടെനിന്നും ഒരു ബോട്ടിൽ കയറി ചാടിപ്പോകാൻ ശ്രമിച്ച എട്ടുപേരെ ജിംഖാന ഗ്രൗണ്ടിൽവച്ച് വധശിക്ഷ നടപ്പാക്കുന്നു."

കാഴ്ച നിത്യമെന്നോണം കാണുന്നതുകൊണ്ട് നാട്ടുകാരുടെ വിഹ്വലതപോലും തഴമ്പിച്ചുകഴിഞ്ഞിരുന്നു. ചെല്ലാതിരിക്കാൻ അനുവാദമില്ലാത്തതുകൊണ്ട് ചെല്ലുന്നു. പ്രതികളെ നിരത്തിയപ്പോൾ അവൾ കുഴഞ്ഞുവീണു. അവൾ ആൾക്കൂട്ടത്തിലൊളിച്ചു. അതിൽ ഒരാൾ മരയ്ക്കാരായിരുന്നു.

അന്നു ജയിലിൽ ഒരുത്തരവു വന്നു. പുതിയ ജയിൽസൂപ്രണ്ട് ഊച്ചിഡാ അവിടുത്തെ ജയിൽബാരക്ക് പരിശോധിക്കാൻ വരുന്നു. താനും മറ്റു ജയിൽപുള്ളികളോടൊപ്പം നിന്ന് ജോലി ചെയ്തു. ജയിലും പരിസരവും ആകെ വൃത്തിയാക്കി. ഉച്ചയോടെ പുതിയ ജയിൽസൂപ്രണ്ട് വന്നു. ആകെ നടന്ന് ഓരോന്നും പരിശോധിച്ചു. പിന്നെ ഓരോരുത്തരേയും അവിടെ വരിയാക്കി ജയിലിൽ എങ്ങനെ എത്തി എന്നാരാഞ്ഞു. എന്തു കുറ്റത്തിനാണ് ഇവിടെ എത്തിയത്. തിരിച്ചു ട്രക്കിൽ കയറാൻ നേരത്ത് ധീരാദീദി വിറമാറാത്ത കൈകൊണ്ട് പുതിയ രീതിയിൽ സെല്യൂട്ടു ചെയ്തു. ക്രൗര്യം അയഞ്ഞ കുറിയ കണ്ണുകളോടെ അവളെ അളന്നു. ദ്വിഭാഷിയെകൊണ്ടു ചോദിപ്പിച്ചു. അവൾ എവിടെ താമസിക്കുന്നു. കളവൊന്നും പറഞ്ഞില്ല. ഇതിനകം അറിഞ്ഞിരുന്നു കളവാണ് ആ മഞ്ഞവംശത്തിന്റെ വലിയ ശത്രു. കൃത്യമായിത്തന്നെ പറഞ്ഞു. ദ്വിഭാഷി കൃത്യമായിത്തന്നെ പറഞ്ഞു മനസ്സിലാക്കിയെന്നും തോന്നുന്നു. അന്നൊക്കെ ആരും ഉറങ്ങാറില്ല. ഏതോ കൂട്ടിൽ പാമ്പിനോടൊപ്പം പാർക്കുന്നപോലെ തോന്നിയിരുന്നു. രാത്രിയിലെപ്പോഴോ കതകിൽ മുട്ടുകേട്ടു. അവൾ വാതിൽ തുറന്നു. പ്രതീക്ഷിച്ച അതേ നിമിത്തം. അദ്ദേഹം യൂണിഫോറത്തിൽതന്നെ. വീടാകെ നടന്നു പരിശോധിച്ചു. പിന്നെ തോക്ക് ഒരു മൂലയിൽ വച്ചു. ബൽറ്റിൽനിന്നു പിസ്റ്റൽ അഴിച്ചു മേശപ്പുറത്തുവച്ചു. പിന്നെ ആംഗ്യങ്ങളായി. ആലംബമറ്റ അവൾ ഓരോ ആംഗ്യത്തിനൊത്ത് അനുസരിച്ചു.

ആ രാത്രിയിൽ എഴുന്നേറ്റു പോകുമ്പോൾ അദ്ദേഹം നീട്ടി ചുംബിച്ചു. അടിമയ്ക്കല്ലാത്ത ഒരു ചുംബനം. പിറ്റേ രാത്രിയിൽ കതകിൽ മുട്ടു

കേൾക്കുന്നതും കാത്തു കിടന്നു. മുട്ടുകേൾക്കാൻ വൈകിയപ്പോൾ അവൾ എഴുന്നേറ്റിരുന്നു. മുട്ടു കേൾക്കാത്തതിൽ നിരാശതോന്നി. മുട്ടു കേൾക്കാൻ തുടങ്ങിയപ്പോൾ ഭയവും. പിന്നെ ഓരോ രാത്രിയിലും കത കിന്നരികെ കാതോർത്തു നിന്നു. ഇതിനകം അബർഡീൻ ബജാറിൽ ഈ ബന്ധം പാട്ടായി. ആദ്യമാദ്യം ആളുകൾ അവളെ വെറുപ്പോടെ നോക്കി. പിന്നെ ഭയത്തോടെ, പിന്നെ ഭയം കലർന്ന ബഹുമാനത്തോടെ. അവൾ നാല്പത്തിരണ്ടാം വയസ്സിൽ അറിയുന്നു. കൗമാരത്തിന്റെ കുളിര്. മേനി മിന്നുന്നു. അവൾ അതു കൃത്യമായി അറിയാൻ ഡോക്ടർ മട്ടു സാബിനെയാണ് കണ്ടത്. നീണ്ട പരിശോധനയൊന്നും വേണ്ടിവന്നില്ല. ഡോക്ടർ മട്ടുസാബ് പറഞ്ഞു:

"ഇനി ഒട്ടും വൈകേണ്ട. വേഗം കളഞ്ഞോളൂ. ഇത് ശത്രുവിന്റെ കുഞ്ഞല്ലേ."

അവൾ ആ നിമിഷം ഓർത്തു. രണ്ടു കല്യാണം കഴിച്ചിട്ടും ഇങ്ങനെ ഒരു യോഗം. ഇന്ന്. അവൾക്കും ഡോക്ടർ പറഞ്ഞത് ശരിയാണെന്ന് തോന്നി. ഡോക്ടർ പറഞ്ഞു:

"നാളെ ഇവിടെ അഡ്മിറ്റ് ചെയ്യാൻ എല്ലാം തയ്യാറായി വന്നോളൂ. ഒരാഴ്ചയോ പത്തു ദിവസമോ കിടക്കേണ്ടിവരും."

അവൾ അതിനു സമ്മതിച്ചുകൊണ്ട് ഇറങ്ങിപ്പോന്നു. വീട്ടിൽ എത്തിയപ്പോൾ ഓരോ നിമിഷവും അവൾ വയറും തലോടിനിന്നു. നാല്പത്തിരണ്ടാംവയസ്സിൽ കിട്ടിയ കാരുണ്യം തോക്കിൻതുമ്പിന്റെ ഭയം കലർന്ന കാരുണ്യം. അതു കളയാതെ വയ്യ.

ആ രാത്രിയിൽ അദ്ദേഹം അവളുടെ വളരുന്ന വയറുകണ്ട് ആദ്യം കൗതുകത്തോടെ പിന്നെ ആദരവോടെ നോക്കിയിരുന്നു. പിന്നെ വയറിന്മേൽ വീണ്ടും വീണ്ടും ഉമ്മവച്ചു. അവളെ അതൊന്നും പിന്തിരിപ്പിച്ചില്ല. സ്വന്തം മനസ്സിലെ ചോദ്യോത്തരങ്ങളാണ് അവളെ അവിടെ കൊണ്ടെത്തിച്ചത്. നാല്പത്തിരണ്ടാം വയസ്സിൽ തനിക്കു തിരിച്ചുകിട്ടിയ താരുണ്യം. അതിന്റെ പൂവു നുള്ളിയെറിയില്ല. അതാണവൾ അന്തിമമായി ആഗ്രഹിച്ചത്. ഉറപ്പിച്ചത്. പ്രസവിക്കാൻ ആശുപത്രിയിൽ പ്രവേശിപ്പിച്ചപ്പോൾ തനിക്കു കിട്ടിയ പരിചരണം ഭയംകൊണ്ടു മാത്രമാകാം. എന്നാലും ആശുപത്രിയിൽ നിമിഷങ്ങൾക്കകം അദ്ദേഹം വന്നു. മൂന്നാംദിവസം പ്രസവിച്ചു. മഞ്ഞനിറമുള്ള കുഞ്ഞ്. കുറിയ കണ്ണും ചുണ്ടിനോടൊട്ടിയ മൂക്കും. അറിയിച്ചപ്പോൾ അദ്ദേഹം തിരക്കിട്ട് സൈക്കിൾ ചവിട്ടിയാണ് വന്നത്. കുഞ്ഞിനെയെടുത്ത് പുറത്തേക്കു കൊണ്ടുപോയി ആദ്യം കിഴക്കോട്ടു തിരിച്ചുനിർത്തി ഹിരോഹിതോ ചക്രവർത്തിയെ തൊഴുവിപ്പിച്ചു. പിന്നെ പടിഞ്ഞാറോട്ടു തിരിച്ചുനിർത്തി ബുദ്ധഭഗവാനെ തൊഴുവിപ്പിച്ചു. കരഞ്ഞുകൊണ്ട് എന്തൊക്കെയോ മന്ത്രങ്ങൾ ചൊല്ലിയിരുന്നു. കൈകൂപ്പി

നിന്ന എല്ലാവരുടേയും നേരെ കടുവാ ക്രൗര്യമില്ലാത്ത കണ്ണുകളോടെ നോക്കി. പിന്നീടു നാട്ടുകാരുടെ നേരെയുള്ള അമിതമായ ക്രൂരത കുറഞ്ഞുവന്നു. അവളോടുള്ള വേഴ്ചകളിൽ കാമത്തിന്റെ കാഠിന്യം കുറഞ്ഞും ആദരവിന്റെ ആധിക്യം വർദ്ധിച്ചും വന്നു. വീട്ടിൽ വന്നാൽ മണിക്കൂറുകളോളം കുഞ്ഞിനോട് കിന്നാരം പറഞ്ഞിരിക്കും. ഇതിനകം ധീരാദീദി ജപ്പാൻ ഭാഷയിലെ വളരെയേറെ വാക്കുകൾ പഠിച്ചുകഴിഞ്ഞിരുന്നു. ജപ്പാൻ ഭാഷ ആപ്പീസ് ഭാഷയായി കല്പിച്ചുകഴിഞ്ഞിരുന്നു. സ്കൂൾകുട്ടികൾ വീട്ടിൽപോലും ജപ്പാൻ ഭാഷ സംസാരിച്ചുതുടങ്ങിയിരുന്നു. എല്ലാവരും ദിവസത്തിൽ ഒരു മണിക്കൂറെങ്കിലും ജപ്പാൻഭാഷ പഠിക്കാൻ സമയം കണ്ടെത്തണം. പക്ഷേ, അദ്ദേഹം വളരെ നന്നായി ഹിന്ദിയും പറയാൻ തുടങ്ങി.

കുഞ്ഞിന് ഇന്ത്യൻ പേരുകളോട് വളരെ സാമ്യമുള്ള ഒരു പേര് കണ്ടെത്തിയിരുന്നു.

സുസൂമു.

പെട്ടെന്നാണ് എല്ലാം തകിടംമറിഞ്ഞത്.

അരിയും ഗോതമ്പും മറ്റു സാധനങ്ങളുമായി വന്നെത്തുന്ന ഒരു ജപ്പാൻ കപ്പൽ കാഴ്ചവട്ടത്തിൽ വരുന്നതു ജനങ്ങളാകെ നോക്കിനിൽക്കെ പെട്ടെന്ന് കടലിൽ താണുപോയി. ടോർപിഡോ വച്ചു മുക്കിയതായിരുന്നു. അതിൽ നാട്ടുകാർക്കും പങ്കുണ്ടെന്ന് ജപ്പാൻകാർ അറിഞ്ഞു. ഒറ്റുകൊടുത്തിട്ടാണ് ടോർപ്പിഡോ അവിടേക്കെത്തിയത്. വയർലസ് വഴി ഒറ്റ്. പിന്നെ ജപ്പാൻകാർക്കൊക്കെ ആകെ ഭ്രാന്ത് ഇളകി. അബർഡീൻ ജെട്ടിയിൽ ഏറ്റവും വലിയ ജപ്പാൻകപ്പൽ കൊണ്ടുവന്നു നങ്കൂരമിട്ടു. ജപ്പാൻകാർ തെരുവിലും ഗ്രാമങ്ങളിലും ഭ്രാന്തിളകി നടന്നു. കണ്ടവരെയെല്ലാം വേട്ടയാടിപ്പിടിച്ചു. കപ്പലിൽ കൊണ്ടുപോയിക്കയറ്റി. കപ്പൽ അവരുടെ കപ്പൽ മുക്കിയ അതേ സ്ഥലംവരെ എത്തിച്ചു. പിന്നെ ടോർപ്പിഡോ ചെയ്ത് മുക്കി. ജപ്പാൻകാർ ഒരു ബോട്ടിലേക്ക് ഇറങ്ങി തിരിച്ചുപോന്നു. കപ്പലിലെ മുഴുവൻ ആളുകളേയും മുക്കിക്കൊന്നു. നീന്താൻ ശ്രമിച്ചവരെ വെടിവെച്ചും. മരിച്ചവരുടെ എണ്ണം വായ്മൊഴിക്കൊത്ത് പെരുകിപ്പെരുകി വന്നു. പതിനായിരംവരെ പറയപ്പെട്ടു.

ഒരാഴ്ചയോളം പിന്നെ അദ്ദേഹം വീട്ടിൽ വന്നില്ല. കുഞ്ഞ് നിർത്താതെ കരച്ചിലും തുടങ്ങിയിരുന്നു. തുടർന്ന് പനിയും. ആശുപത്രിയിലേക്കാണദ്ദേഹം വന്നത്. കണ്ടപ്പോഴേ മോൻ ചിരി തുടങ്ങി. തൊട്ടപ്പോൾ പനിയും മാറി. പിന്നെ വീട്ടിലേക്കു പോന്നു. ആ രാത്രിയിലാണ് അദ്ദേഹം സ്വന്തം ജീവിതത്തെക്കുറിച്ച് സ്വല്പം പറഞ്ഞത്. വർഷങ്ങൾക്കു മുമ്പ് കപ്പൽനിർമ്മാണം പഠിക്കാൻ അദ്ദേഹം ഗ്രീസിലേക്കു പോയ കാലം. അവിടെവച്ച് ഒരു ഗ്രീക്കുകാരിയുമായി വല്ലാതെ അടുത്തു. ആ ഗ്രീക്കുകാരി

പെണ്ണിനു നിന്റെ ഉയരമുണ്ടായിരുന്നു. നിന്റെ കണ്ണുകളും. അവൾ തന്നോടൊപ്പം ജപ്പാനിലേക്ക് പോരാമെന്നേറ്റിരുന്നു. സമയം വന്നപ്പോൾ അവൾ അകന്നു. 'ഇയാളെ എനിക്കറിയില്ലാ' എന്നുവരെ പറഞ്ഞു.

പൊടുന്നനെ ചരിത്രം ഗതിമാറി വീശി. യുദ്ധത്തിൽ ജപ്പാൻ തോറ്റു. ബ്രിട്ടീഷുകാരുടെ ഒരു വലിയ കപ്പൽപ്പട അബർഡീൻ ജെട്ടിക്കപ്പുറം വന്നു. ജപ്പാൻ പട്ടാളത്തലവൻ ഒരു വലിയ വെള്ളക്കൊടിയുമായി പടക്കപ്പലിനുമുന്നിൽ കീഴടങ്ങിനില്ക്കുന്നത് ധീരാദീദി വീർപ്പടക്കി നോക്കിനിന്നു. അയാളെ കൈ പിന്നിൽകെട്ടി സെല്ലുലാർ ജയിലിലേക്ക് നടത്തിക്കൊണ്ടുപോകുന്നതും.

തന്നെയും കുഞ്ഞിനെയും അതുപോലെ ഒട്ടുവളരെപ്പേരെയും സെല്ലുലാർ ജയിലിൽ അടച്ചിട്ടിരുന്നു. കുറ്റകൃത്യങ്ങൾക്ക് അരുനിന്നു എന്ന കുറ്റത്തിന്. വാട്ടർഫോൾസ് സായിപ്പ് വീണ്ടും സിസി ആയി. ഈ പ്രദേശം വിടുന്നതിന്റെ തലേദിവസം വൈകുന്നേരം എല്ലാ പ്രൗഢിയോടെ അദ്ദേഹം സെല്ലുലാർ ജയിലിലെ ഓരോ മുറിയും സന്ദർശിച്ചു. ധീരാദീദി നിന്നു കരഞ്ഞു. മഞ്ഞനിറമുള്ള കുഞ്ഞിനെ ഒക്കത്തുംവച്ച്. വാട്ടർഫോൾസ് സായിപ്പ് അതേ നിമിഷത്തിൽതന്നെ ഓർഡർ ഇട്ടു.

''ജപ്പാന്റെ ക്രൂരതകൾക്കു വിധേയമാകേണ്ടിവന്ന ഒരൊറ്റ സ്ത്രീയേയും ജയിലിലടയ്ക്കരുത്.''

ആ നിമിഷത്തിൽതന്നെ വിട്ടയച്ചു. ജോലിയും വീടും തിരിച്ചുകിട്ടി. നാട്ടുകാരുടെ പക മാത്രം തേട്ടിനിന്നു.

ധീരാദീദിക്ക് ഒന്നുമാത്രം ആഗ്രഹമുണ്ടായിരുന്നു. ജയിലിൽ ചെന്ന് കുഞ്ഞിനെ അദ്ദേഹത്തിന് കാണിച്ചുകൊടുക്കണം. ജയിൽ അസിസ്റ്റന്റിനോട് അവൾ ഈ ആഗ്രഹം തൊഴുതുനിന്ന് പറഞ്ഞു. ജയിൽ അസിസ്റ്റന്റ് അവളെ ആട്ടിപ്പായിച്ചു.

"പോ തേവിടിശ്ശി! വല്ല ശത്രുവിനെയും പിടിച്ചു കൊച്ചിനേം ഉണ്ടാക്കി നടക്കുന്നു. അതിനെ കൊണ്ടുപോയി കടലിൽ എറിയ്..."

പിന്നെ കാണിക്കാൻ അവസരം വന്നു. ഒരു വലിയ പടക്കപ്പൽ വന്നു. എല്ലാ ജപ്പാൻകാരേയും യുദ്ധത്തടവുകാരായി എങ്ങോട്ടോ കൊണ്ടുപോകുന്നു. ധീരാദീദി നല്ല ഉയരമുള്ള സ്ഥലത്ത് കുഞ്ഞിനെയും ഒക്കത്തുവച്ച് നിന്നു. നടത്തിക്കൊണ്ടുവരുന്ന എല്ലാവരുടേയും കൈകൾ പിന്നിലേക്ക് കെട്ടിയിരുന്നു. അവർ എല്ലാവരും തല കീഴോട്ടാക്കിയാണ് നടന്നിരുന്നത്. പലേടത്തും നാട്ടുകാർ അവരെ കല്ലെറിഞ്ഞിരുന്നു. പട്ടാളം കൂടെയുണ്ടായിട്ടും തല കീഴ്പോട്ടിട്ട് അദ്ദേഹം നടന്നുപോയി. ഉറക്കെ കരഞ്ഞോ മറ്റെന്തെങ്കിലും ഒച്ചയുണ്ടാക്കിയോ കുഞ്ഞിനെ കാണിച്ചുകൊടുക്കണമെന്നുണ്ടായിരുന്നു. പക്ഷേ, ഒരു ശബ്ദവും പുറത്തെത്തിയിരുന്നില്ല. ഭയം എന്ന ഒന്നുമാത്രം കൊണ്ടു കൈകൾ പിന്നോക്കം

കെട്ടി തല കീഴ്പോട്ടിട്ട് അദ്ദേഹം അകന്ന് അപ്രത്യക്ഷനായി, തന്റെ ജീവിതത്തിൽനിന്നും... അന്നു രാത്രിയിൽ അവൾ കുഞ്ഞിനെ കണ്ണീരിൽ മുക്കിക്കൊണ്ട് പറഞ്ഞു.

"നീ എന്റെ ശത്രുവല്ല. ഒരിക്കലും. നീ എന്റെ വയറ്റിൽ ഉദയം കൊണ്ടവനാണ്. ഞാൻ നിന്നെ പൊന്നുപോലെ പോറ്റും."

ധീരാദീദി പിന്നെ എങ്ങും അപശകുനമായി. കപ്പലുകൾ വരാൻ തുടങ്ങി. അരിയും ആട്ടയും സുലഭമായി വന്നിറങ്ങുന്നു. പണ്ടൊക്കെ ശമ്പളം വാങ്ങിയിട്ട് കണക്കുതീർത്താൽ മതി. കച്ചവടക്കാർ ശമ്പളം വാങ്ങുന്ന സ്ഥലത്തെത്തി കണക്കുകൾ തീർത്ത് പണം വാങ്ങിപ്പോകുമായിരുന്നു. അവർക്കാരും ആട്ടയും പരിപ്പും കൊടുക്കാൻ തയ്യാറായില്ല. അവൾ നാട്ടുവൈരിയായി. പട്ടിണിയുടെ പ്രേരണ അവളെ അതുവരെ എത്തിച്ചു. രാത്രികാലങ്ങളിൽ അവൾ ചക്കരക്കിഴങ്ങും തേടിപ്പോകുമായിരുന്നു. കുഞ്ഞ് ഒക്കത്തും. കുന്നിൻമുകൾ മുഴുവൻ ചക്കരക്കിഴങ്ങുതൊടികളായിരുന്നു. ജപ്പാൻകാർ തോക്കും ബയണറ്റും ഉപയോഗിച്ച് നാട്ടുകാരെക്കൊണ്ട് പണിയെടുപ്പിച്ചുണ്ടാക്കിയത്. മറ്റാരും അത് മാന്താൻ പോകാറില്ല. കാരണം അവിടെ മുഴുവൻ ഭൂതങ്ങളായിരുന്നു. ജപ്പാൻകാർ കൂട്ടക്കൊല ചെയ്തവരുടെ ആത്മാക്കൾ പ്രേതഭൂതപിശാചുക്കളായി വന്ന് ഇരുട്ടാരംഭിച്ചപ്പോൾ തുടങ്ങി പുലർകാലം വരെ ആടിപ്പാടുന്നു. ചിലപ്പോൾ അലമുറ കൂട്ടുന്നു. മറ്റുചിലപ്പോൾ കൂട്ടനിലവിളി ഉയർത്തുന്നു. ആരും ഇരുട്ടായാൽ മുറ്റത്തിറങ്ങാൻ തന്നെ ഭയക്കുന്നു.

പുതിയ കപ്പലുകൾ നിരന്തരം വരുന്നു. പുതിയ കച്ചവടക്കാരും പുതിയ കച്ചവടക്കാർക്ക് എല്ലാം മിത്രങ്ങളായിരുന്നു. അവൾക്കും സാധനങ്ങൾ കടംകിട്ടാൻ തുടങ്ങി. ജീവൻതന്നെ തിരിച്ചുകിട്ടിയതായി തോന്നി. ഒരു നാടിന്റെ ശത്രു, ഏക, കൊടുംപട്ടിണിയുടെ നടുവിൽ കഴിഞ്ഞ നാളുകളിലും ഒന്നിനെപ്പറ്റി മാത്രം അവൾ ചിന്തിച്ചില്ല, ആത്മഹത്യ. ഒരുപക്ഷേ, മമ്മാലെ എന്ന ബർമ്മാക്കാരിയാവാം അതിനു കാരണം. മമ്മാലെ അക്ക്യാബ് സെൻട്രൽ ജയിലിൽനിന്നും ഇങ്ങോട്ട് കൈമാറ്റം ചെയ്യപ്പെട്ടവളാണ്. അന്ന് ഇന്ത്യയും ബർമ്മയും ഒരേ വൈസ്രോയിയുടെ കീഴിലായിരുന്നു. സെല്ലുലാർ ജയിൽ തന്നെ ഇത്രയും വലിപ്പത്തിൽ പണിതത് ബർമ്മാക്കാരായ ജയിൽപ്പുള്ളികളെക്കൂടി പാർപ്പിക്കാനാണെന്നു കേട്ടിട്ടുണ്ട്. മമ്മാലെയ്ക്കും യുദ്ധം സമ്മാനിച്ചത് ജപ്പാൻകാരന്റെ കുഞ്ഞായിരുന്നു. മമ്മാലെ പറഞ്ഞു. "ഏതു തേവിടിശ്ശിയാ നമ്മളെ കുറ്റം പറയാൻ. ഓരോ രാത്രിയും ഓരോ ജപ്പാൻകാരന്റെ കൂടെനിന്ന ഈ ബസ്തി* യിലെ നൂറു പെണ്ണുങ്ങളുടെ പേരെങ്കിലും ഞാൻ ഒറ്റ ഇരുപ്പിന് ഇരുന്നു പറയാം. പക്ഷേ, അവരൊക്കെ ഡോക്ടർ മട്ടുസാബിന്റെ അടുക്കൽപോയി

* *ഗ്രാമം*

സ്ഥിരമായി ഗർഭം അലസിപ്പിക്കുമായിരുന്നു. മട്ടുസാബ് ഒരാഴ്ച ആശുപത്രിയിൽ താമസിപ്പിക്കും. ആറുദിവസം രാത്രി അയാളുടെ കൂടെ. ഏഴാം ദിവസം ഗർഭം അലസിപ്പിച്ചുകൊടുക്കും." മമ്മാലെയെ ഡോക്ടർ ഗർഭം അലസിപ്പിക്കുന്നതിന് ക്ഷണിച്ചിരുന്നു. മമ്മാലെ പറഞ്ഞത്രെ.

"എന്റെ വയറ്റിലെ കുഞ്ഞ് എന്നു പറഞ്ഞാൽ എന്റെ കുഞ്ഞാ. അതിനെ കളയാനൊന്നും ഞാനില്ല."

ധീരാദീദി ചോദിച്ചു.

"നിന്നെ ശത്രുവെന്ന് വിളിക്കാറില്ലേ മമ്മാലെ?"

"വിളിക്കുന്നു. എല്ലാവരും വിളിക്കുന്നു. വൈകുന്നേരമായാൽ എന്റെ വാറ്റുചാരായം വന്നു മോന്തിപ്പോവും."

ധീരാദീദി മകനെ അകത്തിട്ടുതന്നെ വളർത്തി. കുട്ടികൾ സ്കൂളിൽ പോകുന്നതു കാണുമ്പോൾ അവൻ ശാഠ്യം പിടിക്കാൻ തുടങ്ങി. ധീരാദീദി മമ്മാലെയെക്കണ്ട് ചോദിച്ചു:

"നിന്റെ മകനെ സ്കൂളിൽ അയയ്ക്കുന്നുണ്ടോ? ഉണ്ടല്ലോ. എന്റെ മകനെ പൊംഗിചാനിൽ[1] അയയ്ക്കുന്നു. അവിടെ വോംഗി[2]കൾ അക്ഷരങ്ങളും ബുദ്ധധർമ്മങ്ങളും പഠിപ്പിക്കുന്നു."

ധീരാദീദി മകനെ സർക്കാർ സ്കൂളിൽതന്നെ ചേർക്കാൻ കൊണ്ടുപോയി. അച്ഛന്റെ പേരുപറഞ്ഞപ്പോൾ ഹെഡ്മാസ്റ്റർ നെറ്റിചുളിച്ചു.

"എന്തിനാ ആ ശത്രുവിന്റെയൊക്കെ പേരു പറയുന്നത്? കേൾക്കുമ്പോഴേ കലിവരുന്നു. വേറെ എന്തെങ്കിലും പേരു പറഞ്ഞോളൂ."

"അതെങ്ങനെ? അവന്റെ അച്ഛന്റെ പേരല്ലേ എനിക്കു പറയാനറിയൂ."

ഹെഡ്മാസ്റ്റർ മനസ്സില്ലാമനസ്സോടെ അത് എഴുതിവച്ചു. അന്ന് ഉച്ചയോടെ ഒരു പോലീസുകാരൻ അവളെ അന്വേഷിച്ചുവന്നു.

"കുട്ടിയെ ആശുപത്രിയിൽ അഡ്മിറ്റ് ചെയ്തിട്ടുണ്ട്. വേഗം അവിടെ എത്തണം."

ധീരാദീദി ഓടിയെത്തി. ശരീരമാകെ പരുക്കുകൾ. നെറ്റിയിൽ രണ്ടു സ്ഥലത്ത് തുന്നൽ ഇട്ടിരിക്കുന്നു. അല്പം ബോധം വന്നപ്പോൾ അവൻ അവളെ കെട്ടിപ്പിടിച്ചു കരഞ്ഞു. കുട്ടികൾ അവനെ 'ശത്രു, ശത്രു' എന്നു വിളിച്ച് കല്ലെറിഞ്ഞു. അടുത്ത പോലീസ് വയർലെസ് സ്റ്റേഷനിൽനിന്നും ആളുകൾ ഓടിയെത്തി രക്ഷപ്പെടുത്തി. ധീരാദീദി പിറ്റേന്നാൾ സ്കൂളിലേക്കു ചെന്നു. ഹെഡ്മാസ്റ്റർ പറഞ്ഞു.

---

1. *ബുദ്ധവിഹാരം*
2. *ബുദ്ധ ഭിക്ഷുക്കൾ*

"ആ കുട്ടിയെ ഇനി സ്കൂളിലേക്കയയ്ക്കരുത്. ഞങ്ങൾക്കൊന്നും നിയന്ത്രിക്കാൻ പറ്റില്ല."

അവൾ പോലീസ് താണയിൽ പോയി പരാതി പറഞ്ഞു. താണദാർ പുച്ഛത്തോടെ പറഞ്ഞു.

"അത് അപ്പോൾ ഓർക്കേണ്ടിയിരുന്നു. വല്ല ജപ്പാൻകാരേയും താലോലിച്ച് കുട്ടിയെ ഉണ്ടാക്കുന്നതിനു മുമ്പേ."

ധീരാദീദി അന്ന് ഓർത്തു. തിരിച്ചു സ്വന്തം നാട്ടിലേക്കു പോയാലോ. മകനെ രക്ഷിക്കാം. അവൾ തഹസിൽദാർ മേനോൻ സാബിനെക്കണ്ട് അതേപ്പറ്റി സംശയം ചോദിച്ചു:

"അവിടേക്കൊന്നും ഇനി പോയിട്ട് ഒരു കാര്യവുമില്ല. അവിടെയുള്ള മുഴുവൻ ഹിന്ദുക്കളും അവിടെനിന്ന് ഒഴിഞ്ഞുപോയില്ല്യേ. ഇപ്പോൾ അതൊക്കെ പാകിസ്ഥാനിലല്ലേ."

ധീരാദീദി മകനെ മുറിയിലടച്ചിട്ടു വളർത്തി. പുറത്തുപോയാൽ പരുക്കുകളോടെ മാത്രം മടങ്ങുന്നു. ധീരാദീദി മമ്മാലെയെക്കണ്ട് ഇതെല്ലാം പറഞ്ഞു.

"നിങ്ങൾക്കെന്താ ഭ്രാന്തുണ്ടോ. അവനെ എന്റെ മകന്റെ ഒപ്പം വിടൂ."

അന്നു തന്റെ മകനും മമ്മാലെയുടെ മകനുമായി തേച്ചുമിനുക്കിയ ബർമ്മാഡാവു* മായി അബർഡീൻ ബജാറിലൂടെ തലങ്ങും വിലങ്ങും നടന്നു. കുട്ടികൾ പോയിട്ട് മുതിർന്ന ഗുണ്ടകൾപോലും അനങ്ങിയില്ല.

പിറ്റേന്നാൾ മകൻ പറഞ്ഞു.

'അമ്മേ ഞാൻ ചിപ്പി മുങ്ങാൻ പോകട്ടെ."

ധീരാദീദി അന്തംവിട്ടു. അവൾ ചിപ്പി മുങ്ങുന്ന ജോലിയെപ്പറ്റി കേട്ടിട്ടുണ്ട്. കടലിൽ അറുപതടിവരെ താഴ്ചയിൽ പാറകൾക്കിടയിലെത്തി രണ്ടു കൈയിലും ഒതുങ്ങാത്ത അത്രയും വലിപ്പമുള്ള ചിപ്പികളുമായി പൊന്തിവന്നു തോണിയിൽ ഇടണം. പിന്നെ വീണ്ടും മുങ്ങുക. അങ്ങനെ മണിക്കൂറുകളോളം വെള്ളത്തിൽ പൊന്തിയും മുങ്ങിയും അരയിലെ കയർ തോണിയിൽ ബന്ധിച്ചിരിക്കും. ധീരാദീദി പറഞ്ഞു:

"വേണ്ട മോനെ. നിനക്കതിനൊന്നും പ്രായമായിട്ടില്ല."

മകൻ പറഞ്ഞു.

"മമ്മാലെ വല്യമ്മയുടെ മകൻ പോകുന്നുണ്ടല്ലോ. അവനും എനിക്കും ഒരേ പ്രായമല്ലേ. എനിക്ക് എന്തെങ്കിലും പണി ചെയ്യാതെ ഇരിക്കാൻ വയ്യ."

---

* *ബർമ്മാക്കാരുടെ വെട്ടുകത്തി. വാളുപോലെയിരിക്കും.*

ഒടുവിൽ ധീരാദീദി അതിനു സമ്മതിച്ചു. മകൻ ഏതെങ്കിലും ഒരു സമയത്തായിരിക്കും വീട്ടിൽ വരിക. മുങ്ങുമ്പോൾ ധരിക്കുന്ന കണ്ണട കഴുത്തിൽ കെട്ടിയിട്ട് അരയിൽ കൊമ്പൻ സ്രാവിനെ കുത്താനുള്ള കത്തിയും. വന്നപാടെ ധീരാദീദിയെ കെട്ടിപ്പിടിച്ച് ഉമ്മതരും. ധീരാദീദിയ്ക്കു കരച്ചിൽ വന്നു. പന്ത്രണ്ടാംവയസ്സിൽ ഇത്രയേറെ പണം കൊണ്ടുവരുന്ന മകൻ. ഒരു രാത്രിയിൽ എത്തിയത് കുറെ അജ്ഞാതരായ ആളുകളായിരുന്നു.

"അമ്മ കരയരുത്. ഞങ്ങൾ അവനെ രക്ഷപ്പെടുത്താൻ എത്ര പാടുപെട്ടെന്നോ. ഞങ്ങൾ എല്ലാവരും ഇറങ്ങി മുങ്ങിനോക്കി. കണ്ടില്ല. കാണാനാവാത്ത ഏതോ പാറയിടുക്കിൽ അവൻ കുടുങ്ങിയിരിക്കണം."

കരച്ചിലിനിടയിലും ദീദിക്കെന്തൊക്കെയോ സംശയം തോന്നിയിരുന്നു. ഇതുപറയാൻ എന്താ മമ്മാലെയുടെ മകൻ വരാതിരുന്നത്.

അർദ്ധരാത്രിയിൽ മമ്മാലെ വന്നു. കലിതുള്ളിയിട്ടാണു വരുന്നത്.

"നമ്മുടെ മക്കൾ മുങ്ങാനിറങ്ങിയപ്പോൾ അവർ കയറും മുറിച്ചു തോണിയുമായി പോന്നു."

"എങ്ങനെ അറിഞ്ഞു?" ദീദി കിതച്ചു.

"അവർക്കു വാറ്റുചാരായം കൊണ്ടുപോയ എന്റെ ജോലിക്കാരൻ പറഞ്ഞു. അവർ തമ്മിൽ പറയുന്നതു കേട്ടത്രെ. നേരം പുലരട്ടെ സർവ്വ എണ്ണത്തിനേയും ഞാൻ വെട്ടിനുറുക്കും."

മമ്മാലെ അതും പറഞ്ഞിട്ടു പോയി. ധീരാദീദി അതേ നിൽപ്പിൽ നിന്നു കാതോർത്തു.

'രക്തം തരൂ രക്തം' എന്നു കൂവിവരുന്ന വെളുത്ത പക്ഷിയെ കാത്ത്...

■

ദുഃഖിതരുടെ ദുഃഖം

ചിറകാളിക്ക് ഇന്ന് ഒന്നിനും മുട്ടില്ല. ചിറകാളിയുടെ മക്കൾ ഉദ്യോഗ സ്ഥന്മാരാണ്. അവരുടെ ഭാര്യമാരും ഉദ്യോഗസ്ഥകളാണ്. അവർ വരുന്നു. പോകുന്നു. സംസാരിക്കുന്നു. ചിരിക്കുന്നു. അവരുടെ മക്കളും ആർത്തു ചിരിക്കുന്നു.

ചിറകാളിയോട് ആരും ഒന്നും ചോദിക്കാറില്ല. പറയാറില്ല. ചിറകാളി അങ്ങോട്ട് എന്തെങ്കിലും ചോദിച്ചാൽ കയർക്കുകയായി.

അമ്മയ്ക്ക് ഒരു മൂലയിൽ മിണ്ടാതെ ഇരുന്നാൽ പോരെ. ഭാരിച്ച കാര്യങ്ങൾ അന്വേഷിക്കണോ...

ചിറകാളിയുടെ ഭാഷ മനസ്സിലാകുന്നില്ല എന്നായിരുന്നു രണ്ടാമത്തെ മരുമകളുടെ പരാതി. ഒരിക്കൽ അവൾ ഭർത്താവിനോട് ചോദിക്കുന്നതു കേട്ടു:

"അമ്മ ചിലപ്പോൾ പറയുന്നതു കേൾക്കാം... കാസറട്ട്... എന്തോന്നാ ഈ കാസറട്ട്."

"അത് അമ്മേടെ നാട്ടിൽ മണ്ണെണ്ണയ്ക്ക് പറയുന്ന ഒരു വാക്കാണ്."

"അമ്മ ഇവിടെ വന്നിട്ടും അത് മാറ്റിയില്ലെ..."

"അമ്മയ്ക്ക് അത്രയ്ക്കല്ലേ വിദ്യാഭ്യാസമുള്ളൂ."

"എന്റെ അമ്മയ്ക്ക് എന്ത് വിദ്യാഭ്യാസമുണ്ട്. പക്ഷേ, എന്റെ അമ്മ ഇങ്ങനെ എന്തെങ്കിലും പറയാറുണ്ടോ."

"അമ്മേടെ നാട്ടിൽ ചെറുപ്പത്തിൽ പറഞ്ഞുപഠിച്ചതല്ലെ..."

"ഞാൻ ഇവിടെ വന്ന കൂട്ടാണോ ഇന്ന് എന്റെ ഭാഷ ഇരിക്കുന്നെ. അമ്മ അങ്ങനെ അല്ല. പറയാൻ അറിയാത്തതുകൊണ്ടല്ല. അങ്ങനേ പറയത്തൊള്ളൂ... അത്രതന്നെ..."

ചിറകാളിക്ക് കൂട്ടുകാരില്ല. അയൽപക്കത്തൊന്നും പോയി അതും ഇതും പറഞ്ഞും ചോദിച്ചും മേടിച്ചും ഞങ്ങളുടെ പേര് ചീത്ത്യാക്കരുത്...

ചിറകാളി ചിലപ്പോൾ ഒറ്റയ്ക്ക് ഇരുന്ന് ചിരിക്കും. ഒറ്റയ്ക്കിരുന്ന് വർത്തമാനം പറയും. അതിൽ ആർക്കും എതിർപ്പില്ല. പക്ഷേ, ചിറകാളി ഒറ്റയ്ക്കിരുന്ന് കരയുമ്പോൾ എല്ലാവരും ഒപ്പം കയർക്കും.

'ഈ അമ്മെ പിടിച്ച് വല്ല ഭ്രാന്താശുപത്രിയിലും കൊണ്ടിടണം.'

പണ്ടൊക്കെ ചിറകാളിക്ക് അങ്ങനെയെങ്കിലും സമയം കളയാമായിരുന്നു. ഏതെങ്കിലും പേരക്കിടാങ്ങളെ വിളിച്ച് കഥ പറഞ്ഞുകൊടുക്കുമായിരുന്നു. ഇന്ന് കഥകളുടെ കയ്യിരിപ്പ് അവസാനിച്ചതുകൊണ്ടല്ല, കഥ പറയാമെന്ന് വെച്ചാൽ കേൾക്കാൻ ആളുവേണ്ടേ...

ചിറകാളി പുരയുടെ പടിഞ്ഞാറെ കോലായിൽ ഇരുന്ന് വിളിച്ചുപറയും.

"എന്റെ ഒടെമ്പ്രാനെ! ഈ കഷ്ടപ്പാടീന്ന് എന്നെ അങ്ങാട് കൊണ്ടുപോണെ..."

ഏതെങ്കിലും ഒരു സ്ത്രീശബ്ദം ഉടനെ ശ്രുതിമീട്ടും.

"ഈ അമ്മെ ഒന്ന് നിലയ്ക്ക് നിർത്തണുണ്ടോ. വഴീക്കൂടെ പോണോര് കേട്ടാൽ എന്താ വിചാരിക്കാ. അമ്മയ്ക്ക് ഇവിടെ ഇത്ര കഷ്ടപ്പാടാണെന്നല്ലെ..."

ഒരു പുരുഷശബ്ദം ഉടനെ ഗർജിക്കും...

"ഈ തള്ളയെ പിടിച്ച് നന്നങ്ങാടിക്ക് വെക്കണം."

"നന്നങ്ങാടിക്ക് വെക്കാൻമാത്രം എന്നെക്കൊണ്ട് നിങ്ങൾക്ക് എന്താ പുത്തിമുട്ട് ഇണ്ടായെ..."

"ഇവിടെ കഷ്ടപ്പാടാണെന്ന് വിളിച്ചുപറയാൻ ഞങ്ങൾ എന്തു ദ്രോഹമാണ് അമ്മയ്ക്ക് ചെയ്തത്..."

ചിറകാളി പിന്നെ മിണ്ടില്ല. പക്ഷേ, അവളുടെ ഏകാന്തത, അവൾ അനുഭവിക്കുന്ന തണുപ്പ് എങ്ങനെ പറഞ്ഞറിയിക്കും...

ചിറകാളി നന്നങ്ങാടിയെപ്പറ്റി സ്വപ്നം കാണാറുണ്ട്. കല്ലുവെട്ട് കുഴിയോളം വലിപ്പമുള്ള ഒരു മൺഭരണി... അതിൽ കൂരാക്കൂരിരുട്ട്. ചിറകാളി ചുരുങ്ങി ചുരുങ്ങി ഇല്ല്യാണ്ടാവണു... കൈകാലുകൾ പരന്ന് വയറ് നിലത്ത് ഒട്ടുമ്പോൾ പതുക്കെ നീങ്ങുന്നു. പൂഴിതവളയായി, ദ്രവിച്ച മൺഭരണിയുടെ ദ്വാരങ്ങളിലൂടെ പുറത്തേക്ക് ചാടുന്നു. കാലാകാലമായി കിട്ടിയിട്ടില്ലാത്ത ശുദ്ധവായു ശ്വസിക്കുന്നു. മാനം വിരിയുന്നത് കാണുന്നു. പകലുറക്കത്തിലാണ് ഈ സ്വപ്നം കാണുന്നതെങ്കിൽ ചിറകാളി പുറത്തേക്കോടും. മാനത്തേക്ക് നോക്കി നിൽക്കും. പിന്നെ കരയും.

"തുടങ്ങി അമ്മേടെ നൊസ്സ്..."

ആദ്യം ഈ പുര വൈക്കോൽ മേഞ്ഞതായിരുന്നു. പിന്നെ ഓലപ്പുരയായി. പുര മുമ്പോട്ടും പുറകോട്ടും പാർശ്വങ്ങളിലേക്കും വളർന്നു. പിന്നെ

ഓട് പരന്നു. മേൽപ്പുര തെച്ചിപൂത്ത് നിൽക്കണതുപോലെ ചിറകാളിക്കു തോന്നി. പിന്നെ പൂമുഖം വന്നു. പൂമുഖത്തിനുമാത്രം ഒരു ചെറിയ വെൺമാടവും. അപ്പോൾ ചിറകാളിക്ക് സഹിക്കാൻ വയ്യാത്ത ഉഷ്ണം തോന്നി.

"ഞാൻ പടിഞ്ഞാറെ ഉമ്മറത്ത് കിടന്നോളാം. അകത്ത് ചുട്ടിട്ട് വയ്യാ..."

മരുമകൾക്ക് കടുത്ത ദേഷ്യം വന്നു.

"അല്ലെങ്കിലും ഒരു പഴഞ്ചൊല്ല് ഇല്ലെ. അട്ടെ പിടിച്ച് കട്ടിലിൽ..."

ചിറകാളിക്ക് ഒട്ടും ദേഷ്യം വന്നില്ല. അതിന് അനുവദിച്ചാൽ മതിയായിരുന്നു. ആരും അനുവദിച്ചില്ല.

'അമ്മെ പുറത്ത് കിടത്തിയിട്ട് നമ്മൾ അകത്തുകിടക്കണൂന്ന് ആരെങ്കിലും അറിഞ്ഞാൽ...'

ആ വീട്ടിൽ വൈദ്യുതി വരാൻ പോകുന്നു എന്നറിഞ്ഞപ്പോൾ ചിറകാളി പറഞ്ഞു:

"എന്റെ മുറീല് എലട്രി വേണ്ട കൂട്ടരെ... അത് പൊട്ടിത്തെറിച്ചിട്ട് എനിക്ക് വല്ലതും വന്നാലൊ..."

അതിനെ മരുമക്കൾ ഇങ്ങനെ വ്യാഖ്യാനിച്ചു:

'അമ്മേടെ ദുഷ്ടമനഃസ്ഥിതി കണ്ടോ... ബാക്കി എല്ലാവരുടെ മുറീലും പൊട്ടിത്തെറി ഉണ്ടായി ചത്തുപൊയ്ക്കോട്ടെ അല്ലെ....'

ചിറകാളിയുടെ മക്കളുടെ ഭാര്യമാർ എന്നും ആ വീട്ടിൽ കിടമത്സരം നടത്തുന്നു. പുകഞ്ഞും നീറിയുമിരിക്കുന്നു. പക്ഷേ, ഒന്നിൽ മാത്രം അവർ യോജിക്കുന്നു...

ചിറകാളിയെ എതിർക്കുന്ന കാര്യത്തിൽ...

വർഷക്കാലം ചിറകാളിക്ക് ആനന്ദം നല്കുന്നു. ചിറകാളി പടിഞ്ഞാറെ കോലായിൽചെന്ന് ഇരിക്കും.

പതിയുന്ന മഴയുടെ ശബ്ദം ചിറകാളിയിൽ എന്തെല്ലാം ഓർമ്മകൾ ഉണർത്തുന്നു. കാട്ടുകൂവയും കരിവള്ളിച്ചെടികളും ഇടതിങ്ങി നിൽക്കുന്ന ഇരുണ്ട ഇടവഴികൾ... തമ്പ്രാൻ പടിക്കലെത്തുമ്പോൾ ഇടതടവില്ലാതെ വിളിച്ചുപറയുന്നു.

"ഇജ്ജാ... ഇജ്ജാ..."

അപ്പോൾ മുന്നിൽനിന്ന് ഒരു വിളി കേൾക്കാം.

"ഹാ ഹെ...

ഹാ ഹെ..."

ഉടനെ പിൻതിരിയുന്നു. ഇടവഴിയിൽനിന്ന് ഏതെങ്കിലും വെളിമ്പറമ്പിൽ കയറിനില്ക്കും...

അന്നൊക്കെ എത്ര എത്ര തമ്പുരാട്ടിമാര് ഇണ്ടായിരുന്നു. ഇന്ന് ആ തമ്പുരാട്ടിമാർ ഒക്കെ എവിട്യ്യെ... ചിറകാളി കാലവർഷത്തിലെ നീണ്ട നെൽവയലുകളെപ്പറ്റി ഓർത്തു. നെല്ലിന്റെ മീതെ കുളചണ്ടികൾ ഒഴുകി വരുന്നത് അവൾ മനസ്സിൽ കണ്ടു.

കൈതഓലകൾ ഒഴുക്കുവെള്ളത്തിൽ മുങ്ങിയും താണും കളിക്കുന്നത് അവൾ കാണുന്നു...

അന്നൊക്കെ പാടം നിറയെ കാവൽമാടങ്ങളുണ്ടായിരുന്നു...

അന്നൊക്കെ കാട്ടുപൈക്കൾ ഇളകുമായിരുന്നു...

മഴ മുറുകിവന്നു. ഇപ്പോൾ മഴയുടെ ശബ്ദത്തിന്, കേട്ടുശീലിച്ച ഒരു താളം അവൾ ശ്രദ്ധിച്ചു... മൂപ്പെത്തിയ, മിനുസമുള്ള കവുങ്ങിൻകോലുകൾ തമ്മിൽ മുട്ടുമ്പോൾ ഉണ്ടാവുന്ന ശബ്ദം... കോൽകളി മുറുകി വരുന്നു... ചിറകാളി ഒപ്പം പാടി.

ഏട്ടൻ അനുജൻ വാരിയുമായിട്ട്
വാരിഷരം കടന്ന് അക്കരയ്ക്ക്
ഏട്ടൻ അനുജൻ വാരിയുമായിട്ട്
കാട്ടിൽ അകത്ത് നടക്കുംകാലം...
വെള്ളിപ്പണംപോലെ പുള്ളി
മാൻ ആയിട്ട് നേരെ ചെന്നു.

....

വരികൾക്ക് എവിടെയോ തെറ്റ് പറ്റിയിട്ടുണ്ടെന്ന് അവൾക്കു തോന്നി. തുടർന്നുള്ള വരികളും ചിറകാളി മറന്നിരിക്കുന്നു. ഓർമ്മ വരുത്തുവാൻ ശ്രമിച്ചു. ശ്രമം ഫലിച്ചില്ല. അപ്പോൾ ചിറകാളി ശ്രമം ഉപേക്ഷിച്ചു.

ഇപ്പോൾ മഴയുടെ ശബ്ദത്തിൽ മറ്റേതോ ധ്വനി അവൾ ശ്രദ്ധിച്ചു.... ഒരു വേലപ്പറമ്പിൽ വളരെ അധികം മനുഷ്യർ ഒന്നിച്ചുനിന്ന് ആർക്കുന്ന ശബ്ദം... ചിറകാളി ആ ശബ്ദത്തിൽ ലയിച്ചിരുന്നു. അപ്പോൾ ആരോ ചിറകാളിയെ ഊണ് കഴിക്കുവാൻ വിളിച്ചു. ചിറകാളി ഇളകിയില്ല. ഇളകിയാൽ തന്റെ ലോകം നഷ്ടപ്പെടും... അപ്പോൾ ആരോ വിളിച്ചുപറയുന്നത് കേട്ടു.

“മൂന്നുനേരം വെച്ചൊരുക്കി കാക്കലേക്ക് എത്തിച്ചാൽ അമ്മയ്ക്ക് തിന്നാൻ നേരമില്ല.”

അതിന് സമാധാനം പറയാൻ മിനക്കെട്ടാൽ തന്റെ ലോകം മാഞ്ഞുപോകും. ചിറകാളി അനങ്ങിയില്ല. മഴ തോരുമ്പോൾ മാനംപോലെ മനവും ശൂന്യമാകും...

അപ്പോൾ ചിറകാളി പടിഞ്ഞാറെ ഉമ്മറത്തുനിന്ന് എഴുന്നേൽക്കും...

അന്ന് ചിറകാളിക്ക് വിശപ്പ് തോന്നിയില്ല. പക്ഷേ, ചിറകാളിക്ക് വിശപ്പ് തോന്നിയില്ല എന്നു പറയാൻ ഭയമാണ്.. പറഞ്ഞാൽ ഇങ്ങനെ ഒരു മറുപടി കേൾക്കാം...

"ഈ വീട്ടിൽ ഒന്നും മിണ്ടാൻ പാടില്ല. മിണ്ടിയാൽ അമ്മ മോന്ത വീർപ്പിക്കും. പിന്നെ ഭക്ഷണോം കഴിക്കില്ല..."

ആദ്യമൊക്കെ അമ്മയുടെ മോന്ത വീർപ്പിൽ അസ്വസ്ഥരായി മരുമക്കളും ഭക്ഷണം കഴിക്കാറില്ല... പിന്നീട് അവർ അത് നിർത്തി... 'അമ്മയ്ക്കു വേണ്ടെങ്കിൽ വേണ്ട... അത് ഓർത്ത് ഞങ്ങൾ എന്തിനാ കഴിക്കാതിരിക്കുന്നെ...'

മഴ തോർന്നു...

ചിറകാളി ആകാശത്തേക്കു നോക്കി. ഒരു ചാറൽമഴയ്ക്കുള്ള കാറുകൾ അവശേഷിക്കുന്നു. ചിറകാളി ചാറൽമഴയും കാത്ത് ഇരുന്നു.

'ഇവിടെ ഇണ്ടടാ.. ഇതാ കയറീടാ.. ഈ ചാപ്പാടൻ തെങ്ങില് ഇണ്ടടാ...'

തുടർന്ന് ഒച്ചയും ബഹളവും... നിലയ്ക്കാത്ത ശബ്ദങ്ങൾ...

ശബ്ദങ്ങൾ എന്നും ചിറകാളിക്ക് അരോചകമാണ്. അവളുടെ ചെവിയിൽ കടുക് വിതറി. ചിറകാളി ചെവികൾ പൊത്തി. അവൾ എഴുന്നേറ്റ് പടിഞ്ഞാറെ മുറ്റത്തേക്കു ചെന്നു. അവിടെ ഒരുപറ്റം കുട്ടികൾ ആർത്തു ചിരിക്കുന്നു. ഈ പറമ്പിന്റെ ഉടമസ്ഥന്റെ പേരക്കിടാങ്ങളുമുണ്ട്. വേറെയും കുട്ടികളും ചിറകാളിയുടെ പേരക്കിടാങ്ങളുമുണ്ട്... എല്ലാവരും ചാപ്പാടൻതെങ്ങിലേക്ക് കല്ലേറിയുന്നു. പെട്ടെന്ന് ചിറകാളി കണ്ടു. ഒരു അണ്ണാൻ ഇറങ്ങിവരുന്നു. അതിന്റെ ചുണ്ടിൽ അരിപ്പ ചീളുകളുണ്ട്. പെട്ടെന്ന് ആരോ എറിഞ്ഞു. ഏറ് തെങ്ങിൽക്കൊണ്ടു. അണ്ണാന്റെ കണ്ണിൽ മരണം നിഴലിച്ചു. അത് തിരിച്ച് തെങ്ങിൻമേലേക്ക് ഒരു മരണപ്പാച്ചിൽ നടത്തി... ചിറകാളിയുടെ തലയ്ക്കകത്ത് കൂട്ടവെടികൾ പൊട്ടി. അവൾ ചീറിക്കൊണ്ടടുത്തു.

"ഓടടാ... സർവണ്ണം... ഓടടാ..."

ചിറകാളി കൈയിൽ കിട്ടിയ എല്ലാത്തിനേയും അടിച്ചോടിച്ചു... അവൾ ഉമ്മറത്ത് വന്നിരുന്നു... അവൾ അപ്പോഴും കിതച്ചിരുന്നു. കൈമുട്ടിന് ഉളുക്ക് തോന്നി. വടി വലിച്ചെറിഞ്ഞ് കൈ രണ്ടുമൂന്ന് തവണ കുടഞ്ഞു. അകത്തുപോയി കിടക്കണമെന്നുണ്ടായിരുന്നു. എണീക്കാൻ വിഷമം തോന്നി. ചിറകാളി തൂണിൽ ചാരി ഇരുന്നു.

...എന്തിനാ അമ്മെ ആ പിള്ളേരെ തല്ലിയത്... നമ്മുടെ വീട്ടിലെ പിള്ളേരാണെങ്കിൽ എന്തെങ്കിലുമാകട്ടെ.. കണ്ടോളൂ... അവര് ലഹളയ്ക്ക്

വരുന്നത്... അവരായിട്ട് പത്ത് സെന്റിന്റെ കേസും പുക്കാറും കഴിഞ്ഞിട്ട് വൈരാഗ്യം തീർന്ന് വരുന്നതേ ഉള്ളൂ.

പറയുന്നവളുടെ മുഖത്തുപോലും ചിറകാളി നോക്കിയില്ല.

പൊടുന്നനെ മഴപെയ്തു... വലിയ മഴത്തുള്ളികൾ ചിറകാളിയുടെ ഓർമ്മകൾക്ക് തന്നാരം പാടി.

മഴവെള്ളം ചിറകാളിയുടെ ഓർമ്മയിൽ വരമ്പുകൾ ഭേദിച്ചുകൊണ്ട് ഒഴുകി, ഒപ്പം കാലത്തിന്റെ വരമ്പുകളെയും...

ചിറകാളി എല്ലാം കാണുന്നു... നിലയ്ക്കാത്ത മഴ.

ചിറകാളി പയറിന്റെ ഇല നന്നാക്കുന്നു. ചിറകാളിയുടെ ഭർത്താവ് പട്ടച്ചൂട്ട് മുറ്റത്തെ നനഞ്ഞ മണ്ണിൽ കുത്തിക്കെടുത്തി അകത്തേക്കു വരുന്നു. തൊപ്പിക്കുട ചെറ്റയിലെ തൂണിന്റെ കമ്പിൽ തൂക്കിയിട്ട് ഒരു പാളസഞ്ചി കൊടുക്കുന്നു.

ഇന്ന് ബജ്രയാണ്... അതിന് തന്നെ കൺട്രോൾ പീടികയുടെ മുറ്റത്തുനിന്ന് പെയ്ത മഴ മുഴുക്കെ കൊണ്ടു...

ബജ്ര വറുത്ത് കുത്തി കഞ്ഞിവെച്ചു. പയറിന്റെ ഇല വെന്തപ്പോൾ പിള്ളേരെ മൂന്നുപേരെയും വിളിച്ചു. കുപ്പൻ മാത്രം എഴുന്നേറ്റ് കഞ്ഞി കുടിച്ചു. താഴെയുള്ള പിള്ളേർ ഉണർന്നില്ല. പാതിര കഴിഞ്ഞപ്പോൾ ഒരു ശബ്ദം കേട്ട് ചിറകാളി ഉണർന്നു. ഭർത്താവ് ഛർദ്ദിക്കുന്നു. അവൾ പുറം തടവി.

"ദൈവ്വേ... നടപ്പീന ആവ്വാ.

കുറച്ചു കഴിഞ്ഞപ്പോൾ കാലിന് തണുപ്പു തോന്നി. ചിറകാളി ഉമി കൊണ്ട് കിഴിനടത്തി. അല്പം ചൂട് തോന്നി. രാവിലെ വീണ്ടും ഛർദ്ദിച്ചു.

നടപ്പ്ദീനത്തിന് ഭൂമിമലയാളത്തിൽ മരുന്നില്ല... കുറിങ്കൗശലെ ഉള്ളൂ.... കാലത്ത് ആരോ പറഞ്ഞു: 'ഇത് തൊടക്കേ ആയിട്ടുള്ളൂ. ഒരു ആഴേക്ക് കാസറാട്ട് കുടിച്ചാൽ മതി.' അന്ന് മണ്ണെണ്ണയ്ക്കും ക്ഷാമമുള്ള കാലമായിരുന്നു. അന്നൊക്കെ കത്തിക്കാൻ കിട്ടിയിരുന്നത് ക്രൂഡോയിൽ ആയിരുന്നു. അവൾ എവിടെയോ ഇരന്ന് കുറച്ച് മണ്ണെണ്ണ വാങ്ങിക്കൊണ്ടുവന്ന് കൊടുത്തു. തൊണ്ടയിൽ ഇറങ്ങുന്നതിനു മുമ്പെ ഛർദ്ദിച്ചു.

ഇനി ഒരു കുറിങ്കൗശലെ ഉള്ളൂ. കാൽകുപ്പി പുൽചാരായം വാങ്ങി കുരുമുളക് പൊടിച്ച് ഇട്ട് കൊടുത്താൽ മതി.

അതിന് കാശ് വേണ്ടെ... അവൾ അന്തംവിട്ടു...

'ലേശം മയ്പ്പാവട്ടെ...'

കുപ്പൻ സമാധാനപ്പെടുത്തി. അന്ന് കുപ്പന് എത്ര വയസ്സുണ്ട്. എത്ര ആണാവൊ... താടീം മീശേം വന്നിട്ടില്ല.

“മയ്പ്പായാൽ നീ എന്താക്കാനാ... ആ ചാപ്പാടൻതയ്യിൽനിന്ന് നാല് തേങ്ങാ ഇട്ട് കൊണ്ടോയി കാശാക്കും...”

“അത് വേണ്ട മോനെ. നാള്ന്നെ അവര് പറേണ് കേട്ടില്ലെ. തേങ്ങാ ആരാ കക്കണത് എന്ന് ഞങ്ങൾക്കറിയാം. ഒരു ദിവസം ഞങ്ങടെ കയ്യിൽപെടും...”

നല്ലോണം ഉറക്കായിട്ടില്ല... അപ്പോഴാണ് പടിഞ്ഞാറെ മുറ്റത്തുനിന്ന് കൂക്കും വിളിയും ബഹളവും കേട്ടത്. പുറത്ത് ഇറങ്ങിയപ്പോൾ കണ്ണ് മഞ്ഞളിച്ചു. നിറയെ ഞെക്ക്വിളക്കിന്റെ മിന്നൽ...

‘കള്ളൻ... കള്ളൻ...’

‘ഇറങ്ങിക്കോ... അല്ലെങ്കിൽ ഞങ്ങൾ എറിഞ്ഞുകൊല്ലും...’

പിന്നെ അവൾ കണ്ട കാഴ്ച. കുപ്പൻ ഇറങ്ങിവരുന്നു. അന്ന് ചാപ്പാടൻ തെങ്ങിന് രണ്ടാൾക്ക് ഉയരം കഷ്ടിയേ ഉള്ളൂ. ഞെക്ക്വിളക്കിന്റെ വെളിച്ചത്തിൽ അവൾ കുപ്പന്റെ കണ്ണുകൾ കണ്ടു.

ഞെക്ക് വിളക്കുകൾ പെട്ടെന്ന് കെട്ടു.

പിന്നെ മനുഷ്യന്റെ ഒച്ച ഒരിക്കലേ കേട്ടുള്ളൂ. പിന്നെ കേട്ടതെല്ലാം അടിയുടെ ശബ്ദമാണ്.

‘അവൾ ഓടിച്ചെന്നു. അടുത്തുപോയാൽ നിണക്കും കിട്ടും. കക്കാനല്ല മക്കളെ പഠിപ്പിക്യാ. മിണ്ടിപ്പോകരുത്.. പുരയ്ക്ക് തീവെക്കും....’

എന്നിട്ടും ചിറകാളി നെഞ്ചത്തടിച്ച് നിലവിളിച്ചു.

അവർ പിരിഞ്ഞുപോയപ്പോൾ ചിറകാളി അരികിലേക്ക് ചെന്നു.

കുപ്പൻ ചെരിഞ്ഞുകിടക്കുന്നു. അപ്പോഴും കാലിൽ തളപ്പുണ്ട്... അവൾ താങ്ങി എഴുന്നേല്പിച്ചു. പതുക്കെ പുരയിലേക്ക് നടത്തി. നേരം പുലർന്നു. കുപ്പന്റെ മേലാകെ നീരുവന്നിരിക്കുന്നു. ആശുപത്രിയിൽ എത്തിച്ചെങ്കിലും ഏതാനും മണിക്കൂറുകൾക്കകം ആശുപത്രിയിൽനിന്ന് മടക്കി. ചുരുട്ടിയ കീറപ്പായ നീക്കി ഒന്ന് നോക്കി. ആകെ വീർത്ത ശരീരം... നീലവണ്ടിന്റെ നിറവും...

പട്ടേൻമേൽകൂടെ ഇതാ വരുന്നൂടാ...

ഇതാ ചാടുന്നുടാ...

അടിയ്ക്കിടാ... അടിയ്ക്ക്.

കുട്ടികൾ ആർത്തുചിരിക്കുന്നു. നനഞ്ഞ മണ്ണിൽ വടികൾ പതിയുന്ന ശബ്ദം...

ചിറകാളി അറിയാതെതന്നെ എഴുന്നേറ്റ് മുറ്റത്തേക്ക് ഓടി.

'ആ തള്ളയ്ക്ക് പിരാന്താ... തല്ലും... ഓടിക്കോ...'

കുട്ടികൾ നാലുഭാഗത്തേക്കും ഓടി.

അണ്ണാൻ മലർന്നുകിടക്കുന്നു. അപ്പോഴും വായ്ക്കകത്ത് അരിപ്പച്ചീളുകൾ ഉണ്ട്. വിറച്ച് വിറച്ച് അതിന്റെ കൈകാലുകൾ വിറങ്ങലിച്ചു... വളരെ വളരെ പതുക്കെ.

ചിറകാളി പിന്നെ ഒന്നേ നോക്കിയുള്ളൂ. തൊണ്ടയടക്കിപ്പിടിച്ചു. ഒരു നിമിഷത്തേക്കു മാത്രം.

പിന്നെ ശബ്ദം ചിതറിവീണു.

എന്റെ മോനേ..

കുപ്പാ...

കുപ്പാ...

■

ഒട്ടുചെടി

ഇരുപത്തിരണ്ടു വർഷങ്ങൾക്കുശേഷം ഈ ദ്വീപുസമൂഹത്തിൽ ഒരന്യനായി എല്ലാം അകലെ നിന്നു കാണാൻ മാത്രം എത്തിയിരിക്കുന്നു. യാത്ര ചെയ്യുന്നു. മിഴികൾ മലർക്കെ തുറന്നിരുന്നുകൊണ്ടു നിദ്രാടനം നടത്തുന്നു.

എന്തെല്ലാം ഓർക്കാനുണ്ട്. പശ്ചിമബംഗാളിലെ അഭയാർത്ഥി ക്യാമ്പുകളിൽനിന്ന് ഇവിടെ കുടിയേറി പാർപ്പിക്കുവാൻ പറ്റിയവരെ തിരഞ്ഞെടുക്കുന്നതു മുതൽ ഇവിടെ ഭൂമി അളന്നുകൊടുത്ത് പുനരധിവസിപ്പിക്കുന്നതുവരെ നടന്ന മഹായജ്ഞം. എന്ത് കർമ്മബന്ധത്താലാണ് താനും അതിനു ഭാഗഭാക്കായത്. ക്യാമ്പിൽ കഴിഞ്ഞ ഒരൊറ്റ അഭയാർത്ഥിയും ഇനിയൊരിക്കൽ സ്വന്തമായി ഒരു മേൽക്കൂര ഉണ്ടാകുമെന്നു കരുതിയവരല്ല. അത്രയും ആശയറ്റു മരത്തണലിൽ കഴിഞ്ഞവരായിരുന്നു. ഒരായുഷ്ക്കാലത്തുതന്നെ കൺമുമ്പിൽ രണ്ട് ജന്മം കണ്ടവരാണ്. രണ്ടു ജന്മം അനുഭവിച്ചറിഞ്ഞവരാണ്.

അന്നൊക്കെ ഇവിടെ മുഴുവൻ ഒറ്റയടിപ്പാതകളായിരുന്നു. ഒറ്റയടിപ്പാതയിലേക്ക് വീണുകിടക്കുന്ന പാഴ്ചെടികളെ വകഞ്ഞുവെച്ച്, കിതച്ചും കാലുകൾ കുഴഞ്ഞും ദൂരത്തെ ശപിച്ചും നടന്നിരുന്ന ഓരോ നിമിഷവും ഇന്നും ഓർമ്മയിലുണ്ട്.

ദിനംപ്രതി പത്തും പതിനഞ്ചും നാഴികകൾ നടക്കുമായിരുന്നു. ഇരുമ്പുകാലിന്റെ കുട തോളിൽവച്ചു നടന്നിട്ട് എല്ലാ ഷർട്ടിലും തോളിൽ ഇരുമ്പുകറയുണ്ടായിരുന്നു. ഈ കുപ്പായങ്ങളുമായി ടൗണിൽ ചെന്നപ്പോൾ സുഹൃത്തുക്കൾ പറയുമായിരുന്നു:

അഭയാർത്ഥികളുമായി ജീവിച്ചിട്ട് നീയും ഒരഭയാർത്ഥിയായിരിക്കുന്നു. ഫാദർ ഡാമിയന് കുഷ്ഠം വന്നതുപോലെ...

ഇന്ന് അഭയാർത്ഥി കുടിയേറിപ്പാർപ്പുകാർതന്നെ എത്രയോ മാറിയിരിക്കുന്നു!

ഇന്ന് ടാർ റോഡ് വന്നിരിക്കുന്നു. ബസ്സിൽ സഞ്ചരിക്കുന്നു. ഇരുണ്ട കാട്ടിൽനിന്നും തെളിഞ്ഞ സ്ഥലത്തേക്ക് ബസ് എത്തിയിരിക്കുന്നു. വഴിവക്കിൽ വെളിച്ചം ഏറിവരുന്നു. കാട് കഴിഞ്ഞാൽ ആദ്യത്തെ ഗ്രാമം.

കൗസല്യാനഗർ.

കൗസല്യാനഗർ കഴിഞ്ഞാൽ ബക്കുൾതല. ഇന്ന് ബക്കുൾതലയിൽ ആൾത്തിരക്കും മാർക്കറ്റും മരക്കമ്പനിയും വന്നിരിക്കുന്നു. പഴയ ബക്കുൾതല. വളരെ കുടുംബങ്ങൾ ഭൂമി ഉപേക്ഷിച്ചിട്ടുപോയതിനാൽ നിലങ്ങളുടെ നടുക്കും കുറ്റിക്കാടുകൾ വസൂരിക്കലകൾപോലെ ആ ഗ്രാമത്തെ അവലക്ഷണമാക്കിയിരുന്നു.

ബക്കുൾതലയിൽ ബസ് നിറുത്തിയിരുന്നു. ഒരു മരക്കമ്പനിയുടെ മുന്നിൽ. ബക്കുൾതല വിട്ടാൽ തെളിഞ്ഞ സ്ഥലമാണ്. ഇവിടെ പണ്ട് ഒരു കാട് ഉണ്ടായിരുന്നു എന്നു പറഞ്ഞാൽ ഈ തലമുറ വിശ്വസിച്ചെന്നു തന്നെ വരില്ല. ബംഗാളിലെ ഗ്രാമങ്ങളുടെ മാതൃകയിൽ ഇവിടേയും ഗ്രാമങ്ങൾ നെയ്തെടുത്തിരിക്കുന്നു. എട്ടുകാലിക്ക് കൂടുകെട്ടാനറിയാം. നന്നായി കൂടുകെട്ടും. പക്ഷേ, ഒരേ മാതൃകയിൽ എന്നു മാത്രം... ഈ ദ്വീപുസമൂഹത്തിൽ കുടിയേറിപ്പാർത്ത ഓരോ ജനവിഭാഗവും സ്വന്തം മാതൃകയിൽ ഗ്രാമങ്ങൾ നിർമ്മിക്കുന്നു. ഈ ദ്വീപുസമൂഹത്തിൽ ബർമ്മാക്കാർവരെ കുടിയേറി പാർത്തിട്ടുണ്ട്. കരേൻ ബർമ്മക്കാർ കരേൻ ഗ്രാമങ്ങൾ.

ഇവിടെ സഞ്ചരിക്കുമ്പോൾ പഴയ ഈസ്റ്റ് പാകിസ്ഥാൻ-വെസ്റ്റ് ബംഗാൾ അതിർത്തിപ്രദേശങ്ങളുടെ ഓർമ്മ വരുന്നു. ബാഗ്വാൻ തീവണ്ടിയാപ്പീസിൽ ഇറങ്ങിയാൽ ജെസ്സോർ റോഡാണ്. ഷെർഷാ ചക്രവർത്തി നിർമ്മിച്ച ധാക്കവരേക്കും പോകുന്ന പഴയ രാജപാത. റോഡിന്റെ പാർശ്വങ്ങളിൽ തണൽമരങ്ങൾ ഇടതിങ്ങി നില്ക്കുന്നു. മുഗൾചക്രവർത്തിമാരും പിന്നീട് ഈസ്റ്റ് ഇന്ത്യാ കമ്പനിക്കാരും വച്ചുപിടിപ്പിച്ചതാണ് മരങ്ങളെന്ന് അറിയപ്പെടുന്നു. പത്തോ, പന്ത്രണ്ടോ കിലോമീറ്റർ ചെന്നാൽ പഴയ ഈസ്റ്റ് പാകിസ്ഥാൻ അതിർത്തിയായി. ഇന്ന് ഈ ദ്വീപുസമൂഹത്തിലെ ബംഗാളി ഗ്രാമങ്ങളിൽ സഞ്ചരിക്കുമ്പോൾ അറിയാതെ ഓർത്തുപോകുന്നു. പശ്ചിമബംഗാളിൽ ഏറ്റവും സുപരിചിതമായ പ്രദേശം അതായതുകൊണ്ടായിരിക്കാം ജെസ്സോർ റോഡിനെക്കുറിച്ച് ഓർത്തുപോയത്. അവിടെ ഇച്ഛാമതി നദിയൊഴുകുന്നു. നദിക്കുമീതെ മരപ്പാലമായിരുന്നു. നദി കടന്നാൽ അഭയാർത്ഥി ക്യാമ്പുകളായിരുന്നു. അധികം ക്യാമ്പുകൾക്കും മേൽക്കൂരയുണ്ടായിരുന്നില്ല. അഭയാർത്ഥികൾ റോഡരുകിലും അതിനു ഭാഗ്യം സിദ്ധിച്ചവർ മരത്തണലിലും പിന്നെയുള്ളവർ വയലുകളിലും തളർന്നുകിടന്നിരുന്നു. അവിടത്തെ അഭയാർത്ഥി ക്യാമ്പുകളെപ്പറ്റി

ഓർത്തപ്പോൾ ദാസ്ഗുപ്തബാബുവിനെ മനസ്സിൽ കാണുന്നു. ദാസ്ഗുപ്ത ബാബുവും അഭയാർത്ഥിയായിരുന്നു. വിഭജനത്തിനു മുമ്പ് രാജ്ഷാനി ജില്ലയിൽ ഒരു കോളേജിൽ ഫിലോസഫി പഠിപ്പിച്ചിരുന്നു. വിഭജനം അറുത്തെറിഞ്ഞപ്പോൾ അഭയാർത്ഥിയായി. ഒടുവിൽ ജെസ്സോർ റോഡിലെ അഭയാർത്ഥിക്യാമ്പിലെ റീഹാബിലിറ്റേഷൻ ഓഫീസറും. കൽക്കത്തയ്ക്ക് മടങ്ങാൻ സമയം കിട്ടാത്ത ദിവസങ്ങളിൽ അയാൾ ദാസ്ഗുപ്തബാബുവുമൊന്നിച്ചു താമസിക്കും. ദാസ്ഗുപ്ത ബാബു നരയ്ക്കാൻ തുടങ്ങിയ ഒരവിവാഹിതനായിരുന്നു. വിവാഹത്തെപ്പറ്റി ചിന്തിക്കുവാൻ നേരം കിട്ടിയില്ല. താഴെ ആണും പെണ്ണുമായി ഏഴെണ്ണം. ദാസ്ഗുപ്ത ബാബുവിന്റെ മൂത്ത സഹോദരിയും – അവർ ഒരു പ്രൈമറി സ്കൂൾ അധ്യാപികയായിരുന്നു – വിവാഹം കഴിച്ചിരുന്നില്ല. അവരും ആ കുടുംബത്തിനുവേണ്ടി ജീവിതം അർപ്പിച്ചു. അന്ന് അഭയാർത്ഥികളായി കൽക്കത്തയിൽ വന്ന പല മധ്യവർത്തികുടുംബങ്ങളിലും തനതായി ഒരു ജീവിതം സ്വപ്നം കാണാത്തവരുണ്ടായിരുന്നു. അയാൾ ചെല്ലുന്ന ദിവസങ്ങളിൽ ദാസ്ഗുപ്ത ബാബു അല്പം മദ്യം കരുതും. പരുക്കൻ ഭക്ഷണവും. പുലരുന്നതുവരെ സംസാരിച്ചിരിക്കും. സ്പിനോസയും ഷോപ്പൻഹോവറും കഴിഞ്ഞ് ഹെഗലും മാർക്സും. അവിടെ എത്തുമ്പോഴേക്കും നേരം പുലരും. മദ്യപിക്കുന്നതിന് ദാസ്ഗുപ്ത ബാബുവിന്റെ സഹോദരി എന്നും വഴക്കു പറയും. അവരുടെ പേര് ഓർക്കുന്നില്ല. മുഖം ഓർമ്മയിലുണ്ട്. നീളൻമുഖവും അതിന്റെ ഇരട്ടി വലിപ്പമുള്ള കണ്ണുകളും ഒരു കുടുംബത്തിന്റെ ഭാരത്താൽ ചുങ്ങിചുങ്ങിപ്പോയ ശരീരവും.

ഹേയ് കൂട്ടരേ, നിങ്ങൾക്ക് ഈ മദ്യം കഴിക്കാതിരുന്നുകൂടെ.

അപ്പോൾ ദാസ്ഗുപ്ത ബാബു പറയും, ഞങ്ങൾക്ക് ഫിലോസഫി പറയണമെങ്കിൽ സ്വല്പം മദ്യം വേണ്ടിവരും.

നിങ്ങളോട് ആരു പറഞ്ഞു, ഫിലോസഫി പറയണമെന്ന്. ഫിലോസഫി പറച്ചിൽ നിർത്തിയാൽ മതിയല്ലോ, പിന്നെ മദ്യം വേണ്ടിവരില്ലല്ലൊ...

അങ്ങോട്ട് എന്തുപറഞ്ഞാലും അവർ കേൾക്കില്ല. എനിക്ക് മദ്യപാനികളുടെ ഒരു വാക്കും കേൾക്കേണ്ട.

ദാസ്ഗുപ്ത ബാബുവിനെപ്പറ്റി ഓർത്തപ്പോൾ ബിശ്വേരൻ ഗരാമിയുടെ ഓർമ്മ വന്നു. അന്ന് അല്പം ഇരുട്ടിയ സമയത്താണ് ആ പെണ്ണ് കയറി വന്നത്. തോളിൽ ഉറങ്ങിക്കിടക്കുന്ന കുഞ്ഞുമുണ്ടായിരുന്നു. അന്നു പകൽ ഒന്നോ, രണ്ടോ പ്രാവശ്യം അയാളെ കാണാൻ അവൾ റീഹാബിലിറ്റേഷൻ ഓഫീസിൽ വന്നിരുന്നു. മണിക്കൂറുകളോളം നിന്നു കരഞ്ഞു. അങ്ങനെ കാണാൻ വരുന്നതും നിലയ്ക്കാതെ കരയുന്നതും അതിനു മുമ്പും ഉണ്ടായിട്ടുണ്ട്. ഒന്നുമാത്രം അയാൾക്ക് അദ്ഭുതകരമായി തോന്നി.

ഒരു മനുഷ്യജീവിക്ക് ഇത്രമാത്രം കണ്ണീരോ? അത്രയും കണ്ണീർ എവിടെ സംഭരിച്ചുവച്ചിരിക്കുന്നു? അയാൾ പതിവുപോലെ അന്നും മറുപടി പറഞ്ഞു.

എനിക്കു നിയമം മാറ്റാൻ അധികാരമുണ്ടോ? നിന്നെ എങ്ങനെ സെറ്റ്ലർ ആയി റിക്രൂട്ട് ചെയ്യാൻ കഴിയും? കുടിയേറി പാർക്കുന്ന സെറ്റ്ലർക്ക് ഒരു ഫാമിലി വേണം. ഫാമിലി എന്നാൽ, ഭാര്യ, ഭർത്താവ് ചുരുങ്ങിയത് ഒരു കുട്ടി. കൂടുതൽ കുട്ടികൾ ഉണ്ടെങ്കിൽ അത്രയും സ്വാഗതാർഹം. പക്ഷേ, നിനക്ക് ഭർത്താവ് ഇല്ലല്ലോ.

അന്നു വൈകുന്നേരം ദാസ്ഗുപ്ത ബാബുവിന്റെ വീട്ടിൽ കയറി വന്നപ്പോഴും കരച്ചിലിന് ഒട്ടും കുറവു വരുത്തിയില്ല.

അന്ന് അയാൾ അത്രയൊന്നും മദ്യപിച്ചിരുന്നില്ല. പെട്ടെന്ന് ഒരു ഉൾവിളി.

ഞാൻ ഒരു വഴി കണ്ടുവെച്ചിട്ടുണ്ട്. നീ ഇപ്പോൾ സമാധാനമായി പോകൂ. നാളെ ഓഫീസിൽ വരൂ. നിന്നെ റിക്രൂട്ട് ചെയ്തു കൊണ്ടുപോകും.

അവൾ പോയപ്പോൾ ദാസ്ഗുപ്ത ബാബു ചോദിച്ചു. ആ വരികൾതന്നെ ഇന്നും ഓർത്തുപോകുന്നു.

വൈ ഷുഡ് യു ഗിവ് ഫാൾസ് പ്രോമിസ്സസ് ടു പീപ്പിൾ...

ഞാൻ വെറുതെ പറഞ്ഞതല്ല എന്റെ ദാസ്ഗുപ്ത ബാബു. രണ്ടു പെൺകുട്ടികളേയും ഒക്കത്തുവച്ചു നടക്കുന്ന ഇവളെപ്പോലെതന്നെ കരയുന്ന ആ അഭയാർത്ഥിയില്ലേ... ഇവരെ രണ്ടുപേരേയും കൂട്ടിയിണക്കി ഒരു ഫാമിലി ആക്കണം.

ദാസ്ഗുപ്ത ബാബു എന്തിനു വിഷാദമൂകനായിരുന്നു എന്ന് അറിയില്ല. പഠിച്ചതും പഠിപ്പിച്ചതും ഫിലോസഫിതന്നെ. സ്വന്തം ജീവിതം കൊണ്ട് അടുത്തറിഞ്ഞതും ഫിലോസഫിതന്നെ. എന്നിട്ടും അന്നു മൂകനായത് എന്തുകൊണ്ടെന്ന് ഇന്നും അറിയുന്നില്ല.

അതു നടക്കും എന്നു തോന്നുന്നില്ല. ഈ സ്ത്രീ ഈ ബോർഡറിന് അടുത്തുകിടക്കുന്ന ഏതോ ജില്ലക്കാരിയാണ്. പക്ഷേ, അവൻ ചിറ്റഗോങ് ജില്ലയുടെ അറ്റത്തുകിടക്കുന്ന ഏതോ ഗിരിപ്രദേശത്തുകാരനാണ്. ചിറ്റഗോങ്ങുകാർ സ്വതവേ മുരടന്മാരാണ്. അവന്റെ ഭാര്യ മരിച്ചതല്ല. അവൻ ഒരൊറ്റ ചവിട്ടിനു കൊന്നതാണെന്ന് അഭയാർത്ഥിക്യാമ്പുകളിൽ സംസാരമുണ്ട്. അവൾ സമ്മതിക്കുമോ എന്നറിയില്ല.

പിന്നെ പറഞ്ഞ വാക്കുകൾ അതേ അക്ഷരങ്ങളിൽ ഇന്നും ഓർക്കുകയാണ്: ഹേഡ് യു ബീൻ എ ബംഗാളി? യു കുഡ് ഹേവ് നോൺ ദി കൾച്ചറൽ ഡിസ്പേരിറ്റി ബിറ്റ്വീൻ ദം... പിന്നെ മറ്റൊന്നുണ്ട്. അവൾ വിധവയല്ല. അവളുടെ ഭർത്താവിനെ എവിടെയോവച്ച് കൂട്ടംതെറ്റിയതാണ്...

ഞാൻ ഒന്നു ശ്രമിച്ചുനോക്കട്ടെ.

തീർച്ചയായും. ദാസ്ഗുപ്ത ബാബു ഫിലോസഫിയിൽ പറഞ്ഞ വാക്കുകൾ ഇന്നും ആവർത്തിക്കാം. ലെറ്റ് അസ് ഗ്രാഫ്റ്റ് ദെം ഏന്റ് സീ ദി ഇഫക്ട് ഓഫ് എ ഗ്രാഫ്റ്റഡ് പ്ലാന്റ്...

പിറ്റെന്നാൾ അവരെ രണ്ടുപേരെയും അഭയാർത്ഥിക്യാമ്പിന്റെ ഒരറ്റത്തേക്ക് വിളിച്ചുകൊണ്ടുപോയി. വളരെ സങ്കോചത്തോടെ വരണ്ട അക്ഷരങ്ങളിൽ അത്രയും നിരത്തി.

ബിശ്വേശ്വർ ഗരാമി ഒന്നും മിണ്ടിയില്ല. അവളെ കണ്ണുകൾകൊണ്ടു പലവുരു ഉഴിഞ്ഞുകൊണ്ടിരുന്നു. അടുത്തു നിന്നപ്പോൾ അയാൾക്ക് കൾച്ചറൽ ഡിസ്പേരിറ്റി അല്ല തോന്നിയത്. മറിച്ച് ശാരീരികമായി അവർ തമ്മിൽ കണ്ട വൈരുദ്ധ്യം ശ്രദ്ധേയമായിരുന്നു. അവൾക്ക് അയാളേക്കാളും രണ്ടുമൂന്ന് ഇഞ്ചിനെങ്കിലും ഉയരക്കൂടുതലുണ്ടായിരുന്നു. പട്ടിണി അവളുടെ ശരീരത്തിൽനിന്ന് എല്ല് ഒഴികെ എല്ലാം ഒപ്പിയെടുത്തിരുന്നു. ഇത്രയും ഉയരം ഒരു പട്ടിണി ഉടലിന് തികച്ചും ശാപംതന്നെ എന്ന് അയാൾക്കു ബോധ്യംവന്നു. അവളുടെ കണ്ണിൽനിന്ന് കണ്ണീർ വാർന്നു വീണിരുന്നു. ചേലത്തുമ്പുകൊണ്ട് കണ്ണീർ ഒപ്പി ഒരൊറ്റ അക്ഷരം മറുപടി പറയാതെ അവൾ നിന്നു.

അവരെ രണ്ടുപേരെയും റീഹാബിലിറ്റേഷൻ ഓഫീസിലേക്ക് കൂട്ടിക്കൊണ്ടുപോയി. ഒരു റീഹാബിലിറ്റേഷൻ ബോണ്ട് എടുത്തു ബോണ്ടിൽ എഴുതി:

ബിശ്വേശ്വർ ഗരാമി. ഹെഡ് ഓഫ് ഫാമിലി.

നിന്റെ പേര്?

മൈഥിലി പരമാണിക്ക്.

ഇന്നുമുതൽ നീ മൈഥിലി പരമാണിക്ക് അല്ല, മൈഥിലി ഗരാമി.

അയാൾ എഴുതി:

മൈഥിലി ഗരാമി - വൈഫ്. ചിൽഡ്രൻ എന്ന കോളത്തിൽ രണ്ടു പെൺകുട്ടികളുടേയും പേരെഴുതി. അവളുടെ കുട്ടിക്ക് പേര് ഇട്ടിരുന്നില്ല. പേരിടാത്ത പെൺകുട്ടിക്ക് പെൺകുട്ടി എന്ന അർത്ഥത്തിൽ എഴുതി. കോകി. ബോണ്ടിൽ ബിശ്വേശ്വർ ഗരാമിയെക്കൊണ്ട് ഇടത്തെ കൈയിന്റെ വിരലടയാളം വെപ്പിച്ചു.

പിറ്റന്നാൾ സരസ്വതി പൂജയായിരുന്നു. അഭയാർത്ഥികൾക്കു നേരത്തെ തന്നെ ക്യാമ്പുദ്യോഗസ്ഥന്മാർ അരി വിതരണം ചെയ്തിരുന്നു. അന്ന് ഉച്ചയ്ക്ക് അയാൾ വെറുതെ ക്യാമ്പിൽ ചുറ്റിനടന്നു. ഒരു മരച്ചുവട്ടിലിരുന്ന് മൈഥിലി ഭക്ഷണം പാകംചെയ്യുന്നു. മൂന്നു പെൺകുട്ടികളും അവളുടെ മടിയിൽ തല ചായ്ച്ചു മയങ്ങുന്നു. ബിശ്വേശ്വർ ഗരാമി നീട്ടി

ക്കൊടുത്ത ഹുക്കയിൽ അവൾ കണൽ നിറച്ചുകൊടുക്കുന്നു. ഒരു പന്തീരാണ്ട് ഇഴുകിയ ദാമ്പത്യം മണിക്കൂറുകൾകൊണ്ടോ? ദാസ്ഗുപ്ത ബാബുവിനോടു പറഞ്ഞു. അദ്ദേഹം സ്തംഭിച്ചുപോയി. ഒരു ഫിലോസഫികൊണ്ടും അദ്ദേഹത്തിനതിനെ വ്യാഖ്യാനിക്കാനായില്ല. അദ്ദേഹം ഇത്രമാത്രം പറഞ്ഞു:

ഹ്യൂമൺബീയിങ്സ് യൂ കേൻ എക്സ്പ്ലെയിൻ... ബട്ട് നോട്ട് ഹ്യൂമൺ ലൈഫ്.

എന്നിട്ടും ക്യാമ്പിൽ മുറുമുറുപ്പുണ്ടായി. ഒരു ചടങ്ങും നടത്താതെ ഇങ്ങനെ കൂട്ടിയിണക്കുകയോ? ദ്വീപിൽ എത്തിയതിനുശേഷം ഒരു ബ്രാഹ്മണനെ വരുത്തി എല്ലാ ആചാരത്തോടെയും ഒരു വിവാഹം നടത്തുന്നതാണ്. ദ്വീപിൽ ചെന്നപ്പോൾത്തന്നെ ഒരനിയനെപ്പോലെയോ, അതിൽക്കവിഞ്ഞോ സ്നേഹിക്കുന്ന ആ ബംഗാളി മേലുദ്യോഗസ്ഥനോടു മാത്രം അതു പറഞ്ഞു:

നീ ഒരു ചടങ്ങിനും പോവരുത്. അത് മറന്നേക്കൂ. അല്ലെങ്കിൽത്തന്നെ ബംഗാളി അല്ലാത്ത നിന്നെ അഭയാർത്ഥികുടുംബങ്ങളെ കുടിയേറിപ്പാർപ്പിക്കുവാൻ തിരഞ്ഞെടുക്കുവാൻ അയക്കുന്നതിൽ പലർക്കും എതിർപ്പുണ്ട്. ഭാര്യയും ഭർത്താവും അല്ലാത്തവരെ ഫാമിലിയായി തിരഞ്ഞെടുത്തു എന്നെങ്ങാനും ആരെങ്കിലും പറഞ്ഞാൽ–

അദ്ദേഹം വളരെ കർശനമായി പറഞ്ഞ അതേ വാക്കുകൾ.

യൂ ലീവ് ഇറ്റ് ദെയർ.

ഒരു ചടങ്ങും നടന്നില്ല. പഞ്ചവടി എന്ന ഗ്രാമത്തിൽ ബിശ്വേശ്വർ ഗരാമിക്ക് അഞ്ച് ഏക്കർ വയലും ഒരു വീടും സ്വന്തം കൈകൊണ്ടു നറുക്കിട്ടുകൊടുത്തു. അഞ്ച് ഏക്കർ എന്നുപറഞ്ഞാൽ അവർക്കറിയില്ലായിരുന്നു. പതിനഞ്ചു ബിഗ്ഗാ എന്നു പറഞ്ഞാൽ തൃപ്തിയായി. ക്രമേണ ഒരു പതിനഞ്ചു ബിഗ്ഗാ കരഭൂമിയും അവർക്കു കിട്ടാൻ അർഹതയുണ്ട്. നെൽവയൽ അളന്നുകൊടുത്തു കഴിഞ്ഞാൽ ഇങ്ങനെ ഒരു പ്രഖ്യാപനം നടത്തും.

എവിടെനിന്നാണ് ഈ ബസ്സുയാത്രയ്ക്കിടയിൽ ആ സംഭവം മനസ്സിനെ പിടികൂടിയതെന്നറിയില്ല. ഓർമ്മകൾ ഒഴുക്കുവെള്ളത്തിലെന്നോണം ഇച്ഛയ്ക്കതീതമായി കൈവിട്ടുപോവുകയായിരുന്നു. പെട്ടെന്നയാൾ ബസ്സ് നിർത്തുവാൻ പറഞ്ഞു.

'സാർ ബേട്ടാപുരത്തേക്കല്ലേ ടിക്കറ്റെടുത്തത്? ഇത് പഞ്ചവടിവരെയേ എത്തിയിട്ടുള്ളൂ.'

കണ്ടക്ടർ വളരെ വിനയത്തോടെ പറഞ്ഞു. ഇന്നു കാലത്ത് കടംതല റെസ്റ്റ്ഹൗസിന്റെ മുമ്പിൽ അയാളെ കാണാൻ ആ ഗ്രാമത്തിലെ മുഴുവൻ പഴയ തലമുറക്കാരും എത്തിയിരുന്നു. പിന്നെയും ആളുകൾ

വന്നുകൊണ്ടേ ഇരുന്നു. അവർ കാട്ടിക്കൂട്ടിയ ആദരവിന്റെ ചേഷ്ടകൾ കണ്ട് ഈ കണ്ടക്ടർ അന്തംവിട്ടിരുന്നു. ദൂരെനിന്നും വന്നിരുന്ന കുടിയേറിപ്പാർപ്പുകാർക്ക് അയാളെ കണ്ടു വന്ദിക്കുവാൻ അവസരം നല്കാൻ കണ്ടക്ടർ ഇരുപതു മിനിറ്റു നേരത്തേക്ക് ബസ് നിർത്തി. ഒരു നല്ല പയ്യൻ. അയാൾ അപ്പോൾ മനസ്സിൽ കരുതി.

ബസ് അയാളേയും ഇറക്കി മുന്നോട്ടുപോയി. ബസ് കൈവിട്ടുപോയപ്പോൾ അയാൾക്ക് ഖേദം തോന്നി. എന്തൊക്കെയാണ് ഈ കാണിക്കുന്നത്! അയാൾ സ്വയം ചോദിച്ചു. തന്നോടുതന്നെ വെറുപ്പുതോന്നി. എന്തിനു യാത്ര മുറിച്ചു. ഒരിക്കലും എത്തേണ്ടിടത്ത് എത്താതെപോയത് ഈ ലക്ഷ്യം മറക്കുന്ന സ്വഭാവം ഒന്നുകൊണ്ടു മാത്രമാണ്. അയാൾ സ്വയം വിധിയെഴുതി.

ശരീരത്തിൽ കടൽക്കാറ്റ് അടിച്ചു. തൊട്ടപ്പുറത്ത് ഉപ്പുവെള്ളം കയറുന്ന ചതുപ്പുനിലമാണ്. അതിന്റെയും അപ്പുറത്ത് കടൽ. ഒട്ടും തടസ്സമില്ലാത്ത കടൽക്കാറ്റ്. പഞ്ചവടി ഗ്രാമത്തിന്റെ കവാടത്തിൽ പഴയ ഒറ്റയാൻകുന്ന്. ഇന്നും കുന്നിൻചെരുവിൽ കാട്ടുമരങ്ങളുടെ കൂരിരുട്ട്. ആ കുന്നിൻചെരുവ് ഇന്നും മരങ്ങൾ ചോർത്തിയെടുക്കാതെതന്നെ നിലനിർത്തിയിരിക്കുന്നു. അതുകൊണ്ട് ആ പ്രദേശത്തെപ്പറ്റിയുള്ള ഓർമ്മകൾക്കും ക്ഷതമേറ്റില്ല.

യാത്രയ്ക്കു ഭംഗം വരുത്തിയതിൽ ഖേദം തോന്നിയില്ല. അയാൾ ജോലിചെയ്തിട്ടില്ലാത്ത ഒരു പ്രദേശവും ഈ ദ്വീപുനിരയിലില്ല. പക്ഷേ, ഏറ്റവും രമണീയമായി തോന്നിയത് പഞ്ചവടി ഗ്രാമംതന്നെ. പഴയ മേപ്പിൽ പഞ്ചവടി പ്രദേശത്തിന്റെ പേര് ഹാപ്പിവാലി. സായ്പന്മാർ കൊടുത്ത റൊമാന്റിക് പേര്.

തോളിൽ ബാഗും തൂക്കി അയാൾ പഞ്ചവടി ഗ്രാമത്തിലേക്കു നടന്നു. അന്നത്തെ ഒറ്റയടിപ്പാതയല്ല. എങ്കിലും പുതിയ റോഡും പഴയ കാട്ടരുവിയുടെ കരയിൽക്കൂടിതന്നെ. ഇതിലേ എത്രയോ നടന്നിട്ടുണ്ട്. കൂടെ ശിപായിയുണ്ടാകും. പർസണൽ ഓർഡർലി. എന്നാലും ഫലത്തിൽ നടത്തം ഒറ്റയ്ക്കുതന്നെ. കാട്ടിൽ ജോലിചെയ്ത പഴയ ശിപായിമാരാണെങ്കിൽ പായുന്ന വേഗത്തിൽ മുന്നേറിപ്പോകും. കാട്ടിൽ ആദ്യമായി വരുന്ന ശിപായിമാരാണെങ്കിൽ വളരെ വളരെ പിന്നിലുമായിരിക്കും.

പഞ്ചവടി ഗ്രാമത്തോടടുക്കുന്നു. ആ വഴി കടന്നുപോകുന്നവരൊക്കെ ചെറുപ്പക്കാരാണ്. ആരും പരിചയം നടിക്കാത്തതിൽ അദ്ഭുതമില്ല. ഗ്രാമത്തിലേക്ക് കടക്കുന്നിടത്ത് അയാൾ നിന്നു. എതിരേ വന്ന ഒരു ചെറുപ്പക്കാരനോട് അയാൾ ചോദിച്ചു:

"ബിശ്വേശ്വർ ഗരാമിയുടെ വീട്."

ബിശ്വേശ്വർ ഗരാമി ഇന്നു ജീവിച്ചിരിപ്പുണ്ടോ എന്നുപോലും അയാൾക്ക് അറിയില്ല.

ഗരമിഭാഭ ഇപ്പോൾ ഇവിടെ വരും. ഞാൻ പോരുമ്പോൾ രങ്കത്തേക്കു പോകാൻ വീട്ടിൽ ഒരുങ്ങിനില്ക്കുന്നു. ഇവിടെത്തന്നെ നിന്നാൽ മതി. ഒരഞ്ചു നിമിഷത്തിനകം ഇവിടെ വരും.

അയാൾ ബേഗ് താഴെയിറക്കിവച്ചു. ഗ്രാമത്തിലേക്ക് നോക്കിനിന്നു. നറുക്കിട്ടപ്പോൾ ആദ്യം കിട്ടിയ വീട് ബിശ്വേശ്വർ ഗരാമിയുടെതായിരുന്നു. ഈ ഗ്രാമത്തിലേക്ക് കടക്കുന്നിടത്തെ ആദ്യത്തെ വീട്. അന്നൊക്കെ വരി വരിയായി അടുത്തടുത്ത് വീടുകൾ സർക്കാർ പണിതുകൊടുത്തിരുന്നു. ഈ വൻകാടിന്റെ നടുവിൽ വന്നുപെട്ടവരായതുകൊണ്ട് കൂട്ടായി താമസിക്കുവാൻ അഭയാർത്ഥികൾ ആഗ്രഹിച്ചിരുന്നു. പിന്നെ നിലങ്ങൾ കൊടുത്തു. അഭയാർത്ഥികൾ കാടിനോട് ഇടപഴകി. സ്വന്തം ജീവനേക്കാളുപരി സ്വന്തം നിലം സംരക്ഷിക്കുക എന്ന സ്ഥാപിതതാത്പര്യം വന്നു... വീടുകൾ പൊളിച്ച് സ്വന്തം നിലങ്ങളിൽ കൊണ്ടുപോയി ഓരോരുത്തരും സ്വന്തം രുചിക്കൊത്തു കെട്ടിയിരിക്കുന്നു. അന്നൊക്കെ നിലങ്ങളുടെ നടുവിൽ കനത്ത കാട്ടുമരക്കുറ്റികൾ കാണാമായിരുന്നു കുടിയേറിപാർപ്പുകാർ അവയ്ക്കു തീ കൊടുക്കുകയായിരുന്നു. സന്ധ്യാനേരങ്ങളിൽ അവ കത്തിയും പുകഞ്ഞുംകൊണ്ടിരിക്കും. അതൊരു ബീഭത്സമായ കാഴ്ചയായിരുന്നു. ഇന്നു കനത്ത മരക്കുറ്റികൾ മുഴുവനും ദഹിച്ചും വേരുകൾപോലും പിഴുതെടുത്തും നിലം വെടുപ്പാക്കി വരമ്പുകൾ ഇട്ടിരിക്കുന്നു. ഇവിടെ മഴ പെയ്യുന്നത് അയാൾ എത്രയോ നോക്കിയിരുന്നിട്ടുണ്ട്. മലഞ്ചെരുവിൽ വെള്ളിനൂലുകൾകണക്കെ മഴത്തുള്ളികൾ ഇറങ്ങിവരുന്നതു കാണാൻ. മൂന്നുനാലു പ്രായംചെന്ന മനുഷ്യർ ദൂരെ നിന്നും നടന്നുവരുന്നതു കാണാമായിരുന്നു. അടുത്തുവരുന്തോറും അയാൾ എല്ലാവരേയും തിരിച്ചറിഞ്ഞു. പക്ഷേ, ബിശ്വേശ്വർ ഗരാമിയുടെ പേരുമാത്രം ഓർമ്മയിലുണ്ട്. ബിശ്വേശ്വർ ഗരാമിയുടെ കാലിനുമാത്രം എന്തോ കുഴപ്പം സംഭവിച്ചിട്ടുണ്ട്. നടത്തത്തിന് എന്തോ അപാകത തോന്നുന്നു. വാതം പിടിച്ചുകാണും. അവരെത്തന്നെ സൂക്ഷിച്ചുനോക്കി നിന്നതുകൊണ്ടാവാം നാലുപേരും അടുത്തുവന്നപ്പോൾ നിന്നു.

'എന്നെ മനസ്സിലായില്ലേ?' അയാൾ ചോദിച്ചു.

നാലുപേരും എന്താണ് പറയേണ്ടതെന്നറിയാതെ മിഴിച്ചുനിന്നു. സ്വയം പരിചയപ്പെടുത്തേണ്ടിവരുമോ? അയാൾ ലജ്ജിച്ചു. പെട്ടെന്നാണ് ഒരാൾ പറഞ്ഞത്:

'അങ്ങനെ അല്ലെങ്കിൽ എന്നോടു ക്ഷമിക്കണം. നമ്മുടെ പഴയ കോളനൈസേഷൻ അസിസ്റ്റന്റ് ഓപ്പീസറല്ലേ?'

അയാൾ അതെ എന്നു പറഞ്ഞില്ല. ഇതിനകം നാലുപേരും നേരെ മുമ്പിൽ വന്ന് കൈ കൂപ്പി ശിരസ്സ് കുനിച്ചുനിന്നു.

'രങ്കത്തേക്ക് പോകാൻ ഇറങ്ങിയതല്ലേ? പൊക്കോളൂ. ഞാൻ ഇവിടെയൊന്നു ചുറ്റിക്കറങ്ങി കണ്ടിട്ട് ബേട്ടാപുരത്തേക്കു പോകും.'

'ആദ്യം നമുക്കു വീട്ടിൽ പോകാം. പിന്നെ ഇവിടെയൊക്കെ കൊണ്ടു പോയി കാണിച്ചുതരാം.'

ബിശ്വേശ്വർ ഗരാമി പറഞ്ഞു. 'നമ്മുടെ പഴയ ഓഫീസറെ ഇവിടെ ഒറ്റയ്ക്കാക്കിയിട്ടു പോകുന്നതു ശരിയല്ലല്ലോ. നിങ്ങൾ നടന്നോളൂ. ഈ കാരണംകൊണ്ടാണ് ഞാൻ വരാത്തതെന്ന് അവിടെ പറയണം.'

മറ്റുള്ളവർക്കും അയാളെ വിട്ടിട്ടു പോകാൻ മനസ്സില്ലായിരുന്നു. കുറച്ചുനേരം കൂടെ നിന്നിട്ട് അവർ തൊഴുകൈയോടെ യാത്ര പറഞ്ഞിട്ടു പോയി.

കുറച്ചു ദിവസങ്ങൾക്കു മുമ്പ് രങ്കത്ത് വെടിവെപ്പുണ്ടായി. രണ്ടു ബംഗാളി വിദ്യാർത്ഥികൾ മരിച്ചു. ഇന്ന് അതിന്റെ ഒരു മീറ്റിങ് വെച്ചിട്ടുണ്ട് രങ്കത്ത്.

അയാൾ ഓർത്തു: ബംഗാളികളല്ലേ? വെടിവെപ്പും മീറ്റിങ്ങുമൊക്കെ അവരുടെ രക്തത്തിൽ അലിഞ്ഞുചേർന്നതല്ലേ, എവിടെച്ചെന്നാലും?

അവർ നടന്നു, പഞ്ചവടി ഗ്രാമത്തിന്റെ നടുവിൽക്കൂടി ഒഴുകുന്ന കാട്ടരുവിയും കടന്ന്. പണ്ടൊക്കെ ഈ കാട്ടരുവിയുടെ ഇരുവശവും ചൂരൽക്കാടുകളുണ്ടായിരുന്നു. ഇന്ന് ചൂരൽക്കാടുകളില്ല. കാട്ടരുവി വറ്റിക്കിടക്കുന്നു.

വീടിന്റെ മുറ്റത്തുനിന്ന് ബിശ്വേശ്വർ ഗരാമി വിളിച്ചുപറഞ്ഞു:

'പെൺകുട്ട്യോളുടെ അമ്മേ, ഒന്നു പുറത്തേക്കു വന്നേ, നോക്കൂ ആരാ വന്നിരിക്കണത്.'

ഒരു സ്ത്രീ പുറത്തേക്കു വന്നു. പഴയ ഉയരത്തെ തോല്പിക്കുംവിധം ശരീരവും കൊഴുത്തിരിക്കുന്നു. വളരെ തുടുത്ത കവിളുകൾ. നല്ലവണ്ണം മുറുക്കിച്ചുവപ്പിച്ചിരിക്കുന്നു. വീതികൂടിയ നെറ്റിയിൽ ഒരു വലിയ സിന്ദൂരപ്പൊട്ട്. തികച്ചും മാദകം. ഇങ്ങനെ ഒരവസ്ഥയിലാണ് അന്ന് അവളെ കണ്ടിരുന്നതെങ്കിൽ അനുകമ്പയല്ല, അതിലും കടുപ്പമുള്ള എന്തെങ്കിലുമായിരിക്കും അവളോടു തോന്നുക.

അവൾ അമ്പരന്നുനിന്നു. പിന്നെ ഓടിവന്ന് കാലിൽ തൊട്ട് നെറുകയിൽ വെച്ചു. എന്നിട്ടു പൊട്ടിക്കരഞ്ഞു.

'നിന്നെ ഒരിക്കലും കരയാതെ കാണാൻ കഴിഞ്ഞിട്ടില്ലല്ലോ.'

അവൾ ചിരിക്കാൻ ശ്രമിച്ചു.

ഇത് അന്നത്തെ കരച്ചിലല്ല. ഇതു സന്തോഷംകൊണ്ടുള്ള കരച്ചിലാണ്.

'കയറി ഇരിക്കൂ.'

അവൾ അകത്തേക്കു പോയി.

ബംഗാളിലെ ഗ്രാമങ്ങളിൽ കാണുന്ന മാതൃകയിൽതന്നെ വീട് ഉണ്ടാക്കിയിരിക്കുന്നു. താമസിക്കുന്ന വീട് നടുവിലും ചെറിയ കുറെ വീടുകൾ ചുറ്റുമായി. വെപ്പുപുര, നെല്ലുകുത്തുപുര. നെല്ലു കുത്തുന്ന ഡെക്കി എന്ന മരത്തിന്റെ യന്ത്രം കിടക്കുന്നു. അതിൽ ചവിട്ടിയാണ് നെല്ലു കുത്തുക.

അവൾ ഒരു ചായയും രണ്ടു പുഴുങ്ങിയ താറാവുമുട്ടകളും കൊണ്ടു വന്നു വച്ചു.

'കഴിക്കൂ, അല്പസമയത്തിനകം ഊണു തയ്യാറാവും.'

'ഇനി ഇതിനും പുറമേ ഊണോ?'

'ഊണു കഴിക്കാതെ പോകുമെന്നോ? ഇന്ന് ഞങ്ങൾക്കെല്ലാം സമൃദ്ധിയായി ഉണ്ട്. വിറ്റതു കഴിച്ച് ഇനിയും കുറയാതെ നൂറു മന്ന് നെല്ല് കിടക്കുന്നു ഞങ്ങളുടെ മുളങ്കൂടകളിൽ.'

ബംഗാളിൽ നെല്ലു സൂക്ഷിക്കുന്നത് വലിയ മുളങ്കൂടകളിലാണ്.

അയാൾ ചായ കുടിച്ചു. സമൃദ്ധിയായി ആട്ടിൻപാല് ഒഴിച്ച ചായ. എത്രയോ കാലങ്ങളായി ആട്ടിൻപാല് ഒഴിച്ച ചായ കുടിച്ചിട്ട്.

'ഞാൻ വിചാരിച്ചു നിങ്ങൾ എന്നെയൊക്കെ മറന്നുകാണുമെന്ന്.'

'ഞങ്ങൾ അങ്ങയുടെ കാര്യം പറയാത്ത ഒരൊറ്റ ദിവസംപോലുമില്ല. ഒടുവിൽ ഞാൻ ഇവൾക്ക് ഉറപ്പുകൊടുത്തത് ഇങ്ങനെയാണ്. നമ്മൾക്ക് മദ്രാസിൽ പോകാം. അവിടെനിന്ന് രാമേശ്വരത്തേക്ക്, അവിടെനിന്ന് കേരളത്തിലേക്ക്, കേരളത്തിൽ സാർ എവിടെയുണ്ടെങ്കിലും തേടിപ്പിടിച്ചു കാണാം...'

ബംഗാളികൾക്ക് പണ്ടൊന്നും കേരളം എന്നൊന്നും പറയാൻ അറിയില്ലായിരുന്നു. എല്ലാം മദ്രാസ്. ഇന്ന് ബംഗാൾ, കേരളം, ത്രിപുര എന്ന ഒരു പുതിയ മാപ്പ് രൂപം കൊണ്ടിട്ടുണ്ടല്ലോ. അതായിരിക്കാം കേരളം എന്ന് ഓർക്കാൻ.

'എങ്കിലും ഇത്ര വർഷങ്ങൾക്കുശേഷവും എന്നെ ഓർക്കുന്നുവല്ലോ.'

'മനുഷ്യനാണെങ്കിൽ ഓർക്കും. അന്നു വൈകുന്നേരം ഞാൻ ദാസ് ഗുപ്ത ബാബുവിന്റെ വീട്ടിൽ വന്നില്ലേ? എനിക്കറിയാം അങ്ങ് അവിടെയുണ്ടെന്ന്. എനിക്കറിയാം അങ്ങു പറയാൻ പോകുന്ന മറുപടിയും. കൂടെ പുരുഷനില്ലാത്തതുകൊണ്ട് ഫാമിലിയായി കൊണ്ടുപോകാൻ പറ്റില്ല. അവസാനമായി ഈ മറുപടി കിട്ടാനാണ് ഞാൻ വന്നത്. എന്നിട്ടുവേണം എനിക്കു കുഞ്ഞിനോടൊപ്പം ഇച്ഛാമതി നദിയിൽ ചാടി ചാകാൻ... അവിടെ വന്നപ്പോൾ എനിക്കു കിട്ടിയത് മറ്റൊരു വിധിയാണ്...'

'നിനക്കറിഞ്ഞുകൂടെ നിനക്ക് അധികം സംസാരിക്കാനോ കരയാനോ ഒന്നും പാടില്ലെന്ന്.'

ബിശ്വേശ്വർ ഗരാമി അവളെ വിലക്കി.

'അങ്ങേയ്ക്ക് അറിയില്ല. അവൾക്ക് ഹാർട്ടിന് നല്ല സുഖമില്ല.'

'ഞാൻ ഒരൊറ്റ വാക്കുകൂടെ പറഞ്ഞു നിർത്താം. ഞങ്ങളെ ഫാമിലി ആക്കിയതിന്റെ പിറ്റേദിവസം സരസ്വതിപൂജയായിരുന്നു. അന്ന് എനിക്ക് ഒരു സാരിയും ഇദ്ദേഹത്തിന് ഒരു ഷർട്ടും വാങ്ങിത്തന്നത് എങ്ങനെ മറക്കാനാ?'

അയാൾ അത് എന്നോ മറന്നിരുന്നു. ഇച്ഛാമതി നദിയുടെ മരപ്പാലത്തിന്റെ ഇരുവശവും തെരുവുകച്ചവടക്കാർ ഇരുന്ന് തുണികൾ വിറ്റിരുന്നു. അവിടെനിന്നാണ് അയാൾ ഏറ്റവും വില കുറഞ്ഞ ഒരു ഹാൻഡ്‌ലൂം സാരിയും ഒരു ഷർട്ടും വാങ്ങിക്കൊടുത്തത്.

'നമ്മൾക്ക് ഒന്നു പുറത്തിറങ്ങിയിട്ടു വരാം. അങ്ങ് അളന്നുതന്ന സ്ഥലങ്ങളൊക്കെ ഇന്നു നടന്നുകാണേണ്ടേ?'

ബിശ്വേശ്വർ ഗരാമി പറഞ്ഞു. അവർ പുറത്തിറങ്ങി. ആ ഗ്രാമം ആകെ നടന്നു കണ്ടു. അയാൾ സംതൃപ്തനായി. പഞ്ചവടി ഗ്രാമത്തോടു മാത്രമല്ല, മനുഷ്യാവസ്ഥയോടുതന്നെ മതിപ്പു തോന്നി.

ബിശ്വേശ്വർ ഗരാമിയുടെ ഭാര്യ ചോറു വിളമ്പി. മത്തയുടെ ഇല കൊണ്ടു മെഴുക്കുപുരട്ടി. ഇല മാത്രമല്ല നന്നെ കുരുന്നുമത്തങ്ങയും ഇടും. ഇലക്കറിക്ക് ബംഗാളികൾ ഷാഗ് എന്നു പറയുന്നു. ഇതാണ് ആദ്യം വിളമ്പുക. പിന്നെ പരിപ്പും ഞണ്ടുകറിയും വിളമ്പി. കൈയിലൊതുങ്ങാത്ത വലിയ ഞണ്ടുകൾ.

ഭക്ഷണം കഴിച്ചുകൊണ്ടിരിക്കുമ്പോൾ അവൾ ചോദിച്ചു:

'അങ്ങയുടെ നാട്ടിൽ ബംഗാളികളുണ്ടോ?'

'നീ എന്തു മണ്ടത്തരമാണ് ചോദിക്കുന്നത്. അദ്ദേഹത്തിന്റെ നാട് കേരളമല്ലേ? അവിടെ എങ്ങനെ ബംഗാളികളുണ്ടാവും?'

'ഞാൻ ചോദിക്കുവാൻ കാരണമുണ്ട്. ഇത്ര വർഷങ്ങൾക്കു ശേഷവും അദ്ദേഹം ബംഗ്ലഭാഷ സംസാരിക്കുന്നു.'

നിങ്ങളൊക്കെ അല്ലേ, എന്നെ ബംഗ്ലഭാഷ പഠിപ്പിച്ചത്. നിങ്ങളുടെ ദുഃഖത്തിലൂടെയല്ലേ ഞാൻ ആ ഭാഷ പഠിച്ചത്. അത് ദുഃഖത്തിന്റെ ഭാഷയാണ്. എങ്ങനെ മറക്കാനാ. അതുപോട്ടെ നിങ്ങളുടെ പെൺകുട്ടികളൊക്കെ...'

'മൂന്നു പെൺകുട്ടികളേയും കല്യാണം കഴിച്ചുകൊടുത്തു.'

അവർക്കു രണ്ടുപേർക്കുംകൂടി അന്നേ മൂന്നു പെൺകുട്ടികളുണ്ടായിരുന്നു. ഈ ബന്ധത്തിൽ കുട്ടികളുണ്ടായില്ലേ? എന്തോ, ചോദിക്കാൻ മനസ്സുവന്നില്ല.

അയാൾ ഊണുകഴിഞ്ഞെഴുന്നേറ്റു.

'ഇനി കുറച്ചു വിശ്രമിച്ചോളൂ.'

'വേണ്ട എനിക്ക് ഉടനെ പോകണം. വൈകുന്നേരത്തിനു മുമ്പെ ബേട്ടാപുരത്തെത്തണം. എന്നാലേ ഉദ്ദേശിച്ച വേഗത്തിൽ എല്ലായിടത്തും എത്തിച്ചേരാനൊക്കൂ..'

അയാളോടൊപ്പം ബിശ്വേശ്വർ ഗരാമിയും ഭാര്യയും നടന്നു. ഗരാമിയുടെ ഭാര്യ കാട്ടരുവിയുടെ കരവരെ അനുഗമിച്ചു. വിചിത്രമെന്നു തോന്നി. അവൾ ചിരിച്ചുകൊണ്ട് യാത്രയാക്കുന്നു. അവൾ പറഞ്ഞു:

'ഉണ്ടായ കാര്യങ്ങൾ മുഴുവൻ ഇദ്ദേഹത്തോടു പറയണം. ഞാൻ പറയാൻ ആരംഭിച്ചാൽ വല്ലാതെ കരഞ്ഞുപോകും.'

ബിശ്വേശ്വർ ഗരാമി റോഡുവരെ അയാളെ അനുഗമിക്കാമെന്ന് ഏറ്റിരുന്നു. വേണ്ടെന്നു പറഞ്ഞിട്ടും. ഗ്രാമത്തിൽനിന്നും മലയോരത്തെ പാതയിൽ എത്തിയപ്പോൾ അയാൾ ചോദിച്ചു:

'ഉണ്ടായ കാര്യങ്ങൾ മുഴുവൻ പറയാൻ പറഞ്ഞിരുന്നല്ലോ. എന്താ, നിങ്ങൾ തമ്മിൽ വഴക്കുണ്ടാകാറുണ്ടോ?'

'വഴക്കൊക്കെ ഉണ്ടാകാറുണ്ട്. അതിന്റെ പിണക്കം ഏറിയാൽ രണ്ടു ദിവസം. അതല്ല അവൾ പറഞ്ഞത്. അതു വേറെ ഒരു സംഗതിയാണ്. അവളുടെ ആദ്യത്തെ ഭർത്താവ് എങ്ങനെയൊക്കെയോ അന്വേഷിച്ചു പിടിച്ച് അവളെ കാണാൻ വന്നിരുന്നു.'

'എന്നിട്ടു കുഴപ്പം വല്ലതും ഉണ്ടായോ?'

'എന്താ കുഴപ്പം? എനിക്ക് ആ മനുഷ്യനോട് ഒരു വെറുപ്പും തോന്നിയിട്ടില്ല. അത്ര നല്ല മനുഷ്യൻ. പക്ഷേ, അവൾ ആ മനുഷ്യനെ കാണാൻ വിസമ്മതിച്ചു. അവൾ പറഞ്ഞു. എന്റെ ഏറ്റവും ദുരിതംപിടിച്ച നാളുകളിൽ ദൈവംപോലെയുള്ള ആ മദ്രാസിബാബുവാണ് നമ്മളെ കൂട്ടിയിണക്കിയത്. ഈ ജീവിതത്തിൽ എനിക്കിനി ഈ ബന്ധം തന്നെ മതി.'

ഇതു പറയുമ്പോൾ എന്തിന് ബിശ്വേശ്വർ ഗരാമി കരയുന്നു എന്നറിഞ്ഞില്ല.

അയാളുടെ കണ്ണുകളും നിയന്ത്രണം വിട്ടിരുന്നു. പക്ഷേ, ആ കണ്ണീർ ദുഃഖത്തിന്റേതായിരുന്നില്ല. താൻ പിടിപ്പിച്ച ഒട്ടുചെടിയുടെ വീറിനെക്കുറിച്ചോർത്തപ്പോൾ തോന്നിയ ആനന്ദം, അതൊന്നുകൊണ്ടുമാത്രം.

■

മങ്ക്റ

മങ്ക്റ ക്രിസ്ത്യാനിയാണോ ഹിന്ദുവാണോ എന്ന് ഇന്നോർക്കുന്നില്ല. ഹിന്ദുവാണെങ്കിൽ ബുദ്ധുറാം മങ്ക്റ, സുഖ്റാം മങ്ക്റ എന്നൊക്കെയാവാം. ക്രിസ്ത്യാനിയാണെങ്കിൽ സിൽവാനോസ് മങ്ക്റ, പിയൂസ് മങ്ക്റ എന്നൊക്കെയാവാം മുഴുവൻ പേര്... മങ്ക്റ ഗോത്രപ്പേരാണ്! ബീഹാറിലെ റാഞ്ചി ജില്ലയിലെ കാടുകളിൽ കഴിഞ്ഞുവരുന്ന ഒരു ഗോത്രം... ഓർമ്മകൾക്കു പൂപ്പൽ ബാധിച്ചതുകൊണ്ട് മങ്ക്റയുടെ മുഖത്തിനു മിഴിവില്ല... രൂപം വ്യക്തലോപമാണ്... ഓർമ്മകൾക്കു നിറം നല്കാനാവില്ല... ആകൃതി നല്കാനാവില്ല... ഓർമ്മകൾക്ക് ഒന്നു മാത്രം നിർലോഭം നല്കാനറിയാം. ദുഃഖം... പുലരാൻ കാലത്തെ നേരിയ തണുപ്പിൽ മഞ്ഞിൻചീളുകളിൽ, കാട്ടാപ്പയുടെ പൂക്കളിൽ... അയാൾ ഇന്നും മങ്ക്റയെ കാണുന്നു...

ഋതുക്കളുടെ കടമ്പകൾ കയറിയിറങ്ങി കാലം കടന്നുപോകുന്നു. ഓർമ്മകൾക്കു മാത്രം അമരത്വം നല്കുന്നു...

മങ്ക്റ അവന്റെ വീട്ടിലേക്ക് എത്തിച്ചേരാനുള്ള വഴി പറഞ്ഞുതരാറുണ്ട്. റാഞ്ചിയിൽനിന്നു പുറപ്പെടുന്ന തീവണ്ടിയിൽ നാലുമണിക്കൂർ യാത്രചെയ്താൽ എത്തുന്ന ഏതോ ഒരു തീവണ്ടിയാഫീസിൽ ഇറങ്ങുക. അവിടെനിന്ന് ഒരു പകൽ മുഴുവൻ നടന്നാൽ മങ്ക്റയുടെ ഗ്രാമത്തിലെത്തും. അന്നൊക്കെ ഇതെല്ലാം താണ്ടിയിട്ട് അവർ കിഴക്കൻ ദ്വീപിൽ എത്തി.... ഇന്ന് റാഞ്ചിയിലെ ഗിരിഗോത്രക്കാർ കിഴക്കൻ ദ്വീപിലെ കാടുകളിൽ ജോലിക്കു പോകാറുണ്ടോ?....

അന്നൊക്കെ കിഴക്കൻ ദ്വീപിലെ മഴക്കാടുകൾ ഇരുണ്ടുകിടന്ന... കിഴക്കൻ ദ്വീപിലെ കാടുകൾ ദൃശ്യമനോഹരമായിരുന്നു. കാട് സമുദ്രത്തിലേക്ക് ഇറങ്ങിവന്നില്ല... സമുദ്രം കാട്ടിലേക്ക് കയറിച്ചെന്നില്ല. ചതുപ്പുനിലവും ചൂരൽക്കാടുകളും കടന്നാക്രമണങ്ങളെ തടഞ്ഞു കാവൽനിന്നു.

അന്നൊക്കെ കാടുകളിൽ കയറിയിരുന്നത് ഒരു യുദ്ധസന്നാഹത്തോടെയായിരുന്നു... കരയിലേക്ക് ഓടിക്കയറുന്നതരം കപ്പലുകൾ. അനേകം ബോട്ടുകൾ, പത്തേമാരികൾ, തോണികൾ, ആനകൾ, ബുൾഡോസറുകൾ.. ഒടുവിൽ കാലാൾപ്പട... വെയിൽകായാൻ ഇരിക്കുന്ന

വയസ്സൻ മുതലകൾ, അന്നുവരെ കണ്ടിട്ടില്ലാത്ത അജ്ഞാതയന്ത്ര ങ്ങളേയും ജീവികളേയും കണ്ണുരുട്ടി നോക്കും... മുന്നേറ്റം അടുക്കുമ്പോൾ മുതലകൾ പതുക്കെ എഴുന്നേറ്റ് ചൂരൽപ്പൊന്തകളിലേക്ക് ഇഴഞ്ഞുമറയും.

കിഴക്കൻ ദ്വീപിലെ കാടുകളിൽ അങ്ങനെ ഒരു പുതിയ ക്യാമ്പ് തുറക്ക പ്പെടുന്നു... അറുപതുവർഷത്തിൽ ഒരിക്കൽ... ഒരു ദിക്കിൽ...

അന്ന് അയാളുടെ ക്യാമ്പിൽ മൂന്ന് ആനകൾ ഉണ്ടായിരുന്നു... ട്ടേയും പട്ടാഡയും ബർമാക്കാരായിരുന്നു... അവരുടെ ആനക്കാരും ബർമാ ക്കാരായിരുന്നു. അവയെ ലാളിച്ചതും ശാസിച്ചതുമെല്ലാം ബർമാഭാഷയി ലായിരുന്നു... മറ്റൊരാനയുണ്ടായിരുന്നു...

ഹാനിബാൾ...

ഒരു ചരിത്രവിദ്യാർത്ഥിയായിരുന്ന അയാൾക്ക് ഈ പേര് നന്നേ ഇഷ്ട പ്പെട്ടു...

ഒരിക്കൽ ഹാനിബാളിന്റെ അടുക്കൽ ചെന്നുനിന്ന് അയാൾ ചോദിച്ചു.

'എടാ ഹാനിബാളെ... കാർത്തേജിൽ എല്ലാവർക്കും സുഖം തന്നെ യല്ലേ...?"

മങ്ക്റ ഓടിവന്നു.

"ഈ ആനയ്ക്ക് ആരും അടുത്തുനിന്നു സംസാരിക്കുന്നത് ഇഷ്ട മല്ല.."

ആന ഒന്നു മുരണ്ടു.

"ബേട്ടാ.."

തുടർന്ന് മങ്ക്റ ഗിരിവർഗ്ഗക്കാരുടെ ഭാഷയിൽ ആനയെ സാന്ത്വന പ്പെടുത്തി.

ശബ്ദങ്ങളിൽനിന്നൊഴിഞ്ഞ്, മനുഷ്യരിൽനിന്നൊഴിഞ്ഞ്, ആനകളിൽ നിന്നൊഴിഞ്ഞ്, ഹാനിബാളും മങ്ക്റയും കടൽത്തീരത്തോ അരുവിക്കര യിലോ കളിച്ചുകൊണ്ടിരിക്കും... ഹാനിബാൾ മക്കണയായിരുന്നു. മക്കണ എന്നാൽ ആണാന... പക്ഷേ, കൊമ്പുകൾ ഉണ്ടാവില്ല. കൊമ്പുകൾ ഇല്ലാത്ത ആണാനകൾക്ക് ആരോഗ്യം കൂടും... പൗരുഷവും.

മങ്ക്റയും ഹാനിബാളും കളിച്ചുകൊണ്ടിരിക്കുന്നതു കാണാൻ രസ മാണ്. മങ്ക്റ എന്തോ ഫലിതം പറയും... ആ ഫലിതം ആസ്വദിച്ച് ഹാനി ബാൾ മങ്ക്റയെ തുമ്പിക്കൈകൊണ്ട് പതുക്കെ തട്ടിയും തലോടിയും നില്ക്കും. അല്ലെങ്കിൽ ഹാനിബാൾ പരിഭവിച്ചു നില്ക്കും. ക്യാമ്പിലെ ആനകൾക്കു കടലയും നെല്ലും ശർക്കരയും കൊടുക്കുമായിരുന്നു... അതിന്റെ അളവുകളിൽ ഒരു അണു കുറഞ്ഞാൽ മങ്ക്റ കരയും. മുഴുവൻ കിട്ടുന്നതുവരെ മങ്ക്റ കുത്തിയിരിപ്പു നടത്തും. അന്നൊക്കെ കാട്ടിൽ എത്തുന്ന ശർക്കര വാറ്റുകാരന്റെ സ്വത്തായിരുന്നു.

റാഞ്ചിയിൽനിന്നുള്ള കൂലിക്കാർ ഒരു വർഷത്തെ കരാറിൽ വരുന്നു... ഒരു വർഷം തികയാറാകുമ്പോൾ അവർക്കു കടുത്ത ഹോംസിക്ക്നസ്സ് വരുന്നു. അവർ കൈവിരലുകളിൽ ദിവസങ്ങൾ എണ്ണി തിട്ടപ്പെടുത്തുന്നു... ഹോം സിക്ക്നസ്സ് വരാത്തവർക്ക് ഹോം ഇല്ല... തിരിച്ചുപോകേണ്ടതുമില്ല. അങ്ങനെ തിരിച്ചുപോകാത്തവരെ ആർക്കും വേണ്ട... ജോലി എടുപ്പിക്കുന്നവന് എന്നും ആവശ്യം 'വെർജിൻ ലേബർ' ആണ്. അതുകൊണ്ട് കിഴക്കൻ ദ്വീപിലേക്ക് എന്നും പുതിയ ഗിരിവർഗ്ഗക്കാർ മാത്രം ഒഴുകുന്നു... വരുന്നതു പണിയെടുക്കുവാൻ മാത്രം എന്നവർ വിശ്വസിക്കുന്നു. ഒടുവിൽ വർഷാവസാനം സ്വാതന്ത്ര്യം എന്ന ശുദ്ധവായുവിൽ അലിഞ്ഞ പ്രത്യക്ഷരാകുന്നു...

പക്ഷേ, മങ്ക്റയുടെ കാര്യത്തിൽ സംഭവിച്ചതു മറിച്ചാണ്.

മേലുദ്യോഗസ്ഥൻ കാലാവധി കഴിഞ്ഞ് തിരിച്ചയക്കേണ്ടവരുടെ പേരുകൾ തേടി വന്നു. ലിസ്റ്റ് പരിശോധിച്ച് കാക്കിസ്റ്റോക്കിൻസിൽ കുത്തിയിരുന്ന പേനയെടുത്ത് മങ്ക്റയുടെ പേരിനു ചുറ്റും ഒരു വട്ടം വരച്ച് ലിസ്റ്റ് തിരിച്ചുതന്നു. അതിന്റെ പൊരുൾ പിടികിട്ടാതെ അയാൾ മിഴിച്ചുനിന്നു...

"മങ്ക്റയ്ക്കു സബ്സ്റ്റിറ്റ്യൂട്ടിനെ കിട്ടിയിട്ടില്ല."

"സബ്സ്റ്റിറ്റ്യൂട്ടിനെ കിട്ടിയില്ലെന്നു കരുതി ആളെ തടഞ്ഞുവെക്കുന്നതു ശരിയാണോ?... എഗ്രിമെന്റ് പിരീയഡ് കഴിയുമ്പോൾ...."

അയാൾ ചോദിച്ചത് ഓഫീസർക്ക് ഒട്ടും ഇഷ്ടപ്പെട്ടില്ല.

"ഹാനിബാൾ, ആനയെ നിങ്ങൾ മേയ്ക്കുമോ?..." ഓഫീസർ പൊടുന്നനെ ചോദിച്ചു.

സത്യത്തിൽ അപ്പോഴാണ് അയാളും അതിനെപ്പറ്റി ചിന്തിച്ചത്... അതുകൊണ്ട് അയാൾ മറ്റൊന്ന് എടുത്തിട്ടു:

"അതേ ബാച്ചിൽ വന്ന മറ്റു കൂലിക്കാരെ അയയ്ക്കുക, മങ്ക്റയെ മാത്രം അയയ്ക്കാതിരിക്കുക... അത് പ്രായോഗികമാകുമോ?"

"അതിനൊക്കെ ഒരു പ്ലാൻ ഞാൻ കണ്ടുവെച്ചിട്ടുണ്ട്..." ഓഫീസർ പറഞ്ഞു. എന്നിട്ടു പ്ലാൻ വിവരിച്ചു: "അതേ ബാച്ചിലെ മറ്റു കൂലിക്കാരെ ഞാൻ ഇപ്പോൾത്തന്നെ എന്റെ ബോട്ടിൽ ഹെഡ്ക്വാർട്ടേഴ്സിലേക്കു കൊണ്ടുപോകും... അവിടെനിന്നു നാട്ടിലേക്ക് തിരിച്ചയയ്ക്കും..."

"മങ്ക്റയോട് എന്തു പറയണം. അവൻ വിരലിൽ എണ്ണി വ്യാഴാഴ്ചയാണ് പോകേണ്ട ദിവസമെന്നു കണ്ടുപിടിച്ചിരിക്കുന്നു..."

"വ്യാഴാഴ്ച അവനെ കൊണ്ടുപോകാൻ ബോട്ടു വരുമെന്നു പറയണം."

ഓഫീസർ ലാഘവത്തോടെ പറഞ്ഞത് അയാൾക്ക് രുചിച്ചില്ല. "എന്നിട്ട് ബോട്ട് വ്യാഴാഴ്ച വരാതിരിക്കുമ്പോൾ..."

"വെള്ളിയാഴ്ച വരുമെന്നു പറയണം. പിന്നെ ശനിയാഴ്ച ബോട്ടു വരുമെന്നു പറയണം.. ഡെയ്‌ലി ഹോപ്സ് കൊടുത്തുകൊണ്ടേയിരിക്കണം..."

"ഇതൊക്കെ ഒരു ഗൂഢാലോചനയാവില്ലേ?"

"ഗൂഢാലോചനയില്ലാതെ കാട്ടിലെ വണ്ടി നടക്കില്ല."

അന്ന് അയാൾ ഓർത്തു... കാട്ടിലെ ഉദ്യോഗസ്ഥന്റെ മനസ്സും കാട്ടുമരം കൊണ്ടുണ്ടാക്കിയതാണോ?

പിന്നീടുള്ള ദിവസങ്ങളിൽ മങ്ക്റ ചിരിച്ചുകൊണ്ട് അടുത്തു വരുമ്പോഴൊക്കെ അയാൾ മുഖം തിരിച്ചുനടക്കും... മങ്ക്റ പരിഭ്രമിച്ചിട്ടു ചോദിച്ചു...

"എന്റെ കൂട്ടുകാരൊക്കെ പോയല്ലോ..."

"നീ കൂട്ടുകാരെപ്പോലെ സാധാരണ കൂലിക്കാരനല്ലല്ലോ. നീ ആനക്കാരനല്ലേ... മറ്റൊരാനക്കാരനെ കിട്ടാതെ നീ പോകുന്നതു ശരിയാണോ..."

അവൻ മിഴിച്ചു നില്ക്കുന്നതു കണ്ടപ്പോൾ അയാളിലെ കാട്ടിലെ ഉദ്യോഗസ്ഥൻ ഉണർന്നു.

"നീ പേടിക്കേണ്ട.. വ്യാഴാഴ്ച നിനക്കു പകരം ഒരു ആനക്കാരൻ വരും... ആ ബോട്ടിൽ നിനക്കു പോകാം..."

അയാളും കാട്ടുമരംകൊണ്ട് മനസ്സു മെനഞ്ഞെടുക്കുവാൻ ശ്രമിച്ചു... അയാൾ ചോദിച്ചു:

"എടാ മങ്ക്റേ, നീ ഇത്ര തിരക്കുപിടിക്കുന്നതെന്തിനാ?... നിനക്ക് ഈ നാടു പിടിക്കുന്നില്ലേ?"

"അതല്ലാ ബാബൂ, എന്റെ കല്യാണം നിശ്ചയിച്ചിരിക്കുന്നു..."

"എന്നാണ് നിന്റെ കല്യാണം?"

"ഞാൻ ഗ്രാമത്തിലെത്തിയാൽ അതിന്റെ പിറ്റേ ദിവസം."

"അതിന് നീ പെണ്ണിനെ കണ്ടിട്ടുണ്ടോ?"

"ഇല്ല."

"പിന്നെ ആരു പോയി പെണ്ണിനെ ഉറപ്പിച്ചു?"

"ഗ്രാമമുഖ്യൻ"

"അപ്പോൾ നീ പെണ്ണിനെ കല്യാണസമയത്തായിരിക്കും കാണുക, അല്ലേ?"

"കല്യാണസമയത്തും കാണില്ല. മുഖം ആകെ മറച്ചിരിക്കും."

"രാത്രി ചിമ്മിനി വിളക്കിലായിരിക്കും?"

"ചിമ്മിനി വിളക്കിലും പാടില്ല... വിളക്കു കെടുത്തിയാലേ പെണ്ണിനു മുറിയിലേക്ക് വരാൻ പാടുള്ളൂ..."

അതുകേട്ടപ്പോൾ അയാൾക്ക് ആദ്യം ചിരിവന്നു... പിന്നെ ഉത്ക്കട മായ വിസ്മയവും... ഇരുട്ടിൽവെച്ച് ഒരു പുരുഷാർത്ഥം പങ്കിടാൻ അന്യോന്യം തപ്പുന്ന മിഥുനങ്ങൾ...

വളരെ നേരത്തിനുശേഷം മനസ്സ് ഒന്നു മയപ്പെടുത്താൻ മാത്രം അയാൾ ചോദിച്ചു:

"നീ നിന്റെ പെണ്ണിനോട് എന്താ ആദ്യമായി പറയുക..."

"പോ... ബാബൂ..."

വ്യാഴാഴ്ച അടുത്തുവരുന്നു. മങ്ക്റ ഒരു പൂമ്പാറ്റയെപ്പോലെ പാറി നടക്കുന്നു... മനുഷ്യരോടും മരങ്ങളോടും യാത്ര ചോദിക്കുന്നു. ബുധ നാഴ്ച രാത്രി അവൻ ഉറങ്ങിയില്ല. ഡോലക്ക് അടിച്ചും പാട്ടുപാടിയും നേരം വെളുപ്പിച്ചു. അവൻ തയ്യാറെടുത്ത് ബോട്ടുജെട്ടിയിൽ ചെന്നിരുന്നു... കടൽ ഉണർന്നിരുന്നില്ല... കനത്ത മഞ്ഞ് അവനിൽ പ്രതീക്ഷ വളർത്തി യതേയുള്ളൂ...

അയാൾ ക്യാമ്പിലിരുന്ന് എല്ലാം നോക്കി, അവന്റെ ചലനങ്ങൾക്ക്, ദുഃഖത്തോടെ മൂകസാക്ഷിത്വം വരിച്ച്... മഞ്ഞും ഇളംവെയിലും മങ്ക്റ ഉന്മേഷത്തോടെ എതിരിട്ടു... പൊള്ളുന്ന വെയിലും പുഞ്ചിരിയോടെതന്നെ സഹിച്ചു... കാടും കടലും കറക്കുവാൻ തുടങ്ങിയപ്പോൾ മങ്ക്റ പരിഭ്രാന്തനായി... രാത്രി ഏറെ ചെന്നിട്ടും മങ്ക്റ അതേ ഇരുപ്പിൽനിന്നെഴുന്നേറ്റില്ല... അയാൾ ചെന്നു വിളിച്ചപ്പോൾ മങ്ക്റ പൊട്ടിക്കരഞ്ഞു...

മങ്ക്റ പിറ്റേന്നാൾ ജോലിക്ക് വന്നില്ല. ബോട്ടുജെട്ടിയിൽ കിടന്നുറങ്ങി... തുടർന്നുള്ള ഒരൊറ്റ ദിവസവും അവൻ ജോലിക്കു വന്നില്ല. ഹാനിബാൾ കാടുകയറിപ്പോയി...

നേരിട്ട് ഈ വിവരം അറിയിക്കുവാൻ അയാൾ ഹെഡ്ക്വാർട്ടേഴ്സിൽ ചെന്നു പറഞ്ഞുതീർത്തപ്പോൾ ഓഫീസർ പൊട്ടിത്തെറിച്ചു:

"ഒരു റാഞ്ചിക്കാരൻ കൂലിക്കാരനെ കൺട്രോൾ ചെയ്യാൻപോലും നിങ്ങൾക്കു കഴിയുന്നില്ല, അല്ലേ? നിങ്ങൾ ക്യാമ്പിൽ നില്ക്കേണ്ട... ഇവിടെ ഓഫീസിൽ ക്ലാർക്കുജോലി നോക്കിക്കോളൂ... നിങ്ങൾക്കു പറ്റിയ പണി അതാണ്..."

അയാൾ ഹെഡ്ക്വാർട്ടേഴ്സിൽ നിന്നു മടങ്ങി...

ഓഫീസർ ഒരു ഫലിതം പറഞ്ഞതായിരുന്നില്ല.. പിറ്റേന്നാൾ യാങ്കി ബാബു വന്നു...

"എനിക്ക് ക്യാമ്പിന്റെ ചാർജ്ജ് തന്നിട്ട് ഇതേ ബോട്ടിൽത്തന്നെ നിങ്ങൾ ഹെഡ്ക്വാർട്ടേഴ്സിലേക്ക് പോകണം..."

യാങ്കിബാബു കൗബോയ് വേഷത്തിലായിരുന്നു... ചാർജ്ജ് കൊടുക്കുന്നതിനു മുമ്പുതന്നെ യാങ്കി ബാബു അധികാരം കൈയിലെടുത്തിരുന്നു.

അരയിലെ ബെൽറ്റിൽ ഹണ്ടിങ്ങ് നൈഫ്... കൈയിൽ പോയന്റ് റ്റൂ റ്റൂ റൈഫിൾ.. മറ്റേ കൈയുടെ തള്ളവിരൽ ജീൻസിന്റെ പട്ടയിൽ തിരുകി നിവർന്നുനിന്ന് യാങ്കി ബാബു അലറി:

"ആരാടാ... ഈ മങ്ക്റാ..."

മങ്ക്റ ചെന്നു... മങ്ക്റയുടെ മുഖത്ത് ഭയം നിഴലിച്ചില്ല. ഒരു ഭാവവും ഭാവഭേദവും പകർന്നില്ല... ശിലാസദൃശം ശീതം....

"പോയി കാട്ടിൽ കയറി ഹാനിബാളിനെ കൂട്ടിക്കൊണ്ടുവരൂ..."

മങ്ക്റ അനങ്ങിയില്ല...

യാങ്കി ബാബു തെക്കേ ഇന്ത്യക്കാരനാണ്. എന്നിട്ടും ഹിന്ദുസ്ഥാനിയിൽ ഇത്രമാത്രം തെറിവാക്കുകൾ ഒരൊറ്റശ്വാസത്തിന് പറയാൻ പഠിച്ചുവെച്ചതിൽ അയാൾക്ക് ആശ്ചര്യം തോന്നി.

ഒടുവിൽ യാങ്കി ബാബു പറഞ്ഞു:

"ഹായ് മങ്ക്റാ... പഴയ കാലം പോയി. നിന്റെ പഴയ ബാബുവിനെപ്പോലെ ഞാൻ തണുപ്പനല്ല... ഞാൻ ചുട്ടുപഴുത്തിരിക്കും... ഓർമ്മ വെച്ചോ!..."

മങ്ക്റ നടന്നകലുന്നു.

കുറച്ചുനേരത്തിനുശേഷം യാങ്കി ബാബു ചോദിച്ചു:

"മങ്ക്റ കാട്ടിലേക്കു പോയോ?"

ഒരു കൂലിക്കാരൻ വന്നിട്ടു പറഞ്ഞു:

"മങ്ക്റ പോയില്ല. അനങ്ങാതെ ക്യാമ്പിന്റെ പിൻവശത്തു നില്ക്കുന്നു."

"എന്നാൽ ഇത് കൊണ്ടുപോയി വെള്ളം ചേർക്കാതെ കൊടുക്കൂ..."

അന്ന് അയാൾ ആ ക്യാമ്പിനോട് യാത്രപോലും പറയാതെ അതേ ബോട്ടിൽ കയറി ഹെഡ്ക്വാർട്ടേഴ്സിലേക്കു പോയി.

പിറ്റേ ദിവസം ഓഫീസിലേക്കു പോകുമ്പോൾ അയാൾക്ക് ആത്മനിന്ദ തോന്നി. ക്യാമ്പിലെ ജോലിക്ക് അപ്രാപ്തനായി പ്രഖ്യാപിക്കപ്പെട്ട അയാൾ ഒരു സാധാരണ ഗുമസ്തനായി തന്റെ കസേരയിൽ ഇരുന്നു. ശിപായി ഒരു കടലാസുമായി വന്നു.

"ഇന്നു ഹെഡ്ക്ലാർക്ക് ലീവിലാണ്. ഈ കടലാസ് നോക്കി വേണ്ടതു ചെയ്യണമെന്ന് ഓഫീസർ പറഞ്ഞിരിക്കുന്നു."

അയാൾ കടലാസു നോക്കി. അതൊരു വയർലെസ് മെസ്സേജ് ആയിരുന്നു.

മങ്ക്റ കൊല്ലപ്പെട്ടിരിക്കുന്നു. ആന ചവുട്ടി മെതിച്ചു. പോസ്റ്റുമോർട്ടത്തിന് മെഡിക്കൽ ഓഫീസറെ അയയ്ക്കൂ... സ്റ്റേഷൻ ഹൗസ് ഓഫീസറെ വിവരം അറിയിക്കണം... ഇൻക്വസ്റ്റിന് ഏർപ്പാടു ചെയ്യണം.

■

തേവരുടെ തുമ്പി

സന്ധ്യയ്ക്ക് അല്പം മുമ്പെയാണ് തുമ്പി വന്നത്. പൂമുഖത്തെ കട്ടിളയുടെ പിച്ചളക്കെട്ടിനുമീതെ തുമ്പി ഇരുന്നു. അതേ കറുപ്പ്, അതിലേറെ കറുത്ത ചിറകുകൾ. ചിറകിനുള്ളിൽ സ്ഫടികംകണക്കെ നേർത്ത പുള്ളികൾ. ചിറകുകൾ ഇടയ്ക്കിടെ വിടർത്തി എന്തോ സ്വകാര്യം പറയുന്നു.

എത്രയോ കാലമായി ഈ തുമ്പിയെ കണ്ടിട്ട്.

അയാൾ തുമ്പിയെത്തന്നെ നോക്കിയിരുന്നു. നോട്ടം മുറുകുന്തോറും അമ്മമ്മയുടെ മുഖമാണ് ഓർമ്മയിൽ വരുന്നത്. ഈ തുമ്പിയോളംതന്നെ കറുത്ത അമ്മമ്മ. സ്ത്രീകൾക്ക് ഒട്ടും യോജിക്കാത്ത അവരുടെ പരുക്കൻ ശബ്ദത്തിൽ അമ്മമ്മ പറയുമായിരുന്നു - ഇത് തേവരുടെ തുമ്പിയാണ്. വട്ടംപാടത്തുള്ള തേവരുടെ അമ്പലത്തിൽനിന്നും അയച്ച തുമ്പി. അമ്മമ്മ തുടർന്ന് കഥ പറയുമായിരുന്നു.

നമ്മള് ഇവിടത്തുകാരല്ല. ഇവിടെ വന്നു പാർത്തതാണ്. പണ്ടുപണ്ട് വന്നുപാർത്തതാണ്. ഒരു ദേശവഴക്കിൽപ്പെട്ടു. കൊല്ലുംകൊലയും നടന്നു. ആണുങ്ങളൊക്കെ ദേശാന്തരം പോയി. രാത്രിക്കുതന്നെ പെണ്ണുങ്ങളേം കുട്ട്യോളേം ഇല്ലം കടത്തി. ഏതോ ബന്ധുക്കളുടെ ദാക്ഷിണ്യംകൊണ്ട് ഇവിടെ വന്നുപെട്ടു. ഒക്കേലും മൂത്ത നാത്തൂന്റെ കഴുത്തിൽ കിടക്കണെ പാലക്കാമോതിരംമാല വിറ്റിട്ടാണ് ഈ പറമ്പും പടിക്കലെ നെലവും വാങ്ങിയത്. ഇവിടെ വന്നിട്ട് ഇരുനൂറുകൊല്ലം കഴിഞ്ഞപ്പോഴാണ് കാവുകെട്ടിയത്. ചിത്രോടക്കല്ലും വെട്ടിവച്ചു. പതിനാലു കളം കഴിച്ചു. പതിനാലു കന്യകമാരെ മാറിമാറി ഇരുത്തി. എന്നിട്ടും പാമ്പ് തുള്ളിയില്ല. ഒടുവിൽ നമ്മുടെ സ്ഥാനീകരത്തു പോയി പട്ടയും കുറ്റിയും പകുത്തു. ഒരുകൊട്ട മണ്ണ് എഴുന്നള്ളിച്ചുകൊണ്ടുപോന്നു. ആ മണ്ണ് ചിത്രോടക്കല്ലിന്റെ അടിയിൽ ഇട്ടപ്പഴേ പാമ്പ് തുള്ളിയുള്ളൂ. ഇരുന്നൂറു കൊല്ലത്തെ ദാഹം ബാക്കി കെടക്കല്ലെ. അന്ന് നാല്പത്തൊന്ന് കളം കഴിച്ചു. ഈ തുമ്പിയും നമ്മുടെ സ്ഥാനീകരത്തെ അമ്പലത്തിൽനിന്നും വരുന്നു. വട്ടംപാടവും കാക്കാത്തുരുത്തും കടന്ന് പുതുഞ്ചിറകെട്ടും പുഞ്ചപ്പാടവും കടന്നു.

അന്നൊക്കെ തേവരുടെ തുമ്പിയെ കാണുമ്പോൾ ഭയം തോന്നാറില്ല. പകരം വെറുപ്പുതോന്നും. അമ്പലംവരെ നടക്കേണ്ടിവരും. ഇന്നും ഓർക്കുന്നു. ഒരിക്കൽ പുതുനെല്ലിന്റെ അവിൽ ഇടിച്ച് ശർക്കരയും ചേർത്തുകഴിക്കുവാൻ നാളികേരം പൊളിക്കുകയായിരുന്നു. അപ്പോഴാണ് തേവരുടെ തുമ്പി വന്നത്. ഉമ്മറത്തെ കട്ടിളപ്പടിയിൽ ഇരിക്കാൻ തുടങ്ങിയതേ ഉള്ളു. ഒരു ഉൾവിളിപോലെ അമ്മ അത് കണ്ടെത്തിയിരിക്കുന്നു. തൊഴുകൈയോടെ അമ്മ പറഞ്ഞു:

"പൊയ്ക്കോളൂട്ട്വോ, ഇന്നുതന്നെ വഴിപാട് എത്തിക്കണ്ണ്ട്."

എന്നിട്ട് ആ നാളികേരം അയാളുടെ കൈയിൽ തന്നിട്ടു പറഞ്ഞു:

"ഒന്ന് വട്ടംപാടം വരെ ചെല്ല്. ഈ നാളികേരം ഉടച്ചിട്ടു വാ.'

അന്ന് ആരെയൊക്കെ അയാൾ ശപിച്ചുകാണും. അന്ന് ഈ പറമ്പിൽ ആകെ രണ്ടോ, മൂന്നോ പാറ്റ തെങ്ങുകളേ ഉണ്ടായിരുന്നുള്ളു. അവയിൽ കയറാൻ ആരും ധൈര്യപ്പെടുമായിരുന്നില്ല. വല്ലപ്പോഴും നിധികണക്കെ ഒരു നാളികേരം വീണുകിട്ടും.

നടന്നാലും നടന്നാലും നീങ്ങാത്ത വരമ്പുകൾ. ഉച്ചക്കുടം കണ്ണിനു നേരെനിന്നു തുളുമ്പും. ദിക്കുകൾക്ക് അന്തംകിട്ടാത്ത പുഞ്ചപ്പാടം. തലങ്ങും വിലങ്ങും തോടുകൾ. തോടുകളിൽ നിറയെ ഒഴുക്കുവെള്ളവും അതിനെ തകിടംമറിക്കുന്ന ചക്രങ്ങളും. ശബ്ദങ്ങളുടെ ലോകം. നേരെ നടുവിൽ പുത്തൻതോട്. അവിടെമാത്രം പതിനാല് ഇലയുള്ള മൂലേപ്പാട്ടുകാരുടെ ചക്രം.... അവിടെവച്ചാണ് അയാൾ ഒരു മഹാദ്ഭുതം കണ്ടത്. നാഴികചിരട്ട. ഒരു കണ്ണൻചിരട്ട വെള്ളത്തിൽ മലർത്തിയിടും. അതിന്റെ കണ്ണിലൂടെ വെള്ളം തുടുപ്പുകളായിട്ട് മേലോട്ട് ഉയരും. ഒടുവിലൊടുവിൽ വെള്ളം മുഴുവനും നിറഞ്ഞ് ചിരട്ട പൊടുന്നനെ വെള്ളത്തിൽ താഴുന്നു. അപ്പോൾ ഒരു നാഴികനേരം. മൂന്നുപ്രാവശ്യം ചിരട്ട താഴുമ്പോൾ ഒരു മാറ്റം. ഒരു പുതിയ ബേച്ച് ചക്രം ചവിട്ടുവാൻ എത്തുന്നു.

പുഞ്ചപ്പാടം നടന്നുകയറിയാൽ പുതുഞ്ചിറകെട്ട്. കെട്ടും കടന്നാൽ മറ്റൊരു ലോകം. വരണ്ട വട്ടംപാടം. എങ്ങും വിജനം. വട്ടംപാടത്തിന്റെ തറയിൽ തേവരമ്പലം. വേനലിൽ കിളിർത്തുനില്ക്കുന്ന കാഞ്ഞിരമരങ്ങളുടെ നടുവിൽ തേവരമ്പലം. ആ തറയിൽ മഞ്ചാടിമരങ്ങളും കാടുപോലെ വളർന്നുനിന്നിരുന്നു. അവിടെ എത്തിയാൽ ആദ്യം ചെയ്യുക ഒരു സഞ്ചി നിറയെ മഞ്ചാടി പെറുക്കിക്കൂട്ടുകയാണ്.

അയാൾ കട്ടിളപ്പടിയിലേക്കു നോക്കി. തുമ്പി അപ്പോഴും അതേ സ്ഥാനത്തുതന്നെ ഇരിക്കുന്നു. അയാൾ ഭാര്യയെ വിളിച്ചു:

'ഇതു കണ്ടോ. ഇതാണ് വട്ടംപാടത്തെ തേവരുടെ തുമ്പി.'

ഭാര്യ ഒട്ടും താത്പര്യമില്ലാതെ തുമ്പിയെ ഒന്നുനോക്കി. എന്നിട്ട് അകത്തേക്കു പോകാൻ ഭാവിച്ചു. അപ്പോൾ അയാൾ പറഞ്ഞു:

'ഇത് എന്താണെന്ന് അറിയാമോ? ഇതാണ് ശരഭമൂർത്തി?'

പണ്ട് അമ്മമ്മ പറയാറുള്ള കഥ അതേ വൈഭവത്തോടെ അയാൾ ആവർത്തിച്ചു.

പണ്ടുപണ്ട് പ്രഹ്ലാദനെ രക്ഷിക്കാൻ മഹാവിഷ്ണു ഒരു ഉഗ്രമൂർത്തിയായി. നരസിംഹം. ഹിരണ്യകശിപുവിനെയും നിഗ്രഹിച്ചു. എന്നിട്ടും ക്രൗര്യം തീർന്നോ? ഇല്ല. ഭൂലോകം മുഴുവൻ നടക്കാൻ തുടങ്ങി. ആ രൂപം കണ്ട് മനുഷ്യന്മാരൊക്കെ ഞെട്ടി മരിച്ചുവീഴാൻ തുടങ്ങി. ഒടുവിൽ പരമശിവൻ ശരഭാകൃതിപൂണ്ട് പതുക്കെ പറന്നുചെന്ന് ആ മുഖം കടിച്ചെടുത്തു. ആ ശരഭത്തിന്റെ വംശമാണ് ഈ തുമ്പി.

അയാളുടെ ഭാര്യ അത്രയുംനേരം മേശപ്പുറത്ത് ഒരു മാസിക തിരയുകയായിരുന്നു. ഒടുവിൽ സ്റ്റാർ ആന്റ് സ്റ്റൈൽ കൈയിൽപ്പെട്ടപ്പോൾ അവൾ അതുംകൊണ്ട് അകത്തേക്കുപോയി.

വീണുകിട്ടിയ ഏകാന്തതയിൽ അയാൾ ആശ്വാസം തേടി.

അയാൾ കട്ടിളപ്പടിയിലേക്കു നോക്കി. തുമ്പി ഇതിനകം അപ്രത്യക്ഷമായിരുന്നു. എങ്കിലും അത് ഊതി ഉണർത്തിയ ഓർമ്മകളുമായി അയാൾ അവിടെത്തന്നെ ഇരുന്നു.

പിറ്റേദിവസവും സന്ധ്യയ്ക്കല്പം മുമ്പെ തുമ്പിവന്നു. അപ്പോൾ അയാൾക്കല്പം അമ്പരപ്പുതോന്നി.

ചിറകുകൾ വിടർത്തിയും കൂർപ്പിച്ചും തുമ്പി അന്നും എന്തോ ഉണർത്തിയിരുന്നു.

അപ്പോൾ അയാൾ ഭാര്യയെ വിളിച്ച് തുമ്പിയെ കാണിച്ചുകൊടുത്തു.

അന്ന് എന്തെന്നറിഞ്ഞില്ല, ഭാര്യ തുമ്പിയെ സാകൂതം ശ്രദ്ധിച്ചു.

'ഇത് തുമ്പിയൊ... ഇതു പാറ്റയല്ലെ...'

അയാളും അതുതന്നെ ചിന്തിച്ചു. കറുകറുപ്പാണെങ്കിലും, വലിപ്പം കൂടുമെങ്കിലും ചിറകുകൾ പൂമ്പാറ്റയ്ക്ക് സദൃശമല്ലേ?

'എന്തൊ? ഞങ്ങൾ ഇതിനെ തുമ്പി എന്നാണു പറയുന്നത്.'

'അപ്പോൾ ശിവൻ ഈ ആകൃതിയിൽ ചെന്നാണ് നരസിംഹത്തിന്റെ മുഖം കടിച്ചെടുത്തത്?'

ഭാര്യയുടെ സ്വരത്തിൽ പരിഹാസച്ചുവ ഉണ്ടായിരുന്നു.

അന്ന് തുമ്പിക്ക് ചടഞ്ഞിരിക്കുവാൻ സമയമുണ്ടായിരുന്നില്ലെന്നു തോന്നുന്നു. എന്തോ ഓർമ്മിപ്പിച്ചുകൊണ്ട് ഇറങ്ങിപ്പോയി.

പിറ്റെന്നാൾ സന്ധ്യയ്ക്ക് അല്പം മുമ്പെ തുമ്പി വന്നു. വളരെ നേരം ഇരുന്നു.

അന്നും ഭാര്യ അതാവർത്തിച്ചു.

“ഈ ആകൃതിയിൽ ചെന്നിട്ടാണ് ശിവൻ നരസിംഹത്തിന്റെ മുഖം കടിച്ചെടുത്തത്?”

അന്ന് അത് ആവർത്തിച്ചപ്പോൾ അവളുടെ വാക്കുകളിൽ പരിഹാസച്ചുവ ഉണ്ടായിരുന്നില്ല. പകരം ഭയം തുടിച്ചുനിന്നിരുന്നു.

അന്നു രാത്രി ഏതോ സമയത്ത് അയാളുടെ ഭാര്യ ഉറക്കത്തിൽ നിലവിളിച്ചുകൊണ്ടു ഞെട്ടിയുണർന്നു. വാക്കുകൾക്ക് അവൾ തപ്പുകയായിരുന്നു. ബോധം വീണിട്ടും വാക്കുകൾ മാത്രം വീഴുന്നില്ല. വളരെ നേരത്തിനുശേഷമാണ് അവൾ പറഞ്ഞത്:

“സ്വപ്നം കണ്ടു. ആ തുമ്പി എന്റെ മുഖത്തിനു നേരെ പറന്നുവന്നു.”

“പിന്നെ പറക്കാതിരിക്ക്യോ. നിന്റെ മുഖം കണ്ട് നരസിംഹത്തിനെ ഓർത്തുകാണും.”

ആ ഫലിതത്തിനൊക്കെ തികഞ്ഞ വാക്കുകളിൽ തിരിച്ചടി അവൾ തരുമായിരുന്നു. പക്ഷേ, ഒന്നും മിണ്ടിയില്ല. ആ പകൽ മുഴുവനും അവൾക്കു വാക്കുകളില്ലായിരുന്നു. വൈകുന്നേരം തുമ്പി വന്നപ്പോൾ മാത്രം അവളുടെ പരിഭ്രാന്തി അല്പം ശമിച്ചിരുന്നു.

പിറ്റെന്നാൾ രാവിലെ അയാൾ പുറത്തിറങ്ങാൻ ഒരുങ്ങുമ്പോൾ അവൾ പറഞ്ഞു:

‘നിങ്ങൾ മറ്റെവിടേയും ഇന്നു പോകരുത്. വട്ടംപാടംതേവരുടെ അമ്പലത്തിൽ പോകണം.’

അവൾ നാളികേരം ഒരു പ്ലാസ്റ്റിക് സഞ്ചിയിൽ ഒതുക്കി വച്ചിരിക്കുന്നു.

‘പിന്നെ എനിക്ക് അതല്ലെ പണി!’

അരിശംകൊണ്ട് അധികം പറയാതിരിക്കുവാൻ അയാൾ വേഗം നടന്നു. പക്ഷേ, അന്നയാൾ നേരത്തെ വീട്ടിലേക്കു മടങ്ങി.

മകന്റെ ട്യൂഷൻമാസ്റ്റർ ഉമ്മറത്ത് ഉലാത്തുന്നു.

‘കുട്ടി ഇവിടെ ഇല്ല്യാത്രെ.’

മാസ്റ്റർ തിരിച്ചുപോകാൻ അനുവാദം ചോദിക്കുന്നതുപോലെ തോന്നി.

അയാൾ ഭാര്യയെ വിളിച്ചു.

‘ട്യൂഷൻമാസ്റ്റർ വന്നിട്ട് നേരം എത്രയായി... മോൻ ഇതൊന്നും കാണിണില്ല്യേ?’

‘അവനെ വട്ടംപാടത്തെ തേവരുടെ അമ്പലത്തിലേക്ക്...’

‘എന്തിന്? ആരോടു ചോദിച്ചിട്ട്?’

‘നിങ്ങൾക്കു പോകാൻ നേരൂല്ല്യ. ഒട്ടു പൂവ്വേം ചെയ്യില്ല്യ.’

‘അതുകൊണ്ട് അവനെയാണല്ലോ ഒഴിവു കണ്ടത്. എത്രദൂരം നടക്കാനുണ്ടെന്ന് നീ വല്ലതും ധരിച്ചുവച്ചിട്ടുണ്ടോ?’

'നിങ്ങൾ എന്നത്തെ കഥയാണ് പറേണത്. ഇപ്പൊ അമ്പലത്തിന്റെ മുറ്റംവരെ റോഡ് ഉണ്ട്. ബസ് ചെല്ലൂത്രെ.'

അതു കേട്ടപ്പോൾ മറ്റെല്ലാം അയാൾ മറന്നു. സ്വന്തം ഓർമ്മശക്തിയെക്കുറിച്ചു മാത്രം ലജ്ജിച്ചു. ആ റോഡ് വെട്ടുമ്പോൾ ഉയർന്നുവരുന്ന തർക്കം തീർക്കാൻ ഒന്നോ രണ്ടോ തവണ അയാളും ചെന്നിരുന്നു. അപ്പോൾ അയാളെ ഏറ്റവും ആകർഷിച്ചത് അവിടത്തെ ശാന്തിക്കാരനായിരുന്നു. ഈ തർക്കങ്ങളിൽ ഭാഗംപിടിക്കാതെ ശാന്തിക്കാരൻ അകന്നു നിന്നിരുന്നു. അധികം പ്രായമില്ലാത്ത മനുഷ്യൻ. ഈ കുറഞ്ഞ പ്രായത്തിൽത്തന്നെ വേദാന്തം കടുത്ത ശിക്ഷണത്തോടെ ഇത്രയും ഗ്രഹിച്ച ഒരു മനുഷ്യൻ. ശാന്തിക്കാരനുമായി മണിക്കൂറുകളോളം സംസാരിച്ചിട്ടുണ്ട്. ശാന്തിക്കാരൻ മന്ത്രോച്ചാരണംപോലെ ആവർത്തിച്ചിരുന്നു. അയാൾ അന്നു പകർത്തിയെടുത്തതും മനഃപാഠം പഠിച്ചതുമായ വരികൾ. വേദസ്യഃ അന്തഃ വേദാന്തഃ വേദസ്യ പര്യവസാനം യസ്മിൻ അസൗ വേദാന്തഃ

മറ്റൊരിക്കൽ ചെന്നപ്പോൾ വിഷയം മധ്വാചാര്യരുടെ ദ്വൈതദർശനമായിരുന്നു. ഇത്രയും നിർമ്മലമായി മധ്വാചാര്യരുടെ ദർശനം ആരും പറഞ്ഞതായി അയാൾ കേട്ടിട്ടില്ല. ഇപ്പോഴും ഓർക്കുന്നു. അമ്പലമുറ്റത്ത് കീറച്ചാക്കിൽ ഉണക്കാനിട്ട കൊണ്ടാട്ടംമുളകിന് അടുക്കൽ ഇരുന്നുകൊണ്ട് ആ മനുഷ്യൻ മധ്വാചാര്യരുടെ സിദ്ധാന്തം പച്ചവെള്ളംപോലെ പറഞ്ഞുവന്നു. പോകാൻനേരത്ത് അയാളുടെ അദ്ഭുതം ആരാഞ്ഞറിഞ്ഞ് ശാന്തിക്കാരൻതന്നെ മറുപടി പറഞ്ഞു.

ഇതൊക്കെ അറിഞ്ഞിട്ടും ഈ 'ഠ' വട്ടം സ്ഥലത്തുകെടന്നു തീരേ്യണ്ടത് എന്നാവും ചിന്ത അല്ലേ? വല്യോടത്തേക്ക് എത്താൻ മോഹം ഇല്യാണ്ടല്ല. ആത്മപ്രശംസയാണെന്ന് കരുതരുത്. സത്യം മാത്രമാണ്. ആഭിജാത്യം, അഗ്നിഹോത്രം, ഭട്ടവൃത്തി ഇതുമൂന്നും തികഞ്ഞവനാണു ഞാൻ. പണ്ട് എവിടേക്കും ഇതൊക്കെ മതിയായിരുന്നു. പിന്നെ പിന്നെ ഇതു മാത്രം പോരെന്നായി. അല്പം സേവയും വേണമെന്നായി. ഇന്നാണെങ്കിൽ സേവയും കോഴയും വേണം. അന്ന് പിരിയുമ്പോൾ അയാൾക്കു കടുത്ത ദുഃഖം തോന്നി. അമ്പതു വീട്ടുകാരിൽനിന്നു പിരിച്ചെടുത്ത് മാസം നൂറ്റമ്പത് ഉറുപ്പികയും നിവേദ്യത്തിനും എന്റെ അഷ്ടിക്കുമായി നിത്യം രണ്ടുനാഴി അരിയും തരാമെന്ന് ഏറ്റിരുന്നു. വൈകുന്നേരം നിവേദ്യം മലരാണ്. രണ്ടുനാഴി ധാരാളം മതിയായിരുന്നു. എന്നാൽ, ഒന്നും തികച്ചു കിട്ടാറില്ല. സ്വന്തം വയറു മറക്കാമായിരുന്നു. എന്തെങ്കിലും കടുപ്പമുള്ളതു വായിച്ചിട്ട് വയറുമറക്കാമായിരുന്നു. എന്നെ ചുറ്റിപ്പറ്റി ഏഴ് എണ്ണം നാട്ടിൽ കഴിയുന്നുണ്ടല്ലോ. കലോം അടുപ്പത്തുവച്ചു മണിയോർഡറും കാത്ത്.

കുറെയേറെ ദിവസങ്ങളോളം ശാന്തിക്കാരന്റെ പാണ്ഡിത്യവും പട്ടിണിയും അയാളുടെ അസ്വസ്ഥതയുടെ നിമിത്തങ്ങളായിരുന്നു.

അയാൾ ഉമ്മറത്തേക്കു ചെന്നു. ട്യൂഷൻമാസ്റ്റർ കണക്കിലെ ഏതോ തിയറംസ് സ്വയം ഉരുവിട്ടുകൊണ്ട് ഉമ്മറത്ത് ഉലാത്തുന്നു.

'കുട്ടി ഇവിടെ ഇല്ല. അവനെ വട്ടംപാടത്തെ തേവരുടെ അമ്പലത്തിലേക്ക് അയച്ചിരിക്ക്യാ...'

'ഏയ് അതു വേണ്ടിയിരുന്നില്ല. അവിടേക്ക് ആരെങ്കിലും കുട്ടികളെ അയയ്ക്കോ... എന്താ അവിടത്തെ സ്ഥിതീന്നോ. കമ്മിറ്റിക്കാരു തമ്മിൽ തമ്മിൽ അടി. കമ്മിറ്റിക്കാരും നാട്ടുകാരും തമ്മിൽ അടി. ശിവ. ശിവ. അവിടത്തെ കാര്യം പറയാതിരിക്യാ ഭേദം.'

'അപ്പോൾ പൂജ ഒക്കെ മുടങ്ങിയോ?'

'പൂജ മുടങ്ങിയിട്ടു കാലം എത്രെ ആയി. ഇപ്പോൾ മുടങ്ങാതെ നടക്കണത് ഒന്നു മാത്രമേ ഉള്ളൂ. അമ്പലപ്പറമ്പിലെ പണംവെച്ച് ചീട്ടുകളിയും കഞ്ചാവുസദ്യകളും..'

അയാൾക്ക് ആകെ പരിഭ്രമം തോന്നി.

അപ്പോൾ വളരെ സാത്വികനായ ഒരു ശാന്തിക്കാരനുണ്ടായിരുന്നല്ലോ.

'ആ വേദാന്തപണ്ഡിതനല്ലെ, ആ മനുഷ്യൻ ദുബായ്ക്കു പോയി...'

ദുബായ്ക്കു പോയി.

അയാൾ അറിയാതെത്തന്നെ അതാവർത്തിച്ചു.

'എങ്ങനെ പൂവ്വാണ്ടിരിക്കും. ഉണക്കച്ചോറും കല്ലുപ്പും കൊണ്ടാട്ടം മുളകും കഴിച്ച് ഒരാൾ എത്രകാലം കഴിച്ചുകൂട്ടും?'

മാസ്റ്ററുടെ വാക്കുകൾ കേട്ട് അയാൾ സ്തംഭിച്ചുനിന്നു. ട്യൂഷൻ മാസ്റ്റർ കൂടുതൽ തരുന്നു.

'പാണൻ ശങ്കരൻ കുറെ ഗ്രൂപ്പ് എൻ.ഒ.സി. കൊണ്ടുവന്നിരുന്നു. ബിൽഡിങ് കൺസ്ട്രക്ഷൻ പണിക്ക് ആളെ കൊണ്ടുപോകാൻ. അതിൽ ഒന്നു ശാന്തിക്കാരനും കൊടുത്തു. എന്താ കാരണംന്നൊ, മൂപ്പരുടെ പട്ടിണി കണ്ടു സഹിക്കാൻ വയ്യാതെതന്നെ...'

അയാൾക്കാകെ വിസ്മയം തോന്നി. മനസ്സിൽ ഉരുവിട്ടു:

ഉദരനിമിത്തം ബഹുകൃത...

മകൻ ആകെ പരുങ്ങിക്കൊണ്ട് ഉമ്മറത്തേക്കു കയറിവന്നു. തേങ്ങ ഉടയ്ക്കാതെ തിരിച്ചുകൊണ്ടുവന്നിട്ടുണ്ട്.

'അവിടെ ആരേം കണ്ടില്ല. കുറേ ആള്കള് അമ്പലപ്പറമ്പിൽ ഇരുന്നു ചീട്ടുകളിക്കുന്നുണ്ട്. അവര് നാളികേരം തട്ടിപ്പറിക്കാൻ നോക്കി. ഞാൻ അതുംകൊണ്ട് ഓടിപ്പോന്നു...'

അവൻ അതു പറയുമ്പോൾ കട്ടിളപ്പടിയിൽ കണ്ണോടിച്ചിരുന്നു. തുമ്പി അസ്വസ്ഥമായി ചിറകുകൾ വിടർത്തുന്നു.

മകൻ അകത്തേക്കു പോയി ഒരു വിറകിൻകൊള്ളിയുമായി വന്നു. തുമ്പിയെത്തന്നെ നോക്കിനിന്നു. അവന്റെ മുഖം ചുമക്കുന്നത് കണ്ടപ്പോളയാൾ ചാടിയെഴുന്നേറ്റു:

'തൊട്ടുപോകരുത്...'

'ഇതു ചെകുത്താൻതുമ്പിയാണ്. തല്ലിക്കൊന്ന് അടുപ്പിൽ ഇടണം.'

'ആരു പറഞ്ഞു?'

'അമ്പലപ്പറമ്പിൽ ഇരുന്നവർ പറഞ്ഞു.'

'തൊട്ടുപോകരുത്...'

അയാളുടെ ശബ്ദം വീടിന്റെ തട്ടും തുലാങ്ങളും ഭേദിച്ചുകൊണ്ട് ഉയരുന്നു.

'നിങ്ങൾക്കല്ലേ ഇതിലൊന്നും വിശ്വാസം ഇല്ല്യാന്നു പറഞ്ഞത്?'

അയാളുടെ ഭാര്യയുടെ സ്വരം മകന്റെ സഹായത്തിന്.

'ഈ തുമ്പി ദൈവമാണെന്നും ചെകുത്താനാണെന്നും വിശ്വസിക്കുന്നില്ല. പക്ഷേ, അതൊരു പ്രാണിയാണെന്നു ഞാൻ വിശ്വസിക്കുന്നു. നിങ്ങൾക്ക് ഒരു ഉപദ്രവവും ചെയ്തിട്ടില്ലെന്നും വിശ്വസിക്കുന്നു. അതിന്റെ പ്രാണൻ ഒടുക്കുവാൻ നിങ്ങൾക്കവകാശമില്ലെന്നും വിശ്വസിക്കുന്നു...'

ഇടിമുഴക്കംപോലെയുള്ള അയാളുടെ ശബ്ദം തുമ്പിയെ ഭയപ്പെടുത്തിയില്ല. അത് അപ്പോഴും കട്ടിളപ്പടിയുടെ പിച്ചളക്കെട്ടിനു മീതെ ശാന്തമായി അമർന്നിരുന്നു...

■

ഇഷ്ടദാനം

റിസപ്ഷനിൽനിന്ന് മുറിയിലേക്ക് വിളിച്ചു.

"ആരും എടുക്കുന്നില്ല."

"കുറച്ച് കഴിഞ്ഞ് ഒന്ന് ട്രൈ ചെയ്തുനോക്കൂ..."

"അങ്ങനെ കൂടെക്കൂടെ വിളിച്ച് അവരെ ഡിസ്റ്റർബ് ചെയ്യാൻ പാടില്ല. ഞങ്ങൾക്ക് പ്രത്യേക നിർദ്ദേശമുണ്ട്. അരമണിക്കൂർ കഴിഞ്ഞ് വിളിച്ച് നോക്കാം." വിശപ്പ് തോന്നിയിരുന്നു. സ്റ്റാർ ഹോട്ടലല്ലേ, ഒരു ബ്രെയിക്ക് ഫാസ്റ്റ് കഴിച്ചാൽ നൂറ് ഉറുപ്പികയെങ്കിലും വരും. അയാൾ പുറത്തിറങ്ങി നടന്നു. റോഡരികിലെ പെട്ടിക്കടയിൽനിന്ന് നൂലപ്പവും ഉരുളക്കിഴങ്ങ് കറിയും കഴിച്ചു. പിന്നെ ഹോട്ടലിലേക്ക് നടന്നു. റിസപ്ഷൻ നിറയെ പുതിയ ബേച്ചുകൾ നിരന്നിരിക്കുന്നു. എല്ലാം യുവതികൾ. സുന്ദരികൾ. ഡേ ഡ്യൂട്ടിക്കാർ. സംസാരിക്കുന്നത് ഇംഗ്ലീഷ് മാത്രം. അന്വേഷിച്ചു.

"റൂം നമ്പർ."

"അതറിയില്ല..."

"ദി, എന്റയർ ഹോട്ടേൽ ഈസ് ബുക്ക്ഡ് ഫോർ വേൾഡ് സയൻസ് കോൺഗ്രസ് ഡെലിഗെയിറ്റ്സ്..."

ഒരു യുവതി രക്ഷിക്കാനെത്തി.

"വിച്ച് കൺട്രി ദെ റെപ്രസന്റ്."

"ഓസ്ട്രേലിയാ..."

അവൾ ഓടിച്ചെന്ന് കുറെ കാർഡുകൾ പരിശോധിച്ചു.

"കേൻ ഹി ബി ഡോക്ടർ മോറീസ് സ്മിത്ത്. എൻവയർമെന്റൽ സൈന്റിസ്റ്റ്."

"യെസ് എക്സാറ്റ്ലി..."

"ഹീ ഈസ് ഇൻ റൂം നമ്പർ ത്രി നോട്ട് ത്രി..."

അവൾ തന്നെ ഓടിവന്ന് ഡയൽ കറക്കി.

“ഇറ്റ്സ് റിങ്ങിങ്. യൂ പ്ലീസ് കം ഹിയർ ഏൻഡ് ടോക്ക്...”

“ഗുഡ്മോണിങ്ങ്. ഐയാം ഡോക്ടർ സുമാസ്മിത്ത്....”

“ചേച്ചി. ഞാനാണ്. വിജയനാണ്...”

“റിയലി സ്ട്രെയിഞ്ച്. സർപ്രയിസിങ്ങ്. ഞാൻ ഇവിടെ എത്തി എന്ന് ആര് പറഞ്ഞു.” റിസീവറിൽ ചേച്ചിയുടെ ശബ്ദം പതിവിൽ കവിഞ്ഞ് സ്ത്രൈണമായിരുന്നു.

“ഈ സയൻസ് കോൺഗ്രസ്സിന്റെ പരസ്യം വന്നപ്പോഴെ ഞാൻ അന്വേഷിക്കുകയായിരുന്നു. അങ്ങനെ അറിഞ്ഞു ചേച്ചി...”

“നിനക്ക് റൂം നമ്പർ അറിയാമല്ലോ. വേഗം മുറിയിലേക്ക് വാ...”

അയാൾ വേഗം കോവണിപ്പടി കയറിച്ചെന്നു. ലിഫ്റ്റിനു കാത്തില്ല. ചേച്ചി മുറിക്ക് പുറത്തുതന്നെ നില്ക്കുന്നു. കണ്ടപ്പോൾ കണ്ണീർ തുടയ്ക്കുന്നു. അടുത്തേക്ക് ഓടിച്ചെന്ന് കെട്ടിപ്പിടിച്ചു. പുറത്ത് തലോടിക്കൊണ്ട് നിന്നു. അമ്മയുടെ നീളൻവിരലുകളാണ് ഓർമ്മയിൽ വന്നത്.

“ഈ എയർപോർട്ടിൽ കാല് കുത്തിയപ്പോഴെ അറിഞ്ഞു. വീശുന്നത് വൃശ്ചികകാറ്റാണ്. ഏകാശികാലത്തിന്റെ ഓർമ്മ വന്നു. ഉടനെ തോന്നി വീട്വരെ വന്നിട്ട് മതി മറ്റ് കാര്യങ്ങൾ. വീട്ടിൽ പോകാൻ പതിനൊന്ന് മണിക്ക് ഒരു ടാക്സിയും പറഞ്ഞുവെച്ചിട്ടുണ്ട്. ശ്രീലങ്കൻ സൈന്റിസ്റ്റ് ഡോക്ടർ രൂപാകുറുണാഗലെയും കൂട്ടിന് വരാമെന്ന് ഏറ്റിരുന്നു...”

“ചേച്ചി ഞാൻ കാറ് കൊണ്ടുവന്നിട്ടുണ്ട്.”

“നീ കാറൊക്കെ വാങ്ങിയോ....?”

“കാറൊന്നും വാങ്ങിയിട്ടില്ല. ഒരു ടൂറിസ്റ്റ് ടേക്സി കൊണ്ടുവന്നിട്ടുണ്ട്.”

“വാ. നിനക്ക് അളിയനെ കാണേണ്ടെ...”

അവർ മുറിക്കകത്തേക്ക് ചെന്നു. അദ്ദേഹം എന്തൊക്കെയോ ടൈപ്പ് ചെയ്യുന്നു.

“ഗെസ്. ഹൂ ഹേസ് കം ടു സീ അസ്...”

അളിയൻ ടൈപ്പ്റയിറ്ററിൽനിന്നും തല ഉയർത്തി. കണ്ണുകൾ ഇറുക്കി. തോൾ എല്ലുകൾ ഉയർത്തി.

“നത്തിംഗ് ടൂ ഗെസ്. ഈസ് ഹി നോട്ട് വിജ്‌യേൻ... മൈ ഒൺളി ബ്രദർ ഇൻ ലോ...”

അദ്ദേഹം തന്റെ നേരെ നോക്കി വളരെയേറെ ഔപചാരികതയോടെ ചോദിച്ചു.

“ഹൗ ഡു യു ഡൂ...”

പിന്നെ വീണ്ടും ടൈപ്പിങ് തുടങ്ങി.

“വാ. നമ്മൾക്ക് പുറത്ത് ഇരിക്കാം.”

പുറത്ത് കസേരകളിൽ ഇരുന്നപ്പോൾ ചേച്ചി ഏതോ ലോകത്തിലെത്തിയ ആഹ്ലാദം കാണിച്ചു.

"പിന്നെ വാസന്തിയും കുട്ടികളുമൊക്കെ സുഖമായിരിക്കുന്നു അല്ലേ..."

"അതെ."

"കുട്ടികളൊക്കെ..."

"മകൾ ആറാം സ്റ്റാൻഡേർഡിലും മകൻ നാലിലും പഠിക്കുന്നു."

"ചേച്ചി രാഹുലും ലിയോണുമൊക്കെ ഏതുവരെയെത്തി..."

"രാഹുൽ ഐയർലണ്ടിലാണ്. ന്യൂട്രീഷ്യൻ ടെക്നോളജിയിൽ എഡ്വേൻസ്ഡ് സ്റ്റഡീസ് നടത്തുന്നു. ലിയോൺ മെൽബോൺ യൂണിവേഴ്സിറ്റിയിൽ ടെക്സ്റ്റയിൽ എഞ്ചിനീയറിങ്ങിന് പഠിക്കുന്നു. അത് കഴിഞ്ഞാൽ അവനേയും വെസ്റ്റിലേക്ക് എവിടെയെങ്കിലും വിടണം."

"ചേച്ചി നമ്മൾക്ക് വേഗം വീട്ടിൽ പോകാം. കുട്ടികൾ സ്കൂളിൽ പോലും പോകാതെ ചേച്ചിയെ കാത്ത് ഇരിക്കുന്നു."

"പോകാം. എനിക്കും നിന്റെ കുട്ടികളെ കാണാൻ തെരക്കുണ്ട്...ഞാൻ വരാൻ പറഞ്ഞ ടേക്സി വേണ്ടെന്ന് പറയാം. ഡോക്ടർ രൂപയ്ക്ക് ഫോൺ ചെയ്യാം. ഇനി അവളെ ബുദ്ധിമുട്ടിക്കേണ്ടല്ലൊ..."

ചേച്ചി എഴുന്നേറ്റു.

"ഞാൻ പോയി ഡ്രസ്സ് മാറ്റിയിട്ട് വരാം..."

ചേച്ചി മുറിയിലേക്ക് പോയി. അയാൾ ദുഃഖത്തോടെ ഓർത്തു. ഒരമ്മ പ്രസവിച്ച രണ്ടേ രണ്ട് മക്കൾ. രണ്ട് ലോകങ്ങളിൽ കഴിയുന്നു. വല്ലപ്പോഴുമൊക്കെ കണ്ടുമുട്ടുന്നു. ഓരോ തവണ കാണുമ്പോഴും കൂടുതൽ അപരിചിതരാകുന്നു.

ചേച്ചി കുറച്ച് സമയത്തിനുശേഷം ഒരുങ്ങിവന്നു. അയാൾ ശ്രദ്ധിച്ചു. ഒരിഴ മറ്റൊരു ഇഴയിൽ തട്ടാത്തവിധം വരണ്ട തലമുടി ബോബ് ചെയ്തിരിക്കുന്നു. ചേച്ചിയുടെ തലമുടി എന്തുമാത്രം ചുരുണ്ടതായിരുന്നു. കൂട്ടുകാരികൾ ആരാധിച്ചിരുന്ന തലമുടി. ചേച്ചിയുടെ തലമുടി ആരാധിച്ചിരുന്നവർ കൃത്രിമമായി തലമുടി ചുരുട്ടിയിരുന്നു. ഇന്ന് ചേച്ചിയുടെ തലമുടി എന്തുമാത്രം കോലനായിരിക്കുന്നു. ചുരുണ്ട തലമുടി കോലനാക്കാനും യന്ത്രങ്ങൾ കാണുമായിരിക്കും. ചേച്ചി ഉടുത്തിരുന്ന സാരിയും അയാൾ ശ്രദ്ധിച്ചു. ഇളംമഞ്ഞ ഉടലും കടുംചുമപ്പ് കരയുമായുള്ള കസവില്ലാത്ത കോടി കാഞ്ചീപുരം സാരി. തോളിൽ ബാഗ്. കൈയിൽ ഒരു വലിയ പ്ലാസ്റ്റിക് സഞ്ചി. പ്ലാസ്റ്റിക് സഞ്ചി തന്റെ നേരെ നീട്ടിയിട്ട് പറഞ്ഞു.

"ഇത് വാസന്തിക്കും കുട്ടികൾക്കും ഉള്ളതാണ്. ഞാൻ കാര്യമായി ഒന്നും കൊണ്ടുവന്നിട്ടില്ല..."

അയാൾ അളിയന്റെ അടുത്തേക്ക് ചെന്നു.

"സീ ഐ കെയിം ടു ഇൻവൈയിറ്റ് യു ബോത്ത് ടു അവർ ഹോം..."

"സോറി. നോ ഐ കാന്റ് കം. ജസ്റ്റ് സീ ഇൻ വാട്ട് എ മെസ്സ് ഐയാം..."

കുന്നുകൂടി കിടക്കുന്ന കടലാസ്സുകളിലേക്ക് നോക്കിയിട്ട് അളിയൻ പറഞ്ഞു.

അയാൾ ഇറങ്ങുന്നതിനു മുമ്പെ ചേച്ചി ലിഫ്റ്റിന്റെ അടുക്കൽ എത്തിയിരുന്നു. ഒന്നിച്ച് താഴെയിറങ്ങി കാറിനടുത്തേക്ക് ചെന്നപ്പോൾ ചേച്ചി ചോദിച്ചു: "ഇവിടേന്ന് നമ്മുടെ വീട്ടിലേക്ക് എത്ര സമയം എടുക്കും?"

"ഏറിയാൽ രണ്ടര മണിക്കൂർ..."

"ഇന്ന് ഫുൾമൂൺ ആണ്. എനിക്ക് നമ്മുടെ പടിപ്പുരയിൽ ഇരുന്ന് ഫുൾമൂൺ കാണണം."

കാറ് നീങ്ങാൻ തുടങ്ങിയപ്പോൾ ചേച്ചി പറഞ്ഞു.

"റൂമിൽ ബ്രെയിക്ക്ഫാസ്റ്റ് കൊണ്ടുവന്ന് വച്ചിട്ടുണ്ട്. എല്ലാം സോഫിസ്റ്റിക്കേറ്റഡ് ഫുഡ് ആകും. ഞാൻ കഴിച്ചില്ല. എനിക്ക് ഒരു മസാലദോശ കഴിക്കണം..."

വലിയ വെജിറ്റേറിയൻ ഹോട്ടലിന്റെ മുമ്പിൽ എത്തിയപ്പോൾ കാറ് നിർത്താൻ പറഞ്ഞു.

മസാലദോശയും കറികളും കൊണ്ടുവന്നപ്പോൾ ചേച്ചി പ്ലെയിറ്റിലേക്ക് നോക്കി ഇരുന്നു.

"ചേച്ചിക്ക് സ്പൂണും ഫോർകും വേണോ...?"

"ഞാൻ ഒരിക്കലും അത്രയ്ക്ക് മദാമ ആകില്ല..."

കാറിൽ കയറുമ്പോൾ ചേച്ചി പറഞ്ഞു.

"എനിക്ക് ഒന്ന് ഓർക്കുമ്പോഴാ കാല് പിന്നോക്കം വലിക്കുന്നത്. കോവിലകം ഇടവഴിയും ചരൽ വെട്ടുവഴിയും ചുറ്റും കാണുന്ന ചെറ്റപ്പുരകളും..."

"അല്ല ചേച്ചി, ഇപ്പോൾ വീട് വരെ ടാർ റോഡ് ഉണ്ട്..."

"റോഡ്... സിറ്റിയിലെ റോഡ് കണ്ടില്ല്യേ... പിന്നെ അല്ലേ നമ്മുടെ നാട്ടിൻപുറത്തെ റോഡ്. നമ്മുടെ നാടൊന്നും ഒരിക്കലും നേരെയാകില്ല..."

ചേച്ചി കാറിലിരുന്ന് കുറേശ്ശെ ഉറങ്ങാൻ തുടങ്ങി. പിന്നെ ഗാഢമായി ഉറങ്ങി. കണ്ണ് തുറന്നപ്പോൾ ചോദിച്ചു.

“എത്താറായോ...?”

“ഏതാണ്ട് എത്തുന്നു. ഈ റോഡരികിലാണ് ചേച്ചിയുടെ നിലം. ഇറങ്ങി കാണണ്ണൊ...”

“പിന്നെയ്, ഞാൻ ചളിയിലിറങ്ങി ഞാറ് നടാൻ പോവ്വാല്ലേ... ഞാൻ എന്നൊ പറഞ്ഞതാണ്. ആ നിലം നീ എടുത്തൊ. എനിക്കൊന്നും തരേണ്ടാ...”

“എടുത്തോ എടുത്തോ എന്ന് പറഞ്ഞാൽ മതിയൊ? എന്തെങ്കിലും ഡോക്യുമെന്റ് എഴുതിത്തരേണ്ടെ...?”

“നീ ഡോക്കമെന്റ് എഴുതിക്കൊണ്ടുവാ. ഞാൻ ഒപ്പിട്ട് തരാം.”

കാറ് ഇടത്തോട്ട് തിരിഞ്ഞപ്പോൾ അയാൾ പറഞ്ഞു.

“അപ്പുറത്താണ് കോവിലകം ഇടവഴി. ഇരുഭാഗത്തും പാടമായിരുന്നല്ലോ?”

“ഇന്ന് പാടം തൂർത്ത് വീടുകൾ ഉണ്ടാക്കിയിരിക്കുന്നു...”

“ഈ പുത്യേ വീടുകളൊക്കെ ആരുടേതാ. മല്ലാട്ട്കാരുടേതാകും...”

ചേച്ചി ചോദിച്ചു.

അയാൾ ഓർത്തു. തങ്ങൾക്ക് ഓർമ്മവെയ്ക്കുന്ന കാലത്ത് ഈ പാടത്തിന്റെ മുക്കാൽഭാഗവും മല്ലാട്ട്കാരുടേതായിരുന്നു. കരയിലെ പറമ്പുകളിൽ പകുതിയും.

“മല്ലാട്ട്കാരൊക്കെ എന്നൊ തലയെണ്ണി ഭാഗംവെച്ചു. ഇപ്പോൾ ഇവിടെ ആരുംതന്നെയില്ല. എല്ലാവരും ഇവിട്യേന്നൊക്കെ വിറ്റുപോയി...”

“പിന്നെ ഇത്രയും വലിയ വീടുകളൊക്കെ...?”

“പറയാം. ആദ്യത്തെ വീട് നമ്മുടെ വടക്കേതിൽ കുടിൽകെട്ടി താമസിച്ചിരുന്നില്ല്യേ. കൽപണിക്കാരൻ കിട്ടുണ്ണി. അവന്റെ മകന്റേതാ. ഗൾഫിലാണ്. അടുത്ത വീട് നമ്മുടെ വളപ്പിൽനിന്ന് സ്ഥിരമായി വാഴയ്ക്ക വാങ്ങിയിരുന്നില്ല്യേ. വീരാവുമാപ്പിള. മൂപ്പരുടെ മകന്റേതാ...”

“ഒന്ന് പതുക്കെ വിടൂ. വീടുകളൊക്കെ കാണട്ടെ.”

ഒരു വീടിന്റെ പടിക്കൽ എത്തിയപ്പോൾ ചേച്ചി പറഞ്ഞു:

“ഇറ്റ് ഈസ് റിയലി എ ബ്യൂട്ടിഫുൾ ഹൗസ്. ഓസ്ട്രേലിയയുടെ കൺട്രി സൈഡിലൊന്നും ഇത്ര വലിയ വീട് കാണില്ല. ഇത് ആരുടെ വീടാണ്...”

“ഇത് ചേച്ചിയുടെ ഏറ്റവും പഴയ കൂട്ടുകാരിയില്ല്യേ, രുഗ്മിണി. അവരുടെ ഭർത്താവ് ഗൾഫിൽതന്നെ അറിയപ്പെടുന്ന ഒരു വലിയ ബിസിനസ്കാരനാണ്....”

കാറ് പതുക്കെ തന്നെ നീങ്ങി.

വീടിന്റെ മുറ്റത്ത് കുട്ടികളും വാസന്തിയും കാത്തുനില്ക്കുന്നു. ഇറങ്ങിയപ്പോൾ ചേച്ചി കരയാൻ തുടങ്ങി. ചേച്ചി കുട്ടികളെ കെട്ടിപ്പിടിച്ചു. വാസന്തിയെ നോക്കി ചോദിച്ചു.

"നീ എന്താ ഇങ്ങനെ കറുത്തത്? ഞാൻ ഫോട്ടോവെ കണ്ടിട്ടുള്ളൂ. അതിൽ നല്ല നിറം തോന്നി."

മുറ്റത്തുനിന്ന് നോക്കിക്കൊണ്ട് ചേച്ചി ചോദിച്ചു.

"നമ്മുടെ വീടിന് ഒരു മാറ്റവും വരുത്തിയില്ല. അല്ലേ?"

"ഇത്രയും വലിയ വീടല്ലേ. ഒന്ന് തൊടാൻ പോയാൽ നാലഞ്ചുലക്ഷം ഉറുപ്പികയെങ്കിലും വേണ്ടിവരും..."

"ഒരു തരത്തിൽ നന്നായി. ഈ വീട് എന്റെ മനസ്സിലുള്ളതുപോലെ തന്നെ കാണാൻ കഴിഞ്ഞല്ലോ..."

ചേച്ചി അമ്പലപ്പുരയിലും പാമ്പിൻകാവിലുമൊക്കെ തൊഴുതുവന്നു. കുട്ടികൾ അകമ്പടിക്കുണ്ടായിരുന്നു. അച്ഛന്റെയും അമ്മയുടെയും ഫോട്ടോയിൽ നോക്കി കുറേനേരം കരഞ്ഞു.

"ചേച്ചി, ഊണ് കഴിക്കാം." വാസന്തി പറഞ്ഞു.

"എനിക്ക് ഇവിടത്തെ ഒരു ഇറച്ചിയും മീനും പിടിക്കുന്നില്ല. എല്ലാം ചകിരിപോലെയിരിക്കുന്നു. എനിക്ക് വേണ്ടത് സ്വല്പം സാമ്പാറ്. എന്തെങ്കിലും ഉപ്പിലിട്ടത്. വേപ്പിലയും പച്ചമുളകും ചതച്ചിട്ട മോര്. കുടിക്കാൻ ചുക്കുവെള്ളവും."

വാസന്തി എല്ലാം നിമിഷങ്ങൾക്കകം തയ്യാറാക്കി മേശപ്പുറത്ത് വെച്ചു. ചേച്ചി നിർബന്ധിച്ചതനുസരിച്ച് എല്ലാവരും ഒന്നിച്ച് ഇരുന്ന് ഊണ് കഴിച്ചു.

പുറത്തു വന്ന് ഇരുന്നപ്പോൾ ചേച്ചി പറഞ്ഞു.

"അപ്പോൾ നമ്മുടെ മല്ലാട്ട്കാരൊക്കെ നശിച്ചുപോയി അല്ലേ. അവിടത്തെ രണ്ടുമൂന്ന് പെൺകുട്ടികൾ എന്റെ ഒപ്പം പഠിച്ചിരുന്നു. എന്തായിരുന്നു അവരുടെയൊക്കെ ഭാവം. പാവം രുഗ്മിണി അവരുടെ വീട്ടിൽ വേലയ്ക്ക് നിന്നാണ് പഠിച്ചത്. എനിക്ക് രുഗ്മിണിയെ ഒന്ന് കാണണം. അവൾ നാട്ടിൽതന്നെയില്ല്യേ...?"

"വെയിലാറിയിട്ട് പോകാം..."

"സാരല്ല്യ. എനിക്കവളെ ഇപ്പോൾതന്നെ കാണാൻ തോന്നുന്നു."

മകനെ ചേച്ചിയുടെ കൂടെ അയച്ചുകൊടുത്തു. അല്പസമയത്തിനുശേഷം മകൻ മടങ്ങിവന്നു.

"അമ്മായി വൈകുന്നേരം വരാമെന്നു പറഞ്ഞു... രുഗ്മിണി ഏടത്തിയുമായി കരച്ചിലും പിഴിച്ചലുംതന്നെ..."

സന്ധ്യയ്ക്ക് സ്വല്പം മുമ്പേ ചേച്ചി തിരിച്ചുവന്നു. വാസന്തിയെ വിളിച്ച് പറഞ്ഞു. "എനിക്ക് രാത്രിക്ക് വേണ്ടത് തേങ്ങാപാല് ഒഴിച്ച പൊടിയരി കഞ്ഞി, കൂർക്ക ഉപ്പേരി, പപ്പടം. വരുന്നേടത്തൊക്കെ കൂർക്ക മലപോലെ കൂട്ടിയിരിക്കുന്നത് കണ്ടു."

വാസന്തി അടുക്കളയിലേക്ക് പോയി. കുട്ടികൾ പഠിക്കാനിരുന്നു.

"വാ. നമുക്ക് പടിപ്പുരയിൽ ചെന്നിരുന്ന് ഫുൾമൂൺ ഉദിക്കുന്നതു കാണാം. കുട്ടികൾ പഠിച്ചോട്ടെ..."

പടിപ്പുരയുടെ പടവിന്മേൽ ഇരുന്നു. വൃശ്ചികക്കാറ്റ് ഓർമ്മകളെ ഇളക്കുന്നു.

"ഇവിടെ ഇപ്പോൾ ഭൂമിയ്ക്കൊക്കെ ഫന്റാസ്റ്റിക് വിലയാണ് അല്ലേ. ഓസ്ട്രേലിയൻ കൺട്രി സൈഡിലൊന്നും ഭൂമിക്ക് ഇത്ര വിലയില്ല. എന്റെ നിലം ഒരേക്കർ തികയുമോ?"

"ഇല്ല. തൊണ്ണൂറ്റിനാല് സെന്റ് വരും... അളന്നാൽ ഇനിയും കുറച്ച് കുറയും..."

വൃശ്ചികക്കാറ്റ് കുളിരുംകൊണ്ട് വരുന്നു. ദൂരത്ത് അയ്യപ്പന്മാരുടെ നീട്ടിയ ശരണംവിളി കുളിരിനൊപ്പം പരന്നു.

"ഇപ്പോൾ നമ്മുടെ നാട്ടിലൊക്കെ ശബരിമലയ്ക്ക് ആളുകൾ പോകാറുണ്ടോ....?"

"ഈ വർഷം വളരെ കൂടുതലാണ്...."

"കൂടുതലോ? ദിസി ഈസ് സപ്പോസ്ഡ് ടു ബി എ കൊമ്മിണിസ്റ്റ് കൺട്രി..." ചേച്ചി ചിരിച്ചു.

ഒളിച്ചിരുന്ന ഇടത്തുനിന്നും ചാടിവരുന്നതുപോലെ ചന്ദ്രനുദിച്ചു. നിമിഷങ്ങൾക്കകം അത് പൂർണചന്ദ്രനായി. നെൽചെടികൾ വെള്ളിരേണുക്കളാകുന്നു. ചേച്ചി എല്ലാം പരിഭ്രമത്തോടെ നോക്കി ഇരിക്കുന്നു. പെട്ടെന്ന് ചേച്ചി തേങ്ങിക്കരയുന്നു.

"യു ഡോൻഡ് നോ ഹൗ അൺഹേപ്പി ഐയാം..."

ചേച്ചി തേങ്ങിക്കരയുന്നു.

"എന്താ ചേച്ചിയുടെ വിഷമം..?"

"എന്റെ ഭർത്താവുമായി എനിക്ക് ഒട്ടും യോജിച്ചുപോകാൻ വയ്യ. നീ പറയുമായിരിക്കും ഞങ്ങളോടൊന്നും പറയാതെ ചേച്ചി തന്നെ തെരഞ്ഞെടുത്ത ആളല്ലേ... ഇപ്പോൾ സ്ഥിതി. എറ്റ് എനി മോമന്റ് ഐ മെ സീക്ക് സെപ്പറേഷൻ ഫ്രം ഹിം..."

കരയുന്ന ചേച്ചിക്കു നേരെ മിഴിച്ചിരുന്നു...

ചേച്ചി കണ്ണീർ തുടച്ചിട്ട് ചോദിച്ചു:

"നീയും വാസന്തിയുമായി നല്ലവണ്ണം യോജിച്ചു പോകുന്നില്ല്യേ..."

"നല്ലവണ്ണം എന്നൊന്നും പറയാൻ വയ്യാ ചേച്ചി. ഓരോ ബുദ്ധിമുട്ട് വരുന്നതനുസരിച്ച് അവളുടെ കുറേ ആഭരണങ്ങൾ ഞാൻ പലപ്പോഴായി പണയം വെച്ചിരുന്നു. അത് മുഴുവൻ എടുക്കണമെങ്കിൽ പലിശ ചേർത്ത് പതിനയ്യായിരം ഉറുപ്പികവരും. അത് മുഴുവൻ എടുത്ത് കൊടുക്കണമെന്ന് പറഞ്ഞ് നിത്യം വഴക്കാണ്..."

ചേച്ചി എഴുന്നേറ്റു.

"ഇവിടെ ഇരിക്കുമ്പോൾ ഞാൻ എന്തെല്ലാം ഓർത്തുപോകുന്നു. ഇനിയും കരയും. നമുക്ക് വീട്ടിലേക്ക് പോകാം..."

ചേച്ചി മുമ്പെ നടന്നു.

ചേച്ചി നല്ലവണ്ണം കഞ്ഞികുടിച്ചു. എഴുന്നേറ്റപ്പോൾ ചേച്ചി പറഞ്ഞു.

"ഇവിടെ ടോയ്‌ലറ്റ് ഒക്കെ ഒരറ്റത്തല്ലേ. രാത്രിയിലൊക്കെ എനിക്ക് വലിയ പാടായിരിക്കും. ഞാൻ രുഗ്മിണിയുടെ വീട്ടിൽ പോയി കിട ന്നോളാം. അവൾ തനിയെ അല്ലേ ഉള്ളൂ. അവിടെ മൂന്ന് എ.സി. റൂമുകൾ ഒഴിഞ്ഞുകിടക്കുന്നു. നിറഞ്ഞ നിലാവിൽ ചേച്ചിയോടൊപ്പം നടക്കുമ്പോൾ ചേച്ചി കാര്യങ്ങൾ പിന്നേയും പറയുമെന്ന് കരുതി. മൂകയായി നടക്കുന്നു. രുഗ്മിണി ഏടത്തിയുടെ വീടിന്റെ ഗെയ്റ്റിനോടടുത്തപ്പോൾ അയാൾ പറഞ്ഞു.

"ചേച്ചി രാവിലെ ബ്രെയിക്ക്ഫാസ്റ്റിന് എത്തണം."

"തീർച്ചയായും. നീ വാസന്തിയോട് പറയണം. എനിക്ക് കൂടുതൽ ഉഴുന്ന് ചേർത്ത ദോശ വേണം. വളരെ നേർത്ത ദോശ നല്ല വെളിച്ചെണ്ണ യിൽ മൊരിയിച്ചത്. പിന്നെ ഉള്ളി സാമ്പാറും..."

ചേച്ചി രാവിലെ വന്നത് രുഗ്മിണി ഏടത്തിയുടെ കാറിലായിരുന്നു. ഇറങ്ങിയപ്പോൾ തന്നെ ചേച്ചി പറഞ്ഞു.

"നീ എനിക്ക് പോകാൻ ടേക്സിയൊന്നും വിളിക്കേണ്ട. രുഗ്മിണി എന്നെ സയിൻസ് കോൺഗ്രസ് പന്തലിൽ കൊണ്ടുപോയി വിട്ട് തരും. നീ ലീവ് ഒന്നും കളയണ്ട. രുഗ്മിണി വിൽ ലുക്ക് ആഫ്റ്റർ മീ."

അയാൾക്ക് ലീവ് തന്നെയില്ല. എന്നാലും കുറെ സമയം കൂടി ചേച്ചി യോടൊപ്പം കഴിയണമെന്നുണ്ടായിരുന്നു.

ചേച്ചി തിരക്കിട്ടാണെങ്കിലും കുറെ ദോശകൾ കഴിച്ചു.

ഇറങ്ങുമ്പോൾ കുട്ടികളെ വാരി ചുംബിച്ചു. വാസന്തിയുടെ കവിളിൽ തലോടി. തന്നോട് വാക്കുകളില്ലാതെ യാത്രചോദിച്ചു...

പിരിഞ്ഞപ്പോൾ അയാൾ ഓർത്തു. ചേച്ചിയുടെ വരവും പോക്കും സ്വപ്നംപോലെ മിന്നിമാഞ്ഞു. പറയേണ്ടതൊക്കെ ബാക്കിനില്ക്കുന്നു. പകൽ മുഴുവൻ അത് തന്നെ ഓർത്തു.

വൈകുന്നേരം രുഗ്മിണി ഏടത്തിയുടെ കാറ് പടികടന്ന് വന്നപ്പോഴാണ് സ്വപ്നം നിലച്ചത്. രുഗ്മിണി ഏടത്തി ചിരിച്ചുകൊണ്ടാണ് കയറിവന്നത്.

"ഇത് ചേച്ചി നിനക്കു തരാൻ പറഞ്ഞതാണ്. പതിനയ്യായിരം ഉറുപ്പികയുണ്ട്. നിന്റെ ചേച്ചിയുടെ നിലം ഞാൻ വാങ്ങി. നല്ല വിലകൊടുത്തു. സെന്റിന് ഇരുപതിനായിരം വെച്ച്. അമേരിക്കൻ ഡോളറായി അത് ആസ്ത്രേലിയയിൽ അവൾക്ക് വീട്ടിൽ എത്തിച്ചുകൊടുക്കാമെന്ന് ഞാൻ ഏറ്റിട്ടുണ്ട്. ഇതാ നിനക്ക് ഏല്പിച്ച പതിനയ്യായിരം..."

അവർ നോട്ട്കെട്ടും നീട്ടിനില്ക്കുന്നു.

■

സൂനി മാ

വേണമെങ്കിൽ സ്നാനം ഇവിടെത്തന്നെയാവാം. ഇത് സൗപർണിക യിലെ വെള്ളം തന്നെയാണ്. സത്രത്തിന്റെ പിൻഭാഗത്ത് ഒരു തോട് കീറി യിട്ടിട്ടുണ്ട്. ചലിക്കുന്നത് ക്ഷേത്രത്തെ വലംവച്ചുവരുന്ന സൗപർണികാ തീർത്ഥംതന്നെ. അയാൾക്ക് അത് ഇഷ്ടപ്പെട്ടില്ല. ശരിക്കും ഒരു മുങ്ങി ക്കുളി, സൗപർണികയിൽത്തന്നെ.

കുളിക്കാൻ പോകുന്നവരുടെ നീണ്ട നിരയ്ക്കൊപ്പം അയാളും നടന്നു. ഈ പ്രദേശം പണ്ടെന്നോ ഒരു ഘോരവനാന്തരമായിരുന്നതിന്റെ ഓർമ്മ കളുണർത്തുന്ന കനത്ത കാട്ടുവള്ളികൾ എങ്ങും കാണാമായിരുന്നു. സൗപർണികയുടെ തീരത്ത് മറ്റൊരമ്പലം. അമ്പലത്തിൽനിന്നും അരു വികൂലംവരെ പടവുകൾ.

സൗപർണിക സങ്കല്പിച്ചിടത്തോളംതന്നെ വലിയ ഒരു നദിയൊന്നു മായിരുന്നില്ല. കരുത്തുറ്റ ഒരു കാട്ടരുവി പാറക്കെട്ടുകളിൽ യുഗാന്തരം മല്ലിട്ടിട്ടും അക്ഷയം ഒഴുകുന്നു. തെളിനീരു കാൺകെക്കാൺകെ കണ്ണിനു കുളിര്. ഇറങ്ങി മുങ്ങിയപ്പോൾ മനസ്സിനും കുളിര്. അമരേശ്വരി യിലും നർമ്മദയിലും പ്രയാഗിലും മുങ്ങിയ ഓർമ്മകൾ മനസ്സിലുദിച്ചു. ഈ സഞ്ചാരത്തിന് എന്തെങ്കിലുമൊരർത്ഥം എന്നെങ്കിലും കല്പിക്കാ നാവുമോ...

അയാൾ സത്രത്തിലെ മുറിയിലേക്കു നടന്നു. ഇടുങ്ങിയ മുറി. കാറ്റ് ഒട്ടും കടക്കില്ല. കയറ്റുകട്ടിലും തഴപ്പായയും. എന്തുകൊണ്ടോ ആ മുറി അയാൾക്ക് നന്നേ ഇഷ്ടപ്പെട്ടു. താൻ എവിടെയോ ഭദ്രമായി തളച്ചിടപ്പെ ട്ടിരിക്കുന്നു എന്ന ഒരു തോന്നൽ. കയറ്റുകട്ടിലിൽ ആദ്യം പായ് നിവർത്തി ക്കിടന്നത് സ്വന്തം ഓർമ്മകൾതന്നെയായിരുന്നു.

അടുത്ത മുറികളിൽ കലപിലാ ശബ്ദിച്ചിരുന്ന സ്ത്രീ-പുരുഷവൃന്ദം അപ്രത്യക്ഷമായിരിക്കുന്നു. അവർ അല്പം മുമ്പേ കൊടശാദ്രിക്ക് പോകാൻ ഒരുങ്ങുകയായിരുന്നു. അവരെ കൊണ്ടുപോകുന്ന വഴികാട്ടി യുടെ വാക്കുകൾ മനസ്സിൽ വന്നു:

ഇവിടെവരെ ഏതു മൂഢനും എത്തിപ്പറ്റാം. പക്ഷേ, കൊടശാദ്രിയിൽ പോകാൻ യോഗംതന്നെ വേണം...

അവർക്കതിനുള്ള യോഗം ഉണ്ടെന്നു തോന്നുന്നു. എല്ലാവരും പോയിരിക്കുന്നു. ഇപ്പോൾ സത്രത്തിൽ അയാളും അഗതികളായ രണ്ടു സന്ന്യാസിമാരും മാത്രം. സന്ന്യാസിമാർ രണ്ടുപേരും ധ്യാനത്തിലാണ്. അയാൾ രാവിലെ എഴുന്നേറ്റ് ദിനചര്യകൾ ആരംഭിച്ചപ്പോഴേ തൊട്ടു സന്ന്യാസിമാർ ധ്യാനത്തിലാണ്. ഈ സമയംകൊണ്ട് അവരുടെ മുഖം വലിഞ്ഞു മുറുകിയിരിക്കുന്നു. ചുണ്ടുകൾ വറ്റി വിളർത്തിരിക്കുന്നു. നെറ്റിയിലെ ഞരമ്പുകൾ വയൽവരമ്പുപോലെ തുടുത്തിരിക്കുന്നു.

അയാൾ വസ്ത്രം മാറി. അമ്പലത്തിലേക്കു നടന്നു.

ഇവിടെ എല്ലാമുണ്ട്. വിഷ്ണുവും ലക്ഷ്മിയും സരസ്വതിയും ചേർന്ന വിഗ്രഹം. എല്ലാ ശക്തിയും സമ്മിശ്രം. പ്രതിഷ്ഠ സൗപർണികയ്ക്കഭിമുഖമാണ്.

അമ്പലത്തിനകത്ത് നല്ല തിരക്കുണ്ട്. ആൾത്തിരക്കിലേക്കൊന്ന് കണ്ണോടിച്ചു. തളത്തിലിരുന്ന് ഒരു കർണാടക ബ്രാഹ്മണൻ എന്തോ ചൊല്ലുന്നു. മുന്നിൽ സഫാരി സൂട്ട് ധരിച്ച ഒരു മധ്യവയസ്കൻ ചമ്രം പടിഞ്ഞിരിക്കുന്നു. പാർശ്വങ്ങളിൽ സ്ത്രീകളും കുട്ടികളുമിരിക്കുന്നു. ശ്രോതാക്കൾ കാഴ്ചയിൽ തമിഴ്ബ്രാഹ്മണരാണെന്നു തോന്നുന്നു. ചൊല്ലുന്നത് മന്ത്രസൂക്തങ്ങളല്ല. ഏതോ പ്രാദേശിക തോറ്റമാണ്. ചൊല്ലുന്ന ആൾ കണ്ണടച്ചിരിക്കുന്നു. ഒരു പ്രത്യേക ഈണത്തിൽ ഉച്ചരിക്കുന്നു. മുമ്പോട്ടും പുറകോട്ടും ശരീരം ഉലയ്ക്കുന്നു. മറ്റു പല കർമ്മങ്ങളെപ്പോലെ ചൊല്ലുകയും ചൊല്ലിക്കുന്ന ആൾ ഏറ്റുപറയുകയും ചെയ്യുന്നതായിരുന്നില്ല. സമസ്തസൗഭാഗ്യങ്ങളും കൈവരിക്കുവാൻ, സംഖ്യയറ്റ സമ്പത്തു കൈവരിക്കുവാൻ, മസൂരി, വിഷൂചിക എന്നിത്യാദി മാമാരികൾ അകന്നുപോകാൻ ഇതൊക്കെയായിരുന്നു തോറ്റത്തിന്റെ പൊരുൾ...

തോറ്റം നീണ്ടുപോകുന്നതിൽ സഫാരിഭക്തൻ മുഖം ചുളിക്കുന്നു. ഭക്തൻ പതുക്കെ സഫാരി സൂട്ടിന്റെ പോക്കറ്റിൽനിന്ന് ഒരു കൊച്ചു റേഡിയോ എടുത്ത് കാതിനോട് ചേർത്തുപിടിച്ചു.

“ഛേ... ഛേ... ഛേ... ഓൾ ഔട്ട്.”

“ഓൾ ഔട്ട് ഫോർ ഹൗമെനി റൺസ്.”

അടുത്തിരിക്കുന്ന സ്ത്രീ ചോദിച്ചു. ചൊല്ലുന്ന ആൾ കണ്ണുതുറന്നു. സഫാരിഭക്തൻ റേഡിയോ പോക്കറ്റിൽത്തന്നെ തിരുകി. ചൊല്ലുന്ന ആൾ വീണ്ടും കണ്ണടച്ച് കൂടുതൽ ഉച്ചത്തിൽ ചൊല്ലാൻ ആരംഭിച്ചു.

അയാൾ അമ്പലംവക ഭോജനശാലയിൽനിന്ന് ഭക്ഷണം കഴിച്ചു മുറിയിലേക്ക് നടന്നു. സന്ന്യാസിമാർ പുല്പായ നിവർത്തി കിടക്കുന്നു. തന്റെ

മുറിയുടെ നേരെ മുമ്പിൽ സന്ന്യാസി മലർന്നുകിടന്ന് പുസ്തകം വായിക്കുന്നു. അയാളെ കണ്ടപ്പോൾ പുല്പായ ചുരുട്ടി അയാൾക്ക് മുറിയിലേക്ക് കടക്കാൻ തടസ്സം മാറ്റി.

"ക്ഷേത്രദർശനം കഴിഞ്ഞു, അല്ലേ?"

"കഴിഞ്ഞു."

"തിരക്കുണ്ടോ?"

"നല്ല തിരക്കാണ്..."

"ഈ സീസണിൽ നല്ല തിരക്കായിരിക്കും..."

"ഉത്സവക്കാലമല്ലല്ലോ..."

"ക്രിസ്തുമസ് സമയമല്ലേ?"

"ക്രിസ്തുമസ് സമയത്തിൽ ഹിന്ദുക്ഷേത്രങ്ങളിൽ തിരക്ക്..." അയാൾ ചിരിച്ചു.

"അപ്പോഴല്ലേ വലിയ വലിയവന്മാർക്കൊക്കെ ലീവു കിട്ടുക..."

ഈ പുതിയ അറിവുമായി അയാൾ മുറിയിലേക്കു കയറി. കയറ്റുകട്ടിലിൽ കിടന്നു. ഉറങ്ങിയതറിഞ്ഞില്ല. എണീറ്റപ്പോൾ ഖേദം തോന്നി. ഉച്ചയുറക്കം പതിവില്ലായിരുന്നു. ഇനി അന്തിയുറക്കം കിട്ടുമോ എന്തോ? അയാൾ കയറ്റുകട്ടിലിൽത്തന്നെ ഇരുന്നു. സന്ധികളിൽ നോവുതോന്നി. സന്ധ്യയ്ക്കു മുമ്പേ തണുപ്പ് ആരംഭിച്ചിരിക്കുന്നു. നെറ്റിയിൽ കൈപ്പടം വച്ചുനോക്കി. പനിയുണ്ടോ... അതോ വെറും തോന്നൽ മാത്രമോ... ഒന്നും ചെയ്യാനില്ലാത്ത അവസരങ്ങളിൽ സ്വയം തോന്നാറുള്ള അസുഖം മാത്രം...

സന്ന്യാസിമാർ സംസാരിക്കുന്നത് കേൾക്കാമായിരുന്നു.

"ഞാൻ ചോദിക്ക്യാണ് ഇവനൊക്കെ എന്തിനാ കാവി ഉടുത്ത് നടക്കണത്?"

സന്ന്യാസിമാരുടെ സംഭാഷണം അയാൾ ശ്രദ്ധിച്ചു. ഏറ്റവും വടക്കും ഏറ്റവും തെക്കും കേൾക്കുന്ന മലയാള ഉച്ചാരണം തമ്മിൽ ഉരുമ്മുന്നു. അവർ തീർത്ഥൻസ്വാമി എന്ന മറ്റൊരു സ്വാമിയെക്കുറിച്ചാണ് സംസാരിക്കുന്നത്. തീർത്ഥൻസ്വാമി തോട്ടയിട്ട് സൗപർണികയിൽനിന്ന് മത്സ്യം പിടിച്ചു. മേരിയുടെ ഹോട്ടലിൽ കൊണ്ടുപോയി വിറ്റു. മേരിയുടെ ഹോട്ടലിൽ ഇരുന്ന് വാറ്റുചാരായം കുടിച്ചു. മറ്റൊരു സന്ന്യാസിയുമായി പ്രപഞ്ചോല്പത്തിയെപ്പറ്റി തർക്കിച്ചു. തർക്കം മൂത്ത് ഒടുവിൽ തീർത്ഥൻസ്വാമി കൈയിലിരുന്ന കമണ്ഡലുവിന്റെ മൊരടുകൊണ്ട് മറ്റേ സ്വാമിയുടെ കവിളത്തു കുത്തി. മറ്റേ സ്വാമി ഇപ്പോൾ ആശുപത്രിയിലാണ്? അഞ്ചു തുന്നൽ ഇട്ടിട്ടുണ്ട്.

അയാൾക്ക് ഒരു യുക്തി തോന്നി.

"എവിടെയാ മേരിയുടെ ഹോട്ടല്?" അയാൾ അല്പം സങ്കോച ത്തോടെയാണെങ്കിലും സന്ന്യാസിമാരോടുതന്നെ ചോദിച്ചു.

"നേരെ മുന്നാലെ കാണുന്നതുതന്നെ." സന്ന്യാസി ചൂണ്ടിക്കാണിച്ചു തന്നു.

അയാൾ റോഡ് മുറിച്ചുകടന്നു. മേരിയുടെ ഹോട്ടൽ കണ്ടുപിടിക്കു വാൻ ഒട്ടും ബുദ്ധിമുട്ടു തോന്നിയില്ല. പുറത്തുനിന്നു നോക്കിയാൽ കാണാം. ഉണ്ണിയേശുവിനെ എടുത്തുനില്ക്കുന്ന വിശുദ്ധമറിയത്തിന്റെ ചില്ലിട്ട കലണ്ടർ ചിത്രം. വെളുത്ത പ്ലാസ്റ്റിക് കുരിശു കോർത്ത കൊന്ത പടത്തിന്മേൽ തൂക്കിയിട്ടിരിക്കുന്നു. അധികം പ്രായമില്ലാത്ത ഒരു സ്ത്രീ ഇരുന്നു മുറത്തിലെ അരിയിൽനിന്നു കല്ലുകൾ പെറുക്കുന്നു.

"മേരിയാണോ?"

"എന്തേ തിരക്കാൻ?"

അല്പം പരിഭ്രമത്തോടെ അവൾ ചോദിച്ചു.

"സത്രത്തിലെ സന്ന്യാസിമാരു പറഞ്ഞു ഇതാ മേരീടെ ഹോട്ടലെന്ന്."

"സാറ് അമ്പലത്തിൽ വന്നതാണോ?"

"അതെ."

"തനിയെ ഒള്ളോ?"

"അതെ."

"അപ്പൊ ഇവിടെ ഒക്കെ വരുമ്പഴ് കുടുംബക്കാരേം കൂട്ടേണ്ടായോ? അവർക്കും ഈ സ്ഥലമൊക്കെ..."

"മേരി ഒറ്റയ്ക്കാണോ ഹോട്ടലു നടത്തണത്?"

"ഭർത്താവ്..."

മേരി മുറിയുടെ അറ്റത്തെ ബഞ്ചിലേക്കു നോക്കി. അവിടെ ഒരാൾ ഇരിക്കുന്നു. കണ്ണുമാത്രം പകുതി തുറന്നുപിടിച്ചിട്ടുണ്ട്. ഏതോ കനത്ത ലഹരിയിലാണ്.

മേരി ചിരിച്ചു.

"ഇന്നു ഞായറാഴ്ചയായതുകൊണ്ട് പുള്ളിക്കാരൻ..." മേരി വീണ്ടും ചിരിച്ചു. നല്ല പ്രസരിപ്പുള്ള ചിരി.

"എങ്ങനെ മേരി, നിങ്ങളൊക്കെ ഇവിടെ വന്നുപെട്ടു?"

"സാറെ ഞങ്ങളു മാത്രമൊന്നുമല്ല. ഇവിടേന്നും അഞ്ചു കിലോമീറ്റർ അകലെ തെക്കുനിന്നുള്ള മുന്നൂറ് മലയാളി കുടുംബങ്ങള് കുടിയേറി പ്പാർത്തിട്ടുണ്ട്. പിന്നെ സാറിന്റെ സ്വന്തം നാട് എവിടെയാണെന്നു പറ ഞ്ഞില്ലല്ലോ?"

അയാൾ സ്വദേശം എവിടെയാണെന്നു പറഞ്ഞു. എന്നിട്ടു ചോദിച്ചു:

"കേട്ടിട്ടുണ്ടോ?"

"കേട്ടിട്ടുണ്ടോന്നോ. ഞങ്ങൾ അതുവഴിയല്ലേ നാട്ടിലോട്ടു പോകുന്നത്."

മേരിയുടെ ഭർത്താവ് എന്തോ പറയാൻ തുനിഞ്ഞു. നാക്ക് ഒട്ടും പ്രവർത്തിക്കാഞ്ഞതുകൊണ്ട് ആ ശ്രമം വേണ്ടെന്നുവച്ച് കൈകൊണ്ട് എന്തോ ആംഗ്യം കാണിച്ചു.

മേരി ചിരിച്ചു.

"പുള്ളിക്കാരന്റെ പെങ്ങളെ അവിടെ അടുത്തേക്കാ കെട്ടിച്ചത്. അതു പറയാനാ തൊടങ്ങിയത്."

ഈ പറഞ്ഞതു ശരിയാണെന്ന അർത്ഥത്തിൽ മേരിയുടെ ഭർത്താവ് രണ്ടുമൂന്നു തവണ തലയാട്ടി.

"സാറിനു കാപ്പിയെടുക്കട്ടെ?"

"വേണ്ട മേരി. ഇവിടെ ബ്രാണ്ടി ഷോപ്പ് ഉണ്ടോ?"

"ഇല്ലല്ലോ സാറെ."

"എന്തുചെയ്യും മേരീ?"

"സാറിനു ചാരായം മതിയോ? സർക്കാരുവക അറാക്ക്. നല്ലതാ."

"എവിടെയുണ്ട് മേരീ?"

"ദാണ്ടാ, അമ്പലത്തിന്റെ മുമ്പിൽ കാണുന്ന ബസ്സ്റ്റാൻഡ്. അതിന്റെ തൊട്ടുപുറകിലെ മുറി. അതുതന്നെയാ."

മേരി സ്ഥലം കാണിച്ചുതന്നു. എന്നിട്ടും ഈ വേഷവുമായി ചാരായക്കടയിൽ കയറാൻ മടിതോന്നി. രുദ്രാക്ഷമാല കഴുത്തിലും മറ്റൊന്നു പ്രവൃത്തിയിലും. മേരി അതൊക്കെ എത്ര പെട്ടെന്നു മനസ്സിലാക്കുന്നു.

"സാറ് ഇങ്ങനെയൊന്നും അവിടെ കയറിച്ചെല്ലരുത്."

എന്നിട്ട് മേരി അകത്തോട്ടു നോക്കിയിട്ടു വിളിച്ചു:

"പാപ്പാ, എടാ പാപ്പാ."

പിൻഭാഗത്തെ മുറിയിൽനിന്നും ഒരു ചെറുപ്പക്കാരൻ വന്നു. കൈലിമുണ്ടിനുമീതെ ഒരു തോർത്തു ചുറ്റിയിരിക്കുന്നു. കൈയിൽ ആട്ടിയ മാവിന്റെ പത.

"പാപ്പാ, ആ സഞ്ചി എടുത്ത് ചാരായക്കടയിൽ പോയി വാങ്ങിയിട്ടു വാ." മേരി അഞ്ച് എന്ന ആംഗ്യം കാണിച്ചത് എന്തിനാണെന്ന് മനസ്സിലായില്ല.

പാപ്പൻ സൈക്കിൾ അല്പം ഉരുട്ടി. എന്നിട്ട് തിരിച്ചുവന്നു സൈക്കിൾ അവിടെത്തന്നെ വച്ചിട്ടു നടന്നുപോയി.

അയാൾ അവിടെത്തന്നെയിരുന്നു. മേരി ഒരു മലയാള ദിനപത്രം കൊണ്ടുവന്നു.

"സാറേ ഇവിടെ മലയാളം പേപ്പറു കിട്ടുമ്പോഴേക്കും വൈകുന്നേരമാകും."

മേരി മുറം മടിയിൽവെച്ച് കല്ലു പെറുക്കാൻ തുടങ്ങി. മുന്നിൽ ഒരു കൂട്ടം ഭക്തന്മാർ വരിവരിയായിപ്പോകുന്നു, മുന്നിൽ പോകുന്ന കുടുമക്കാരന്റെ നേതൃത്വം സ്വീകരിച്ചുകൊണ്ട്. ഒരു ടൂറിസ്റ്റ് ബസ്സിൽ വന്നവരാണ്. സൗപർണികാസ്നാനത്തിന് ഇറങ്ങിയതാവാം.

"സാറെ ഈ അമ്പലത്തില് വരുന്നവര് അധികവും നമ്മുടെ നാട്ടുകാരാണ്. അടുത്തകാലത്തായി കൊറെ തമിഴരും. ഇവിടത്തുകാരന്മാരു നന്നേ കൊറവാ."

നടന്നുപോകുന്നവരെ ശ്രദ്ധിച്ചു. ആന്ധ്രാക്കാരാണെന്നു തോന്നി.

"സാറിനു ജോലി എന്തെങ്കിലുമുണ്ടോ?"

"ഉണ്ടല്ലോ."

"എന്തോന്നാന്നു പറയാമല്ലോ."

"പറയാം."

അയാൾ സത്യസന്ധമായിത്തന്നെ ജോലി എന്താണെന്നു പറഞ്ഞു.

"സാറിനെ കണ്ടതു വലിയ ഭാഗ്യമായി. നാട്ടീന്ന് ഒരു റയിസ്ട്രസ് കത്തു വന്നിരിക്കുന്നു. കോടതിക്കടലാസ്സാണെന്നാ തോന്നുന്നെ, ഒന്നു നോക്കി കാര്യം എന്താണെന്ന് ഒന്നു പറഞ്ഞുതരാമോ?"

പെട്ടെന്നു നിരാശയോടെ മേരി പറഞ്ഞു:

"ഓ, അതു പുള്ളിക്കാരനാ എടുത്തുവച്ചിരിക്കുന്നെ. ഇപ്പൊ ചോദിച്ചാ വല്ല വെളിവും വെക്കാണവും കാണുമോ?"

മേരി മുഖം വീർപ്പിച്ച് അവിടെത്തന്നെ ഇരുന്നു. മുഖം കൂർപ്പിച്ചപ്പോൾ കൂടുതൽ ചന്തം തോന്നി.

പാപ്പൻ വന്നു. വെളിയിൽനിന്ന് അധികം കാഴ്ചയെത്താത്ത ഒരു മൂലയിൽ കൊണ്ടുപോയി മേരി സഞ്ചി തുറന്നു. നന്നെ ചെറിയ അഞ്ചു കുപ്പികൾ. ഒരു പൊടിക്കുപ്പിയേക്കാൾ അല്പംകൂടി വലുത്. ഇത് എന്ത് അളവായിരിക്കും. മേരി കുപ്പികൾ ഡെസ്ക്കിൽ നിരത്തിവച്ചു. കുട്ടികളെ എണ്ണത്തേക്കാൻ നിരത്തിയിരുത്തുന്നതുപോലെ.

"ഇതിൽ ഒഴിക്കാൻ സ്പ്രിന്റ് വാങ്ങിപ്പിക്കാം."

അയാൾ സമ്മതം മൂളി.

"മേരീ, കഴിക്കാൻ എന്തുണ്ട്?"

''ഇവിടെ വൈകുന്നേരം കുറച്ചുപേർക്ക് ചോറ് ഉണ്ടാക്കും. അതിനു സമയമാകുന്നതേയുള്ളൂ. അടുത്ത കടയിൽനിന്ന് ഇഡ്ഢലി വാങ്ങി പ്പിക്കാം.''

ഇഡ്ഢലി കൊണ്ടുവന്നപ്പോൾ മേരി ചോദിച്ചു.

''സാറെ, നല്ല മത്സ്യക്കറിയുണ്ട്. ഞങ്ങടെ ഒക്കെ നാട്ടില് വരാല് എന്നു പറയുന്ന മത്സ്യം. നല്ല നാടൻപുളി ഇട്ടു വറ്റിച്ചതാ.''

അയാൾ എന്തു മറുപടി പറയണമെന്നു ചിന്തിക്കാൻ തുടങ്ങുമ്പോ ഴേക്കും മേരി മത്സ്യക്കറി കൊണ്ടുവന്നു വച്ചു. ആഗ്രഹിച്ച വ്രതം. പോയി തിരിച്ചുവരുന്നതുവരെ മത്സ്യമാംസാദികളും മദ്യവും ത്യജിക്കുക. അയാൾ ഓർത്തു. വ്രതങ്ങൾ ആരംഭിച്ചതല്ലാതെ ഇന്നോളം പൂർണതയിൽ എത്തി ച്ചിട്ടുണ്ടോ. പതിവുപോലെ അന്നും സ്വന്തം മനസ്സ് മന്ത്രിച്ചു. മർത്യനല്ലേ. കേവലനല്ലേ. സമ്പൂർണനല്ലല്ലോ.

അമ്പലനടയിൽനിന്നു വാദ്യഘോഷങ്ങൾ ഇറങ്ങിവരുന്നു.

''അമ്മ പുറത്തിറങ്ങുകയാണ്. ഈ ചടങ്ങ് ലോകത്തിൽ ഒരിടത്തും കാണുകേല്യ. ആഴ്ചയിൽ രണ്ടുതവണ അമ്മ പുറത്തിറങ്ങും.''

''മേരി എങ്ങനെ അമ്പലത്തിന്റെ നേരെ മുന്നിൽത്തന്നെ ഇങ്ങനെ ഒരു കട സമ്പാദിച്ചു.''

''കമ്മറ്റിക്കാരന്മാര് ഇടയ്ക്കിടെ വന്നു സ്ഥലം ഒഴിഞ്ഞുകൊടുക്കണം എന്നൊക്കെ പറയും. പിന്നെയവരുടെയൊക്കെ കാലുപിടിച്ചു കഴിയുന്നു.''

വാദ്യഘോഷങ്ങൾ കടയുടെ മുന്നിലെത്തി. ചെറിയൊരു ഭക്തസംഘം. നടുവിൽ തുണികൊണ്ടുണ്ടാക്കിയ പല്ലക്കിൽ വിഗ്രഹം. നേരെ മുമ്പിൽ രണ്ടു സ്ത്രീകൾ തൊഴുകൈയുമായി ഭജനം പാടി നടക്കുന്നു. അതിൽ ഒരു സ്ത്രീയുടെ തലമുടി പറ്റെ വെട്ടിയിട്ടു വളരാൻ തുടങ്ങുന്നതേയുള്ളൂ. അവരുടെ കഴുത്തിൽ ചെറുനാരങ്ങയോളം വലിപ്പമുള്ള രുദ്രാക്ഷമാല. ചേടി മുക്കിയ വസ്ത്രം ധരിച്ചിരിക്കുന്നു. ആ വസ്ത്രത്തിന്റെ നിറത്തോടു വളരെയേറെ യോജിക്കുന്നു അവരുടെ ശരീരത്തിന്റെ നിറം. പക്ഷേ, ആ വേഷങ്ങൾക്കൊന്നും യോജിക്കാത്ത ഒന്നുണ്ട്. അവരുടെ ശരീരവടിവ്. നിവർന്ന നടത്തം ഒരു അത്‌ലറ്റിനെയാണ് മനസ്സിൽ വരയ്ക്കുക. ഇതു കൊണ്ടൊക്കെയാവാം ആരും അവരെ ഒറ്റനോട്ടത്തിൽ നിർത്തിയെന്നു വരില്ല. തെല്ലുനേരം നോക്കിപ്പോകും.

''മേരീ, ആരാ ആ മുമ്പിൽ നടക്കുന്ന സ്ത്രീ...''

''ഇവിടെ അവരെ സൂനി മാ എന്നു വിളിക്കുന്നു. ഞാൻ ഇവിടെ കട ആരംഭിക്കുന്ന കാലത്ത് അവർക്ക് എന്തുമാത്രം ജടയുണ്ടായിരുന്നു. അമ്പ ലത്തിന്റെ നടയിൽ ഇരിക്കും. ആരോടും ഒരക്ഷരം മിണ്ടുമായിരുന്നില്ല – ഇപ്പം അമ്പലക്കാരു കൊടുത്തേടത്ത് ഒരു കുടിലു കെട്ടി താമസിക്കുന്നു.''

“എവിടത്തുകാരിയാണ്?”

“അതൊന്നും കൃത്യമായി ഒരുത്തർക്കും അറിയാൻമേല. പണ്ടെങ്ങാണ്ട് ഒരു ആശ്രമത്തിലെ അമ്മയായിരുന്നെന്നും ആ ആശ്രമത്തിൽ എന്തോ അനിഷ്ടസംഭവം ഉണ്ടായെന്നും. എല്ലാം കേട്ടുകേൾവിയാ. ഒരുത്തർക്കും സൂക്ഷം അറിയാൻമേല.” അയാൾ അവർ കണ്ണു മറയുന്നതുവരെ നോക്കിയിരുന്നു.

“എന്നാൽ, എന്റെ അനുഭവത്തില് അതിന്റെകൂട്ട് ഇത്രയും ശുദ്ധഗതിക്കാരി, എന്തുമാത്രം അറിവാണെന്നോ. ഷെക്സ്പിയർകഥകളും മറ്റും പറയുന്നതു കേട്ടാൽ അന്തംവിട്ടിരുന്നു കേൾക്കും, സാറെ. ഞാൻ പത്താം ക്ലാസ് പാസ്സായതാ. എന്റെ അടുക്കൽ പ്രൈവറ്റായി ബി.എയ്ക്ക് എഴുതാൻ പറയുന്നു. എന്നെ ഫ്രീയായിട്ട് എല്ലാ സബ്ജക്റ്റ്സും പഠിപ്പിച്ചു തരാമെന്ന്. എന്നെ കൂടെക്കൂടെ ആളെ വിട്ടു വിളിപ്പിക്കും. ചെന്നാൽ വർത്തമാനം തന്നെ വർത്തമാനം. അഞ്ചെട്ടുവർഷം ആരോടും മിണ്ടാതെ ഒരേ ഇരുപ്പ് ഇരുന്നതല്ലായോ.”

മേരി പറയുന്നതിലൊന്നും ശ്രദ്ധ തോന്നിയില്ല.

“സാറ് അവരെയൊന്നു പരിചയപ്പെടണം.”

ഭക്തസംഘവും പല്ലക്കിലേറിയ വിഗ്രഹവും തിരിച്ചുവരുന്നു. മേരി അവരെ കുറച്ചുദൂരം അനുഗമിച്ചു.

“ഞാൻ സാറിനെപ്പറ്റി സംസാരിച്ചു. കുടിലിൽക്കാണും. ഒന്നു കണ്ടാൽക്കൊള്ളാമെന്ന് അവർ പറഞ്ഞിരിക്കുന്നു.”

“ഞാൻ സ്ഥലമൊന്നും അറിയില്ലല്ലോ മേരി.”

“പാപ്പൻ കാണിച്ചുതരും.”

“ഈ നിലയിൽ...”

“സാറിന് ഇപ്പൊ ഒട്ടും കൂടുതലില്ല. ഇനി തിരിച്ചുവന്നു കഴിച്ചാൽ മതി.”

പാപ്പൻ പുഴ കടന്ന് റെസ്റ്റ്ഹൗസ് വരെ വന്നു. അവിടെനിന്ന് കുടിൽ ചൂണ്ടിക്കാണിച്ചുതന്നു.

നന്നേ ചെറിയ കുടിൽ. ചൂരൽ ഇലകൊണ്ടു മേൽക്കൂര. കാട്ടുവള്ളികൾകൊണ്ട് മറച്ച പാർശ്വങ്ങൾ.

സൂനി മാ ഒരു സ്റ്റീൽ എണ്ണവിളക്കിനു നേരെയിരിക്കുന്നു. പിഞ്ഞിപ്പോയ ഒരു ചേടിവസ്ത്രം സൂചികൊണ്ട് ഇഴയിടുന്നു. സസൂക്ഷ്മം. അവരുടെ കൺതടങ്ങൾക്കു മാത്രമല്ല, കൺപോളകൾക്കും കറുപ്പുനിറം.

കാൽപ്പെരുമാറ്റം കേട്ട് അവർ തലയുയർത്തി.

“ഇരിക്കൂ.”

അവർ ചിരിച്ചു. അകന്ന പല്ലുകൾ.

ഇരിക്കാൻ ഒന്നും തന്നില്ല. അയാൾ സ്വന്തം കൈലേസ് വിരിച്ച് ഇരുന്നു.

"ഇതിലൊക്കെ തികഞ്ഞ ഭക്തികൊണ്ടാണോ ഇവിടെയൊക്കെ വരുന്നത്?" പൊടുന്നനേ ഒരു ചോദ്യം. അയാൾക്കു കൃത്യമായ ഒരു മറുപടിയും കൈയിലില്ലായിരുന്നു. സൂനി മാ ഉടനെ പറഞ്ഞു:

"ക്ഷമിക്കണം. ഭക്തി വ്യക്തിപരമായ ഒരു കാര്യമാണല്ലോ. ചോദിക്കാൻ പാടില്ലായിരുന്നു."

അതും അയാളിൽ കൂടുതൽ പരിഭ്രമം ഉണർത്തി.

ഉടനെ സൂനി മാ മറ്റെന്തോ പറയാൻ തുടങ്ങി:

"മേരി മറ്റെല്ലാം പറഞ്ഞു. താങ്കളുടെ സ്വന്തം നാട് എവിടെയാണെന്നു മാത്രം പറഞ്ഞില്ല."

അയാൾ സ്വന്തം നാടിന്റെ പേരു പറഞ്ഞു. സൂനി മാ അല്പനേരം ഇമവെട്ടാതെ നോക്കിയിരുന്നു.

"ആ സ്ഥലത്തൊക്കെ വന്നിട്ടുണ്ടോ?" അയാൾ ചോദിച്ചു. പക്ഷേ, അയാളുടെ മനസ്സിൽ മറ്റൊന്നായിരുന്നു. സൂനി മാ എവിടത്തുകാരിയാകാം ഭാഷകൊണ്ട്. വാക്കുകൾ സങ്കരമാണ്. പക്ഷേ, ഉച്ചാരണത്തിൽ വള്ളുവനാടൻ ഉണ്ടോ?

"വന്നിട്ടുണ്ടോ എന്നോ? ഞാൻ അവിടെയാണ് ബി.എഡിന് പഠിച്ചത്. എന്നും ആ സ്ഥലം മറക്കില്യ... തേക്കിൻകാടുമൈതാനവും മ്യൂസിയവുമൊക്കെ... എങ്ങന്യാ മറക്കാ..."

അവർ എന്തോ ഓർത്തിട്ടു പറഞ്ഞു:

"ചില സ്ഥലങ്ങളൊക്കെ ചിലരുടെ ജീവിതത്തിലെ വഴിത്തിരിവുകളാണ്. അല്ലെന്നുണ്ടോ? താങ്കളുടെ ജീവിതത്തിലും കാണും ഒരു സ്ഥലം ജീവിതത്തിലെ വഴിത്തിരിവായി മാറുന്നത്. അല്ലേ."

ഇന്നുവരെ കണ്ട എല്ലാ സ്ഥലങ്ങളും എന്റെ ജീവിതത്തിലെ വഴിത്തിരിവുകളാണ് എന്നു പറയാൻ ആഗ്രഹിച്ചു. പറഞ്ഞില്ല. സമയമെടുക്കുന്നതു കണ്ടപ്പോൾ അവർ പറഞ്ഞു:

"സോറി, മറുപടി പറയണമെന്നില്ല. ഞാൻ അങ്ങനെ ചോദിച്ചതേ തെറ്റ്. എന്തിന് ഇത്തരം പേഴ്സണൽ ക്വസ്റ്റ്യൻസ്, അല്ലേ...?" അയാൾക്ക് അവരിൽനിന്ന് ഒന്നുമാത്രം അറിയാൻ ആഗ്രഹം തഴച്ചുനിന്നു. എന്തിന് ജടയറുത്തു. വളരെനേരം വേണോ, വേണ്ടയോ എന്ന് ആലോചിച്ച ശേഷം അയാൾ ചോദിച്ചു:

"പണ്ടു വലിയ ജടയുണ്ടായിരുന്നു, അല്ലേ."

"എന്റെ ഉടലിനോളംതന്നെ വലിപ്പമുള്ള ജട..."

"പിന്നെ എന്തിനു ജടയറുത്തു?"

"എന്തിനു ജട വളർത്തിയെന്നു ചോദിച്ചില്ലല്ലോ. ഭാഗ്യം."

സൂനി മാ ചിരിച്ചു. ആ ചിരി വേഗം മാഞ്ഞു.

"എല്ലാം വഴിത്തിരിവുകളാണ് എന്നു കരുതിയാൽ മതീട്ടോ. എന്തോ പൊതിഞ്ഞുകൊണ്ടുവന്ന ഒരു പത്രത്തിലാണ് ആ പരസ്യം കണ്ടത്. ഞാൻ മരിച്ചിരിക്കുന്നു എന്നും അഥവാ മരിച്ചിട്ടില്ലെങ്കിൽ നിയമപ്രകാരം മരിച്ചതായി കണക്കാക്കുന്നു എന്നും. അങ്ങനെ എനിക്കുകൂടി അവകാശപ്പെട്ട സ്വത്തുക്കൾകൂടെ പൊതുസ്വത്തായി കണക്കാക്കി അവർ തറവാട്ടുവക ഭാഗം നടത്തുന്നു. ആർക്കെങ്കിലും ആക്ഷേപമുണ്ടെങ്കിൽ ഒരു മാസത്തിനകം രേഖാമൂലം അറിയിക്കണമെന്നും. എനിക്കു കലിയാണ് വന്നത്. ഞാൻ മരിച്ചിരിക്കുന്നു. സിവിൽ ഡെത്ത്. പത്രത്തിന്റെ മുകൾഭാഗം ഇല്ലാത്തതുകൊണ്ട് തീയതി അറിഞ്ഞില്ല. ഒരുമാസം കഴിഞ്ഞോ എന്നും അറിയില്ല. ഞാൻ ഉടനെ രജിസ്റ്റർ ചെയ്ത് ഒരെഴുത്തയച്ചു..."

അവർ ഇരുന്നിരുന്ന പുല്പായയ്ക്കടിയിൽനിന്നും ഒരു കടലാസ് എടുത്തു. സ്റ്റീൽ വിളക്ക് അയാളുടെ അടുക്കലേക്കു നീക്കിവെച്ചു.

"അതിന്റെ കോപ്പിയാണ് ഇത്."

എഴുത്തുവായിച്ചപ്പോൾ അയാൾ ചിരിച്ചു.

"എന്താ ചിരിച്ചത്. ലീഗലി എന്റെ എഴുത്ത് കറക്ട് അല്ലേ...?"

അയാൾ എഴുത്തിലെ ഒടുവിലത്തെ വാചകം ഒന്ന് ഉറക്കെ വായിച്ചു:

"എന്നെ ചേർക്കാതെ നിങ്ങൾ ഭാഗം കഴിച്ചിട്ടുണ്ടെങ്കിൽ ഞാൻ അവിടെ കയറിവന്നു സർവ്വ എണ്ണത്തിന്റേയും കഴുത്തു നോക്കി വെട്ടും. കൊലക്കേസ്സിൽ കോടതി കയറാൻ ഒരിക്കലേ ഭയം തോന്നൂ. പിന്നെ ചളിപ്പുതീർന്നു. അത് ഓർത്താൽ മതി..."

ആ വരികൾ വായിച്ചിട്ട് അയാൾ പിന്നെയും ചിരിച്ചു.

"ഈ വരികൾ ലീഗലല്ല. തികച്ചും ഇല്ലീഗലാണ്. ഇതിനു പേര് ക്രിമിനൽ ഇന്റിമിഡേഷൻ."

സൂനി മാ ചിരിച്ചില്ല. അവർ ഉടനെ പറഞ്ഞു:

"പക്ഷേ, അതിന്റെ ഇഫക്ട് ഭയങ്കരമായിരുന്നു. അവർ എന്നെ കാണാൻ വന്നു. എന്റെ ഭാഗം ഉടനെ തിരിച്ചുവച്ചു. ഞാൻ വില്ക്കാൻ ഏല്പിച്ചിട്ടുണ്ട്. പ്രതീക്ഷിച്ചതിലും എത്രയോ വലിയ വിലയ്ക്കാണ് ചോദ്യങ്ങൾ... എന്നറിഞ്ഞു."

കുറച്ചു നേരത്തിനുശേഷം അവർ ഒരു സംശയം ചോദിച്ചു:

"ഞാൻ ഒരിക്കലും ആ നാടിന്റെ മുഖത്തു നോക്കാൻ ആഗ്രഹിക്കുന്നില്ല. തീറുനടത്താൻ രജിസ്ട്രാഫീസില് ഞാൻതന്നെ ചെല്ലണമെന്നില്ലല്ലോ?"

"വേണ്ട. പവർ ഒഫ് അറ്റോർണി അയച്ചാൽ മതി..."

സൂനി മാ ഏതോ ഓർമ്മയിൽനിന്നും പിടഞ്ഞെണീറ്റിട്ടെന്നോണം പറഞ്ഞു:

"ആവശ്യമില്ലാത്ത ഒരുപാടു പേഴ്സണൽ കാര്യം പറഞ്ഞു സമയം കളഞ്ഞു, അല്ലേ? ക്ഷമിക്കണം. ജട എന്തിനു മുറിച്ചു എന്നല്ലേ ചോദ്യം. മുറിക്കുമ്പോൾ വലിയ ഉദ്ദേശ്യമൊന്നുമുണ്ടായിരുന്നില്ല. ഇന്ന് ഉദ്ദേശ്യമുണ്ട്. ഞാൻ ഇവിടേന്നും പോകുന്നു."

"വല്ല ആശ്രമത്തിലേക്കാണോ? അതോ സ്വന്തമായി ഒരാശ്രമം...?"

"ഇനിയും ആശ്രമത്തിലേക്കോ?" അവർ അതുവരെ ഇത്രയും നന്നായി ചിരിച്ചിരുന്നില്ല.

"ലോകത്തിലെ സർവ്വചരാചരങ്ങളെയും ഒന്നായി കണ്ട ഏക ആചാര്യനുണ്ട്. അറിയാമോ?"

അയാൾക്കറിയില്ലായിരുന്നു. മറുപടി പറഞ്ഞില്ല. അവർ തത്ത്വപ്രഭാഷകരുടെ ശൈലിയിൽ ചോദ്യോത്തരരൂപത്തിൽ പറയാൻ തുടങ്ങി.

"ആ ആചാര്യനാണ് ശ്രീബുദ്ധൻ. പ്രിയപ്പെട്ട ശിഷ്യൻ ആനന്ദൻ ചോദിച്ചു. 'എന്തുകൊണ്ട് ഭിക്ഷുസംഘത്തിൽ സ്ത്രീകളെ ചേർക്കുന്നില്ല?' സാക്ഷാൽ ശാക്യമുനിയുടെ മറുപടി എന്തായിരുന്നെന്നോ..."

Like a fair field of rice, Ananda, on which the pestilence falls which is called mild-dew, that fair field of rice will not flourish long; so will it be with a doctrine and an order which permits women to withdraw from the world and to take up the life of pilgrims; that holy order will not last for long.

Like a fair plantation of sugarcanes Ananda, on which the pestilence falls which is called the Blue Disease that fair plantation will not flourish long; so will it be with a doctrine and an order which permits women to withdraw from the world and to take up the life of pilgrims; that holy order, will not last for long.

അതുകൊണ്ട് ഒരു സ്ത്രീക്കു ചെയ്യാൻ കഴിയുന്ന ഒന്നുമാത്രം ഞാനും ചെയ്യുന്നു, ഞാൻ ഒരു സ്ത്രീയായി ജീവിക്കാൻ പോകുന്നു..."

ഒരേ ശ്വാസത്തിൽ കുറെ വാചകങ്ങൾ ഒന്നിച്ചു പറഞ്ഞതുകൊണ്ടാകാം അവർ തുടർന്നൊന്നും മിണ്ടുന്നില്ല. വല്ലാതെ കിതയ്ക്കുന്നു.

"ഞാൻ ഇറങ്ങട്ടെ. സമയം ഇരുട്ടുന്നു."

“ഇന്ന് ഇരുട്ടോ. ഇന്ന് പൗർണമിയാണ്. ആർദ്രാവതം അനുഷ്ഠിക്കുന്ന രാത്രിയിലെ പൗർണമി. നമ്മൾക്കു വേണമെങ്കിൽ പുറത്തേക്ക് ഇരിക്കാം.”

“എനിക്ക് നാളെ ഗോകർണത്തേക്കു പോകണം.”

“അതു നാളെയല്ലേ? കാലത്ത് ഏഴരയ്ക്കാണ് ബസ്. അമ്പലത്തിന്റെ മതിൽക്കെട്ടിനകത്തുനിന്ന് ബസ് കിട്ടും. നാളത്തെ കാര്യമല്ലേ. ഇപ്പോൾ ഇരിക്കൂ.”

സൂനി മാ ആദ്യമായിട്ടാണ് അയാളുടെ മുഖത്തേക്കു നോക്കുന്നത്. കണ്ണിൽ ഒരു നാഗഫണം നിവരുകയും ചുരുങ്ങുകയും ചെയ്യുന്നു. അയാൾക്കു ഭയം തോന്നി. അകാരണമായ ഭയം. അയാൾ എഴുന്നേറ്റു.

അയാളുടെ ഭയക്കുന്ന മുഖം ശ്രദ്ധിച്ച് സൂനി മാ അലിവിന്റെ സ്വരത്തിൽ പറഞ്ഞു:

“ഏറ്റവും പ്രാകൃതമായ ജടയുണ്ടായിരുന്ന കാലത്ത് ഞാൻ ആരെയെങ്കിലും തുറിച്ചുനോക്കിയാൽപോലും ആരും ഭയപ്പെട്ടിരുന്നില്ല. ഇന്നു നോക്കുമ്പോൾ ഭയപ്പെടുന്നു.”

സൂനി മാ തുന്നിക്കൊണ്ടിരുന്ന തുണിയെടുത്ത് അതിൽ നോക്കിയിരുന്നു. വീണ്ടും തുന്നാൻ ആരംഭിച്ചു.

പോകുന്നു എന്നു പറഞ്ഞത് അവർ ഒന്നു മൂളിക്കേട്ടെന്നു വരുത്തി.

അയാൾ പുറത്തേക്കു നടന്നു. തെളിഞ്ഞ നിലാവ്. നടക്കുമ്പോഴൊക്കെ അവരുടെ മുഖം തെളിഞ്ഞുവരുന്നു. കുനിഞ്ഞ മുഖം. പിഞ്ഞിപ്പോയ തുണിക്ക് ഇഴയിടുന്ന അവരുടെ മുഖം. എന്നോ പിഞ്ഞിപ്പോയ സ്വന്തം മനസ്സിന്റെ വസ്ത്രം സസൂക്ഷ്മം തുന്നിപ്പിടിപ്പിക്കുവാൻ യത്നിക്കുന്ന ആ നിഗൂഢമുഖം...

■

ക്ഷുരസ്യധാരാ

എല്ലാം കേട്ട് ഇരുന്നു. ധ്യാനനിരതയാൽ സദാ അർദ്ധനിമീലിതമായ കൺപോളകൾ ശീഘ്രതരമായി ഉയർന്നു. കറുത്ത കൺതടങ്ങളിൽ ഓളങ്ങളുണ്ടായി. ഞാവൽപ്പഴത്തിന്റെ തുടിപ്പുള്ള ശരീരത്തിൽ അയഞ്ഞു കിടക്കുന്ന അംഗവസ്ത്രം നേരെയാക്കിക്കൊണ്ട് ബ്രഹ്മചാരി പറഞ്ഞു: "എനിക്ക് നിങ്ങളോട് അനുകമ്പയുണ്ട്. എങ്കിലും ഞാൻ എന്തൊക്കെയാണ് ഈ കേട്ടത്? ഒരേ സമയത്ത് ഒരു ശയ്യയിൽ ഒന്നിൽക്കൂടുതൽ സ്ത്രീകളുമായി... അതുപോലെ ഒരേ സമയത്ത് ഒന്നിൽക്കൂടുതൽ ലഹരി പദാർത്ഥങ്ങളുടെ അന്ധതയിൽ... ലഹരിപദാർത്ഥം ദ്രാവകമായും ധൂമമായും മാത്രകളായും. നിങ്ങൾ ഇംഗ്ലീഷിൽ ഇതിനെ പെർവേഷൻ എന്നു പറഞ്ഞു രക്ഷപ്പെടുമായിരിക്കും. പക്ഷേ, എന്റെ മതം ഇതാണ്. നിങ്ങളുടെ വാസനകൾക്ക് കലിബാധിച്ചിരിക്കുന്നു. മുഴുത്ത കലി..." ബ്രഹ്മചാരി ചിന്താനിമഗ്നനായി. എന്നിട്ടു പറഞ്ഞു:

"കാമാതുരാണാം ന ഭയം ന ലജ്ജാ..."

"ബ്രഹ്മചാരി, പറഞ്ഞുതരണം. എനിക്ക് ഇതിൽനിന്ന് ഒരിക്കലും മുക്തിയുണ്ടാവില്ലേ?"

"മുക്തി ആഗ്രഹിക്കുന്നുണ്ടോ?

"അസാധ്യമാണെന്ന് എനിക്കു തോന്നുന്നു."

"അതല്ല. ആഗ്രഹിക്കുന്നുണ്ടോ? അതിനു മറുപടി പറയൂ."

"ആഗ്രഹിക്കുന്നു എന്തു മാത്രം ആഗ്രഹിക്കുന്നു?"

"എങ്കിൽ അതിന്റെ അർത്ഥം, നിങ്ങൾ മുക്തിയുടെ പാതവരെ എത്തിയെന്നാണ്. മുക്തി എത്രയോ ദൂരെ ആയിക്കൊള്ളട്ടെ. നിങ്ങൾ ഗീത വായിച്ചിട്ടുണ്ടോ?"

"ഇല്ല."

"ഒരു അന്വേഷകന്റെ നിലയ്ക്കെങ്കിലും ഒരിക്കൽ ഗീത വായിക്കൂ. ധാരാളം തർജ്ജമകളുണ്ടല്ലോ. ഗീതയുടെ ആദ്യത്തെ ഇംഗ്ലീഷ് പരി

ഭാഷയ്ക്ക് ആമുഖം എഴുതിയത് ആരാണെന്നോ? കേട്ടാൽ നിങ്ങൾക്ക് ആശ്ചര്യം തോന്നും. വാറൻ ഹേസ്റ്റിങ്സ്. അതിലും ആശ്ചര്യം തോന്നും, അദ്ദേഹം എഴുതിയ വരികൾ വായിക്കുമ്പോൾ... "The writers of Indian philosophies will survive when the British dominion in India shall long have ceased to exist and when the sources which it yielded of wealth and power are lost to remembrance.."

ബ്രഹ്മചാരിയുടെ വാഗ്ധോരണിയിൽ അയാൾ ആകെ തരിച്ചിരിക്കാൻ തുടങ്ങിയിട്ട് മണിക്കൂറുകൾ ഏറെയായി. ഈ ആശ്രമം സന്ദർശിക്കുവാൻ തന്നെ പ്രേരിപ്പിച്ചതും ഇതുതന്നെയാണ്. ക്ഷണമാത്രയിൽ തന്റെ ജീവിതം നേർവഴിയിലേക്കു പറിച്ചുനടാമെന്നൊന്നും അയാൾക്ക് വ്യാമോഹമില്ലായിരുന്നു. എങ്കിലും അതീവബുദ്ധിമാനായ ഒരാളുമായി കുറെ മണിക്കൂറുകൾ സംസാരിച്ചിരിക്കാൻ കഴിഞ്ഞെങ്കിൽ അതും നേട്ടം...

ബ്രഹ്മചാരി വീണ്ടും ചിന്തയിൽ മുഴുകി. അയാൾ പുറത്തേക്കു നോക്കിയിരുന്നു. കണ്ണെത്താവുന്ന അത്രയും ദൂരത്തിൽ പച്ചിലക്കാടുകൾ. ആശ്രമത്തിലെ പശുക്കൾ സ്വച്ഛന്ദം മേഞ്ഞുനടക്കുന്നു. ഒരു മരത്തിൽ പശു പുറമിട്ടുരച്ചു. ഇളകിയ മരത്തിൽനിന്നു പുഷ്പവൃഷ്ടിയുണ്ടായി. പശുവിന്റെ കഴുത്തിലും മുഖത്തും വെളുത്ത പൂക്കൾ ചിതറിക്കിടന്നു.

ബ്രഹ്മചാരി പറഞ്ഞു:

"ഞാൻ ആ വരികൾ മനസ്സിൽ തപ്പുകയായിരുന്നു. ഗീതയിൽ ഇങ്ങനെ പറയുന്നു:

യതതോഹ്യപി കൗന്തേയ

പുരുഷസ്യ വിപശ്ചിതഃ

ഇന്ദ്രിയാണി പ്രമാഥീനി

ഹരന്തി പ്രസഭം മനഃ

അല്ലയോ കുന്തീപുത്രാ, പരിശ്രമശീലനും ബുദ്ധിമാനുമായ ഒരാളുടെ മനസ്സിനെപ്പോലും ചഞ്ചലസ്വഭാവങ്ങളായ ഇന്ദ്രിയങ്ങൾ നശിപ്പിക്കുന്നു."

"ബ്രഹ്മചാരി എന്നെ ഉപദേശിക്കണം, നശിപ്പിക്കപ്പെട്ട മനസ്സിനെ ഒരിക്കലെങ്കിലും വീണ്ടെടുക്കുവാൻ..."

"സാധിക്കും. നിങ്ങൾ വില്വമംഗലം സ്വാമിയാരുടെ ചരിത്രം കേട്ടിട്ടുണ്ടോ?"

"ക്ഷമിക്കണം. ഇത്തരം കാര്യങ്ങളിൽ എന്റെ അറിവ് വളരെ കുറവാണ്."

"എന്നാൽ ശ്രദ്ധിക്കൂ... ബ്രാഹ്മണനായിരുന്ന വില്വമംഗലം, ചിന്താമണി എന്ന നർത്തകിയായ വേശ്യയിൽ അടിപതറി, അച്ഛന്റെ ശ്രാദ്ധം

പോലും ശരിക്കു നിർവഹിക്കാതെ അയാൾ കൊടുംഇരുട്ടിൽ ഒരു പൊങ്ങു തടിയുടെ സഹായത്താൽ നദി നീന്തിക്കടന്ന് ചിന്താമണിയെ സമീപി ക്കുന്നു. പൊങ്ങുതടിയെന്നു കരുതിയത് ശവമായിരുന്നു. സ്വന്തം പത്നി യുടെ. കയറ് എന്നു കരുതിയത് സർപ്പവും. ചിന്താമണിക്കുപോലും ഈ പ്രവൃത്തികൾ ഇഷ്ടപ്പെട്ടില്ല. അവൾ ഉപദേശിച്ചു...”

ഇതെല്ലാം കേട്ടുകൊണ്ടിരിക്കുന്ന അയാളുടെ മനസ്സിൽ അധോലോ കത്തിലെ ഒരു തരുണിയുടെ മുഖം തെളിഞ്ഞുവന്നു. പരുക്കൻ ശബ്ദ ത്തിൽ മൃദുവായ വാക്കുകൾ...

“ഞാൻ ശരീരം വില്ക്കാൻതന്നെയാണ് ഇവിടെ ഇരിക്കുന്നത്... എന്നാലും ഇത്രയൊക്കെ വൈകിയില്ലേ... ഇനിയെങ്കിലും വീട്ടിൽപോകൂ...”

“അവിടെനിന്നാണോ വില്വമംഗലത്തിനു മാനസാന്തരം?” അയാൾ അക്ഷമനായി ചോദിച്ചു.

“തത്കാലത്തേക്കു മാത്രം. വീണ്ടും വില്വമംഗലത്തിന് ഭർതൃമതി യായ ഒരു കുലസ്ത്രീയിൽ മോഹം ജനിക്കുന്നു. അതിൽ വ്യാകുലനാ കുന്നു. സ്വയം അന്ധത വരിക്കുന്നു. എത്രയോ അലഞ്ഞു. എന്നിട്ടാണ് മുക്തി ലഭിച്ചത്. വഴിതെറ്റിപ്പോകുന്ന ഏവരുടേയും കഥ ഇതാണ്. എങ്കിലും മോചനം പ്രതീക്ഷിക്കാം. പരിശ്രമിച്ചാൽ... എങ്ങനെ പരിശ്രമിച്ചാൽ? അശ്രാന്തം പരിശ്രമിച്ചാൽ...” ബ്രഹ്മചാരി ചിന്തയിൽ ലയിച്ചിരുന്നു. എന്നിട്ടു പറഞ്ഞു:

“മുക്തിയിലേക്കുള്ള മാർഗം എങ്ങനെയിരിക്കുമെന്നോ? കഠോപനി ഷത്തിൽ ഇങ്ങനെ പറയുന്നു:

ക്ഷുരസ്യ ധാരാ നിശിതാ ദുരത്യയാ.

ദുർഗ്ഗം പഥഃ തദ് കവയോ വദന്തി...

എങ്ങനെയെന്നോ?... ക്ഷൗരക്കത്തിയുടെ വായ്ത്തലപോലെ. സോമർ സെറ്റ്മോമിന്റെ ‘റെയ്സേഴ്സ് എഡ്ജ്’ എന്ന നോവലിൽ മോം ഇതേ വരികൾതന്നെയാണ് ഉദ്ധരിച്ചിരിക്കുന്നത്.”

പെട്ടെന്ന് ബ്രഹ്മചാരി ചിരിച്ചു. ചേതോഹരമായ ചിരി. എന്നിട്ടു ചിരിച്ചു കൊണ്ടുതന്നെ പറഞ്ഞു:

“എനിക്ക് ലിറ്ററേച്ചറും അറിയുമോ എന്ന് നിങ്ങൾ ചിന്തിക്കുമായി രിക്കും. ഒരുകാലത്ത് പ്രതിദിനം മുന്നൂറും നാനൂറും പേജുകൾ നോവൽ വായിക്കുമായിരുന്നു. എന്റെ ആദ്യത്തെ എം.എ. ഇംഗ്ലീഷ് ലിറ്ററേ ച്ചറിലാണ്. പിന്നീടാണ് സംസ്കൃതത്തിലും മലയാളത്തിലും എം.എ. എടു ത്തത്...”

അയാൾ സമയം നോക്കി. അപ്പോൾ ബ്രഹ്മചാരി പറഞ്ഞു:

“സാരമില്ല. ഇന്ന് ഇവിടെ താമസിക്കൂ. നാളെ കാലത്തു പോകാം.”

സത്യത്തിൽ അയാൾക്ക് സന്തോഷം തോന്നി. പ്രശാന്തസുന്ദരമായ ഈ തപോഭൂമിയിൽ, ബ്രഹ്മചാരിയുടെ വാക്ശീതളിമയിൽ മുഴുകി... ഒരു രാത്രി ഈ ആശ്രമത്തിൽ... എല്ലാം മറന്ന്...

"അപ്പോൾ ഞാൻ പറഞ്ഞില്ലേ... മുക്തിമാർഗം അത്ര എളുപ്പമൊന്നുമല്ലെന്ന്... എങ്കിലും..."

ബ്രഹ്മചാരി പിന്നെ തൊടുത്തുവിട്ട ചോദ്യം പൊടുന്നനേ ആയിരുന്നു:

"നിങ്ങളെ കൂടുതൽ അടിമപ്പെടുത്തുന്നത് ലഹരിയോ... അതോ?..."

"ബ്രഹ്മചാരി, എനിക്കിത്രയും അറിയാം. രണ്ടും എന്നെ ഒരേ നിലയിൽ..."

"ലഹരിയും പുരാണങ്ങൾക്ക് പുതിയതല്ലല്ലോ... ബലഭദ്രരുടെ ധവളശോഭ ലഹരിയെ ഭയന്ന് ഓടിയൊളിക്കാറുണ്ടായിരുന്നുവല്ലോ!"

"ബ്രഹ്മചാരിക്ക് കുളിക്കാൻ ചൂടുവെള്ളം വയ്പിക്കട്ടെ?"

ജനാലയ്ക്കു പുറത്തുനിന്ന് ആരോ വിളിച്ചുചോദിച്ചു.

"വേണ്ട, പനിവിട്ടിട്ട് നാലു ദിവസമായില്ലേ! ഇന്നു കുളത്തിൽപ്പോയി കുളിക്കാം."

അവർ തിരിച്ചുപോകാൻ ഭാവിച്ചപ്പോൾ ബ്രഹ്മചാരി പറഞ്ഞു:

"അമ്മ അവിടെ നില്ക്കണം." എന്നിട്ട് അയാളെ നോക്കിപ്പറഞ്ഞു: "ഈ നില്ക്കുന്ന അമ്മ ദുഃഖത്തിന്റെ പ്രതിച്ഛായയാണ്. കോളേജ് വിദ്യാഭ്യാസം നടത്തിക്കൊണ്ടിരിക്കുമ്പോൾ അവർ ഒരു അന്യമതസ്ഥനുമായി പ്രേമബന്ധത്തിലായി. അദ്ദേഹമൊന്നിച്ച് ഇറങ്ങിത്തിരിച്ചു. അദ്ദേഹത്താൽ വഞ്ചിക്കപ്പെട്ടു. എന്നിട്ടവർ അവസാനം ഇവിടെ എത്തി. അപ്പോൾ ശ്രദ്ധിക്കൂ... കർമ്മത്തിന്റെ പാത എത്ര വിചിത്രമായിട്ടാണ് ആരംഭിക്കുന്നത്..."

ബ്രഹ്മചാരി പെട്ടെന്ന് നിറുത്തി. അതിലേറെ വേഗത്തിൽ ആരംഭിച്ചു:

"നിങ്ങൾ ഈ ആശ്രമത്തിൽ കാണുന്ന അനേകം പുഷ്പങ്ങളിലേക്കു നോക്കൂ. എന്നിട്ട് അതേ കണ്ണുകൾകൊണ്ട് അമ്മയുടെ മുഖത്തേക്കു നോക്കൂ. അവരെ ഒരു പുഷ്പം മാത്രമായേ കാണാൻ കഴിയൂ... അല്ലെങ്കിൽ പഴയ കവിതയില്ലേ,

കുസുമേ കുസുമോല്പത്തി ശ്രുയതേ ന ച പശ്യതേ... ഒരു പുഷ്പത്തിൽനിന്നു മറ്റൊരു പുഷ്പം ഉണ്ടാവില്ല; കണ്ടിട്ടില്ല; കേട്ടിട്ടുമില്ല, അങ്ങനെ ഉണ്ടാകാമെന്നു തെളിയിക്കുന്നതാണല്ലോ സ്ത്രീയുടെ മുഖം. അവിടെ മുഖം താമരയാകാം... അതേ താമരയാകുന്ന മുഖത്തിൽ കരിങ്കൂവളപ്പൂക്കളാകുന്ന രണ്ട് കണ്ണുകളും ഉണ്ടാകാമല്ലോ!..."

അയാൾ അവരെത്തന്നെ നോക്കിയിരുന്നു. താരുണ്യമുണ്ട്. അതിലേറെ കുലീനതയും. എന്നിട്ടും സ്വച്ഛശുഭ്രവസ്ത്രത്തിൽ നില്ക്കുന്ന

അവരുടെ രൂപം മുല്ലപ്പൂവിന്റെ കൂമ്പാരംപോലെ തോന്നി. അവരുടെ മുഖത്തിന്റെ നിർവ്വേദത്വം അയാളെ നിർന്നിമേഷനാക്കി.

അയാളെ ഉണർത്തിയത് ബ്രഹ്മചാരിയുടെ ശബ്ദമായിരുന്നു:

"ബൈ ദ വേ... ഞാൻ ഒരു ലീഗൽ ഡൗട്ട് ചോദിക്കട്ടെ. ഞാനും നിയമം പഠിച്ചിരുന്നു. പിന്നീട് ആവശ്യമില്ലെന്നു തോന്നിയതുകൊണ്ട് പരീക്ഷയ്ക്ക് എഴുതിയില്ല. നിയമത്തിൽ, ഭാര്യയോട് കൂടെ വന്നു താമസിക്കണം എന്നു നിർബന്ധിക്കുന്നതിന് ഒരു പ്രൊവിഷൻ ഇല്ലേ? റസ്റ്റിറ്റ്യൂഷൻ എന്ന വാക്കിൽ തുടങ്ങുന്നു..."

"റസ്റ്റിറ്റ്യൂഷൻ ഓഫ് കോൺജുഗൽ റൈറ്റ്സ്..." അയാൾ മുഴുമിപ്പിച്ചു.

"ഈ അവകാശം രജിസ്റ്റർ വിവാഹം ചെയ്യുന്ന ഒരാൾക്ക് ലഭിക്കുമോ? കാരണം, രജിസ്റ്റർ കല്യാണം ഒരു കരാറല്ലേ?"

"അവകാശം ലഭിക്കില്ല എന്നാണ് എന്റേയും അഭിപ്രായം. രജിസ്റ്റർ കല്യാണം ഒരു കരാറായതുകൊണ്ട് അങ്ങനെ സ്ത്രീ വന്നു താമസിക്കാൻ തയ്യാറില്ലെങ്കിൽ പുരുഷനു നഷ്ടപരിഹാരത്തിനു മാത്രമേ അവകാശം സിദ്ധിക്കൂ എന്നാണു തോന്നുന്നത്..."

ബ്രഹ്മചാരി പുറത്തേക്കു നോക്കിയിട്ട് കുണ്ഠിതപ്പെട്ടു:

"ക്ഷമിക്കണം. അമ്മ അവിടെത്തന്നെ നില്ക്കുകയായിരുന്നോ! അമ്മ പോകണം."

നിർവ്വേദയായിത്തന്നെ അവർ നടന്നുപോയി; പച്ചിലക്കാടുകളെ പിന്നിട്ടുകൊണ്ട്.

ബ്രഹ്മചാരി എഴുന്നേറ്റുപോയി കുളിച്ചുവന്നു വസ്ത്രം മാറ്റി ചമ്രം പടിഞ്ഞിരുന്ന് ജപതപധ്യാനങ്ങളിൽ നിർവൃതനായി... ഒരേ ഇരിപ്പിൽ. ബ്രഹ്മചാരിയുടെ ശരീരത്തിൽ മാംസപേശികൾ ഉരുണ്ടുകൂടി ഓടിക്കളിച്ചില്ല... എന്നിട്ടും എന്തുമാത്രം വായ്പുള്ള ശരീരം... യോഗാഭ്യാസങ്ങളിൽ വാർത്തെടുത്ത ശരീരം. നിശ്ചലനായി ഇരിക്കുന്നതു കണ്ടപ്പോൾ അയാൾ ഓർത്തു...

ഈശ്വരാ!

ഒരു നിമിഷനേരത്തേക്കെങ്കിലും ഇങ്ങനെ ഇരിക്കാൻ കഴിഞ്ഞെങ്കിൽ. ഏകാഗ്രചിത്തനായി. സ്വന്തം മനസ്സ് സ്വന്തം കൈക്കുമ്പിളിൽ ഒതുക്കിക്കൊണ്ട്... മണിക്കൂറുകൾക്കുശേഷം ബ്രഹ്മചാരി എഴുന്നേറ്റു, നിമിഷങ്ങളുടെ ലാഘവത്തോടെ:

"എല്ലാ അവതാരങ്ങളും ആവശ്യത്തിനൊത്ത് ഉണ്ടായി – പൂർണാവതാരങ്ങളും അംശാവതാരങ്ങളും. എങ്കിലും ഞാൻ ഏറ്റവുമധികം ആരാധിക്കുന്നത് ഇതിനെയാണ്."

ബ്രഹ്മചാരി പറഞ്ഞതൊന്നും അയാൾക്കു മനസ്സിലായില്ല. ഇത് മന സ്സിലാക്കിക്കൊണ്ട് ബ്രഹ്മചാരി അടുത്തിരിക്കുന്ന ബിംബം ചൂണ്ടിക്കാട്ടി:

"ഇതു മനസ്സിലായോ? മഹാവരാഹമൂർത്തി – ഈ അവതാരത്തിന്റെ ലക്ഷ്യം ഭൂമിയിലെ ചരാചരങ്ങളുടെ രക്ഷയായിരുന്നില്ല. ഭൂമിദേവിയെ ത്തന്നെ വീണ്ടെടുക്കുക എന്നതായിരുന്നു. ഭൂമിദേവിയെ തട്ടിക്കൊണ്ടു പോയി ഒളിപ്പിച്ചുവച്ച ഹിരണ്യാക്ഷൻ എന്ന അസുരനിൽനിന്ന്..."

"ബ്രഹ്മചാരിയെ പർണശാലയിലേക്ക് വിളിക്കുന്നു." ആശ്രമത്തിലെ ഒരു അന്തേവാസി വന്നു വിവരം അറിയിച്ചു. അതു ശ്രദ്ധിക്കാതെ ബ്രഹ്മ ചാരി തുടർന്നു:

"ഈ ബിംബം ഞാൻ എന്റെ സ്വന്തം കൈകൾകൊണ്ട് ഉണ്ടാക്കിയ താണ്... കളിമണ്ണിൽ..."

ചേതോഹരമായ കരകൗശലം! ബ്രഹ്മചാരി ഒരു ശില്പികൂടിയാണെ ന്നറിഞ്ഞപ്പോൾ ആ നിമിഷത്തിൽ അയാൾക്ക് അതിരറ്റ ആദരവു തോന്നി.

"വരൂ, സ്വാമിജി എന്നെ വിളിക്കുന്നുണ്ട്. നിങ്ങളും വരണം. സ്വാമി ജിയെ വന്ദിച്ചുവരാം."

കറുകപ്പുല്ലിന്റെ പച്ചപ്പരവതാനിയിലൂടെ നടന്നു; ഛായാപ്രദായികളായ വൃക്ഷങ്ങളുടെ തമാലമേലാപ്പിനു കീഴെ...

"സ്വാമിജി താമസിക്കുന്ന സ്ഥലത്തെ ഞങ്ങൾ പർണശാല എന്നു വിളിക്കുന്നു."

അയാൾക്കു തോന്നി: ആ സ്ഥലം അർത്ഥശ്രുതിയിലും പർണശാല തന്നെയായിരുന്നു.

സ്വാമിജി കട്ടിലിൽ ഇരിക്കുന്നു. തിളങ്ങുന്ന വെണ്മ. വിദേശിയാണെന്നു തോന്നിയില്ലെങ്കിലും ഉത്തരേന്ത്യക്കാരനാണ് എന്നു തോന്നിപ്പോകും. സ്വാമിജി കമ്പിളിത്തൊപ്പി ധരിച്ചിരിക്കുന്നു. കാവിപ്പുതപ്പിനടിയിൽ കനത്ത കമ്പിളി പുൾ ഓവർ ധരിച്ചിരിക്കുന്നു.

ബ്രഹ്മചാരി അയാളെ പരിചയപ്പെടുത്തി. അയാൾ സ്വാമിജിയെ വന്ദിച്ചു. സ്വാമിജി ബ്രഹ്മചാരിയോടു പറഞ്ഞു:

"ഇന്ന് ജ്ഞാനോദയം ഹാളിലെ ഗീതാക്ലാസിന് എനിക്ക് പോകാൻ വയ്യ. ആസ്ത്മ തുടങ്ങി. ബ്രഹ്മചാരി പോകണം. പിന്നെ, പതിനേഴ് ഫോറി നേഴ്സ് പങ്കെടുക്കും. ഇംഗ്ലീഷിൽത്തന്നെ പ്രസംഗിച്ചോളൂ."

സത്യത്തിൽ അയാൾക്ക് ബ്രഹ്മചാരിയുടെ കൂടെ പോകണമെന്ന് ഉണ്ടായിരുന്നു. ബ്രഹ്മചാരിയുടെ ഇംഗ്ലീഷിലുള്ള ഗീതാക്ലാസ് കേൾക്കാ മല്ലോ... മുറിയിൽനിന്നു പുറത്തുകടക്കാൻ ശ്രമിച്ചപ്പോൾ സ്വാമിജി പറഞ്ഞു:

"ഇരിക്കൂ. എനിക്കു നിങ്ങളോടു ചിലതു സംസാരിക്കുവാനുണ്ട്..."

പഴക്കം ചെന്ന ഒരു കട്ടികൂടിയ മരക്കസേര മുറിയിൽ കണ്ടു. അയാൾ അതിൽ ഇരുന്നു. അപ്പോൾ സ്വാമിജി കസേര ഒന്നുകൂടെ അടുത്തേക്കിട്ട് ഇരിക്കുവാൻ ആംഗ്യം കാണിച്ചത് അയാൾ അനുസരിച്ചു.

"ആശ്രമം ഒക്കെ നടന്നു കണ്ടില്ലേ. ഇതൊക്കെ കൊണ്ടുപോയി കാണിച്ചു വിവരിച്ചു തരണമെന്ന് ആഗ്രഹമുണ്ട്. പുറത്തിറങ്ങാൻ വയ്യ. ആസ്ത്മ സുഖക്കേട് തുടങ്ങിയിട്ടു വളരെക്കാലമായി... നിങ്ങളുടെ അറിവിൽ ആസ്ത്മയ്ക്ക് എന്തെങ്കിലും മരുന്നുണ്ടോ?"

അയാൾ നിസ്സഹായത പ്രകടിപ്പിച്ചു.

"ഉണ്ടാവില്ല." സ്വാമിജി വളരെ ക്ഷീണിച്ച സ്വരത്തിൽ പറഞ്ഞു.

പുറത്തെവിടെയോ മണിയടിയും കൂട്ടപ്രാർത്ഥനയും മുഴങ്ങി. അടുത്ത് ഹോസ്റ്റൽ ഉണ്ടെന്നു തോന്നി. സന്ധ്യാവന്ദനം വിവിധ ശബ്ദത്തിൽ മുഴങ്ങിയത് അവിടത്തെ പ്രശാന്തതയ്ക്ക് മാറ്റുകൂട്ടി.

"ഞാൻ ആയിരത്തിപ്പത്തു പൂർണചന്ദ്രനെ കണ്ടുകഴിഞ്ഞു." സ്വാമിജി ആസ്ത്മയെ കീഴ്പ്പെടുത്തിക്കൊണ്ടു പറയാനാരംഭിച്ചു:

"എങ്കിലും എനിക്കു ഭയം തോന്നുന്നു. മരിക്കാനല്ല. അതിനു കാരണം ഭഗവാൻതന്നെ നല്കിയിട്ടുണ്ടല്ലോ–

ജാതസ്യ ഹി ധ്രുവോ മൃത്യുഃ

ധ്രുവ ജന്മ മൃതസ്യ ച..."

ശ്ലോകത്തിന്റെ പൂർവ്വാർദ്ധം ചൊല്ലിയിട്ടു സ്വാമിജി നിറുത്തി. അയാളുടെ മുഖം പരിശോധിച്ചു. എന്നിട്ടു പറഞ്ഞു:

"ജനിച്ചതെല്ലാം മരിക്കും. മരിക്കുന്നതെല്ലാം പിന്നെയും ജനിക്കും എന്നതു നിശ്ചയമാണ്. ഈ തത്ത്വം അറിയുന്നവൻ എന്തിനു ഖേദിക്കുന്നു. യാഥാർത്ഥ്യം അതാണ്. എങ്കിലും ഈ ആശ്രമം ഞാനാണ് ഉണ്ടാക്കിയത്. ഞാൻ ഇവിടെ വരുന്നകാലത്ത് ഇവിടെ കാക്കയ്ക്കിരിക്കാൻ തണലുണ്ടായിരുന്നില്ല. ഞാൻ എല്ലാം വെട്ടിക്കിളപ്പിച്ചു. എല്ലാം ഞാൻ നട്ടുപിടിപ്പിച്ചു. ഓരോ കല്ലും ഓരോ ഓടും ഞാൻ ഒപ്പം നിന്നു വയ്പിച്ചു. ആശ്രമം ഉണ്ടാക്കി. സത്യം പറയട്ടെ, എന്റെ കാലശേഷം ഇതിന് എന്തു സംഭവിക്കും? ആരു ശ്രദ്ധിക്കും? ഇതിൽ എനിക്ക് ഉത്കണ്ഠയുണ്ട്..."

നിരുദ്ധകണ്ഠനായതുകൊണ്ടോ ആസ്ത്മയുടെ തള്ളിച്ചകൊണ്ടോ ശബ്ദം കൂടുതൽ സമയത്തേക്കു നിലച്ചു.

"ഞാൻ 1918–ൽ എഫ്.എ. പാസ്സായി സർക്കാർ ജോലിയിൽ പ്രവേശിച്ചു. അതിൽ തൃപ്തനായില്ല. ബി.എയ്ക്കു ചേരുവാൻ പോകുമ്പോൾ യുഗപ്രഭാവനായ ഒരു യോഗീശ്വരനെ തീവണ്ടിയിൽവെച്ചു കണ്ടുമുട്ടി. അദ്ദേഹത്തിന്റെ ആശീർവാദത്തോടെയാണ് ഈ ആശ്രമം സ്ഥാപിച്ചത്. എനിക്ക് എന്നും ഒരു പ്രാർത്ഥനയേ ഉണ്ടായിട്ടുള്ളൂ. പ്രഹ്ലാദൻ ഭഗവാനോടു

പറഞ്ഞില്ലേ, എനിക്കൊരു വരം തരൂ... എന്റെ മനസ്സിൽ മോഹങ്ങൾ ഉദിക്കാതിരിക്കട്ടെ എന്ന ഒരു വരം...”

“സ്വാമിജീ, എന്റെ മനസ്സ് എപ്പോഴും എന്റെ നിയന്ത്രണം വിട്ടുപോകുന്നു. അതിന് ഞാൻ എന്തു വേണം? അത് അറിയാനാണ് ഞാൻ വന്നത്.” അയാൾ ഇടയ്ക്കുകയറിപ്പറഞ്ഞു:

“അതിനുള്ള പോംവഴി ഒരൊറ്റവാക്കിലൊ!... ആദ്യമായി ഒന്നു ധരിക്കണം. ജ്ഞാനികൾ ശരീരത്തെ രണ്ടായി കാണുന്നു. പ്രത്യക്ഷശരീരമെന്നും ധർമ്മശരീരമെന്നും. ധർമ്മശരീരമെന്നാൽ ഇന്ദ്രിയനിഗ്രഹത്തിനു ശേഷമുള്ള ശരീരം. ഇതിനെ ആത്മസംയമനം എന്നു വിശേഷിപ്പിക്കുന്നു. നിരന്തരാഭ്യാസം അതിന് ആവശ്യമാണ്. അതിന് ആദ്യം വേണ്ടത് മോഹങ്ങളെ നിഗ്രഹിക്കൂ...” സ്വാമിജിക്ക് ആസ്ത്മയുടെ ഒരു തള്ളുതന്നെയുണ്ടായി.

ആശ്രമത്തിലെ ഒരു പരിചാരകൻ ഉപ്പുമാവും ജീരകക്കാപ്പിയും കൊണ്ടുവന്ന് അയാളുടെ മുമ്പിൽവച്ചു. സ്വാമിജി മഫ്ളർ എടുത്തു കഴുത്തിൽ കെട്ടി. പുൾഓവറിന്റെ കൈ ഇറക്കിയിട്ടു.

“എനിക്ക് ആസ്ത്മ വന്നാൽ ഒന്നും കഴിക്കാൻ വയ്യ. സത്യത്തിൽ എനിക്കു നല്ല വിശപ്പുണ്ട്. വയറുനിറയെ ഭക്ഷിക്കണമെന്ന് ആഗ്രഹമുണ്ട്. എന്തുചെയ്യാം.”

അയാൾ സ്വാമിജിയുടെ ദയനീയത ഉറ്റുനോക്കി ഇരുന്നു.

സ്വാമിജി മഫ്ളർ ഒന്ന് അയച്ചുകെട്ടി. എന്നിട്ടു പറഞ്ഞു:

“ഉപനിഷത്തിൽ പറയുന്നത് ഇങ്ങനെയാണ്:

വായുരനിലനമമൃതമഥേദം

ഭസ്മാന്തം ശരീരം...

മരിക്കുന്നവന്റെ പ്രാണവായു, ഒരിക്കലും മരിക്കാത്ത പ്രപഞ്ചവായുവിൽ ലയിക്കുന്നു. ശരീരം ഭസ്മമായി പര്യവസാനിക്കുന്നു. ഇതു മരിക്കുന്നവന്റെ കഥയാണ്. അപ്പോൾ ജീവിച്ചിരിക്കുന്നവൻ മരിക്കുന്നവനു വേണ്ടി എന്തുവേണം?

ഓം ക്രതോ സ്മരകൃതം

സ്മരക്രതോ സ്മരകൃതം സ്മര...”

പെട്ടെന്ന് ആരോടെന്നില്ലാത്ത വിദ്വേഷത്തോടെ സ്വാമിജി പറഞ്ഞു:

“ഞാൻ മരിച്ചാൽ എന്നെ സ്മരിക്കാൻ എനിക്കാരെങ്കിലുമുണ്ടോ? ഇന്ന് ഇവിടത്തെ കഥ എന്താണെന്നോ? കഴിഞ്ഞ വർഷം ഇവിടെ ഉണ്ടാക്കിയ ഒരു ഹാളിനു ഞാൻ എന്റെ പേരു കൊടുക്കണമെന്നു പറഞ്ഞു. ആർക്കും അത് ഇഷ്ടമായില്ല. അവസാനം തീരുമാനിച്ചത് ഇങ്ങനെയാണ്:

കെട്ടിടം ഉണ്ടാക്കുവാനുള്ള സ്ഥലം ആശ്രമം വകയായി തരും. കെട്ടിടം എന്റെ സ്വന്തം ചെലവിൽ ഉണ്ടാക്കണം. കുറ്റി തറച്ച് ഇട്ടിട്ടുണ്ട്."

സ്വാമിജി ഒന്നു നിറുത്തിയിട്ടാണ് പറഞ്ഞത്:

"പിന്നെ, ഞാൻ നിങ്ങളോട് ഇരിക്കാൻ പറഞ്ഞത് ഒരു നിയമപ്രശ്നം ചോദിച്ചറിയാനാണ്. കുടികിടപ്പുകാരനെ ഒഴിപ്പിക്കാമോ?"

"സ്വന്തം ആവശ്യത്തിനു വീടുവയ്ക്കുവാൻ ഒഴിപ്പിക്കാം."

"എനിക്കു വീട്ടിൽനിന്നു ഭാഗത്തിൽ ഒരു സ്ഥലം കിട്ടിയിട്ടുണ്ട്. അതിൽ ഒരു കുടികിടപ്പുകാരനുണ്ട്. ആ സ്ഥലം ഒരു സിനിമാ തീയേറ്റർ ഉണ്ടാക്കുവാൻ ഒരാൾ നല്ല വിലയ്ക്കു ചോദിക്കുന്നുണ്ട്. പക്ഷേ, കുടികിടപ്പുകാരനെ ഒഴിപ്പിച്ചാൽ മാത്രം. ഞാൻ എന്തു ചെയ്തിരിക്കുന്നുവെന്നോ? എനിക്കു വേണ്ടപ്പെട്ട ഒരാൾക്ക് തീറുകൊടുത്തിട്ട്, അയാളെക്കൊണ്ട് അയാൾക്കു വീടുവയ്ക്കേണ്ട ആവശ്യത്തിന് ഒഴിഞ്ഞുതരണമെന്നു വാദിക്കുകയാണ്."

സ്വാമിജി വളരെ വിഷമിച്ച് എഴുന്നേറ്റുപോയി അലമാരയിൽനിന്നു കേസുകെട്ട് എടുത്തുകൊണ്ടുവന്നു.

അയാൾ കേസുകെട്ടിൽ ആകെയൊന്നു കണ്ണോടിച്ചു നോക്കി.

"സ്വാമിജീ, ഇതിലൊക്കെ ഇത്രയേ വേണ്ടൂ. വീടുവയ്ക്കാനാണെന്ന ഉത്തമവിശ്വാസം തെളിയിക്കാൻ കഴിഞ്ഞാൽ നിശ്ചയമായും കുടികിടപ്പുകാരനെ ഒഴിപ്പിക്കാം."

"അപ്പോൾ ഒഴിപ്പിക്കാം, അല്ലേ?" സ്വാമിജി ചിരിച്ചു. ആസ്ത്മയുടെ ആക്രമണത്തെ ചെറുത്തുകൊണ്ടു ചിരിച്ചു.

"ഒഴിഞ്ഞുകിട്ടിയാൽ അതു വിറ്റിട്ട് ആ പണംകൊണ്ട് ഇവിടെ എന്റെ പേരെഴുതിയ ഒരു പ്രാർത്ഥനാഹാൾ..."

സ്വാമിജി ജനാലയിൽക്കൂടി പുറത്തേക്കു നോക്കിയിരുന്നു. പുറത്തെവിടെയോ ഒരു പ്രാർത്ഥനാഹാൾ ഉയർന്നുവരുന്നത് കൺകുളിർക്കെ കണ്ടുകൊണ്ട് ഇരുന്നു.

മോഹങ്ങളെ മുളയിൽ പിഴുതെറിയാൻ ഒരു പുരുഷായുസ്സിന്റെ ഭൂരിഭാഗവും ആഹുതിചെയ്ത ആ മനുഷ്യൻ, മുഗ്ദ്ധമോഹമുകുളങ്ങളെ മൂകമായി താലോലിച്ച്...

"ഇനി പോയി കിടന്നോളൂ." സ്വാമിജി അലമാര തുറന്ന് ഒരു വിരി എടുത്തുകൊടുത്തു. ഒരു പുൽപ്പായും എടുത്തുതന്നു.

"ബ്രഹ്മചാരിയുടെ മുറിയിൽ പോയി കിടന്നോളൂ. എനിക്ക് ഉറക്കം തീരെ ഇല്ല. ചുമച്ചും ഏങ്ങിയും തുമ്മിയും കഴിയും. ഇവിടെക്കിടന്നാൽ നിങ്ങളുടെ ഉറക്കവും ഇല്ലാതാവും."

അയാൾ ബ്രഹ്മചാരിയുടെ മുറിയിൽപോയി, സ്വാമിജി തന്ന പുൽപ്പായ നിവർത്തി കിടന്നു. കർപ്പൂരത്തിന്റെ മണമുള്ള പുൽപ്പായ...

പ്രശാന്തമായ അന്തരീക്ഷം. ഇളകിവന്ന കാറ്റിൽ ഇലഞ്ഞിയും മുല്ലയും നന്ത്യാർവട്ടവും നല്കിയ സമ്മിശ്രമായ സുഗന്ധം. ഒരു രാക്കിളി പോലും ശബ്ദിച്ചില്ല. അയാൾ തെരുവുവേശ്യകളെപ്പറ്റി ചിന്തിച്ചില്ല. താൻ വഞ്ചിച്ചവരുടെ മുഖം മനസ്സിൽ തെളിഞ്ഞുവന്ന് പേടിപ്പിച്ചില്ല. തന്നെ വഞ്ചിച്ചവരുടെ മുഖം മനസ്സിലെവിടെയും പതിയിരുന്ന് ആർത്തുചിരിച്ചില്ല.

ഈശ്വരാ!

ഇതിനുമുമ്പ് എന്തുകൊണ്ട് ഇവിടെ വരാൻ തോന്നിയില്ല. അയാൾ ഓർത്തു.... ഉറക്കമല്ല വന്നത്. എന്തിന്റെയോ ആലസ്യം. ആലസ്യത്തിൽ ഒന്നു മയങ്ങി. കുറച്ചു കഴിഞ്ഞപ്പോൾ സുഖകരമായ കുളിരു തോന്നി. അപ്പോൾ വിരിപ്പിനകത്ത് തലയുംമൂടി കിടന്നു. അപ്പോഴാണ് ശരീരത്തിൽ എന്തോ അമർന്നത്. ഒപ്പം അടക്കിപ്പിടിച്ച സംസാരത്തിന്റെ ചൂടും...

"എന്താ ഇന്നു വന്ന ആ മനുഷ്യനോട് എന്റെ മുഖവും കണ്ണുമൊക്കെ ഇത്ര വർണ്ണിച്ചത്. നാണല്യെ ഇങ്ങനൊക്കെ പറയാൻ. എണീക്കൂന്നേ..."

അയാളെ കുലുക്കി വിളിച്ചു.

"ഏയ്... അതല്ല. എന്തിനാ ഇന്നു വന്ന ആ മനുഷ്യനോട് നിയമം ചോദിച്ചത്. ഇവിടേന്ന് ആരെങ്കിലും എന്നെ കൊണ്ടുപോവുംന്ന് ഭയംണ്ടൊ. ഞാൻ പോയിട്ടു വേണ്ടേ. ഇത്രയൊക്കെ ആയിട്ടും എന്നെ മനസ്സിലായില്ല്യേ..." ഇടതിങ്ങിയ സ്തനങ്ങൾ വിരിപ്പിനുമേലെ അമർന്നപ്പോൾ അയാൾക്ക് അറപ്പുതോന്നി. നീളൻവിരലുകൾ വിരിപ്പിനകത്തുകൂടി കടന്നുവന്ന് അയാളുടെ കവിളിൽ തിരുപ്പിടിച്ചുകൊണ്ട് മുടിയിലേക്കു കയറി. ഒരു ക്ഷണം അതവിടെ മരവിച്ചിരുന്നു. പിന്നെ സർപ്പദംശമേറ്റതുപോലെ പിടഞ്ഞെഴുന്നേറ്റോടി. മേശമേൽ മുട്ടിയ കനത്ത ശബ്ദം. ചാഞ്ചാടിയ മേശമേൽനിന്ന് എന്തോ താഴെ വീണ് ഉടഞ്ഞുചിതറി. മഹാവരാഹ മൂർത്തിയുടെ വിഗ്രഹമോ... അയാൾ ജഡിതനായി മലർന്നുകിടന്നു. മോഹങ്ങൾ പിഴുതെറിയാൻ യത്നിക്കുന്ന മനുഷ്യൻ എന്ന ജീവിയുടെ നിസ്സഹായതയെപ്പറ്റി ഓർത്തപ്പോൾ അയാൾ പൊട്ടിക്കരഞ്ഞു.

■

ദുരവസ്ഥ; പിന്നെയും വന്നപ്പോൾ

കടന്നുചെല്ലുന്നത് വിശാലമായ ഒരു മുറിയിലേക്കായിരുന്നു. അവിടെ ആരൊക്കെയോ ഇരുപ്പ് ഉറപ്പിച്ചിരുന്നു. എന്നാലും മൂകതമാത്രം മുറ്റിനിന്നു. ആ വിശാലമായ മുറിയുടെ ഒരു മൂലയിൽ വെച്ചിരുന്ന കരകൗശല വസ്തുക്കൾ നിരത്തിയ ഷോകെയ്സിന്റെ അരികിലൂടെ അവൾ കോവണി കയറി.

“പരിഭ്രമിക്കേണ്ട... വേഗം.. പോരൂ...”

രാജപ്പൻനായർ തൊട്ടടുത്തുനിന്ന് സംസാരിച്ചിട്ടും മറ്റേതോ കരയിൽനിന്ന് വിളിച്ചുപറയുന്നതുപോലെ തോന്നി.

അവൾക്ക് പരിഭ്രമം ഉണ്ടായിരുന്നില്ല. ഭയവുമില്ല. ശരീരത്തിനാകെ ഒരു മരവിപ്പ് മാത്രം. രാജപ്പൻനായർ ഇത് സജസ്റ്റ് ചെയ്ത അന്ന് തുടങ്ങിയതായിരുന്നു ഈ മരവിപ്പ്. തന്റെ സ്വന്തം കൈപ്പടയിൽ എഴുതിത്തീർക്കേണ്ട ചില എൻട്രികൾ ബാക്കി കിടന്നിരുന്നു. അത് എഴുതിത്തീർക്കണം. ഓഫീസ് വരെ ചെല്ലണം എന്ന് അറിയിച്ചിരുന്നു. ആ ജോലിയും തീർത്ത് ഓഫീസിന്റെ മുമ്പിലെ പൂപ്പരിശിന്റെ ചുവട്ടിൽ ബസ് കാത്തുനില്ക്കുമ്പോൾ രാജപ്പൻനായർ വന്നു...

“ഈ നില്പിന് അർത്ഥമില്ല. എന്നോട് ദേഷ്യം തോന്നില്ലെങ്കിൽ ഞാൻ ഒന്ന് സജസ്റ്റ് ചെയ്യാം.” അവൾ എല്ലാം കേട്ട് മിഴിച്ചുനിന്നു. ശരീരത്തിലേക്ക് കയറിയ വാക്കുകൾ അവിടെ ഘനീഭവിച്ചുനിന്നു...

ക്രമേണ അതൊരു മരവിപ്പ് മാത്രമായി... ഇന്ന് ആ മരവിച്ച ശരീരവുമായി ഒരു മുറിയുടെ വാതിൽക്കൽ നിൽക്കുന്നു. വാതിൽ അകത്തുനിന്ന് അടച്ചിരുന്നു.

“കുറച്ച് വെയിറ്റ് ചെയ്യേണ്ടിവരും... ഇരിക്കൂ..” ചൂരൽകസേര നീക്കിത്തന്നിട്ട് രാജപ്പൻനായർ വരാന്തയുടെ അറ്റത്തേക്ക് പോയി അണക്കെട്ടിലേക്ക് നോക്കിനിന്നു. അണക്കെട്ട് കാണണമെന്ന് എന്തുമാത്രം ആഗ്രഹിച്ചിരുന്നു... അവസാനം കാണുവാൻ നിർബന്ധിതയാകുന്നത് ഇങ്ങനെ...

ആരോ കോവണി കയറിവരുന്നു. ദേഹത്തിലാകെ ഭസ്മം വാരിത്തേച്ചിട്ടുണ്ട്. കൈയില്ലാത്ത ബനിയനകത്തുനിന്ന് പൂണൂല് പുറത്തേക്ക് ഇഴഞ്ഞുകിടക്കുന്നു. കഴുത്തിൽ കല്ലുമാല അതിൽ ഒരു രൂപവും. അവളെ ആകെയൊന്ന് നോക്കി വെളുക്കെ ചിരിച്ചു. ശിപായി ആയിരിക്കും... അവൾ ഊഹിച്ചു... വളരെയധികം മേലധികാരികളെ ഒന്നിച്ച് ഒരൊറ്റ ചിരിയിൽ വിഴുങ്ങി പരിചയമുള്ള ശിപായി...

"ഏമാൻ ഇപ്പോൾ കുളിച്ചതേ ഉള്ളൂ. ഇനി സന്ധ്യക്കിത്തിരി നാമജപം ഒക്കെ ഉണ്ട്. പിന്നെ ലഘുവായിട്ട് എന്തെങ്കിലും ഭക്ഷിക്കും... എന്നിട്ടേ കാണാൻ പറ്റൂ..."

അയാൾ മുറി തുറന്ന് അകത്തു കടന്നു. പിന്നെ ഒഴിഞ്ഞ സോസറും ചന്ദനത്തിരി പേക്കറ്റുമായി തിരിച്ചുവന്നു. മുറിക്കകത്തുനിന്ന് നേരിയ ശബ്ദത്തിൽ നാമജപം കേട്ടിരുന്നു. അവൾ ഓർത്തു... തന്റെ കുടുംബത്തിൽ നിരീശ്വരവാദികളുടെ സമ്മേളനം എത്രയോ നടന്നിട്ടുണ്ട്. അന്നൊന്നും വിശ്വാസങ്ങൾക്ക് ഭംഗം വന്നിരുന്നില്ല. പക്ഷേ, ഇന്നോ.... ആർക്കും ഈശ്വരനെ വേണ്ട. ഈശ്വരനൊരിക്കലും തങ്ങളെ രക്ഷിക്കാനാവില്ലെന്ന് ആ കുടുംബം കരുതുന്നതുകൊണ്ടാണോ...

തന്റെ ചിന്തകളെ മായ്ച്ചുകളഞ്ഞുകൊണ്ട് കാലൊച്ച അടുത്തുവരുന്നു. ശിപായി ഇത്തവണ വരുമ്പോൾ കൈയിൽ ഒരു വലിയ ട്രേയും അതിൽ ഒരു പിഞ്ഞാണത്തിൽ മുതിരപ്പുഴുക്കും. മറ്റൊരു ചെറിയ സോസർ നിറയെ ചെറിയ ഐസ്കട്ടകളും ഉണ്ടായിരുന്നു. പിന്നെ കടലാസിൽ പൊതിഞ്ഞ എന്തോ സാധനങ്ങളും. ശിപായി വീണ്ടും മുറിയിൽ കയറി വാതിൽ ചാരി. മുറിയിൽ പെട്ടെന്ന് സോഡാ പൊട്ടിക്കുന്ന ശബ്ദം മുഴങ്ങി.

ശിപായി വീണ്ടും പുറത്തേക്കു വന്നു.

"കുറച്ചുകൂടെ മുഷിഞ്ഞ് ഇരിക്കേണ്ടിവരും...."

ശിപായി ചിരിച്ചിട്ട് താഴത്തേക്ക് ഇറങ്ങിപ്പോയി...

അവൾ എണീറ്റ് തിണ്ണചാരി അണക്കെട്ടിലേക്ക് നോക്കിനിന്നു. മലകളിലെ മുളംകാട്ടിൽനിന്ന് ഇരുട്ട് അണക്കെട്ടിലേക്ക് ഇറങ്ങിവരുന്നു. മലകളുടെ തടവറയിൽ തടാകം അക്ഷോഭ്യത അഭ്യസിച്ചുകഴിഞ്ഞിരിക്കുന്നു. ഒരു ഈയത്തകിട് വിരിച്ചപോലെ നിശ്ചലമാണ്... കരയിൽ പച്ചപ്പൂപ്പലിൽ പൊതിഞ്ഞ ഉരുളൻകല്ലുകൾ, കരയിൽ കിടക്കുന്ന, ചെറുവഞ്ചികളിൽനിന്ന് വെള്ളം വളരെദൂരം വിടവാങ്ങിയിരിക്കുന്നു. ഒരുപറ്റം വെള്ളക്കൊക്കുകൾ താഴ്ന്നുപറന്ന് വഞ്ചികൾക്കു മീതെ വട്ടമിട്ടു. വഞ്ചിയിൽനിന്നും പുറത്തേക്ക് ഒരു കറുത്ത പൂച്ച തലനീട്ടിവന്നു... കൊക്കുകൾ ചിറകടിച്ചുപറന്ന് മുളങ്കാടുകളേയും പിന്നീട് മലയിടുക്കിലെവിടെയോ മറഞ്ഞു....

"രാജപ്പൻനായർ..."

ശബ്ദം പതുക്കെ തൊട്ടടുത്ത് മുറിയിൽ മുഴങ്ങിനിന്നു. രാജപ്പൻ നായർ മുറിയിലേക്ക് നടക്കാൻ മുതിർന്നപ്പോൾ അവളും എണീറ്റു. അവളോട് ഇരിക്കാൻ ആംഗ്യം കാണിച്ച്, രാജപ്പൻനായർ മുറിയിലേക്ക് കടന്നു.

അല്പസമയത്തിനുശേഷം മുറിയുടെ വാതിൽ തുറക്കുമ്പോൾമാത്രം ശബ്ദം ഒഴുകിവന്നു...

"കഴിഞ്ഞ വീക്ക്എൻഡിൽ, ഡി.പി.എന്റെകൂടെ കോവളത്തുണ്ടായിരുന്നു. ഞാൻ തന്റെ സിസ്റ്ററിന്റെ കാര്യം വീണ്ടും പറഞ്ഞിട്ടുണ്ട്... മാർച്ച് ഫസ്റ്റ് വീക്കിൽ ഓഡറാകും..."

രാജപ്പൻനായർ പുറത്തുവന്നു.

"ഞാൻ താഴത്തെ മുറിയിലുണ്ടാകും... എല്ലാ കടലാസുകളും എടുത്തോളൂ... ഈശ്വരനെ നല്ലപോലെ വിചാരിച്ചോളൂ..."

രാജപ്പൻനായരെ, ഇതിനുംവേണോ ഈശ്വരനെ... അവൾ പറയാൻ ആഗ്രഹിച്ചു.

എണീറ്റപ്പോൾ ശരീരം, ശക്തിയായി വിറച്ചിരുന്നു... അണക്കെട്ടിലെ തണുത്തകാറ്റ് ഏറ്റിട്ടായിരിക്കാമെന്നവൾ സ്വയം സമാധാനിപ്പിച്ചു. പക്ഷേ, അടച്ചിട്ട മുറിയിലേക്ക് കടന്നപ്പോഴാണ് കൂടുതൽ വിറയൽ അനുഭവപ്പെട്ടത്. അദ്ദേഹം ഒരു ചാരുകസേരയിൽ ഇരിക്കുന്നു. എത്ര നിയന്ത്രിച്ചിട്ടും ആ മുഖത്തേക്ക് ഒന്നു നോക്കാതിരിക്കാൻ അവൾക്ക് കഴിഞ്ഞില്ല. കാവിലെ കല്ലുവിളക്കിന്റെ എണ്ണമയം കലർന്ന കറുകറുപ്പ്. എന്തുമാത്രം വീതികുറഞ്ഞ നെറ്റി. തലമുടി ഒരൊറ്റെണ്ണം കൊഴിഞ്ഞിട്ടില്ല; നരച്ചിട്ടുമില്ല.

"ഇരിക്കൂ..."

അവൾ മടിച്ചുനിന്നു.

തന്നെ മനസ്സിലാക്കിക്കാണുമോ...? അറിഞ്ഞില്ലെങ്കിൽ അറിയിക്കരുത്... അതാണ് രാജപ്പൻനായർ പറഞ്ഞത്. കാരണം, വലിയവർ എപ്പോഴും പരിചയക്കാരിൽനിന്ന് അകലുവാൻ ശ്രമിക്കും...

"പേപ്പേഴ്സ് എടുക്കൂ..."

ഒട്ടും അയവില്ലാത്ത ശബ്ദം... തന്നെ മനസ്സിലായില്ലേ... അവൾ കടലാസുകൾ കൊടുത്തു. എന്നിട്ട് വിറയൽ മാറ്റാൻ മേശയോട് ചേർന്നിരുന്നു. അവളുടെ കണ്ണുകൾ മേശമേൽ പരതിനടന്നു. ഒരു സ്റ്റീൽപാത്രത്തിൽ പൂവൻപഴം... പഴത്തിന്മേൽ ചന്ദനത്തിരികൾ കുത്തിനിറുത്തിയിരിക്കുന്നു. കർപ്പൂരം കത്തിയണഞ്ഞിട്ടുണ്ട്. കൊച്ച് സ്റ്റീൽവിളക്ക് അണഞ്ഞിട്ടില്ല. സ്റ്റീൽവിളക്കിന്റെയും അപ്പുറത്ത് ഒരു ചില്ലിട്ടപടം അവൾ കണ്ടു.

ഏതോ പുത്തൻദൈവത്തിന്റെ രൂപം. ദൈവം വൃദ്ധനാണ്. തലയിൽ തുണി കെട്ടിയിട്ടുണ്ട്. ഇരിക്കുന്നത് പാറപ്പുറത്താണ്. ദൈവത്തിന്റെ പേര് അവൾ വായിച്ചു.... സംസ്കൃതത്തിലോ ഹിന്ദിയിലോ എഴുതിയിട്ടുണ്ട്... "ശൃദ്ധിബാബ..."

"ഞാൻ എന്താണ് ചെയ്യേണ്ടത് എന്ന് പറയൂ..." ശബ്ദത്തിൽ ഒട്ടും സൗഹാർദ്ദത്തിന്റെ മയം കേട്ടില്ല.

അദ്ദേഹം കടലാസുകൾ മടക്കിവെച്ച് ഘനം തൂങ്ങിവരുന്ന കണ്ണുകൾകൊണ്ട് അവളെ നോക്കിയിരുന്നു. അവൾ മേശമേൽ മുഖമമർത്തിയിരിക്കുന്നു. കണ്ണീര് മടിയിൽ ഇറ്റിറ്റ് വീഴുന്നു... താൻ എന്തിന് കരയുന്നു എന്ന് ഓർത്തപ്പോൾ തേങ്ങിക്കരഞ്ഞു. അവളുടെ തലനാരിഴയിൽ അദ്ദേഹത്തിന്റെ വിരലുകളോടുന്നതവൾ അറിഞ്ഞു. അദ്ദേഹം മുഖം പിടിച്ചുയർത്തി.

"രാജപ്പൻനായർ പറഞ്ഞത് നിങ്ങൾ ബോൾഡ് ആയി പെരുമാറുമെന്നാണ്... പോയി മുഖം കഴുകിവരൂ..."

അവൾ എണീറ്റ് കുളിമുറിയിൽപോയി മുഖം കഴുകി.

ആ ടവ്വൽ എടുത്തോളൂ... എന്ന് പറഞ്ഞതവൾ കേട്ടു. പക്ഷേ, എടുത്തില്ല. പകരം സാരിത്തലപ്പുകൊണ്ട് മുഖംതുടച്ചു.

കുളിമുറിയിൽനിന്ന് പുറത്തുകടന്നപ്പോൾ പെട്ടെന്നാണത് സംഭവിച്ചത്. തികച്ചും ഓർക്കാപ്പുറത്തും. അദ്ദേഹം അടുത്തുവന്ന് അവളെ വട്ടം കെട്ടിപ്പിടിച്ചു. രണ്ടു കവിളിലും ചുംബിച്ചു. എന്നിട്ട് തന്റെ ചുണ്ടുകളോടടുത്തപ്പോൾ അയാളുടെ ശ്വാസോച്ഛ്വാസത്തിൽ തേട്ടിവന്ന വാർണിഷിന്റെയോ ചീഞ്ഞ പഴക്കുലയുടേയോ ഗന്ധം അവളെ ബോധവതിയാക്കി. അവൾ മുഖം തിരിച്ചു....

"എന്നെ മനസ്സിലാക്കിയിട്ടും.... എന്നെ അപമാനിക്കുകയാണോ.... ഞാൻ..." അവളാരാണെന്ന് ഒതുക്കിപ്പറഞ്ഞു. അവളുടെ മാറിനെ പൊതിഞ്ഞുനിന്ന കൈകൾ പെട്ടെന്നയഞ്ഞു... തനിക്കധികാരമില്ലാത്ത ഏതോ കോൺഫിഡൻഷ്യൽ കവർ പൊട്ടിച്ച ഉദ്യോഗസ്ഥന്റെ വെപ്രാളം... അദ്ദേഹം അവളിൽനിന്നും അകന്നുനിന്നു... അമരം ശരിയാക്കുവാൻ തോണിക്കാരൻ യത്നിക്കുന്നതുപോലെ... പിന്നെ നിശ്ശബ്ദത മാത്രം...

ഏതോ സ്ഫടികപാത്രം അവർക്കിടയിൽ വീണുടഞ്ഞു... അതിന്റെ ചില്ലുകൾ അവരിരുവരും കരുതലോടെ പെറുക്കിയെടുക്കുന്നു...

"ഇതൊരിക്കലും സംഭവിക്കുമായിരുന്നില്ല. എനിക്ക് രാജപ്പൻനായർ എന്തെങ്കിലും ഒരു ഹിന്റ് തന്നിരുന്നുവെങ്കിൽ..."

അദ്ദേഹം ചാരുകസേരയിൽ ഇരുന്നു.

"ഞാൻ കാറ് അയച്ചുതരാം... വീട്ടിൽ പൊയ്ക്കോളൂ..."

അവൾ മിണ്ടിയില്ല... ഈ അസമയത്ത്... അതും മറ്റൊരാളുടെ കാറിൽ അവൾ വീട്ടിൽചെന്നാൽ... അതു മാത്രമോ... വന്ന കാര്യത്തിന് ഒരു മറുപടിയും കിട്ടാതെ...

അദ്ദേഹം എഴുന്നേറ്റ് ബെല്ലിൽ വിരലമർത്തി. പുറത്ത് വരാന്തയുടെ അറ്റത്തുനിന്ന് തുടങ്ങിയ കാലൊച്ച വാതിൽക്കൽ വന്നവസാനിച്ചു... അദ്ദേഹം വാതിൽ തുറന്ന് പുറത്തുപോയി... പുറത്ത് വരാന്തയിൽ കാലൊച്ച അകന്നുപോകുന്നതും വീണ്ടും വരുന്നതും അവൾ ശ്രദ്ധിച്ചു... വരാന്തയിലെ തിണ്ണയിൽ ഗ്ലാസ് വെക്കുന്ന ശബ്ദം; സോഡ പൊട്ടിക്കുന്ന ശബ്ദവും... അദ്ദേഹം അകത്തേക്കു വന്നു... മുഖത്തു പൊടിഞ്ഞുനിന്ന വിയർപ്പ് ടവ്വലെടുത്ത് തുടച്ചു... ചാരുകസേര ഫാനിന്റെ അടുക്കലേക്ക് നീക്കിയിട്ട്... ചാരിയിരുന്നു.

അവളാണ് മൗനം ഭഞ്ജിച്ചത്...

"ഇപ്പോൾ നാട്ടിലൊന്നും വരാറില്ലെ..."

"സെലക്ഷൻ കിട്ടി മുസ്സൂറിയിലേക്ക് ട്രെയിനിങ്ങിന് പോകുന്നതിനു മുമ്പ് നാട്ടിൽ സ്വീകരണം വെച്ചിരുന്നു അന്ന് വന്നതായിരുന്നു..."

സെലക്ഷൻ... മുസ്സൂറിയിലെ ട്രെയിനിങ്ങ്... അവളുടെ ചിന്തകൾ കലങ്ങിമറിയുന്നു...

ഉമ്മറത്ത് അച്ഛൻ നിൽക്കുന്നു. അമ്മ മുറ്റത്തേക്കിറങ്ങിനിന്നു...

"ഇവറ്റൊക്കെ പഠിക്കാൻ നടന്നാൽ വളപ്പ് പണിക്ക് ആളെ കിട്ടോ... ഇനി പഠിച്ചുവന്നാലത്തെ കഥയോ അമ്പലം പൊളിച്ച് അടുപ്പിലിടണം... ജന്മീളൊക്കെ നന്നങ്ങാടിക്ക് വെയ്ക്കണം... മീറ്റിംഗായി..."

"നൊമ്മളു പഠിക്കണ്ടാന്ന് പറഞ്ഞാല് അവർ കേൾക്ക്വോ... അതിലും ഭേദന്താ... കഴീണ സഹായം ചെയ്യാ... കുട്ടി വരൂ..."

അമ്മ നടന്നു. അവളും ഒപ്പം നടന്നു... അന്ന് വടക്കേപറമ്പ് എത്ര ദൂരത്തായിരുന്നു. കാട്പോലെ മരങ്ങളും. ഭാഗിച്ചും, വിറ്റും അന്യാധീനപ്പെട്ടും എല്ലാം പോയി... ഇന്ന് കുടിയിരിപ്പുമാത്രം... അതിലും ഇനി മുറിക്കാൻ ബാക്കി ഒരൊറ്റ മരമുണ്ടോ... വടക്കേ വളപ്പിന്റെ ഇതയ്ക്കൽ നിന്നു... സീതാർമുടി തഴച്ചുപടർന്ന വേലി...

ചെറുമി ഒന്ന് ഇങ്ങട് വരൂ... മാടത്തിന്റെ മുറ്റത്ത് ഞവഞ്ഞിത്തോടുകൾ കുന്നുകൂടി കിടക്കുന്നു...

നെന്റെ ചെക്കനോ...

ഇവിടെ ഇല്ല...

ഇന്നവൻ ഗോളേജിൽചേരാൻ പോണൂന്നു കേട്ടൂലൊ... ഇത് അവന് കൊടുക്കൂ...

അമ്മ ഒരു വെള്ളിഉറുപ്പിക ചെറുമിയുടെ കൈയിലേക്ക് എറിഞ്ഞു കൊടുത്തു... അത് ഞവഞ്ഞിത്തോട്ടിൽ വീണ് ശബ്ദമുണ്ടാക്കി... ചെറുമി കുനിഞ്ഞെടുക്കാൻ ശ്രമിച്ചപ്പോൾ ഞവഞ്ഞിത്തോടിൽനിന്ന് ഈച്ചകൾ ആർത്ത് ഇരമ്പിപ്പറന്നു.

പഠിച്ച് ഒന്നാമനായി കാണാൻ എനിക്കാഗ്രഹണ്ട്ന്ന് പറയൂ...

അമ്മയുടെ ആഗ്രഹം നന്നേ ഫലിച്ചു. അവൻ ഒന്നാമനായി മാത്രം ജയിച്ചു. പഠിത്തം കഴിഞ്ഞുവന്നപ്പോൾ അച്ഛൻ പറഞ്ഞതുതന്നെ സംഭവിച്ചു...

നിരീശ്വരവാദിയായി... കമ്മ്യൂണിസ്റ്റായി.. പിന്നെ കുറെ കഴിഞ്ഞപ്പോൾ ഉദ്യോഗസ്ഥനായി... പിന്നെ സെലക്ഷൻ കിട്ടി... മുസ്സൂറിക്ക് ട്രയിനിങ്ങിന് പോയീന്ന് അറിഞ്ഞു.

“ഇനി നാട്ടിലേക്കില്യ...”

“ഇല്ല... ഞാൻ തിരുവനന്തപുരത്ത് സെറ്റിൽഡ് ആയി... ഞാൻ ഉണ്ടാക്കിയ വീട് കണ്ടോ്വാ...”

ദൈവത്തിന്റെ അടുക്കൽ മറ്റൊരു ഫോട്ടൊ... മനോഹരമായ പടുകൂറ്റൻ കെട്ടിടം. മുറ്റത്ത് വെളുത്ത കാർ നില്ക്കുന്നു... അതിന്റെ അടുക്കൽ കറുത്ത സൂട്ടും തൊപ്പിയും ധരിച്ച് അദ്ദേഹം നില്ക്കുന്നു...

കുതിരയുടെ ഉടലുള്ള, നാവ് നീട്ടിയ നായുടെ ചങ്ങല പിടിച്ചുകൊണ്ട്... ഒരൊറ്റ നോട്ടത്തിൽ നായയെ ഒരു കരിമ്പനക്കുറ്റിയിൽ തളച്ചിട്ടിരിക്കയാണെന്നേ തോന്നൂ...

“സ്മൃതിഘട്ടിന്റെ ആർക്കിടെക്റ്റ്, ഡോ.മൽഹോത്ര ഡിസൈൻ ചെയ്ത വീടാണ്... ഫർണിഷിങ്ങ് സ്റ്റാറ്റസിനൊത്ത് ചെയ്തില്ല എന്നു പറയുന്നു...”

മേശപ്പുറത്തെ സ്റ്റീൽവിളക്കിന്റെ നാളം ഫോട്ടോയിൽ ചാഞ്ചാടി... നോക്കുംതോറും തിരിനാളം അകന്നകന്ന് പോകുന്നു... വികൃതമായ നിഴലുകൾ വിരിച്ച മനപ്പറമ്പ്...

ഓവ്മുറിയുടെ വടക്കേ കിളിവാതിൽക്കൽനിന്ന് പുറത്തേക്ക് നോക്കി... എന്താ അമ്മെ വെണ്ണീറ്പുരേന്ന് ഒരു വെളിച്ചം...

ചെറുമീം ചെക്കനും ഇന്ന്വിടെ കെടക്കണ്... അവരുടെ മാടം ഇന്നലെ കാറ്റിന് വീണില്ല്യെ...

ചെറുമി ഉറക്കമൊഴിച്ചിരിക്കുന്നു. മകൻ ഇരുന്ന് വായിക്കുന്നു...

എല്ലാം ഈ യുഗത്തിൽതന്നെ നടന്നതാണോ.. അതോ വിസ്മൃതിയുടെ പ്രളയത്തിൽ കുത്തിയൊലിച്ചുപോയ അതീതയുഗത്തിലൊന്നിലോ.

“പോകുന്നില്ല എന്ന് ഡെഫനിറ്റാക്കിയോ...”

ഒരു തീരുമാനവുമെടുക്കാനാവാതെ അവൾ മിഴിച്ചിരുന്നു...

“ഭക്ഷണം കഴിക്കേണ്ടെ.”

“വിശപ്പില്ല...”

“കുടിക്കാൻ എന്തെങ്കിലും...”

“ഒന്നും വേണ്ട...”

“എന്റെ ശിപായി ഇളയതിന്റെ വെപ്പാണ്... പിന്നെ ഞാനും വെജിറ്റേറിയൻ ആണെന്ന് അറിയാമല്ലൊ...”

അവൾ അന്തംവിട്ട് മുഖത്തേക്ക് നോക്കിയപ്പോൾ അദ്ദേഹംതന്നെ തിരുത്തി.

“കുറെ കാലമായിട്ട്...”

അദ്ദേഹം എഴുന്നേറ്റ് ബെല്ലിൽ വിരലമർത്തി... ശിപായി ഇളയത് വായുവേഗത്തിൽവന്ന് ആദ്യം അടുത്തുനിന്നു. പിന്നെ രണ്ടടി പുറകോട്ട് മാറിനിന്നു.

“മീൽസ് കൊണ്ടുവരട്ടെ...”

“വേണ്ട ഞാൻ താഴത്തേക്ക് വരാം...”

“ഇവർക്ക് കോഴിക്കറി പ്രിപ്പെയർ ചെയ്തിട്ടുണ്ട്...”

“ആരുപറഞ്ഞിട്ട്...”

അദ്ദേഹം രൂക്ഷമായി ശിപായിയെ നോക്കി...

“കഴിഞ്ഞ തവണ വന്നതിന്... ഒരു കോഴിയെ കിട്ടാൻവേണ്ടി ഈ വൃദ്ധൻ രാത്രിപെട്ടപാട്...”

അദ്ദേഹം ഒന്നുകൂടെ നോക്കി... ശിപായിയുടെ ശബ്ദം തൊണ്ടയിലമർന്നു..

വാലുമടക്കി ശിപായി നടക്കാൻ തുടങ്ങി. അപ്പോൾ അവൾ വിളിച്ചു പറഞ്ഞു...

“ഒരു ഗ്ലാസ് വെള്ളം...”

അദ്ദേഹം ഇറങ്ങിപ്പോയി... കുറച്ചുകഴിഞ്ഞപ്പോൾ ശിപായി ഒരു വലിയ ട്രേയിൽ ഒരു ഗ്ലാസ് ഐസ് വാട്ടറുമായി വന്നു. അയാൾ അടുത്തു വന്നപ്പോൾ കളഭത്തിന്റെയും ചെവിയിൽ തിരുകിയ തെറ്റിപ്പൂവിന്റെയും മണം, വായ തുറന്നപ്പോൾ നീറ്റടയ്ക്കയുടെയോ സ്പിരിറ്റിന്റെയോ ഗന്ധം. അയാൾ നിവർന്നുനിന്നു. ഇളയതിന് ഇത്രയും ഉയരമുണ്ടെന്ന് അപ്പോഴാണവൾ മനസ്സിലാക്കുന്നത്.

“എനിക്ക് ഒരഞ്ചു മിനിറ്റ് നേരത്തേക്കധികാരം തരൂ... ഈ സംവരണക്കാരനെ ഒക്കെ ഉണ്ടല്ലോ... അന്ന് വെട്ടി വെയിലത്തിടും... ഈ രൂപം ഉണ്ടല്ലൊ അന്ന് കുപ്പത്തൊട്ടിയിലെറിയും...” വയസ്സൻദൈവത്തിന്റെ രൂപം തൊട്ടുകൊണ്ടയാൾ പറഞ്ഞു...

"ഇത് വലിച്ചെറിയാൻ ഇത്ര വലിയ അധികാരം വേണോ..."

അവൾ അമ്പരന്നു.

"ഇവരുടെ കൂടെ നടക്കുമ്പോൾ അവര് കാട്ടിക്കൂട്ടുന്നത് നമ്മളും കാട്ടണ്ടേ... എന്നാലും ഇവനെയൊക്കെ..." താഴെനിന്ന് ഇളയതിനെ വിളിക്കുന്നു... ശബ്ദം കേട്ടതേ ഉള്ളൂ.."

"ഏമാന്റെ ശബ്ദല്ലെ..." പെട്ടെന്ന് അയാളുടെ ശിരസ്സ് കുനിഞ്ഞു... നടുവൊടിഞ്ഞ് ആകെ ചുരുണ്ടു... അയാൾ ഓടിപ്പോയി..."

എന്തെങ്കിലും വായിക്കുവാൻ കിട്ടിയിരുന്നെങ്കിൽ.

അവൾ മേശവലിപ്പ് തുറന്നു... ഒരു ആൽബം... നിറയെ ഫോട്ടോകൾ... പെട്ടെന്നവൾ നടുങ്ങി... പിന്നെ ഛർദ്ദിക്കാൻ വരുന്ന അറപ്പും... എന്തെല്ലാം വൈകൃതങ്ങൾ... അവൾ ആൽബം മേശയിലേക്ക് വലിച്ചെറിഞ്ഞു.... മേശവലിപ്പ് ആഞ്ഞടച്ചപ്പോൾ ദൈവത്തിന്റെ രൂപം നീങ്ങിപ്പോയതവൾ നേരെവെച്ചു.

പെട്ടെന്നദ്ദേഹം കടന്നുവന്നു... കണ്ണുകൾ കലങ്ങിയിരുന്നു... കാൽവെപ്പിന് പാകതയില്ലായിരുന്നു. സൂട്ട്കേസ് തുറന്ന് കുറെ തുണികളെടുത്ത് കുളിമുറിയിലേക്ക് നടന്നു. ഇളംമഞ്ഞ പൈജാമയും പഴക്കമുള്ള ഷർട്ടും ധരിച്ച് പുറത്തിറങ്ങി കണ്ണാടിക്ക് മുമ്പിൽ വന്നുനിന്ന് മുഖത്ത് ക്രീം പുരട്ടി... നെഞ്ചത്തും തോളിലും പൗഡറിട്ടു... നേരെ ചെന്ന് കിടക്കയിൽ വീണു...

അവൾ എവിടെ കിടക്കുമെന്ന് ചോദിച്ചില്ല...

കുറച്ച് വാക്കുകളിലും അതിലേറെ ആംഗ്യത്തിലുമായി...

"കിടക്കുമ്പോൾ റ്റ്യൂബ്‌ലൈറ്റ് ഓഫ് ചെയ്തോളൂ... ഡിഫ്യൂസ്ഡ് ലൈറ്റ് ഇട്ടോളൂ. ഇതാ സ്വിച്ച്..."

അവൾ ചാരുകസേരയുടെ തണ്ടിന്മേൽ കാലുയർത്തിവെച്ച് കിടന്നു. പെട്ടെന്നാണവൾ അത് ശ്രദ്ധിച്ചത്.... തലയണയിന്മേൽ താടി അമർത്തിയ അദ്ദേഹത്തിന്റെ മുഖം...

കണ്ണുകൾക്ക് തീപ്പന്തത്തിന്റെ ചൂടുണ്ടായിരുന്നു. അവൾ കാലുകൾ ഇറക്കിവെച്ച് കണ്ണുകൾ പൊത്തി ലൈറ്റിൽനിന്ന് മുഖംതിരിച്ചു... കണ്ണുകൾ അടച്ചപ്പോൾ അവൾ എല്ലാം കാണുന്നു. കുളച്ചണ്ടി നീക്കി പടവിലേക്ക് കയറുമ്പോൾ താമരപൊട്ടിക്കുവാൻ ആരോ ഇട്ടുപോയ ഇല്ലിമുള്ളിൽ കൊളുത്തി അവളുടെ മുണ്ട് അഴിഞ്ഞുപോയി...

മുണ്ട് എടുക്കാൻ പാടുപെടുമ്പോൾ മൈലാഞ്ചിക്കാട് ഒന്നിളകി.. അതിൽനിന്ന് തീപ്പന്തങ്ങൾപോലെ രണ്ടു കണ്ണുകൾ... വർഷങ്ങൾ കടന്നുപോയിട്ടും ആ തീപ്പന്തം ഇന്നും അണയാതിരിക്കുന്നു...

അവൾ എഴുന്നേറ്റു... അടുപ്പിച്ചിട്ട രണ്ട് കട്ടിലുകളിലെ കിടക്കയിലൊന്നിൽനിന്ന് ഒരു വിരിയെടുത്ത് താഴെ വിരിച്ച് അതിൽ കിടന്നു...

ഞെട്ടിയുണർന്നപ്പോൾ അവൾ ആദ്യം തപ്പിനോക്കിയത് അരയിലെ ഏലസ്സാണ്... ആ ഏലസാണ് അവളെ സ്വപ്നങ്ങളിൽ രക്ഷിക്കുന്നതെന്ന് അവൾ വിശ്വസിക്കുന്നു.

തന്നെ പ്രാപിക്കുവാൻ വരുന്ന ഗന്ധർവൻ... പാറപ്പുറത്തേക്ക് തന്നെ വലിച്ചിഴച്ച് കൊണ്ടുപോകുന്നു... അന്നൊക്കെ ഈ സ്വപ്നം നിരന്തരം കണ്ടിരുന്നു... അപ്പോഴാണ് ഏലസ് നിറച്ചിട്ടത്... ഏലസ് തപ്പിനോക്കിയപ്പോൾ അവൾ നടുങ്ങിപ്പോയി... താൻ ബന്ധിച്ച് ഉടുത്തിരുന്ന വസ്ത്രങ്ങൾക്ക് സ്ഥാനഭ്രംശം സംഭവിച്ചതെങ്ങനെ... തന്റെ അറിവില്ലാതെ, സമ്മതമില്ലാതെ താൻ ദർശിക്കപ്പെട്ടിരുന്നു-

കുളിമുറിയിൽ വെള്ളം വീഴുന്ന ശബ്ദം അവളിൽ പരിസരബോധമുണ്ടാക്കി... പിന്നെ ശബ്ദങ്ങൾ... മന്ത്രോച്ചാരണങ്ങൾ. ഹരിനാമകീർത്തനമാണോ...

അല്ല...

കുമാരസംഭവത്തിലെ ശ്ലോകം...

ആകാരമൊത്തളവിലും ലഭിയാതെ പോയി.

തന്വംഗിതന്റെ തുടകൾക്കുപമാനഭാവം... പാർവ്വതിയുടെ ശരീരവർണന...

പെട്ടെന്നവൾ ചിന്തിച്ചിരുന്നു... പണ്ടൊക്കെ ഒരു വിഭാഗത്തിന്റെ കുത്തകയായിരുന്നല്ലോ ശൃംഗാരശ്ലോകങ്ങൾ... ഇന്നോ.

അവൾ എഴുന്നേറ്റ് ജനാലയുടെ അടുത്തേക്ക് കസേരവലിച്ചിട്ട് ഇരുന്നു. പുറത്ത് ഒന്നും വ്യക്തമല്ല. അണക്കെട്ടിന്റെ ഏതോ ഭാഗത്ത് ഒന്നുരണ്ടു വിളക്കുകൾ എരിഞ്ഞിരുന്നു. അതും മൂടൽമഞ്ഞിന്റെ നിയന്ത്രണത്തോടെ മാത്രം... നോക്കുംതോറും ദിക്കിന്റെ ഒരു കോണിൽ മാത്രം... നിറപ്പകർച്ച കണ്ടു... കിഴക്കായിരിക്കാം.

"ഞാൻ നാട്ടിലെ വർത്തമാനമൊന്നും ചോദിച്ചില്ല." അദ്ദേഹത്തിന്റെ ശബ്ദം.

"എ.പി.എൻ. എങ്ങനെയിരിക്കുന്നു... രാഷ്ട്രീയത്തിൽ ഇല്ല്യെ..."

ചേച്ചിയുടെ ഭർത്താവിനെ ഉദ്ദേശിച്ചാണ്... അവിടെ രാഷ്ട്രീയത്തിൽ വിത്ത് പാകിയത്... മുളപ്പിച്ചെടുത്തത്.. തീയിൽ വളർത്തിയെടുത്തത് എല്ലാം ചേട്ടനായിരുന്നു.

"കിടപ്പിലാണ്... തീരെ കിടപ്പിലായിട്ട് രണ്ടുവർഷമായി..."

"ചേച്ചിക്ക് സുഖംതന്നെയല്ലേ...." ചേച്ചിയെ മറന്നിട്ടില്ല. ചേച്ചിയും പണ്ടൊക്കെ അകായിൽനിന്ന് അരങ്ങത്തേക്കെത്തിനോക്കുമായിരുന്നു...

വ്യവസ്ഥിതി പൊളിച്ചുമാറ്റണം.. ഭിത്തിയിലും മേശപ്പുറത്തും ഇടിച്ചുകൊണ്ട് പറയും... ആദ്യത്തെ മാറ്റം അച്ഛൻ എന്ന് വിളിക്കാൻ തുടങ്ങിയതും തന്നെക്കൊണ്ട് ചേച്ചി എന്ന് വിളിപ്പിച്ചതും ആയിരുന്നു...

"പണ്ടേ ആസ്ത്മയായിരുന്നല്ലോ... കപ്പം കൊടുത്ത് നിർത്തുന്നു..."

"മുതിർന്ന മക്കളില്ലേ..."

"ആകെ... ഒന്നേയുള്ളൂ. ചെറുപ്പം മുതൽക്കെ അപസ്മാരം... പഠിക്കാനും കഴിഞ്ഞില്ല..."

അച്ഛനെപ്പറ്റി ചോദിക്കുമെന്ന് കരുതി...

അച്ഛനെപ്പറ്റി എങ്ങനെ ചോദിക്കും...

കുഞ്ചുതമ്പ്രാന്...

....അതോ...

മിസ്റ്റർ കുഞ്ചു...

അല്ലെങ്കിൽ... ഫാദറിന്... ഒന്നും ചോദിച്ചില്ല, പകരം മറ്റൊന്നാണ് ചോദിച്ചത്...

"സസ്പെൻഷനിലായിട്ട് എത്ര്യായി..."

"രണ്ടുവർഷം... ഒമ്പതുമാസം... ഏഴുദിവസം..." പിന്നെ ചോദ്യങ്ങളുണ്ടായില്ല.

അവൾ പുറത്തേക്ക് നോക്കിയിരുന്നു. ദിക്കുകളുടെ ഭാവപ്പകർച്ച കൂടുതൽ സ്നിഗ്ദ്ധമായി... മൂടൽമഞ്ഞിന്റെ പൊടി തുടച്ച് എല്ലാം നിരത്തി വച്ചിരിക്കുന്നു... തലേദിവസത്തെ ചിട്ടയിലും ഒതുക്കിലും അതേ താലത്തിലും തട്ടുകളിലും...

അവൾ എഴുന്നേറ്റ് കുളിമുറിയിലേക്ക് നടന്നു... അവൾ കുളികഴിഞ്ഞ് വന്നിരുന്നപ്പോൾ, ചിന്തയിൽനിന്നുണർന്ന്, പെട്ടെന്നദ്ദേഹം പറഞ്ഞു...

"ഞാൻ ഒരു കാര്യം പറയാൻ ആഗ്രഹിക്കുന്നു..."

അവൾ അദ്ദേഹത്തിന്റെ മുഖത്തേക്ക് നോക്കി...

പണ്ടൊക്കെ നീളൻമീശ വെച്ചിരുന്നു... ഇന്ന് മീശയില്ല... പകരം കൃതാവുണ്ട്... മുടി നീട്ടിയിട്ടുമുണ്ട്.

"ഇങ്ങനെ ഒരു സാഹചര്യത്തിൽവെച്ച് കണ്ടതിൽ എനിക്ക് ഖേദമുണ്ട്... സിംപതിയും..."

അവൾ അനങ്ങിയില്ല...

"നല്ലവണ്ണം ആലോചിച്ചിട്ട് മറുപടി പറഞ്ഞാൽ മതി..."

തുടർന്നുപറയാൻ നന്നെ ബുദ്ധിമുട്ട് അനുഭവിക്കുന്നതവൾ കണ്ടു...

"ഒരാളെ വ്രണപ്പെടുത്തേണ്ടിവന്നതിന് ചെയ്യാൻ കഴിയുന്ന ഏറ്റവും വലിയ പ്രായശ്ചിത്തത്തിന് ഞാൻ ഒരുക്കമാണ്..." പെട്ടെന്നവൾക്ക് തലേ

ദിവസത്തെ ഒരു രംഗം ഓർമ്മവന്നു... ടാക്സി ഒരു ആടിന്റെ ദേഹത്തിടിച്ചു... ചാകുമെന്നുറപ്പായപ്പോൾ ഡ്രൈവർ പറഞ്ഞു... എന്റെ കൈയീന്ന് ഒരബദ്ധം പറ്റി.. എന്താ വിലാച്ചാൽ പറഞ്ഞോളൂ... വില കൊടുത്തു വാങ്ങി രാജപ്പൻ നായരും ഡ്രൈവറും ചേർന്ന് അതിനെ എടുത്ത് കാറിന്റെ ഡിക്കിയിലിട്ടു... ഡിക്കിയിൽ കിടന്ന് ആട് ഒന്നുരണ്ട് തവണ പിടഞ്ഞു.

അവളെ വിലയ്ക്ക് വാങ്ങാൻ മുതിരുന്നു.

"എഗ്രിയബൾ ആണെങ്കിൽ ആർഭാടം കുറച്ച് കനകക്കുന്ന് കൊട്ടാരത്തിൽവെച്ച്... ഒഫ്കോഴ്സ്, മിനിസ്റ്റേഴ്സ് എല്ലാവരുമുണ്ടാകും... ഗവർണറും ചീഫ് സെക്രട്ടറിയും..."

അവൾക്ക് അടക്കാൻ വയ്യാത്ത ചിരിവന്നു... കനകക്കുന്ന് കൊട്ടാരത്തിൽ... സാവിത്രിയും... ചാത്തനും.

അവളുടെ ഭാവത്തിൽവന്ന വിക്ഷിപ്തത അദ്ദേഹത്തെ ചൊടിപ്പിച്ചുവൊ!

"ചീഫ് സെക്രട്ടറി അറിഞ്ഞാൽ ഇഷ്ടപ്പെടില്ല... ഇങ്ങനെ പറയുമായിരിക്കും... ഒരു സീനിയർ... ക്ലാസ് വൺ ഓഫീസർ..."

"ക്ലാസ് ത്രീ ജീവനക്കാരിയെ കല്യാണം കഴിക്കുന്നത് പൊറുക്കില്ലായിരിക്കും..." അവളുടെ ശബ്ദം ഉയർന്നു... അവൾ ശിരസ്സുയർത്തി... അദ്ദേഹത്തിന്റെ കറുത്ത മുഖം പിന്നെയും കറുക്കുന്നതവൾ കൗതുകത്തോടെ നോക്കി... അദ്ദേഹത്തിന്റെ പ്രൗഢിയെ ചുറ്റിനിന്ന പ്രഭാവത്തിലെവിടെയോ ഭൂതകാലത്തിന്റെ ശീതക്കാറ്റ് അടിച്ചു... പ്രഭാവലയം, ഉലഞ്ഞു; കോടി; വികൃതമായി...

"അതല്ല, മിസ്സപ്രോപ്രിയേഷൻ കേസ്സിൽ സസ്പെൻഷനിൽ കഴിയുന്ന..."

"മിസ്സ്പ്രോപ്രിയേഷൻ ഇനിയും തെളിയിച്ചിട്ടില്ലല്ലോ. തെളിയിക്കാൻ മുതിർന്നിട്ടുണ്ടോ..."

പിന്നെ രണ്ടുപേരും മിണ്ടാതിരുന്നു...

അവൾ ഓർത്തു... തന്റെ ചുറ്റും നടക്കുന്ന തീവെട്ടിക്കൊള്ളയിൽനിന്ന് രക്ഷപ്പെടാൻ... ഇന്നത്തെ സാവിത്രിയും നായകന്റെ കുടിലിലേക്ക് അഭയം തേടി ഓടിക്കയറുന്നു... അണക്കെട്ടിലെ റസ്റ്റ്ഹൗസിലേക്ക്...

"എന്താണ് ഡിസിഷൻ? ഇവിടെവെച്ച് നടത്തേണ്ടെങ്കിൽ വേണ്ട.... നമ്മൾക്ക് 'പുട്ടബർതി'യിൽ പോകാം. ഭഗവാന്റെ ആശീർവാദത്തോടെ..."

അവൾ പുറത്തേക്ക് നോക്കിയിരുന്നു... തലേന്നാളത്തെ ഉച്ഛിഷ്ടം ശിപായി കൊടിഞ്ഞിപ്പട്ടികൾക്കെറിഞ്ഞുകൊടുക്കുന്നു... അതും നോക്കി

രാജപ്പൻനായർ ഇളംവെയിലുംകൊണ്ടുനിൽക്കുന്നു... ക്ഷമയറ്റ് മുകളി ലേക്കും നോക്കുന്നുണ്ട്...

അത് കണ്ടപ്പോൾ പെട്ടെന്നവൾക്ക് ഉത്തരം പിടികിട്ടി...

"നിങ്ങളുമായി ബന്ധപ്പെടുത്തുന്നതിന് രാജപ്പൻ നായർക്ക് എല്ലാ വരും പ്രതിഫലം നല്കാറുണ്ട്... രാജപ്പൻനായരുടെ മുറിയിൽപോയി അത് കഴിച്ചുവരട്ടെ... കല്യാണം കഴിഞ്ഞാൽ അതിന് പറ്റീന്ന് വരില്ല.

അയാൾ അനങ്ങാതെ നിൽക്കുന്നത് കണ്ടപ്പോൾ അവൾക്ക് വാചാല യാകാതിരിക്കാൻ കഴിഞ്ഞില്ല...

"ഈ മുറിയിൽവെച്ച് നിങ്ങൾ പല സ്ത്രീകളുമായി അടുത്തിട്ടുണ്ട്. എനിക്കറിയാം. എനിക്കറിയാമെന്നും നിങ്ങൾക്കറിയാം... എന്നിട്ടും ഞാനത് അറിഞ്ഞുകൊണ്ട് നിങ്ങളെ സ്വീകരിക്കണമെന്ന് നിങ്ങൾക്ക് പറ യാമെങ്കിൽ... ഒരിക്കൽ മാത്രം, രാജപ്പനുമായി കിടപ്പറയിൽ കഴിഞ്ഞു വെന്നാൽ... എന്നെ എന്തുകൊണ്ട് സ്വീകരിച്ചുകൂടാ..." വാക്ശരങ്ങളേറ്റ് മരിച്ചുവീണ പ്രതിയോഗിയുടെ ജഡം ഇതിനകം തണുത്ത് വെറങ്ങലി ച്ചിരുന്നു. എന്നിട്ടും ധനുർധര ആവനാഴിയിൽ തപ്പുകയായിരുന്നു.

■

പഠനം

ആത്മീയതയുടെ നിർവചനങ്ങൾ

സുനീഷ് കെ.

ജീവിതത്തെ ചൂഴ്ന്നുനിൽക്കുന്ന ദുരൂഹതകളെക്കുറിച്ചുള്ള വിചാരമാണ് ആത്മീയത. അവനവനെക്കുറിച്ചു തന്നെയുള്ള എല്ലാ അന്വേഷണങ്ങളും ഇതിൽ ഉൾപ്പെടുന്നു. മനുഷ്യന്റെ സന്ദേഹങ്ങൾ ഒരിക്കലും ഒടുങ്ങുന്നതേയില്ല. അത് ചാക്രികമായ ഒരു തുടർച്ചയാണ്. ഇന്നോളം ഉണ്ടായ ഭാരതീയ ക്ലാസിക്കുകളെല്ലാം പ്രതിപാദിക്കുന്നത് ഈ ആത്മീയാന്വേഷണത്തിന്റെ സമ്മിശ്രഭാവതലങ്ങളാണ്. ഭാരതീയ സാഹിത്യകാരന്മാർ ഇക്കാര്യത്തിൽ മുൻപന്തിയിൽ നിൽക്കുന്നത് ഇവിടെ സമ്പന്നമായൊരു ദാർശനികപാരമ്പര്യം ഉണ്ടായിരുന്നതിനാലാവാം. മരണവും കാമവും ഉൾപ്പെട്ട ജീവിതത്തിന്റെ ദുരൂഹമായ സന്ധികളെ കാളിദാസനെപ്പോലുള്ള ശുദ്ധകാവ്യകാരന്മാരും ശ്രദ്ധാപൂർവം പരിഗണിച്ചിട്ടുണ്ട്. ടാഗൂറിനെപോലുള്ള മിസ്റ്റിക്കുകൾ മാത്രമല്ല പച്ചയായ മനുഷ്യജീവിതം അന്വേഷിച്ചറിഞ്ഞ എല്ലാ എഴുത്തുകാരും കൂടിയോ കുറഞ്ഞോ ഈ ദർശനത്തെ വ്യവഹരിക്കുന്നുണ്ട്.

ആധുനിക മലയാളസാഹിത്യത്തിൽ ആത്മസന്ദേഹികളായ നിരവധി സാന്നിധ്യങ്ങൾ ഉണ്ടായിരുന്നു. എം.മുകുന്ദനും കാക്കനാടനും ഒ.വി. വിജയനും വിഭിന്നമായ അവസ്ഥാന്തരങ്ങളിലൂടെ ജീവിതത്തെ അന്വേഷിച്ചപ്പോൾ ടി. പത്മനാഭനെപോലെ അപൂർവം ചിലർ പച്ചയായ ജീവിതത്തിൽ നിന്നും മിസ്റ്റിസിസം കൊണ്ടുപോലും അടയാളപ്പെടുത്താനാവാത്ത ഭാവശില്പങ്ങളെ സൃഷ്ടിച്ചു. മനുഷ്യജീവിതത്തിന്റെ ആന്തരികമായ രസഭാവങ്ങളെ ഇവരെല്ലാം ആവിഷ്കരിച്ചിട്ടുണ്ടെന്നു പറയാം. ജീവിതത്തിന്റെ ആകസ്മികതകളും പരിണാമങ്ങളും ഒടുവിൽ എത്തിച്ചേരുന്ന വഴിത്തിരിവുകളും അനിശ്ചിതത്വവും അതിന്റെ ഉൾപ്പിടച്ചിലുകളും മലയാളസാഹിത്യത്തിൽ നാം ധാരാളം അനുഭവിച്ചിട്ടുണ്ട്. ഈ കൂട്ടത്തിൽ

വേർപെടുത്താനാകാത്ത, പക്ഷേ, എന്തുകൊണ്ടോ വേണ്ടത്ര പരിഗണിക്കപ്പെടാതിരുന്ന, സുപ്രധാനമായൊരു പേരാണ് സി.വി. ശ്രീരാമൻ.

സി.വി. ശ്രീരാമന്റെ കഥകൾ മനുഷ്യമനസ്സിന്റെ അന്തശ്ചോദനകളെയാണ് നേരിടുന്നത്. സമ്പന്നമായ യാത്രാനുഭവങ്ങളും പ്രവാസജീവിതവും ഇതിനു സഹായകമായി വർത്തിച്ചിരിക്കാം. കലുഷിതമായ ഒരു രാഷ്ട്രീയ-സാമൂഹ്യസന്ധിയിൽ ജീവിക്കാനിട വന്നതും പ്രമേയപരമായ വൈവിധ്യങ്ങൾക്കു സഹായകമായിട്ടുണ്ടാവാം. വ്യക്തിയും സമൂഹവും രാഷ്ട്രീയവും പ്രത്യയശാസ്ത്രവുമെല്ലാം സി.വി. കഥകളിൽ മുഖ്യവിഷയങ്ങളാകുമ്പോഴും അവയെയെല്ലാം കവിഞ്ഞുനിൽക്കുന്ന ജീവിതത്തിന്റെ ദുരൂഹമായ ഇരുൾനിലങ്ങളെ ആത്മീയമായ പൊതുധാരയിലേക്ക് കൊണ്ടുനിർത്തുകയാണ് കഥാകാരൻ. അനിശ്ചിതമായ ജീവിതത്തിന്റെ ആന്ദോളനങ്ങൾക്കിടയിൽ പിടികിട്ടാത്ത ദുരൂഹതയാവുകയാണ് മനസ്സെന്ന് തെളിമയോടെ ശ്രീരാമൻ പറയുന്നു. കാലപ്രവേഗങ്ങൾക്ക് നിർണയിക്കാനോ നിയന്ത്രിക്കാനോ ആകാത്തതാണ് മനസ്സെന്നു കണ്ടെത്താൻ ശ്രീരാമന്റെ രാഷ്ട്രീയപ്രബുദ്ധത വിലങ്ങുതടിയാവുന്നുമില്ല. സുന്ദരമായ ആത്മീയബോധം ബന്ധങ്ങളുടെ ചില രാസവിനിമയങ്ങളാണെന്നും അത് സ്ത്രീപുരുഷ ബന്ധങ്ങളിൽ കൂടുതൽ ആഴത്തിലേക്കു പോകുന്നുവെന്നും ശ്രീരാമൻ പല കഥകളിലും ചൂണ്ടിക്കാട്ടുന്നുണ്ട്. ശ്രീരാമന്റെ ഓരോ കഥയും ജീവിതത്തിന്റെ നടുമുറ്റത്ത് നാം കണ്ടു മറന്നതോ കേട്ടുപരിചയമുള്ളതോ അതുമല്ലെങ്കിൽ കാണാനിരിക്കുന്നതോ ആണ്.

ജീവിതത്തിന്റെ വിഭിന്നമായ പരിതഃസ്ഥിതികളെയും അതിന്റെ അന്തർസ്ഫോടനങ്ങളെയും ആവിഷ്കരിക്കുമ്പോഴും, മനസ്സെന്ന ദുരൂഹചേതസ്സിനെ പിന്തുടരുന്ന ധ്യാനപൂർണ്ണമായ ഭാവുകത്വം ശ്രീരാമനുണ്ടായിരുന്നു. കഥയുടെ ഏകാഗ്രത, വിശ്ലഥമാകാത്ത കഥാഘടന, ഈ ധ്യാനപൂർണത കൊണ്ടുമാത്രം കൈവരുന്നതാണ്. ആത്മീയാന്വേഷണത്തിന്റെ അനിവാര്യപഥങ്ങളിലൊന്നായി ധ്യാനത്തെ അംഗീകരിക്കാതിരിക്കാനാവില്ല. ഈ ധ്യാനം കൊണ്ടുവരുന്നത് ജീവിതത്തെക്കുറിച്ചുള്ള ഉള്ളറിവുകളാണ്. ആത്മസംഘർഷങ്ങളുടെ അരാജകവിഭ്രാന്തികളിൽ നിന്നാണ് ഏകാഗ്രപൂർണമായ മനസ്സ് വിടരുന്നത്. കഥാഗതിയെ അനിശ്ചിതമായ ഒരു ദശാസന്ധിയിൽ കൊണ്ടു നിർത്തി കഥാകാരൻ പതുക്കെ വിടവാങ്ങിയാൽ പോലും കഥയുടെ ജീവൻ മുന്നോട്ടു പോവുക തന്നെയാണ്.

സി.വിയുടെ കഥാഭൂമിക തന്റെ ജീവിതപശ്ചാത്തലം തന്നെയാണ്. മദ്ധ്യകേരളത്തിലെ ഒരു നാട്ടിൻപുറത്തെ ഇടത്തരം കുടുംബത്തിന്റെ പശ്ചാത്തലം മിക്ക കഥകളിലും കടന്നുവരുന്നുണ്ടെങ്കിലും മുഖ്യ ധാരയിൽ നിന്നും അകറ്റി നിർത്തപ്പെട്ടിരുന്ന ഒരു ജനതയുടെ ജീവിതവും ഈ കഥകളിൽ കണ്ടുമുട്ടാം. മാനുഷികമായ നന്മയോട് തെളിഞ്ഞ പക്ഷപാതിത്വമുള്ള ഒരു കഥാകാരനെ ഇവിടെ സി.വി യിൽ നാം കാണുന്നു. കമ്മ്യൂണിസ്റ്റു മനസ്സ് സൂക്ഷിക്കുന്ന കഥാ കാരനെന്നും വേണമെങ്കിൽ തിരുത്തി വായിക്കാം. പക്ഷേ, ഈ രാഷ്ട്രീയ വീക്ഷണങ്ങൾക്കെല്ലാം ഉപരി അടിയൊഴുക്കായി നിറഞ്ഞുനിൽക്കുന്നത് അദ്ദേഹത്തിന്റെ മനുഷ്യസ്നേഹമാണ്. എത്ര ആർദ്രപൂർണമായാണ് അദ്ദേഹം ജീവിതത്തിന്റെ വിരുദ്ധോ ക്തികളെ അഭിമുഖീകരിക്കുന്നത്. ജാതിമേധാവിത്വത്തിന്റെയും യാഥാസ്ഥിതികത്വത്തിന്റെയും പറിച്ചെറിയപ്പെടാനാവാത്ത ഒരു നിഴൽ ഇനിയും ഇവിടെ കിടപ്പുണ്ടെന്ന് തിരിച്ചറിയുന്ന സി.വി. തന്റെ ചില കഥകളിൽ മനുഷ്യത്വരഹിതമായ അത്തരം നൃശംസതകളെ സ്നേഹപൂർണമായ മനസ്സുകൊണ്ടു എതിരിടുന്നുമുണ്ട്. രൂക്ഷമായ പൊളിച്ചെഴുത്തല്ല ഇവിടെ സി.വി. സ്വീകരിക്കുന്ന ശൈലി.

മനുഷ്യന്റെ ആത്മീയത അവനിൽ അന്തർനിഹിതമായ മനോദർശന ങ്ങളാണ്. സി.വിയിലെ ഈ ദാർശനികന് മനുഷ്യത്വരഹിതമായ അസ്വാസ്ഥ്യങ്ങളെ, അത് എത്ര ഉദാത്തപൂർണമായ ലക്ഷ്യത്തിനു വേണ്ടിയാണെങ്കിലും, സ്വീകരിക്കാനാവുന്നില്ല. അത്തരം ഘട്ട ങ്ങളിൽ പ്രകൃതിയിൽ നിന്നുള്ള ചില ബിംബസവിശേഷതകളെ സ്വീകരിച്ചുകൊണ്ട് വഴിമാറിപ്പോവുകയാണ് എഴുത്തുകാരൻ. 'ദുഃഖിതരുടെ ദുഃഖം' സി.വിയുടെ ഇത്തരം മികച്ച രാഷ്ട്രീയ കഥ യാണെന്നു പറയാം. ചിറകാളിയുടെ ജീവിതം ചുറ്റുമുള്ള മാറ്റങ്ങളെ വേണ്ടത്ര ഉൾക്കൊള്ളാത്തതാണെങ്കിലും അതിന്റെയെല്ലാം ആകെത്തുകയായി അവളിൽ അടിഞ്ഞു കിടക്കുന്ന ദുഃഖസ്മൃതി കൾ വലിയൊരാഘാതമായി കടന്നു വരുന്നു. പഴയ ഓർമ്മകളുടെ ഈണങ്ങളിൽ ഒരു കാലഘട്ടത്തിന്റെ ചൂഷണാധിഷ്ഠിതമായ ജീവിതത്തിന്റെ വരകൾ തെളിയുന്നുണ്ടെങ്കിലും തന്റെ മുന്നിൽ നിഷ്ഠുരമായി മർദ്ദിക്കപ്പെടുന്ന മകനെയോർത്ത് ചിറകാളിയിലെ അമ്മ ഇപ്പോഴും വേദനിക്കുകയാണ്.

ചിറകാളിയുടെ സ്മരണകൾ മനസ്സിന്റെ അന്തർഭാവങ്ങളുമായി കെട്ടുപിണഞ്ഞതാണ്. ഇതിനെ മറ്റുള്ളവർ ഭ്രാന്തെന്ന് പറയുമ്പോൾ ചിറകാളിക്കതിൽ പരിഭവമേതുമില്ല. കാരണം, എല്ലാം സ്വപ്നമാണ്. സ്വപ്നലോകത്തിൽ സ്വതന്ത്രമായൊരു വിഹായസ്സ് അവൾക്ക്

സ്വന്തമായുണ്ട്. ഈ വിഹായസ്സിനെ ഓരോ വ്യക്തിയുടെയും ആത്മീയമായ ഒരു ഇടം ആയി വേണം കാണേണ്ടത്. ചിറകാളി അഭിരമിക്കുന്ന ഈ ഇടത്തിൽ ഇടയ്ക്കിടെ തിരിഞ്ഞുകുത്തുന്ന ഭൂതകാലമുണ്ട്. എല്ലാം ഒന്നിനെ തന്നെ ചുറ്റിപ്പറ്റിയാണ്. അപ്പോൾ അവൾ പാട്ടിലേക്കു വീഴുന്നു. ഇവിടെ ശ്രീരാമൻ കമ്മ്യൂണിസ്റ്റ് പ്രത്യയശാസ്ത്രത്തിന്റെ ഒരു അടരിനെക്കുറിച്ചും പറയുന്നില്ല. പക്ഷേ, അടിയാള ജനതയുടെ വംശീയബോധത്തിന്റെ, അടിച്ചമർത്തപ്പെടലിന്റെ, കത്തിയാളുന്ന വിശപ്പിന്റെ നേർക്കുള്ള അനുതാപമുണ്ട്. എന്നാൽ ഇവിടെ കഥാകാരൻ ആശ്വാസത്തിനായി ഉറ്റുനോക്കുന്നത് പ്രകൃതിയിലേക്കാണ്. ചിറകാളി പ്രകൃതിയെ ഉള്ളറിഞ്ഞവളായിരുന്നുവെങ്കിൽ പുതിയ തലമുറയാകട്ടെ പ്രകൃതിയെ ചൂഷണം ചെയ്യുന്നവരാണ്. അവർക്കു വേദനകളില്ല. വേദനിപ്പിക്കാനേ അറിയൂ. ഇത് വെറുമൊരു ഓർമ്മയല്ല. വരമ്പ് പൊട്ടി കുത്തിയൊലിച്ചു വരുന്ന മലവെള്ളം പോലെയുള്ള ഓർമ്മപ്രവാഹമാണ്. ആത്മീയമായ പ്രതിസന്ധിയുടെ വലിയൊരു വിചാരമാണ് ഈ പ്രവാഹത്തിനിടയിൽ ചിറകാളിയുടെ നൊമ്പരമായി ഇടറി വീഴുന്നത്. പക്ഷേ, ഈ നൊമ്പരം ഏറ്റെടുക്കാൻ കഥാകാരന് നിഷ്പ്രയാസം കഴിയുന്നു. പക്ഷേ, നമുക്കോ? ചോദ്യം ജീവിതത്തിന്റെ ദുരൂഹതകളിലേക്കു തന്നെയാണ് നമ്മെ കൊണ്ടുപോകുന്നത്.

'ദുരവസ്ഥ പിന്നെയും വന്നപ്പോൾ' എന്ന കഥയിൽ ശ്രീരാമൻ പറയുന്നത് അവനവനോടുതന്നെ നീതി പുലർത്താത്ത ഇടങ്ങൾ കണ്ടെത്തുന്ന മനുഷ്യന്റെ പൊയ്മുഖമാണ്. അവനവനോട് സത്യസന്ധത പാലിക്കാനാവാത്തതാണ് നാം അഭിമുഖീകരിക്കുന്ന ആത്മീയപ്രതിസന്ധിയെന്ന് സൂചിപ്പിക്കുക കൂടിയാണ് ശ്രീരാമൻ.

ഒരുപക്ഷേ, മതാത്മകമോ അനുഷ്ഠാനാത്മകമോ അതിലുപരി വൈദീകമോ എന്നു പറയാവുന്നതായ ആത്മീയഭൂമിക കൃത്യമായി വിതാനിച്ചുകൊണ്ടുതന്നെയാണ് സി.വി.തന്റെ കഥകൾ ഒരുക്കിയിരിക്കുന്നതുതന്നെ. മനുഷ്യന്റെ എക്കാലത്തെയും പ്രതിസന്ധികൾ വിചാരണ ചെയ്യാൻ കഥാകൃത്ത് മുതിരുന്നുണ്ട്. ഈ വിചാരണ ഉത്തരങ്ങളില്ലാത്ത ലോകത്തിലേക്കുള്ള കാൽവെപ്പുമാത്രമാണ്. അവിടെയെല്ലാം കാഴ്ചകൾ മാത്രമേയുള്ളൂ. ജീവിത പ്രതിസന്ധികളിൽപെട്ട് ആടിയുലഞ്ഞ് വഴിതേടിയെത്തി മൂകാംബികാ സന്നിധിയണഞ്ഞ സൂനി മായും, ഗീതയും ഉപനിഷത്തും ഉദ്ധരിച്ച് ജീവിതത്തിന്റെ നിസ്സാരതയെയും ക്ഷണികതയെയുംകുറിച്ച് ഘോരഘോരം പ്രസംഗിക്കുമ്പോഴും തന്റെ ശരീരം തേടുന്ന കാമനകളിൽ നിന്നും മോചനം നേടാനാവാതെ വിഷമിക്കുന്ന കാഷായധാരികളും പുണ്യസ്ഥലിയായ കാശിയുടെ മരണഘട്ടുകളിലിരുന്ന് മന്ത്രംചൊല്ലി

ആത്മാക്കൾക്ക് മോക്ഷംകൊടുക്കാനിരിക്കുന്ന നിസ്സംഗരായ പാണ്ഡവകളുമെല്ലാം ശ്രീരാമന്റെ കഥകളിൽ കടന്നുവരുന്നു.

ജീവിതം പൂർവ്വനിശ്ചിതമായ ഒഴുക്കാണോ? എങ്കിലാരാണത് നിശ്ചയിക്കുന്നത്? നിശ്ചയിക്കപ്പെടുന്ന വസ്തുതകൾ അന്തിമ മാണോ? അപ്പോൾ എന്താണ് മനുഷ്യന് ചെയ്യാനുള്ളത്? മനുഷ്യന് അവന്റെ ജീവിതത്തിന്മേൽ എന്തെങ്കിലും നിയന്ത്രണാധികാര ങ്ങളുണ്ടോ? ഇങ്ങനെ ആത്മാന്വേഷണങ്ങളുടെ അസംഖ്യം ചോദ്യ ങ്ങൾ ഈ കഥാഭൂമികയുടെ ഉള്ളറകളിൽനിന്നും ഉയർന്നുവരുന്നു. ജീവിതം മാത്രമാണ് ഉത്തരം. ജീവിച്ചുതീർക്കുകയെന്നതുമാത്രമാണ് ഏക പോംവഴി. കർമ്മഫലസിദ്ധാന്തവുമായി ചിലപ്പോഴെല്ലാം ശ്രീരാമന്റെ കഥാപാത്രങ്ങൾ സന്ധിചേരുന്നുണ്ട്. എന്നാൽ ഒഴിവി ല്ലാത്ത കർമ്മാസക്തിയുടെ വേരുകൾ അനുഭവലോകമായി വിടരു ന്നതും നാം കാണുന്നു. ബന്ധവിച്ഛേദമാണ് മോക്ഷമെങ്കിൽ, മോക്ഷം ആത്മശാന്തി തരുമെങ്കിൽ, ജീവിതമെന്ന നാടകം എത്ര നിസ്സാരം! പക്ഷേ എളുപ്പത്തിൽ ക്രിയചെയ്യാവുന്ന വ്യാകരണമല്ല അത്. ശരീരവും മനസ്സും അതിനെ ചൂഴ്ന്നുനിൽക്കുന്ന ആത്മാവു മെല്ലാം സങ്കീർണ്ണതകളുടെ വിപര്യയങ്ങളായി നമുക്കു മുന്നിലുണ്ട്. എല്ലാം ത്യജിച്ചിറങ്ങുന്നവരാണ് സന്ന്യാസിമാർ. ആത്മനോ മോക്ഷാർത്ഥം ജഗത് ഹിതായ ച എന്നാണല്ലോ പ്രമാണം. ഇവിടെ സന്ന്യാസിമാർക്കുപോലും തങ്ങളിൽ രൂഢമായ ആസക്തിയുടെ വേരുകൾ അറുക്കാനാവുന്നില്ല. കർമ്മക്ലേശങ്ങളുടെ ആസക്തലോ കത്തിലേക്ക് വീഴുന്ന സന്ന്യാസി ശരീരം ഒരു ബന്ധനമായി മാറു ന്നത് അറിയുന്നുണ്ടാവണം. ആശ്രമത്തിലയാൾ എത്തുന്നത് അസ്വ സ്ഥമായ മനസ്സിൽനിന്നും രക്ഷനേടാനാണ്. എന്നാൽ, അവിടെയും അയാൾക്ക് നിരാശപ്പെടേണ്ടിവരുന്നു. ലൗകികബന്ധങ്ങളിൽനിന്നും ആസക്തികളിൽ നിന്നും ഒഴിഞ്ഞവരാണ് സന്ന്യാസിമാർ. മുതിർന്ന സന്ന്യാസി അയാളോട് അന്വേഷിക്കുന്നതാവട്ടെ തന്റെ കുടുംബ സ്വത്ത് നേടിയെടുക്കുന്നതിനെക്കുറിച്ചുള്ള നിയമോപദേശമാണ്. ഇരുട്ടിൽ യുവസന്യാസിയാണെന്ന് തെറ്റിദ്ധരിച്ച് തന്നെ ആശ്ലേഷി ക്കാനെത്തുന്ന യുവതിയും അയാളെ ഒട്ടൊന്നുമല്ല അസ്വസ്ഥപ്പെ ടുത്തുന്നത്. താനെന്താണോ തേടിയത് അതവിടെയില്ല. എന്തിൽനി ന്നാണോ മോചനം ആഗ്രഹിച്ചത് അതാണവിടെയുള്ളത്. ഈ ഒരു തിരിച്ചറിവിലൂടെ ശ്രീരാമൻ നമുക്കു മുമ്പിൽ വലിയൊരു തിരശ്ശീല വലിച്ചു നീക്കുന്നു. മാനുഷികകാമനകൾ അതിലംഘിക്കുക ദുഷ്കര മാണ്. നിയതമായ ഈ കാമനകളുടെ ആന്തരികതലത്തെ അറിഞ്ഞനുഭവിക്കുകയല്ലാതെ മറ്റെന്താണ് പോംവഴി. അനുഭവ ങ്ങളുടെ മുമ്പിൽ ഒളിച്ചോടുന്നത് സത്യസന്ധതയല്ല. സത്യസന്ധ മായ ജീവിതമാണ് യഥാർത്ഥ ആത്മീയത. അവനവനോടുള്ള

നീതിപൂർവ്വകമായ കാഴ്ചപ്പാടാണിത്, ഒരു പക്ഷേ ആത്മശാന്തിയുടേതും.

മനഃശ്ശാന്തിയുടെ ആത്മസ്ഥലി തേടി മൂകാംബികയിലെത്തുന്ന അയാൾ ഏകാന്തമായ ആശ്രമത്തിൽവച്ച് സൂനിമായുമായി സംസാരിക്കുന്നത് പച്ചയായ ജീവിതത്തെക്കുറിച്ചുതന്നെയാണ്. യോഗിതുല്യമായ തേജസ്സിനപ്പുറം അവരുടെ തിളങ്ങുന്ന കണ്ണുകൾ നൽകുന്ന ആന്തരാർത്ഥം അയാളെ നടുക്കുന്നു. അതിശക്തമായ വികാരത്തിന്റെ തിരതള്ളലാണ് സൂനിമായുടെയുള്ളിൽ നടക്കുന്നത്. പ്രകൃതിയുടെ നിശ്ചയമാണ് ഈ വിളികളെന്നു വേണമെങ്കിൽ സംക്ഷേപിക്കാം. അന്ധമായ തിരസ്കാരത്തിലൂടെ മറികടക്കാവുന്നതല്ല പ്രകൃതിയുടെ ഈ നിശ്ചയങ്ങൾ. സ്വന്തമായൊരു ആശ്രമം തുടങ്ങുന്നതിനെക്കുറിച്ച് അയാൾ സൂചിപ്പിക്കുമ്പോൾ അവർ ഇങ്ങനെ ചോദിക്കുന്നു:

"ഇനിയും ആശ്രമത്തിലേക്കോ?"

തുടർന്ന് അവർ പറയുന്ന വാക്കുകളിൽ, ശ്രീബുദ്ധന്റേതായി ഉദ്ധരിക്കുന്ന വാചകങ്ങളിൽ, വേണ്ടത്ര വിലയിരുത്തപ്പെട്ടിട്ടില്ലാത്ത ജീവിതത്തിന്റെ ഇരുണ്ട ഭാവങ്ങളെക്കുറിച്ചുള്ള വിവരണങ്ങളുണ്ട്. തന്റെ കാഷായവേഷം തനിക്കൊരു ഭാരമാകുന്നത് അവർ മനസ്സിലാക്കുന്നു. ഒരു സ്ത്രീയുടെ ഉള്ളറകളിലേക്കു സഞ്ചരിക്കുകയെന്നാൽ ജീവിതത്തിന്റെ ഏറ്റവും സങ്കീർണ്ണമായ അധോതലത്തിലേക്കായിരിക്കും പ്രവേശിക്കുന്നതെന്ന് സി.വി.യുടെ പല കഥകളും പോലെ ഇതും പറയുന്നു. എല്ലാം ഉപേക്ഷിച്ച് കാഷായം സ്വീകരിച്ച സൂനി മാ ജീവിതയാഥാർത്ഥ്യങ്ങൾ തിരിച്ചറിയുമ്പോൾ വേഷത്തിനും നാമത്തിനും അപ്പുറത്താണ് ജീവിതമെന്ന് അംഗീകരിക്കുകയാണ്. ഒരു വേഷത്തിനും നൽകാനാവാത്തതാണ് മോക്ഷമെന്ന് ക്ഷുരസ്യധാരയിലും ശ്രീരാമൻ പറയുന്നുണ്ടല്ലോ. തന്റെ ഭാവിയെക്കുറിച്ചുള്ള സൂചനയായി അവർ നൽകുന്നത് ഇത്രമാത്രം:

"ഞാൻ ഒരു സ്ത്രീയായി ജീവിക്കാൻ പോകുന്നു." ഒരു സ്ത്രീക്ക് ചെയ്യാൻ കഴിയുന്നത് സ്ത്രീയായി ജീവിക്കുകയെന്നതാണെന്ന് ശ്രീരാമൻ എഴുതുമ്പോൾ സ്ത്രീമനസ്സിന്റെ അതിനിഗൂഢതകളെ പിന്തുടരുന്ന ഒരതിശക്തനായ എഴുത്തുകാരൻ തന്നെയാണെന്ന് പ്രഖ്യാപിക്കുകയാണ്. സ്ത്രീമനസ്സിന്റെ നിഗൂഢത ഏറെ പേരെ ആകർഷിക്കുന്നതാണ്. പ്രകൃതിയുടെ നിഗൂഢത തന്നെയാണ് അത്. അനിശ്ചിതാത്മകവും പ്രവചനാതീതവുമായ ഒരു ഉപഗുപ്തത അതിനെ ചൂഴ്ന്നുനിൽക്കുന്നുണ്ട്. അതിന്റെ വിചിത്ര സ്വഭാവം സൂക്ഷ്മമായി ആഖ്യാനം ചെയ്യണമെങ്കിൽ അത്രമാത്രം അതുമായി

തന്മയീഭവിക്കുവാൻ സാധിക്കണം. നമ്മുടെ പല വിശിഷ്ടരായ എഴുത്തുകാരും ദയനീയമായി പരാജയപ്പെട്ടിട്ടുള്ള ഇത്തരം ഒരിടത്താണ് ശ്രീരാമൻ വിജയിച്ചുനിൽക്കുന്നത്. പെൺമയെ ശക്തമായി സമീപിക്കുന്നതാണ് ഉർളോസ്, വെളുത്ത പക്ഷിയെ കാത്ത് എന്നീ കഥകൾ. കാലത്തിന്റെ വെളിയിടങ്ങളിൽ നിരാലംബമാക്കപ്പെടുന്ന സ്ത്രീത്വത്തിന്റെ അകലോകമാണ് ശ്രീരാമൻ ഉർളോസിൽ പകർത്തിവെക്കുന്നത്. പകയും വിദ്വേഷവും അവസാനം എത്തിച്ചേരുന്ന അതിദാരുണമായ നിസ്സഹായതയും ഒത്തുചേർന്ന് ധീരാദീദിയുടെ ജീവിതം നിരാലംബമാകുകയാണ്. വർഷങ്ങൾ നീണ്ട ജയിൽവാസം മൂലം ഉൾവലിഞ്ഞുപോയ അവളിലെ സ്ത്രീയെ ഉണർത്തുന്നത് വെപ്പാട്ടിയോടൊപ്പം ശയിച്ചിരുന്ന ഭർത്താവിനെ കൊലപ്പെടുത്തി എത്തുന്ന സരൂപിയെന്ന യുവതിയാണ്. ധീരാദീദി ശ്രീരാമൻ കഥകളിലെ അതിശക്തമായ ഒരു സ്ത്രീകഥാപാത്രമാണ്. ശ്രീരാമന്റെ കഥകളിൽ മികച്ചുനിൽക്കുന്നത് പുരുഷകഥാപാത്രങ്ങളെക്കാൾ സ്ത്രീകഥാപാത്രങ്ങളാണ്. ശ്രീരാമൻ കഥകൾ ശക്തമായ പ്രമേയങ്ങളാകുന്നത് സ്ത്രീമനസ്സിന്റെ അടരുകളിലൂടെ പ്രയാണം നടത്തുമ്പോഴാണ്. ഈ പ്രയാണമാണ് യഥാർത്ഥത്തിൽ ആത്മീയതയെന്നും പറയാം.

മൃത്യുവും കാമവും നൽകുന്ന തിരിച്ചടികളാണ് ജീവിതം നൽകുന്ന മഹത്തായ പാഠം. ഒരുവനെ ചൂഴ്ന്നുനിൽക്കുന്ന മൃത്യുബോധമാണ് അവന്റെ ആത്മീയ സരണിയിലേക്കുള്ള വികാസമെന്നും വിലയിരുത്താം. ഭാഗവതമടക്കമുള്ള ക്ലാസിക് കൃതികളുണ്ടായതുതന്നെ മരണത്തെക്കുറിച്ചുള്ള ചിന്തയിൽ നിന്നായിരുന്നു. ഇതേതുടർന്ന് മരണത്തിനപ്പുറം എന്താണെന്ന ചിന്തയും ദർശനവും ഉത്ഭവിക്കുന്നു. സി.വി. കൃതികളിലെ മൃത്യുസാന്നിദ്ധ്യവും അതിനെ പിന്തുടരുന്ന മോഹസങ്കല്പവും കഥയുടെ പരിമിതികൾക്കപ്പുറത്ത് വലിയൊരു ദർശനം തന്നെയായി മാറുന്നുണ്ട്. മനസ്സും ശരീരവും സൃഷ്ടിക്കുന്ന വലിയൊരു അനുഭവലോകം മാത്രമാണ് ഇതിന് അവന് കൂട്ടാവുന്നത്. ഇരിക്കപ്പിണ്ഡം എന്ന കഥ ഈ പരിസരത്തിൽ നിന്നുകൊണ്ട് നടത്തുന്ന വിചാരണ ഏറെ പ്രസക്തമാണ്. മനുഷ്യന്റെ കുടുംബജീവിതം ചിട്ടപ്പെടുത്തപ്പെട്ട ഒരു യാന്ത്രികതയാണെന്നും അതിനപ്പുറത്ത് മനസ്സും ശരീരവും സൃഷ്ടിക്കുന്ന മറ്റൊരു ലോകമുണ്ടെന്നും ഈ കഥ ചൂണ്ടിക്കാട്ടുന്നു. കാശിയിലെ തീർത്ഥഘട്ടത്തിൽ ശ്രാദ്ധകർമ്മങ്ങൾക്കായി വന്ന യുവതിയും മകനും അവളുടെ കാമുകനും ഉപജീവനാർത്ഥം മോക്ഷമന്ത്രങ്ങളുരുവിടുന്ന പാണ്ഡെയുമല്ലാം കൂടി സൃഷ്ടിക്കുന്ന ഭാവമുഹൂർത്തം എക്കാലത്തും ജീവിതത്തെ മൂടി നിൽക്കുന്ന ഉത്തരമില്ലാത്ത

വിചാരണയാണ്. ഭർത്താവിനപ്പുറം കാമുകനിൽ ആനന്ദം കാണുന്ന ഭാര്യ, അച്ഛന്റെ വിയോഗം സൃഷ്ടിക്കുന്ന ആഘാതം പടിപടിയായി ഏൽക്കേണ്ടിവരുന്ന മകൻ, എല്ലാത്തിനും മൂകസാക്ഷിയാകുന്ന അയാൾ. ഒപ്പം സമ്മിശ്രമായ വികാരമണ്ഡലങ്ങളിൽപ്പെട്ട് ചുഴലി തിരിയുന്ന കാമുകനും. ഭർത്താവിന്റെ മരണം അപമൃത്യുവാണോ? ചോദ്യത്തിനുമുമ്പിൽ എല്ലാവരും തളർന്നുപോകുകയാണ്. ശ്രാദ്ധ ഘട്ടിൽ മോക്ഷാർത്ഥികളായെത്തുന്ന ആത്മാക്കൾ തനിക്കു പകർന്നുകിട്ടുന്ന ശ്രാദ്ധാന്നം ഭക്ഷിക്കാൻ അദൃശ്യമായി എത്തുമെന്ന് പാണ്ഡ പറയുമ്പോൾ അവൾ ഉരുകുകയാണ്. എല്ലാത്തിനും കാലം സാക്ഷി. കാലം നടത്തുന്ന വിചാരണയ്ക്കു മുമ്പിൽ നമ്മളെല്ലാം ഉത്തരം പറഞ്ഞേ തീരൂ. ആരാണ് ശരി? എന്താണ് തെറ്റ്? ശരിതെറ്റുകളില്ലാത്ത ഒരു ലോകമാണ് ആത്മദർശനമെന്ന തിരിച്ചറിവിലെത്തുവാനുള്ള നിസ്സംഗതപുലർത്തുന്നയാളല്ല കഥയിലെ അയാൾ. എന്നിട്ടും തീക്ഷ്ണമായ വൈരുദ്ധ്യങ്ങൾക്കടിപ്പെടുന്ന മനസ്സിന്റെ വികാരലോകം അയാളെ അമ്പരപ്പിക്കുന്നു. ശരിയാണ് ഈ തീർത്ഥഘട്ടിലും അയാൾക്ക് സ്വാസ്ഥ്യം കണ്ടെത്താനാവില്ല. മരണംപോലും ശരീരകാമനകളുമായി ആത്മഭാഷണം നടത്തുകയാണ്. അദൃശ്യനായിരുന്ന് തന്റെ മകനർപ്പിക്കുന്ന ശ്രാദ്ധാന്നം ഭക്ഷിക്കുമ്പോൾ ഒരുപക്ഷേ ആ ആത്മാവ് തന്നെ വഞ്ചിച്ചിട്ട് കാമുകനൊപ്പം അപഥസഞ്ചാരം നടത്തുന്ന ഭാര്യയെ ശപിക്കുമോ? കഥയുടെ അന്തസ്സത്ത നിർവ്വഹിക്കുന്ന ആത്മീയമായ തിരിച്ചറിവ് അത്തരമൊരു വിചാരത്തെ സാധൂകരിക്കുന്നില്ല. എല്ലാവരും അവരവരുടെ ജീവിതം ജീവിച്ചുതീർക്കുമ്പോൾ ശരിതെറ്റുകൾക്ക് പ്രസക്തിയില്ലല്ലോ.

'ചിദംബര'ത്തിലും മരണവും കാമവുമുൾപ്പെട്ട അശാന്ത സഞ്ചാരമാണ്. രതിയുമായി ബന്ധപ്പെട്ട് സൃഷ്ടിക്കപ്പെടുന്ന ആത്മസംഘർഷങ്ങളോളം പ്രക്ഷുബ്ധമായ മാനസികാവസ്ഥ സൃഷ്ടിക്കുന്ന മറ്റൊന്നുമുണ്ടെന്നു തോന്നുന്നില്ല. ശരീരകാമനകളുടെ ഒരു നിമിഷത്തെ സ്വാസ്ഥ്യത്തിനുവേണ്ടി ജീവിതകാലമത്രയും അസ്വാസ്ഥ്യനാവേണ്ടിവരുന്ന അയാളിൽ അവൾ ഒരു ദാഹമായി ത്തീരുകയാണ്. ഒരുപക്ഷേ ആ ദാഹം ആത്മാവിന്റെ ദാഹമായിരുന്നിരിക്കാം. അതുകൊണ്ടുതന്നെയാണ് അവർ ഒന്നാകുന്നത്. അതും ഒരു തവണയല്ല. ഭാര്യയെ വെട്ടിപരിക്കേൽപ്പിച്ച് ആത്മഹത്യചെയ്യുന്ന ഭർത്താവ്. ഇതിനിടയിൽ അകപ്പെടുന്ന അയാൾ വലിയൊരു ആത്മവിചാരണയാണ് നേരിടുന്നത്. ശരീരം പിന്നീട് ഒരിക്കലും അയാളുടെ നിയന്ത്രണത്തിൽ വരുന്നതേയില്ല. പതഞ്ജലിയുടെ രോഗസിദ്ധാന്തം പോലെ അശാന്തമായ മനസ്സ് കലുഷിതമായ

രോഗങ്ങളും നൽകുന്നു. പിന്നീടുള്ള യാത്രയിൽ അവസാനത്തെ അഭയമായാവണം ചിദംബരത്തെത്തുന്നത്. മൃത്യുദേവനാണ് ശിവനെന്നു സങ്കല്പം. ശിവൻ ഇവിടെ ആകാശതത്വത്തിൽ ലയിക്കുന്നു. സർവവുമടങ്ങുന്ന ആകാശം രൂപരഹിതവുമാണ്. ഭാരതീയ ഈശ്വരസങ്കല്പത്തെ വ്യഞ്ജിപ്പിക്കുവാൻ ആകാശരൂപത്തോളം സാദ്ധ്യമായ മറ്റൊരു രൂപകമുണ്ടെന്ന് തോന്നുന്നില്ല. അയാളെ ചൂഴ്ന്നുനിൽക്കുന്ന അശാന്തിപർവത്തിന്റെ വേരുകൾ അവിടെ വെച്ച് പൊട്ടിപ്പോകുമെന്നാണ് നാം പ്രതീക്ഷിക്കുന്നതെങ്കിൽ അതിനു വിപരീതമായി അത് കൂടുതൽ ശക്തമായിത്തീരുകയാണ്. ഇവിടെ അയാൾ ഒരു നിമിഷം തന്റെ കാമുകിയെ കണ്ടെത്തുന്നു. പക്ഷേ, അവളുടെ വാക്കുകൾ വിചാരണയ്ക്കപ്പുറത്തുള്ള ലോകത്തെ തുറന്നിടുന്നു.

"ഞാൻ എന്റെ ജീവിതം ജീവിച്ചുതീർക്കട്ടെ...." എന്ന് അവൾ പറയുന്നില്ല. എങ്കിലും അവളതു പറയുമെന്ന് ശ്രീരാമന്റെ മുൻകഥകൾ നമുക്ക് മുന്നറിയിപ്പ് നല്കിയിട്ടുണ്ട്. തന്റെ കർമ്മഫലത്തിന്റെ നൈരന്തര്യവുമായി അവൾ നടത്തുന്ന അലച്ചിലുകളെക്കുറിച്ച് കഥാകാരൻ ഒരിടത്തും പറയുന്നില്ല. പക്ഷേ, സ്ത്രീമനസ്സിന്റെ സങ്കീർണ സഞ്ചാരങ്ങൾ വിദഗ്ദ്ധമായി ആവിഷ്കരിക്കുന്ന സി.വി.ശ്രീരാമൻ ഇവിടെ മൗനംകൊണ്ടാണ് കഥയുടെ മികവാർജ്ജിക്കുന്നത്. ഈ മൗനത്തെ ആത്മീയമെന്ന് വ്യവഹരിക്കുകയാണ് കൂടുതൽ നല്ലത്.

അശാന്തിയുടെ വലിയൊരു പ്രാരബ്ധ ഭാണ്ഡവുമായി അലഞ്ഞു നടക്കുന്ന അയാൾ ഒരിക്കലും ലക്ഷ്യത്തിലെത്താത്ത സഞ്ചാരിയാണ്. ഈയൊരു സഞ്ചാരിയുടെ മനസ്സാണ് ശ്രീരാമൻ കഥകളുടെ പൊതുധാരയെന്നും പറയാം. അയാൾ കണ്ടു മറയുന്ന കാഴ്ചകളുടെ നിസ്സംഗമായ ബോധ്യതലങ്ങളാണ് അയാൾ തേടുന്ന ആത്മശാന്തി. അതിനപ്പുറമില്ല. മുന്നിൽ നീണ്ടുനിവർന്നു കിടക്കുന്ന കാലത്തിന്റെ സ്പന്ദനങ്ങൾക്ക് ചെവിയോർത്ത് ധ്യാനലീനമായ മനസ്സോടെ മരണത്തിനപ്പുറം ചിലതുണ്ടെന്ന് നമ്മെ ഓർമ്മിപ്പിക്കുകയാണ് ശ്രീരാമൻ. മനുഷ്യബന്ധങ്ങളുടെ ആഴങ്ങളിൽ പതിഞ്ഞുകിടക്കുന്ന നന്മയുടെ നിലാവെളിച്ചവും തേടി നടക്കുന്ന ഈ കഥാകാരൻ ആത്മീയതയെക്കുറിച്ച് അർത്ഥവത്തായൊരു നിർവചനമാണ് നൽകുന്നത്. ശ്രീരാമൻകഥകളുടെ സുഗന്ധം ഈ ആത്മീയതയാണെന്നുപറയാം.

■